AF762446

അത്യുന്നതങ്ങളിൽ

Athyunnathangalil
Study

Sabu Jose

CHINTHA PUBLISHERS
Thiruvananthapuram

First Edition
November 2022

Published & Typesetting
Chintha Publishers, Thiruvananthapuram

Printed at
Akshara offset, Thiruvananthapuram

Cover Design
Vinod Mangoes

ISBN : 978-93-93468-02-4

CO - 3205 / 6238

₹ 190

Email: chinthapublishers@gmail.com
Website: www.chinthapublishers.com

A version is available at National Libraries
Kolkata, Mumbai, Chennai and Delhi

Distribution
DESHABHIMANI BOOKHOUSE
H O Thiruvananthapuram 695035

Branch
Head Office Kunnukuzhi • Statue Thiruvananthapuram
KSRTC Bus Terminal Thampanoor • Saphalyam Complex Thiruvananthapuram
KSRTC Bus Station Alappuzha • KSRTC Bus Station Ernakulam
Machingal Lane Thrissur • IG Road Kozhikode
Mavoor Road Kozhikode • NGO Union Building Kannur
Central Bus Terminal Complex Thavakkara Kannur

അത്യുന്നതങ്ങളിൽ

സാബു ജോസ്

ചിന്ത പബ്ലിഷേഴ്സ്
തിരുവനന്തപുരം-695 035
വില: ₹ 190

സാബു ജോസ്

അദ്ധ്യാപകൻ, ഗവേഷകൻ, ശാസ്ത്രലേഖകൻ. അനവധി ശാസ്ത്ര പുസ്തകങ്ങൾ എഴുതിയിട്ടുണ്ട്. 2018 ലെ ജോസഫ് മുണ്ടശ്ശേരി അവാർഡ് ജേതാവാണ്. ചിന്ത പബ്ലിഷേഴ്സ് പ്രസിദ്ധീകരിച്ച *ദൈവത്തിന്റെ മനസ്സ്* എന്ന പുസ്തകത്തിനാണ് അവാർഡ് ലഭിച്ചത്. *ജീവന്റെ സമവാക്യങ്ങൾ, അവസാനത്തിന്റെ ആരംഭം, സൂക്ഷ്മ പ്രപഞ്ചത്തിലെ ചലന നിയമങ്ങൾ, പ്രപഞ്ചം കണ്ണാടിനോക്കുമ്പോൾ, ബിഗ് ലീപ്, പകിട കളിക്കുന്ന ദൈവം* എന്നിവയാണ് ചിന്ത പ്രസിദ്ധീകരിച്ച മറ്റു പുസ്തകങ്ങൾ. മലയാളത്തിലെ ഒട്ടുമിക്ക ആനുകാലികങ്ങളിലും ഇ-മാഗസിനുകളിലും ശാസ്ത്രലേഖനങ്ങൾ എഴുതുന്നുണ്ട്.

വിലാസം : മറ്റത്തിൽ,
വേങ്ങേരി മഠം,
ചൂലൂർ പി ഒ,
കോഴിക്കോട്.

ഫോൺ : 9656363145

ഇ-മെയിൽ : sabu9656@gmail.com

ഉള്ളടക്കം

പ്രസാധകക്കുറിപ്പ്

അനന്തമായ ആകാശത്തേക്കും അനുദിനം വികസിക്കുന്ന പ്രപഞ്ചത്തിലേക്കും മനുഷ്യൻ ഉറ്റുനോക്കാൻ തുടങ്ങിയതിന് ഉല്പത്തിയോളം പഴക്കമുണ്ടാവും. എന്നാൽ ആധുനിക മനുഷ്യൻ ശാസ്ത്രത്തിന്റെ വെളിച്ചവുമായി ആകാശഗോളങ്ങളുടെ അത്ഭുതലോകത്തേക്കു കടന്നുകഴിഞ്ഞു. ചന്ദ്രനിൽ ആദ്യമായി കാലുകുത്തുമ്പോൾ നീൽ ആംസ്ട്രോങ് പറഞ്ഞത് 'ഇത് മനുഷ്യന്റെ ചെറിയൊരു കാൽവയ്പ്. മനുഷ്യരാശിക്ക് വലിയൊരു കുതിച്ചുചാട്ടവും എന്നത്രെ!' ബഹിരാകാശ പര്യവേഷണ മേഖലയിൽ അത്ഭുതകരമായ മാറ്റങ്ങൾ 21-ാം നൂറ്റാണ്ടിൽ ഉണ്ടായിക്കൊണ്ടിരിക്കുന്നു. റോക്കറ്റുകളും കൂറ്റൻ ഉപഗ്രഹങ്ങളും ഇന്ന് കുട്ടികളെപ്പോലും വിസ്മയിപ്പിക്കാതായിരിക്കുന്നു. പോപ്പുലർ സയൻസ് എന്ന സാഹിത്യശാഖയും വിസ്തൃതമായിരിക്കുന്നു. വാനപര്യവേഷണ മേഖലയിൽ വന്നുചേർന്നിരിക്കുന്ന പുത്തൻ പ്രവണതകളിലേക്കും ടെക്നോളജിയുടെ വളർച്ചയിലേക്കും വെളിച്ചം വീശുന്ന ഗ്രന്ഥമാണിത്. അന്യഗ്രഹങ്ങളിൽ ജീവൻ നിലനില്ക്കുന്നുണ്ടോ എന്നു തുടങ്ങി മാനവരാശിയുടെ നിതാന്തകൗതുകങ്ങളിലേക്കും ജ്ഞാനപ്പെരുക്കത്തിലേക്കും വായനക്കാരനെ കൊണ്ടുപോകുന്ന ഗ്രന്ഥമാണിത്.

ചിന്ത പബ്ലിഷേഴ്സ്

Look at the stars and not your feet

-Stephen Hawking

ആമുഖം

ബഹിരാകാശ പര്യവേഷണ മേഖലയിൽ അഭൂതപൂർവ്വമായ വളർച്ചയാണ് 21–ാം നൂറ്റാണ്ടിന്റെ ആരംഭത്തിൽ ഉണ്ടായിട്ടുള്ളത്. നിരവധി ബഹിരാകാശ പദ്ധതികൾ, ഭൗമേതര ജീവൻ തേടിയുള്ള ദൗത്യങ്ങൾ, നിരവധി കൃത്രിമ ഉപഗ്രഹങ്ങൾ, ഭീമൻ റോക്കറ്റുകൾ, ബഹിരാകാശ ദൗത്യങ്ങളിൽ സ്വകാര്യമേഖലയുടെ കടന്നുവരവ് എന്നിങ്ങനെ ഒട്ടനവധി കാര്യങ്ങൾക്ക് ഇക്കഴിഞ്ഞ ഇരുപത് വർഷങ്ങളിൽ ശാസ്ത്ര സമൂഹം സാക്ഷിയായി. ഇതിന്റെ തുടർച്ചയായിരിക്കും ഇനി വരുന്ന വർഷങ്ങളിൽ സംഭവിക്കാൻ പോകുന്നത്. സൂപ്പർ ടെലിസ്കോപ്പുകൾ, ചന്ദ്രന്റെ മനുഷ്യയാത്രകളുടെ രണ്ടാം ഘട്ടം, ചന്ദ്രനിൽ ഔട്ട് പോസ്റ്റ് നിർമ്മാണം, ചൊവ്വായാത്രകൾ എന്നിങ്ങനെ ഒട്ടനവധി പദ്ധതികളാണ് വരുന്ന ഇരുപത് വർഷങ്ങളിൽ നടക്കുന്നത്. ബഹിരാകാശ പര്യവേഷണരംഗത്ത് വരുന്ന വർഷങ്ങളിലുണ്ടാകുന്ന പുരോഗതിയും മാറ്റങ്ങളും അവതരിപ്പിക്കുകയാണ് ഈ പുസ്തകത്തിൽ.

ഈ പുസ്തക രചനയിൽ എനിക്ക് പിന്തുണ നല്കിയ കുടുംബാംഗങ്ങളോടും സുഹൃത്തുക്കളോടും പുസ്തകം പ്രസിദ്ധീകരിക്കുന്ന ചിന്ത പബ്ലിഷേഴ്സിനോടും എനിക്കുള്ള നന്ദിയും കടപ്പാടും അറിയിക്കുന്നു.

സാബു ജോസ്

ബഹിരാകാശ യാത്രകളുടെ തുടക്കം

മനുഷ്യന്റെ ബഹിരാകാശ യാത്രകൾക്ക് തുടക്കംകുറിച്ചത് സോവിയറ്റ് യൂണിയനാണ്. 1961 ഏപ്രിൽ 12 ന് സോവിയറ്റ് ബഹിരാകാശ പ്രോഗ്രാമായ വോസ്തോക് ദൗത്യത്തിന്റെ ഭാഗമായി ബഹിരാകാശത്തെത്തിയ യൂറി ഗഗാറിനാണ് മനുഷ്യരുടെ ബഹിരാകാശ യാത്രകൾക്ക് തുടക്കം കുറിച്ചത്. തുടർന്ന് യു എസും സഞ്ചാരികളെ ബഹിരാകാശത്തിലെത്തിച്ചു. ഇപ്പോൾ ബഹിരാകാശത്തുള്ള ഇന്റർനാഷണൽ സ്പേസ് സ്റ്റേഷനിൽ കഴിഞ്ഞ 18 വർഷമായി ബഹിരാകാശ യാത്രികർ സ്ഥിരമായി താമസിക്കുന്നുണ്ട്. റഷ്യക്കും അമേരിക്കയ്ക്കും പുറമെ ചൈനയ്ക്കും മനുഷ്യരെ ബഹിരാകാശത്തിലെത്തിക്കാൻ ശേഷിയുണ്ട്. നാസ സ്പേസ് ഷട്ടിൽ ദൗത്യം 2011 ൽ അവസാനിപ്പിച്ചതിനുശേഷം റഷ്യയുടെ സോയുസ് പേടകത്തിലാണ് സഞ്ചാരികളെ അന്താരാഷ്ട്ര ബഹിരാകാശ നിലയത്തിലെത്തിക്കുന്നത്. ചൈനയുടെ ബഹിരാകാശ ദൗത്യമാണ് ഷെൻഷു. നാസയുടെ ഒറിയൺ സ്പേസ്ക്രാഫ്റ്റും ഇസ്റോയുടെ ഗഗൻയാനും വരാനിരിക്കുന്ന ക്രൂ മൊഡ്യൂൾ ദൗത്യങ്ങളാണ്. ഇതുവരെ ഗവൺമെന്റിന്റെ നിയന്ത്രണത്തിലുള്ള ബഹിരാകാശ ഏജൻസികളാണ് മനുഷ്യരെ വഹിച്ചുകൊണ്ടുള്ള യാത്രകൾക്ക് നേതൃത്വം നല്കിയിരുന്നത്. 2019 മുതൽ സ്വകാര്യമേഖലയും ഈ രംഗത്തേക്ക് കടന്നുവരികയാണ്. യു എസിലെ സ്പേസ് – എക്സ് കോർപ്പറേഷനും. വിർജിൻ ഗാലാക്ടിക്കുമാണ് ഈ രംഗത്തേക്ക് ആദ്യമെത്തുന്നത്.

അമേരിക്കൻ ഐക്യനാടുകളും സോവിയറ്റ് യൂണിയനും തമ്മിലുണ്ടായ ശീതയുദ്ധമാണ് ബഹിരാകാശ യാത്രകൾക്ക് മുഖ്യകാരണമായത്. ആണവായുധ വാഹകശേഷിയുള്ള ഭൂമുഖണ്ഡാന്തര ബാലിസ്റ്റിക് മിസൈലുകളുടെ വികസനമാണ് റോക്കറ്റുകളുടെ വളർച്ചയ്ക്ക് വഴിയൊ

രുക്കിയത്. 1957 ൽ സോവിയറ്റ് യൂണിയനും 1958 ൽ അമേരിക്കയും കൃത്രിമ ഉപഗ്രഹങ്ങളെ ഭൗമസമീപ ഭ്രമണപഥത്തിലെത്തിച്ചു. 1961 ഏപ്രിൽ 12 ന് വോസ്തോക്ക്–1 ദൗത്യത്തിൽ സോവിയറ്റ് യൂണിയൻ ആദ്യമായി മനുഷ്യനെ ബഹിരാകാശത്തിലെത്തിച്ചു. ഒരു പ്രാവശ്യമാണ് ഈ ദൗത്യത്തിൽ യൂറിഗഗാറിൻ ഭൂമിയെ ചുറ്റി സഞ്ചരിച്ചത്. അതേവർഷം തന്നെ മെയ് 5 ന് ഫ്രീഡം –7 ദൗത്യത്തിന്റെ ഭാഗമായി മെർക്കുറി റോക്കറ്റിൽ അമേരിക്കൻ യാത്രികനായ അലൻഷെപ്പേർഡും ബഹിരാകാശത്തിലെത്തി ഫ്രെണ്ട്ഷിപ്പ്–7 ദൗത്യത്തിന്റെ ഭാഗമായി മെർക്കുറി അറ്റ്ലസ് റോക്കറ്റിൽ യാത്രതിരിച്ച അമേരിക്കൻ യാത്രികനായ ജോൺ ഗ്ലെൻ ആണ് ഭൂമിയുടെ ഭ്രമണപഥത്തിലെത്തിയ ആദ്യ ബഹിരാകാശ സഞ്ചാരി. തുടർന്ന് അഞ്ച് ബഹിരാകാശ സഞ്ചാരികളെ സോവിയറ്റ് യൂണിയൻ ബഹിരാകാശത്തെത്തിച്ചു. 1963 ജൂൺ 16 ന് വോസ്തോക്ക്–6 ദൗത്യത്തിൽ ബഹിരാകാശത്തെത്തിയ വലന്റീന തെരഷ്ക്കോവയാണ് ബഹിരാകാശ സഞ്ചാരിയായ ആദ്യ വനിത. സോവിയറ്റ് ബഹിരാകാശ സഞ്ചാരികളെ കോസ്മോനോട്ടുകൾ എന്നും യു എസ് ബഹിരാകാശ സഞ്ചാരികളെ ആസ്ട്രോനോട്ടുകൾ എന്നുമാണ് വിളിക്കുന്നത്.

ബഹിരാകാശ പര്യവേഷണരംഗത്ത് അമേരിക്കയെ ഒന്നാമതെത്തിക്കണമെന്നുള്ള ജോൺ. എഫ് കെന്നഡിയുടെ വാശിയാണ് അപ്പോളോ ദൗത്യത്തിന് തുടക്കംകുറിച്ചത്. 1960 കളുടെ തുടക്കത്തിൽത്തന്നെ അപ്പോളോ പദ്ധതി ആരംഭിച്ചു. മൂന്നുപേർക്ക് യാത്രചെയ്യാൻ കഴിയുന്ന ഒരു വാഹനത്തെ ചന്ദ്രനിലെത്തിക്കുക. അവരിൽ രണ്ടുപേർ ചന്ദ്രനിലിറങ്ങുക എന്ന രീതിയിലാണ് അപ്പോളോ പേടകങ്ങളുടെ രൂപകല്പന നിർവ്വഹിച്ചത്. ഇതിനായി അതുവരെ നിർമ്മിച്ചതിൽ ഏറ്റവും വലുതും ശക്തവുമായ സാറ്റേൺ റോക്കറ്റുകളും നിർമ്മിക്കാനാരംഭിച്ചു. ഈ പദ്ധതിയുടെ മുന്നൊരുക്കമായി 1965–66 കാലത്ത് ടൈറ്റൻ–2 റോക്കറ്റുപയോഗിച്ച് വിക്ഷേപിക്കുന്ന ജെമിനി ദൗത്യം ഒരു ചരിത്ര സംഭവമായി യു എസ് മാറ്റി. രണ്ട് യാത്രികരെ ഭ്രമണപഥത്തിലെത്തിക്കാൻ കഴിയുന്നതാണ് ജെമിനി ദൗത്യം. എന്നാൽ ചാന്ദ്രദൗത്യങ്ങളിൽ സോവിയറ്റ് യൂണിയൻ വലിയ താല്പര്യം കാണിച്ചിരുന്നില്ല. ബഹിരാകാശ നടത്തത്തിലായിരുന്നു സോവിയറ്റ് താല്പര്യം കൂടുതലുണ്ടായത്. വോസ്ഖോദ്–ക്യാപ്സുളിൽ സഞ്ചരിച്ച അലക്സി ലിയനോവ് ആണ് ബഹിരാകാശത്ത് നടന്ന ആദ്യയാത്രികൻ. 1965 മാർച്ച് 8 നായിരുന്നു മനുഷ്യന്റെ ആദ്യ ബഹിരാകാശ നടത്തം നടന്നത്.

ഇതിനിടെ സാറ്റേൺ–5 റോക്കറ്റ് വികസിപ്പിക്കാൻ അമേരിക്കയ്ക്ക് സാധിച്ചു. പതിനാല് നില കെട്ടിടത്തിന്റെ ഉയരമുണ്ടായിരുന്നു ആ റോക്കറ്റിന്. അതിശക്തമായ ഈ റോക്കറ്റാണ് അമേരിക്കയുടെ എല്ലാ ചാന്ദ്രയാത്രകളുടെയും വിക്ഷേപണവാഹനം. 1968 ഡിസംബറിൽ അപ്പോളോ–8 ദൗത്യത്തിൽ അമേരിക്കൻ ബഹിരാകാശ സഞ്ചാരികളായ ഫ്രാങ്ക് ബോർമൻ, ജെയിംസ് ലോവൽ, വില്യം ആൻഡേഴ്സ് എന്നിവർ ചന്ദ്രനെ

പത്തുതവണ ഭ്രമണംചെയ്തു. അപ്പോളോ–11 ദൗത്യത്തിൽ 1969 ജൂലൈ 21 ന് അമേരിക്കൻ ബഹിരാകാശ സഞ്ചാരികളായ നീൽ ആംസ്ട്രോങ്ങും, ബ്രഡ് ആൽഡ്രിനും, മൈക്കൽ കോളിനും ചന്ദ്രനിൽ യാത്ര നടത്തി. ഇവരിൽ ആംസ്ട്രോങ്ങും ആൽഡ്രിനും ചന്ദ്രനിൽ നടന്നു. കോളിൻസിന് കമാൻഡ് മൊഡ്യൂളിന്റെ നിയന്ത്രണമായിരുന്നു. ജൂലൈ 24 ന് മൂവർ സംഘം ഭൂമിയിൽ സുരക്ഷിതരായി തിരിച്ചെത്തി. 1969 മുതൽ 1972 വരെയുള്ള കാലത്ത് ആറ് അപ്പോളോ ദൗത്യങ്ങളിലായി 12 മനുഷ്യർ ചന്ദ്രനിൽ നടന്നിട്ടുണ്ട്. ഈ പന്ത്രണ്ടുപേരും അമേരിക്കക്കാരാണ്. യൂജിൻ സെർനൻ ആണ് ചന്ദ്രനിൽ നടന്ന അവസാനത്തെ മനുഷ്യൻ. സോവിയറ്റ് യൂണിയൻ ചാന്ദ്രയാത്രകൾക്കായി സോയൂസ് സ്പേസ്ക്രാഫ്റ്റ് വികസിപ്പിച്ചെങ്കിലും വിക്ഷേപണവാഹനമായ എൻ–1 പരാജയപ്പെട്ടതുകൊണ്ട് 1974 ൽ തന്നെ ചാന്ദ്രയാത്രാദൗത്യം ഉപേക്ഷിച്ചു. 1973 ൽ അമേരിക്ക സ്കൈലാബ് എന്ന ബഹിരാകാശ നിലയം വിക്ഷേപിച്ചു. 171 ദിവസം ഈ നിലയം ബഹിരാകാശത്തുണ്ടായിരുന്നു. പിന്നീട് തകർന്ന് ഭൂമിയിൽ പതിക്കുകയായിരുന്നു. സോവിയറ്റ് യൂണിയന്റെ ശ്രദ്ധ ബഹിരാകാശ നിലയത്തിലേക്ക് തിരിഞ്ഞു. 1973 മുതൽ 1977 വരെയുള്ള കാലത്ത് സൈനികാവശ്യങ്ങൾക്കായുള്ള മൂന്ന് ചെറിയ ബഹിരാകാശനിലയങ്ങൾ വിക്ഷേപിച്ചു. അതിനെത്തുടർന്ന് സല്യൂട്ട്, മിർ എന്നീ മൾട്ടി–പർപസ് ബഹിരാകാശ നിലയങ്ങളും സോവിയറ്റ് യൂണിയൻ വിക്ഷേപിച്ചു. അമേരിക്കയാകട്ടെ സ്പേസ് ഷട്ടിലുകളുടെ നിർമ്മാണത്തിലേക്കാണ് ശ്രദ്ധ തിരിച്ചത്. 1986 മുതൽ 1996 വരെ മിർ ബഹിരാകാശ നിലയം പ്രവർത്തനക്ഷമമായിരുന്നു. 4592 ദിവസം മിർ നിലയത്തിൽ ബഹിരാകാശ സഞ്ചാരികൾ താമസിച്ചിട്ടുണ്ട് 354 കിലോമീറ്റർ ഉയരമുള്ള ഒരു ഭ്രമണപഥത്തിലൂടെയാണ് മിർ സ്പേസ് സ്റ്റേഷൻ ഭൂമിയെ ഭ്രമണം ചെയ്തിരുന്നത്. 2001 മിർ സ്റ്റേഷൻ പ്രവർത്തനമവസാനിപ്പിച്ച് ഭൂമിയിൽ സുരക്ഷിതമായി തിരിച്ചിറങ്ങി.

1981 ലാണ് ആദ്യത്തെ സ്പേസ് ഷട്ടിൽ യാത്രയാരംഭിച്ചത്. ഒരു വിമാനത്തിന്റെ മാതൃകയിൽ നിർമ്മിച്ച ഈ റോക്കറ്റ് ബഹിരാകാശ സഞ്ചാരികളെയും സാമഗ്രികളും ബഹിരാകാശ നിലയത്തിലെത്തിക്കുന്നതിനും, നിലയത്തിലുള്ള യാത്രികരെ തിരിച്ച് ഭൂമിയിലെത്തിക്കുന്നതിനുമായി രൂപകല്പനചെയ്താണ്. പുനരുപയോഗശേഷിയുള്ള റോക്കറ്റ് എന്ന് വിശേഷിപ്പിക്കാം. വെർട്ടിക്കൽ ടേക്ക് –ഓഫും ഹൊറിസോണ്ടൽ ലാൻഡിങ്ങുമാണ് സ്പേസ് ഷട്ടിലുകൾ സ്വീകരിച്ചിരുന്നത്. കൊളംബിയ, ചലഞ്ചർ, ഡിസ്കവറി, അറ്റ്ലാന്റിസ്, എൻഡവർ എന്നിങ്ങനെ അഞ്ച് സ്പേസ് ഷട്ടിലുകളോട് സാമ്യമുള്ള ബുറാൻ എന്ന സ്പേസ്ഷട്ടിൽ ഇക്കാലത്ത് സോവിയറ്റ് യൂണിയൻ വികസിപ്പിച്ചിരുന്നു. 1988 നവംബറിൽ ബുറാൻ സ്പേസ് ഷട്ടിലിന്റെ വിജയകരമായ പരീക്ഷണ വിക്ഷേപണവും നടത്തി. എന്നാൽ 1991 ൽ സോവിയറ്റ് യൂണിയന്റെ തകർച്ചയോടുകൂടി പദ്ധതി ഉപേക്ഷിക്കുകയായിരുന്നു.

സോവിയറ്റ് യൂണിയന്റെ തകർച്ചയോടെ ഇരു രാജ്യങ്ങൾക്കുമിടയിലുള്ള ശീതയുദ്ധം അവസാനിച്ചു. ബഹിരാകാശപര്യവേഷണങ്ങളിൽ അമേരിക്കയും റഷ്യയും സഹകരിച്ചു പ്രവർത്തിക്കാനാരംഭിച്ചു. അമേരിക്കൻ ബഹിരാകാശ സഞ്ചാരികൾ റഷ്യൻ നിലയത്തിൽ സന്ദർശകരായെത്തി. റഷ്യൻ ബഹിരാകാശ സഞ്ചാരികൾ അമേരിക്കൻ സ്പേസ് ഷട്ടിലുകളിൽ യാത്രികരുമായി സ്പേസ്ഷട്ടിൽ ദൗത്യം 2011 ൽ അവസാനിപ്പിച്ചതിനുശേഷം അമേരിക്കൻ ബഹിരാകാശ യാത്രികർ അന്താരാഷ്ട്ര ബഹിരാകാശ നിലയത്തിലേക്ക് യാത്ര ചെയ്യുന്നത് റഷ്യയുടെ സോയൂസ് സ്പേസ്ക്രാഫ്റ്റിലാണ്. 1998 ൽ അന്താരാഷ്ട്ര ബഹിരാകാശ നിലയത്തിന്റെ നിർമ്മാണമാരംഭിച്ചത് അമേരിക്കയുടെയും റഷ്യയുടെയും സംയുക്ത സഹകരണത്തിലാണ്. 409 കിലോമീറ്റർ ഉയരമുള്ള ഭ്രമണപഥത്തിലാണ് ഈ ബഹിരാകാശ പരീക്ഷണശാല ഭൂമിയെ പ്രദക്ഷിണം ചെയ്യുന്നത്.

1959 ൽ തന്നെ ചൈനയുടെ ബഹിരാകാശ ഗവേഷണം ആരംഭിച്ചെങ്കിലും ഒരു മനുഷ്യനെ ബഹിരാകാശത്ത് എത്തിക്കുന്നതിന് സാധിച്ചത് 2003 ഒക്ടോബർ 15 നാണ്. ഷെൻഷു-5 സ്പേസ്ക്രാഫറ്റിൽ 21 മണിക്കൂർ ബഹിരാകാശത്ത് ചെലവഴിച്ച യാങ് ലിവേയാണ് ഈ നേട്ടം കൈവരിച്ചത്. 2011 സെപ്തംബർ 29 ന് ചൈന തങ്ങളുടെ ആദ്യത്തെ ബഹിരാകാശ നിലയമായ ടിയാങ്-ഗോങ്-1 വിക്ഷേപിച്ചു. 2016 മാർച്ച് 21 ഈ ബഹിരാകാശനിലയം തകരാറിലായി പിന്നീട് ടിയാങ് ഗോങ് -2, ടിയാങ്-ഗോങ് -3 എന്നീ ബഹിരാകാശനിലയങ്ങൾകൂടി ചൈന വിക്ഷേപിച്ചു. നിർമ്മാണം പൂർത്തിയാകുമ്പോൾ നിലവിലുള്ള ഏറ്റവും വലിയ ബഹിരാകാശ നിലയമായി ടിയാങ് ഗോങ്- 3 മാറും.

യൂറോപ്യൻ രാജ്യങ്ങൾ, ഗൾഫ് മേഖലയിലെ ഏതാനും രാജ്യങ്ങൾ, ജപ്പാൻ, ഇന്ത്യ എന്നിവിടങ്ങളിൽനിന്നുള്ള യാത്രികരും ബഹിരാകാശ സഞ്ചാരം നടത്തിയിട്ടുണ്ടെങ്കിലും അതെല്ലാം അമേരിക്കയുടെയോ, റഷ്യയുടെയോ വാഹനങ്ങളിലാണ്. ഗഗൻയാൻ വിക്ഷേപണത്തോടെ ഇന്ത്യയും സ്വന്തം വിക്ഷേപണവാഹനമുപയോഗിച്ച് സഞ്ചാരികളെ ബഹിരാകാശത്തെത്തിക്കുന്ന രാജ്യമായി മാറും.

ബഹിരാകാശത്തേക്ക് നോക്കുന്ന കണ്ണുകൾ

അടുത്തകാലംവരെ ബഹിരാകാശ പര്യവേഷണങ്ങൾ നടന്നിരുന്നത് അതതു രാജ്യങ്ങളിലെ ഗവൺമെന്റിന്റെ മേൽനോട്ടത്തിന് കീഴിലായിരുന്നു. വാർത്താവിനിമയ രംഗത്തും, പ്രതിരോധ മേഖലയിലും, കാലാവസ്ഥാ പ്രവചനത്തിലും, സാങ്കേതിക വിദ്യാഭ്യാസ രംഗത്തും, സൈനിക സൈനികേതര മേഖലയിലും, ഗതിനിർണ്ണയത്തിലുമെല്ലാം ബഹിരാകാശ പര്യവേഷണങ്ങളിലൂടെ ഉണ്ടാക്കിയെടുത്ത പുരോഗതി സ്പേസ് ടെക്നോളജി കരസ്ഥമാക്കിയ രാജ്യങ്ങളുടെ അഭിമാന സ്തംഭമായാണ് പരിഗണിക്കുന്നത്. എന്നാൽ കാര്യങ്ങൾ ഇപ്പോൾ മാറുകയാണ്. ബഹിരാകാശ പര്യവേഷണ രംഗത്തേക്കും സ്വകാര്യ മേഖല കടന്നുവന്നിരിക്കുകയാണ്. അതിനർത്ഥം ഇനി ബഹിരാകാശവും വലിയൊരു വാണിജ്യകേന്ദ്രമായി മാറുകയാണെന്നാണ്. ഒരുപക്ഷേ, ഏറ്റവും വലിയ വാണിജ്യകേന്ദ്രം.

എലോൺ മസ്ക് എന്ന അമേരിക്കൻ ശതകോടീശ്വരൻ സ്പേസ് എക്സ് (SpaceX) എന്ന പേരിൽ ആരംഭിച്ച സംരംഭമാണ് ഈ മേഖലയിലെ സ്വകാര്യവല്ക്കരണത്തിന് നാന്ദികുറിച്ചത്. 100 മില്യൺ യു എസ് ഡോളറാണ് എലോൺ മസ്ക് ഈ സംരംഭത്തിനായി പ്രാഥമികമായി മുതൽമുടക്ക് നടത്തിയിരിക്കുന്നത്. ആമസോൺ ഡോട്ട് കോമിന്റെ തലവനായ ജെഫ് ബെസോസ് തുടങ്ങിയ ബ്ലൂ ഒറിജിൻ (Blue Origin) മറ്റൊരു പ്രധാന സംരംഭമാണ്. ബ്രിട്ടീഷ് കോടീശ്വരനായ സർ. റിച്ചാർഡ് ബ്രാൻസൺ ഉടമസ്ഥനായ വിർജിൻ ഗ്രൂപ്പിന്റെ വിർജിൻ ഗാലാക്ടിക് (Virgin Galactic) വേറൊരു സ്വകാര്യ ബഹിരാകാശ പര്യവേഷണ സംരംഭമാണ്. വലിയ സാമ്പത്തിക ബാദ്ധ്യത ഉണ്ടാകുന്നതുകൊണ്ട് ലോകരാജ്യങ്ങൾ ബഹിരാകാശ ഗവേഷണത്തിനുള്ള ഫണ്ട് ഗണ്യമായി

വെട്ടിച്ചുരുക്കുകയാണിപ്പോൾ. ഈ സാഹചര്യവും സ്വകാര്യ സംരംഭകർക്ക് അനുകൂലമാവുകയാണ്.

സ്പേസ് ടെക്നോളജി കരസ്ഥമാക്കിയ രാജ്യങ്ങളുടെ പ്രധാന വരുമാന മാർഗ്ഗമാണ് വാർത്താവിനിമയ ഉപഗ്രഹങ്ങളുടെ വിക്ഷേപണം. ലോകമെമ്പാടുമുള്ള രാജ്യങ്ങളിലെ ജനങ്ങൾ മൊബൈൽ ഫോണുകളും ഡി ടി എച്ച് ടെലിവിഷൻ സംപ്രേക്ഷണവുമെല്ലാം ഉപയോഗിക്കുന്നുണ്ട്. എന്നാൽ ഭൂരിഭാഗം രാജ്യങ്ങൾക്കും ഇതിനാവശ്യമായ കൃത്രിമ ഉപഗ്രഹങ്ങൾ നിർമ്മിക്കുന്നതിനോ വിക്ഷേപിക്കുന്നതിനോ ശേഷിയില്ല. സാമ്പത്തിക പിന്നാക്കാവസ്ഥയോ, ശാസ്ത്ര–സാങ്കേതികവിദ്യയുടെ പരിമിതിയോ, രാഷ്ട്രീയവും മതപരവുമായ കീഴ്വഴക്കങ്ങളോ ഒക്കെയാണ് ഇതിന് പിന്നിലുള്ളത്. ആധുനിക സാങ്കേതിക വിദ്യയുടെ ഉല്പന്നങ്ങളായ മൊബൈൽ ഫോണുകളും ഇന്റർനെറ്റുമെല്ലാം ഉപയോഗിക്കുന്നതിൽ മുൻപന്തിയിൽ നില്ക്കുന്ന മദ്ധ്യേഷ്യയിലെ രാജ്യങ്ങൾക്കൊന്നും സ്പേസ് ടെക്നോളജി കരസ്ഥമാക്കാൻ കഴിഞ്ഞിട്ടില്ല എന്നത് വിചിത്രമായി തോന്നാം. ഇന്ത്യ ഉൾപ്പടെ ഉപഗ്രഹ വിക്ഷേപണ ശേഷിയുള്ള രാജ്യങ്ങളുടെ കൃത്രിമ ഉപഗ്രഹങ്ങൾ വാടകയ്ക്കെടുക്കുകയോ, വിക്ഷേപണ വാഹനങ്ങൾ വാടകയ്ക്കെടുക്കുകയോ ചെയ്താണ് അത്തരം രാജ്യങ്ങൾ ഈ അവസ്ഥ തരണംചെയ്യുന്നത്. ആഫ്രിക്കയിലെയും ലാറ്റിനമേരിക്കയിലെയും ഏഷ്യയിലെയും ഭൂരിഭാഗം രാജ്യങ്ങളുടെയും സ്ഥിതി ഇതിൽനിന്നും ഭിന്നമല്ല.

വാർത്താവിനിമയത്തിൽ മാത്രമല്ല കൃത്രിമ ഉപഗ്രഹങ്ങളുടെ പ്രവർത്തനം ഉപയോഗപ്പെടുത്തുന്നത്. ഗതിനിർണ്ണയം, കാലാവസ്ഥാ പ്രവചനം, ഭൗമനിരീക്ഷണം, നഗരാസൂത്രണം, ഗതാഗതനിയന്ത്രണം, മെഡിസിൻ നിർമ്മാണം, ദുരന്ത നിവാരണം എന്നീ മേഖലകളിലെല്ലാം ആധുനിക കാലത്ത് സ്പേസ് ടെക്നോളജി ഉപയോഗപ്പെടുത്തുന്നുണ്ട്. വളരെയധികം വാണിജ്യതാല്പര്യമുള്ള മേഖലകളാണിതെല്ലാം. കഴിഞ്ഞ ദശാബ്ദത്തിലെ വളർച്ച പരിശോധിച്ചാൽ സ്പേസ് ഇൻഡസ്ട്രി വലിയ കുതിപ്പാണ് ഉണ്ടാക്കിക്കൊണ്ടിരിക്കുന്നത്. ബഹിരാകാശപര്യവേഷണ രംഗത്ത് 315 ബില്യൺ യു എസ് ഡോളറാണ് 2013 ൽ ലോകവ്യാപകമായി ചെലവഴിച്ചതെങ്കിൽ 2015 ൽ അത് 323 ബില്യണായി ഉയർന്നു. ജി പി എസ് സൗകര്യം ഉപയോഗപ്പെടുത്താത്ത സാധാരണക്കാർ പോലും ഇല്ലാത്ത ഇക്കാലത്ത് സ്പേസ് ടെക്നോളജി ജനജീവിതത്തിൽ എത്രയധികം സ്വാധീനിക്കുന്നുണ്ടെന്ന് അധികം വിവരിക്കേണ്ടതില്ല. ഇത്തരമൊരു ഇടത്തിലേക്കാണ് സ്വകാര്യ സംരംഭകർ കടന്നുവരുന്നത്. ബഹിരാകാശം ആരുടെയും കുത്തകയല്ല, ആസ്ട്രോനോട്ടുകളും പ്രത്യേക പരിശീലനം നേടിയ ശാസ്ത്രജ്ഞരും മാത്രമല്ല സാധാരണക്കാരും സ്പേസ് ഉപയോഗപ്പെടുത്തണമെന്ന മോഹിപ്പിക്കുന്ന വാഗ്ദാനവുമായാണ് സ്വകാര്യ നിക്ഷേപകർ കടന്നുവരുന്നത്.

ഇപ്പോൾ നടക്കുന്ന എല്ലാ ബഹിരാകാശ പര്യവേഷണങ്ങളും

സ്പേസിലുള്ള അന്താരാഷ്ട്ര ബഹിരാകാശ നിലയവുമായി (International Space Station) ലോഗ്-ഓൺ ചെയ്താണ് നടത്തുന്നത്. ഇത്തരം ദൗത്യപേടകങ്ങൾ നവീകരിക്കുന്നതിനും, കേടുപാടുകൾ തീർക്കുന്നതിനും, ഇന്ധനം നിറയ്ക്കുന്നതിനുമുള്ള സൗകര്യങ്ങൾ അന്താരാഷ്ട്ര ബഹിരാകാശ നിലയത്തിൽ ഒരുക്കാൻ കഴിഞ്ഞാൽ വലിയ സാമ്പത്തിക ലാഭമുണ്ടാക്കാൻ കഴിയും. നിലവിൽ അത്തരമൊരു സാഹചര്യമില്ല. മാത്രവുമല്ല അന്താരാഷ്ട്ര ബഹിരാകാശ നിലയത്തിലെ താമസക്കാരായ ശാസ്ത്രജ്ഞർക്ക് ആവശ്യമുള്ള ഉപകരണങ്ങളും ഭക്ഷണ സാധനങ്ങളുമെല്ലാം എത്തിക്കുന്നത് നിശ്ചിത ഇടവേളകളിൽ നടത്തുന്ന വിക്ഷേപണങ്ങളാണ്. ഇത്തരം നിയന്ത്രിത വിക്ഷേപണങ്ങൾക്ക് ഭാവിയിൽ വർദ്ധിച്ചുവരുന്ന ആവശ്യങ്ങൾ പരിഹരിക്കാൻ കഴിയാതെവരും. സ്വകാര്യ സംരംഭകരുടെ ശ്രദ്ധ ഈ മേഖലയിലേക്കാണ് ആദ്യമായി തിരിയുന്നത്. നിരവധി വിക്ഷേപണങ്ങളിലൂടെ അന്താരാഷ്ട്ര ബഹിരാകാശ നിലയത്തിലേക്ക് ശാസ്ത്രീയ ഉപകരണങ്ങളും അനുബന്ധ സാമഗ്രികളും എത്തിക്കാൻ കഴിഞ്ഞാൽ ഗവേഷണ പ്രവർത്തനങ്ങളുടെ വേഗത വർദ്ധിക്കുകയും അതിന്റെ ഫലമായി ഉണ്ടാകുന്ന പുരോഗതി വില്പനയ്ക്ക് വയ്ക്കുകയും ചെയ്യുമ്പോൾ ശാസ്ത്രീയ മുന്നേറ്റത്തോടൊപ്പം സാമ്പത്തിക വളർച്ചയും അവർ മുന്നിൽ കാണുന്നുണ്ട്.

സ്വകാര്യമേഖലയെ ബഹിരാകാശത്ത് പ്രവേശിക്കാൻ അനുവദിക്കുന്നതിൽ നിയന്ത്രണത്തിന്റെ ആവശ്യമുണ്ടോ എന്നും ചിന്തിക്കണം. ഒരു പൊതു-സ്വകാര്യ പങ്കാളിത്തത്തോടെയുള്ള പ്രവർത്തനമായിരിക്കും അനുയോജ്യമെന്ന് കരുതുന്ന ശാസ്ത്രജ്ഞരുണ്ട്. സാങ്കേതിക വിദ്യ സ്വതന്ത്രമായി ഉപയോഗിക്കാൻ സ്വകാര്യ മേഖലയ്ക്ക് അവസരം ലഭിച്ചാൽ അത് ഒടുവിൽ സമ്പന്നർക്ക് മാത്രം അവകാശപ്പെട്ടതായിത്തീരുമോ എന്നും ന്യായമായി സംശയിക്കാം. അതിനാൽ ബഹിരാകാശ പര്യവേഷണത്തെ രണ്ട് സ്വതന്ത്ര മേഖലകളായി തിരിച്ച് നിക്ഷേപ സമാഹരണം നടത്തുകയാണ് അനുയോജ്യം. ഇതിൽ പ്രാഥമിക മേഖലയിലെ സംരംഭകർ ഡീപ് സ്പേസ് ദൗത്യോപകരണങ്ങൾ നിർമ്മിക്കുക, കൃത്രിമ ഉപഗ്രഹങ്ങൾ നിർമ്മിക്കുക തുടങ്ങിയ ദൗത്യങ്ങൾ ഏറ്റെടുക്കുമ്പോൾ ദ്വിതീയ മേഖലയിലെ സംരംഭകർ പ്രസ്തുത ദൗത്യങ്ങൾക്കാവശ്യമായ അനുബന്ധ ഉപകരണങ്ങളുടെ നിർമ്മാണത്തിന് മുതൽമുടക്ക് നടത്തണം. സമ്പന്നർ പ്രാഥമിക മേഖലയും ഇടത്തരക്കാർ ദ്വിതീയ മേഖലയും കൈകാര്യം ചെയ്യണമെന്നാണ് അവരുടെ താല്പര്യം. ഗവൺമെന്റ് ഇടപെടൽ ബഹിരാകാശ പര്യവേഷണത്തിന്റെ സ്വതന്ത്രമായ വളർച്ചയ്ക്ക് തടസ്സം നില്ക്കുമെന്നാണ് അവരുടെ വാദം. എന്നാൽ പ്രാഥമിക മേഖല പൂർണ്ണമായി കൈകാര്യം ചെയ്യാൻ കഴിയുന്ന എത്ര സംരംഭകരുണ്ടെന്നത് പരിഗണിക്കേണ്ട കാര്യമാണ്. ഏതാനും ചില ശതകോടീശ്വരന്മാർക്കു മാത്രമേ സ്വതന്ത്രമായി ഈ മേഖലയിൽ പ്രവേശിക്കാൻ കഴിയൂ. എന്നാൽ അതിനു പകരം ആഗോള വ്യാപമായി ബഹിരാകാശ പര്യവേ

ഷണ മേഖലയിൽ മുതൽമുടക്കാൻ താല്പര്യമുള്ള സംരംഭകരുടെ ഒരു ക്ലസ്റ്റർ രൂപീകരിക്കുകയും പ്രാഥമിക-ദ്വിതീയ മേഖലാ വ്യത്യാസമില്ലാതെ പര്യവേഷണ രംഗത്ത് ഇറങ്ങുകയുമാണ് അഭികാമ്യമെന്ന് ചിന്തിക്കുന്ന സ്വകാര്യ സംരംഭകരുമുണ്ട്.

ബഹിരാകാശ പര്യവേഷണരംഗത്തെ സ്വകാര്യ സംരംഭകരിൽ പ്രഥമ സ്ഥാനത്തിനുള്ള സ്പേസ് എക്സ് അന്താരാഷ്ട്ര ബഹിരാകാശ നിലയത്തിലേക്ക് സാധനസാമഗ്രികൾ എത്തിക്കുന്നതിനുള്ള വിക്ഷേപണങ്ങൾ തുടങ്ങിക്കഴിഞ്ഞു. എന്നാൽ ഇത്തരം വിക്ഷേപണങ്ങൾ എത്രത്തോളം വിശ്വസനീയമാണെന്ന് സംശയിക്കുന്നവരുമുണ്ട്. ഒരു അടിയന്തര ഘട്ടത്തിൽ അത് തരണംചെയ്യാൻ ഇത്തരം സ്വകാര്യ വിക്ഷേപകർ എന്തു നടപടിയാണ് സ്വീകരിക്കുക എന്ന കാര്യത്തിലും സംശയമുണ്ട്. മറ്റ് സ്പേസ് ഏജൻസികളുമായി ബന്ധപ്പെട്ട് സാഹചര്യങ്ങൾ അനുകൂലമാക്കുന്നതിനുള്ള സാങ്കേതിക മികവും ആവശ്യപ്പെടുന്ന മേഖലയാണ് ഉപഗ്രഹ വിക്ഷേപണം. റോബോട്ടിക് ദൗത്യങ്ങൾ താരതമ്യേന എളുപ്പമാണ്. എന്നാൽ മനുഷ്യനെയും വഹിച്ചുകൊണ്ടുള്ള യാത്രകളുടെ റിസ്ക് ഫാക്ടർ വളരെ വലുതാണ്. അത്തരമൊരു യാത്രയ്ക്ക് നിലവിൽ സ്വകാര്യ സംരംഭകർ ശ്രമിക്കില്ല എന്നുവേണം കരുതാൻ. നാസയ്ക്കും യു എസ് എയർഫോഴ്സിനും സ്വകാര്യ സംരംഭകരെ വലിയ താല്പര്യമില്ല. എന്നാൽ യുറോപ്യൻ സ്പേസ് ഏജൻസി സ്വകാര്യ സംരംഭകരെ പ്രോത്സാഹിപ്പിക്കുന്നുണ്ട്.

ബഹിരാകാശം വാണിജ്യവല്ക്കരിക്കാൻ സ്വകാര്യ സംരംഭകർ പടപുറപ്പാട് നടത്തുമ്പോൾ സാമ്പത്തിക ലാഭം പ്രതീക്ഷിക്കാതെ ഈ രംഗത്തേക്ക് കടന്നുവരുന്നവരുമുണ്ട്. 1983 ൽ ആരംഭിച്ച സ്പേസ് ഫൗണ്ടേഷൻ ഇത്തരത്തിൽപ്പെട്ട ഒരു മുന്നേറ്റമാണ്. വിദ്യാഭ്യാസ രംഗത്തും ബഹിരാകാശ പര്യവേഷണ മേഖലയിലും ഉണ്ടായിക്കൊണ്ടിരിക്കുന്ന പുത്തൻ അറിവുകൾ അവർ പൊതുജനങ്ങളുമായും രാഷ്ട്ര നേതൃത്വങ്ങളുമായും പങ്കുവയ്ക്കുന്നു. വ്യാവസായിക മേഖലയിൽ സ്പേസ് റിസർച്ചിനുള്ള പങ്ക് ഭരണകൂടങ്ങൾക്ക് ബോദ്ധ്യപ്പെടുത്തുന്നതിനും ഇവർ ശ്രമിക്കുന്നുണ്ട്. സ്പേസ് റിപ്പോർട്ട് എന്ന പേരിൽ ഇവർ വർഷംതോറും പുറത്തിറക്കുന്ന വാർഷിക റിപ്പോർട്ട് സൗജന്യമായി ഉപയോഗിക്കാൻ കഴിയും. ബഹിരാകാശ പര്യവേഷണ മേഖലയിലെ വളർച്ചയും പുതിയ അവസരങ്ങളും ഈ റിപ്പോർട്ടിൽ വിശദമായി പ്രതിപാദിച്ചിരിക്കും. കൂടുതൽ ലാഭകരവും ശാസ്ത്രീയ പ്രാധാന്യമേറിയതുമായ മേഖലകളിൽ ബഹിരാകാശ ഗവേഷണം നടത്തുന്നതിന് ഇവരുടെ നിർദ്ദേശങ്ങൾ സഹായിക്കുന്നുണ്ട്.

കൃത്രിമ ഉപഗ്രഹങ്ങളുടെ സമീപകാല ചരിത്രം പരിശോധിച്ചാൽ ഏറിയ പങ്കും വാണിജ്യ വിക്ഷേപണങ്ങളാണെന്ന് കാണാൻ കഴിയും 1996 നും 2002 നുമിടയിൽ നടത്തിയ ഉപഗ്രഹ വിക്ഷേപണങ്ങളിൽ 245 എണ്ണവും വാണിജ്യ വിക്ഷേപണങ്ങളായിരുന്നു. ഈ കാലയളവിൽ

ജ്യോതിശാസ്ത്ര സംബന്ധിയായി നടത്തിയത് 167 വിക്ഷേപണങ്ങളാണ്. 1994 ലാണ് ഡയറക്ട് ബ്രോഡ്കാസ്റ്റ് സാറ്റലൈറ്റ് വിക്ഷേപിക്കുന്നത്. 2000 ആയപ്പോഴേക്കും ഈ കൃത്രിമ ഉപഗ്രഹത്തിന്റെ സേവനമായ ഡി ടി എച്ച് (Direct To Home television service) ഉപഭോക്താക്കളുടെ എണ്ണം 67 മില്യണായി. ഇന്നത് ലഭ്യമല്ലാത്ത ഇടങ്ങൾ ലോകത്തിൽ തന്നെ അപൂർവ്വമാണ്. ഓർഗനൈസേഷൻ ഫോർ ഇക്കണോമിക് കോ-ഓപറേഷൻ ആന്റ് ഡെവലപ്മെന്റ് അവതരിപ്പിച്ച കണക്കനുസരിച്ച് ബഹിരാകാശ പര്യവേഷണ മേഖലയിൽ ഏറ്റവുമധികം പണം മുടക്കുന്നത് അമേരിക്കയാണ്. 2013 ൽ 39332.2 മില്യൺ യു എസ് ഡോളറാണ് അമേരിക്ക ഇതിനായി ചെലവഴിച്ചത്. രണ്ടാം സ്ഥാനം ചൈനയ്ക്കാണ്. 10774.6 മില്യൺ യു എസ് ഡോളർ. റഷ്യയും ഇന്ത്യയുമാണ് മൂന്നും നാലും സ്ഥാനങ്ങളിലുള്ളത്. റഷ്യ 8691.6 മില്യൺ യു എസ് ഡോളർ ചെലവഴിച്ചപ്പോൾ ഇന്ത്യ ചെലവഴിച്ചത് 4267.7 മില്യൺ യു എസ് ഡോളറാണ്. 2016 ലെ സ്പേസ് റിപ്പോർട്ട് ആധാരമായി എടുത്താൽ 2015 ൽ ലോകവ്യാപകമായി ബഹിരാകാശ ഗവേഷണങ്ങൾക്കായി ചെലവഴിച്ചത് 323 ബില്യൺ യു എസ് ഡോളറാണ്. ഇതിൽ 246 ബില്യൺ യു എസ് ഡോളറും വാണിജ്യ വിക്ഷേപണങ്ങൾക്കും അനുബന്ധ സാമഗ്രികളുടെ വികസനത്തിനും വേണ്ടിയാണ് ചെലവഴിച്ചത്. അതായത് ആകെ ബഡ്ജറ്റിന്റെ 76 ശതമാനവും വാണിജ്യാവശ്യങ്ങൾക്കു വേണ്ടിയാണെന്നർത്ഥം.

2012 ൽ ഫാൽക്കൺ എന്ന സ്വകാര്യ സ്പേസ്ക്രാഫ്റ്റ് അന്താരാഷ്ട്ര ബഹിരാകാശ നിലയവുമായി വിജയകരമായി ഡോക്ക് ചെയ്തത് ഈ മേഖലയിലേക്കുള്ള സ്വകാര്യ സംരംഭകർക്ക് വലിയ ഊർജ്ജമായി. പിന്നീട് പുനരുപയോഗശേഷിയുള്ള ഡ്രാഗൺ സ്പേസ് ക്രാഫ്റ്റുകളാണ് വാർത്തകളിൽ നിറഞ്ഞത്. അന്താരാഷ്ട്ര ബഹിരാകാശ നിലയത്തിലേക്ക് സാധന സാമഗ്രികളുമായി ഇതുവരെ 29 തവണ ഡ്രാഗൺ സ്പേസ്ക്രാഫ്റ്റ് സർവ്വീസ് നടത്തിയിട്ടുണ്ട്. യു എസിലെ ലോക്ഹീഡ് മാർട്ടിൻ കോർപറേഷനും ബോയിങ് അലയൻസ് കമ്പനിയുംചേർന്ന് വികസിപ്പിക്കുന്ന വൾക്കൻ സ്പേസ്ക്രാഫ്റ്റ് 2019 ൽ വിക്ഷേപിക്കപ്പെടും. ഫാൽക്കണ് വലിയൊരു എതിരാളിയായിരിക്കും വൾക്കൻ. ഫാൽക്കൺ അവരുടെ സാങ്കേതിക വിദ്യയിൽ വലിയ പരിഷ്കാരങ്ങളാണ് വരുത്തിക്കൊണ്ടിരിക്കുന്നത്. അവരുടെ ഒൻപത് ഘട്ടങ്ങളുള്ള എഞ്ചിൻ നൂതന സാങ്കേതിക വിദ്യ ഉപയോഗിക്കുന്ന റോക്കറ്റ് എഞ്ചിനാണ്. വിക്ഷേപണ വേളയിൽ എഞ്ചിൻ തകരാറിലായാലും യാത്രികരെ സുരക്ഷിതമായി തിരിച്ചുകൊണ്ടുവരാൻ ഫാൽക്കണ് കഴിയും. ബോയിങ് കമ്പനി വികസിപ്പിച്ചുകൊണ്ടിരിക്കുന്ന സ്പേസ് ഷിപ്പാണ് CST100. ഏഴ് ബഹിരാകാശ സഞ്ചാരികളെ വഹിച്ചുകൊണ്ട് പറക്കാൻ ശേഷിയുള്ളതാണ് ഈ വാഹനം. 2017 ൽ തന്നെ അന്താരാഷ്ട്ര ബഹിരാകാശ നിലയത്തിലേക്ക് ഏഴ് ബഹിരാകാശ യാത്രികരെ എത്തിക്കുന്നതിന് ബോയിങ് തയ്യാറെടുത്തുകൊണ്ടിരിക്കുകയാണ്. ലോക്ഹീഡ് മാർട്ടിൻ കോർപ്പറേഷന്റെ ഒറി

യൺ സ്പേസ്ക്രാഫ്റ്റ് ഡീപ് സ്പേസ് മിഷനുവേണ്ടി രൂപകല്പന ചെയ്തതാണ്. ഭാവിയിലെ ചാന്ദ്ര-ചൊവ്വാ യാത്രകളാണ് ഒറിയൺ ഉദ്ദേശിക്കുന്നത്. ഡ്രാഗൺ സ്പേസ്ക്രാഫ്റ്റ് ഉടൻതന്നെ മനുഷ്യരെയും വഹിച്ചുകൊണ്ടുള്ള യാത്രകൾ ആരംഭിക്കും. ആദ്യഘട്ടത്തിൽ ആസ്ട്രോനോട്ടുകളായിരിക്കും യാത്രികർ. തുടർന്ന് ബഹിരാകാശ വിനോദസഞ്ചാരത്തിനായി സാധാരണക്കാരെ വഹിച്ചുകൊണ്ടുള്ള യാത്രകളും ആരംഭിക്കും.

ബഹിരാകാശയാത്രകളും അന്താരാഷ്ട്ര ബഹിരാകാശ നിലയത്തിലേക്കുള്ള ട്രാൻസ്പോർട്ടിങ്ങും മാത്രമല്ല സ്വകാര്യ സംരംഭകരെ ഈ മേഖലയിലേക്ക് ആകർഷിക്കുന്നത്. അതിനുമപ്പുറം വാണിജ്യ, വ്യാവസായിക പ്രാധാന്യം ബഹിരാകാശ ഗവേഷണത്തിനുണ്ട്. ബഹിരാകാശ ഖനനമാണ് (Space mining) സ്വകാര്യ സംരംഭകർ ഏറെ ശ്രദ്ധിക്കുന്നത്. 2017 ൽ നാസയുടെ ബഹിരാകാശപേടകം ഒരു ഛിന്നഗ്രഹത്തിൽ (near-earth asteroid) ഇറങ്ങുകയും ഗ്രഹോപരിതലം കുഴിച്ച് ധാതുഘടന പരിശോധിക്കുകയും ചെയ്യും. സ്വകാര്യ സംരംഭകർക്ക് വളരെ താല്പര്യമുള്ളതാണ് ഈ മേഖല. ധാതുസമ്പന്നമാണ് ഛിന്നഗ്രഹങ്ങൾ. ഇലക്ട്രോണിക് സാമഗ്രികളുടെ നിർമ്മാണത്തിനുപയോഗിക്കുന്ന ദുർല്ലഭ ലോഹങ്ങൾ (Rare Earth Metals) ഛിന്ന ഗ്രഹങ്ങളിൽ ധാരാളമുണ്ട്. ഇപ്പോൾ ഇത്തരം ലോഹങ്ങൾ കൂടുതലുള്ളത് ചൈനയുടെ പക്കലാണ്. ഛിന്നഗ്രഹങ്ങളിൽ ഖനനംനടത്തി ഇത്തരം ലോഹങ്ങൾ ഭൂമിയിലെത്തിക്കാൻ കഴിഞ്ഞാൽ അതിന്റെ വാണിജ്യ, വ്യാവസായിക സാദ്ധ്യതകൾ വളരെ വലുതായിരിക്കും. സ്വർണ്ണം, വെള്ളി, ഇറിഡിയം, റോഡിയം തുടങ്ങിയ ലോഹങ്ങൾകൊണ്ട് സമ്പന്നമാണ് ഛിന്നഗ്രഹങ്ങൾ. ഇവ ഭൂമിയിലെത്തിക്കാൻ കഴിയുമെന്നു തന്നെയാണ് പ്രതീക്ഷിക്കുന്നത്. ഭാവിയിൽ ചന്ദ്രനിലും ചൊവ്വയിലുമെല്ലാം സ്ഥാപിക്കാൻ പോകുന്ന ഔട്ട് പോസ്റ്റുകളുടെ നിർമ്മാണത്തിനാവശ്യമായ ഇരുമ്പും, ചെമ്പും, അലുമിനിയവുമൊന്നും ഭൂമിയിൽനിന്ന് കൊണ്ടുപോകേണ്ട ആവശ്യമുണ്ടാകില്ല. ഭൂമിയുടെ ഗുരുത്വാകർഷണ വലയം ഭേദിച്ച് ഇത്തരം ലോഹങ്ങൾ ചന്ദ്രനിലെത്തിക്കുന്നതിന് നിരവധി ബഹിരാകാശ ദൗത്യങ്ങൾ ആവശ്യമാണ്. അതിനുവേണ്ട സാങ്കേതികവിദ്യ ആർജ്ജിച്ചിട്ടുണ്ടെങ്കിലും അതു വരുത്തിവയ്ക്കുന്ന സാമ്പത്തിക ബാദ്ധ്യത വളരെ വലുതാണ്. എന്നാൽ ഗുരുത്വാകർഷണ ബലം വളരെ കുറഞ്ഞ ചെറിയ ഛിന്നഗ്രഹങ്ങളിൽ നിന്നുള്ള വിക്ഷേപണവും ഖനനവും താരതമ്യേന എളുപ്പമാണ്.

വളരെ വിശാലമായ ഒരു പ്ലാറ്റ്ഫോമാണ് സ്പേസ് മൈനിങ് തുറന്നുകൊടുക്കുന്നത്. ഛിന്നഗ്രഹങ്ങളിൽനിന്നു ശേഖരിക്കാൻ കഴിയുന്ന ജലം അന്താരാഷ്ട്ര ബഹിരാകാശ നിലയത്തിലും, ഭാവിയിലെ ചാന്ദ്ര യാത്രകളിൽ പങ്കെടുക്കുന്ന ആസ്ട്രോനോട്ടുകൾക്കും ഉപയോഗിക്കാൻ കഴിയും. കൂടാതെ ഛിന്നഗ്രഹങ്ങളിൽ നിന്നും വേർതിരിച്ചെടുക്കാൻ കഴിയുന്ന ഹൈഡ്രജനും ഓക്സിജനും റോക്കറ്റ് ഇന്ധനമായി ഉപയോഗി

ക്കാൻ കഴിയും. സൗരയൂഥത്തിനപ്പുറം വലിയ ദൂരങ്ങളിലേക്കുള്ള യാത്രയിൽ കൃത്രിമ ഉപഗ്രഹങ്ങൾക്ക് ഇന്ധനം നിറയ്ക്കാൻ കഴിയുന്ന ഫ്യൂവൽ സ്റ്റേഷനുകൾ ഛിന്നഗ്രഹങ്ങളിൽ നിർമ്മിക്കാൻ കഴിയും. നാസ 2022 ൽ ആരംഭിക്കുന്ന ലൂണാർ മൈനിങ് പ്രൊജക്ടും ഇത്തരത്തിലുള്ള ഒരു നീക്കത്തിന്റെ ഭാഗമാണ്.

മനുഷ്യന്റെ ബഹിരാകാശ യാത്രകൾ ആരംഭിച്ചിട്ട് നാല് ദശാബ്ദങ്ങളായി. ദ്രുതഗതിയിലുള്ള മുന്നേറ്റമാണ് ഈ മേഖലയിലുണ്ടായിക്കൊണ്ടിരിക്കുന്നത്. എന്നാൽ ഇത്തരം യാത്രകൾ ചെയ്യുന്നത് പരിശീലനം ലഭിച്ച അസ്ട്രോനോട്ടുകൾ മാത്രമാണ്. മിലിട്ടറി സർവ്വീസിലുള്ളവരെയാണ് ഇതിനായി തിരഞ്ഞെടുക്കുന്നത്. ഇന്ത്യയുൾപ്പെടെ നിരവധി രാജ്യങ്ങളിൽനിന്നുള്ള ആസ്ട്രോനോട്ടുകൾ ബഹിരാകാശ സഞ്ചാരം നടത്തിയിട്ടുണ്ട്. എന്നാൽ ഒരു സാധാരണ യാത്രികന് ബഹിരാകാശ യാത്ര ഇന്നും സ്വപ്നം മാത്രമാണ്. സാമ്പത്തികമല്ല അവിടെ പ്രശ്നം. ഓരോ ബഹിരാകാശ യാത്രയും വ്യക്തമായ ശാസ്ത്രീയ ലക്ഷ്യത്തോടുകൂടിയാണ് നടത്തുന്നത്. അതിന് പരിശീലനം ലഭിച്ച ആസ്ട്രോനോട്ടുകൾ തന്നെ വേണം. എന്നാൽ ബഹിരാകാശത്ത് ഒരു വിനോദയാത്രക്കെങ്കിലും പോകാൻ കഴിയുമോ എന്ന് സ്വപ്നം കാണാത്തവരുണ്ടാകില്ല. ഈ സ്വപ്നം ഇനി യാഥാർത്ഥ്യമാകുമെന്നാണ് സ്വകാര്യ സംരംഭകർ വാഗ്ദാനം ചെയ്യുന്നത്. സ്പേസിലെ സാഹചര്യങ്ങളുമായി ശാരീരിക – മാനസിക അനുകൂലനം നേടാനുള്ള പരിശീലനം നല്കുകയും അതിൽ വിജയിക്കുന്നർക്ക് സ്പേസ് ടൂറിസ്റ്റുകളായി ഇതുവരെ കാണാൻ കഴിയാത്ത ദൃശ്യവിസ്മയം ആസ്വദിക്കാൻ അവസരം ലഭിക്കുമെന്ന ഭ്രമിപ്പിക്കുന്ന വാഗ്ദാനമാണവർ മുന്നോട്ടുവയ്ക്കുന്നത്. ഇതിന്റെ ആദ്യ ഘട്ടമായി ഭൗമോപരിതലത്തിൽനിന്ന് 50 കിലോമീറ്റർ ഉയരത്തിലേക്കാണ് ബഹിരാകാശ വിനോദ സഞ്ചാരികളെ എത്തിക്കുന്നത്. അഞ്ച് മിനിട്ടു നേരം ഈ ഭ്രമണപഥത്തിൽ സഞ്ചാരികളെ നിലനിർത്തും. സ്പേസിന്റെ വന്യതയും നിശ്ശബ്ദതയും ഭാരമില്ലായ്മയും അനുഭവിക്കുന്ന യാത്രികന് അതൊരിക്കലും മറക്കാൻ കഴിയാത്ത അനുഭവമായിരിക്കുമെന്ന് ഉറപ്പാണ്. രണ്ടു ലക്ഷം യു എസ് ഡോളറാണ് ഇത്തരമൊരു വിനോദയാത്രയ്ക്കുള്ള ഫീസായി നിശ്ചയിച്ചിരിക്കുന്നത്. ഭാവിയിൽ കൂടുതൽ സ്വകാര്യ സംരംഭകർ ഈ മേഖലയിലേക്ക് കടന്നുവരുമ്പോൾ ബഹിരാകാശ വിനോദ യാത്രകളുടെ ചെലവ് ഗണ്യമായി കുറയും. സാമ്പത്തികശേഷി കുറഞ്ഞവർക്കും സ്വപ്നം കണ്ടുതുടങ്ങാമെന്നർത്ഥം. 2022 മുതൽ ബഹിരാകാശ വിനോദസഞ്ചാരം ആരംഭിക്കുമെന്നാണ് സ്പേസ് എക്സിന്റെ ഉടമസ്ഥർ അവകാശപ്പെടുന്നത്.

അനുദിനം മലിനമായിക്കൊണ്ടിരിക്കുന്ന മേഖലയാണ് ഭൂമിയുടെ സമീപമുള്ള ബഹിരാകാശ മണ്ഡലം (Near Earth Orbits). ഉപയോഗശൂന്യമായ ബഹിരാകാശ പേടകങ്ങൾ, തകർന്ന പേടകങ്ങളുടെ അവശിഷ്ടങ്ങൾ, അനുബന്ധ ഉപകരണങ്ങളുടെ ഘടകങ്ങൾ, ടൈലുകൾ,

പെയിന്റ് എന്നിങ്ങനെ ഓരോ ദിവസവും സ്പേസിലേക്ക് വലുതും ചെറുതുമായ മാലിന്യങ്ങൾ എത്തിക്കൊണ്ടിരിക്കുകയാണ്. ഈ നില തുടർന്നാൽ അത് ഭാവിയിലെ ഉപഗ്രഹ വിക്ഷേപണങ്ങളേയും ബഹിരാകാശ യാത്രകളേയും പ്രതികൂലമായി ബാധിക്കും. ഇത്തരം അവശിഷ്ടങ്ങളുമായി വിക്ഷേപണ വാഹനങ്ങൾ കൂട്ടിമുട്ടിയാൽ പ്രസ്തുത ദൗത്യം ഒരു ദുരന്തത്തിലായിരിക്കും കലാശിക്കുക. കോടികളുടെ സാമ്പത്തിക നഷ്ടത്തിനും ജീവഹാനിക്കും അത് കാരണമാകും. ഇത്തരം മാലിന്യങ്ങൾ ബഹിരാകാശത്തുനിന്ന് നീക്കംചെയ്യുന്നത് ശ്രമകരമായ ദൗത്യമാണ്. മാലിന്യങ്ങളെ ബഹിരാകാശത്തു വച്ച് കത്തിച്ചുകളയുകയോ, ഭൗമാന്തരീക്ഷത്തിലേക്ക് തിരിച്ചുകൊണ്ടുവന്ന് അന്തരീക്ഷത്തിന്റെ ഘർഷണം വഴി കത്തിച്ചുകളയുകയോ ചെയ്യാം. എന്നാൽ ഇതത്ര എളുപ്പമല്ല. യൂറോപ്യൻ സ്പേസ് ഏജൻസിയുടെ ജാനിറ്റർ സാറ്റലൈറ്റുകൾ ഇത്തരത്തിലുള്ള ദൗത്യത്തിനായി രൂപകല്പന ചെയ്ത പേടകങ്ങളാണ്. വളരെയധികം സാങ്കേതിക മികവ് ആവശ്യപ്പെടുന്ന ഒരു ദൗത്യമാണിത്. സ്വകാര്യ സംരംഭകർക്ക് ഈ മേഖലയിൽ താല്പര്യമുണ്ട്. അതുമാത്രവുമല്ല ബഹിരാകാശ പര്യവേഷണ രംഗത്തേക്ക് സ്വകാര്യ മേഖല കൂടി എത്തുന്നതോടെ ഉപഗ്രഹവിക്ഷേപണങ്ങളുടെ എണ്ണം വളരെയധികം വർദ്ധിക്കുകയും അതുവഴി സ്പേസ് ജംഗുകൾ എന്ന ബഹിരാകാശ മാലിന്യ നിക്ഷേപം വർദ്ധിക്കുകയും ചെയ്യും. അതുകൊണ്ടുതന്നെ ജാനിറ്റർ സാറ്റലൈറ്റുകളും അനിവാര്യമാകും.

ബഹിരാകാശ ഗവേഷണം അത്ര സുഗമമായ ഏർപ്പാടൊന്നുമല്ല എന്നതും ഇതോടൊപ്പം ചേർത്തുവായിക്കണം. ഭൂമിയുടെ ഗുരുത്വാകർഷണബലം ഭേദിച്ചുകൊണ്ടാണ് ഓരോ വിക്ഷേപണ വാഹനവും കുതിക്കുന്നത്. വളരെ നേർത്ത സാങ്കേതികപ്പിഴവോ അശ്രദ്ധയോ മതി കോടികളുടെ സാമ്പത്തികനഷ്ടമുണ്ടാകാൻ. നിരവധി ജീവനുകൾ നഷ്ടപ്പെട്ടേക്കാം. ഓരോ വിക്ഷേപണവും കോടികൾ ചെലവുള്ളതാണ് ഒരു നേരിയ പിഴവുകൊണ്ട് കോടികൾ കൺമുന്നിൽ കത്തിത്തീർന്നെന്നും വരാം. അവിചാരിതമായ കാരണങ്ങൾ കൊണ്ടുണ്ടാകുന്ന ദുരന്തങ്ങൾ ഇതിനുപുറമെയാണ്. നിരവധി തവണ പരീക്ഷിക്കപ്പെടുകയും വിക്ഷേപണശേഷി തെളിയിക്കുകയും ചെയ്ത റോക്കറ്റുകൾവരെ അവിചാരിതമായി തകർന്നുപോയെന്നും വരാം. കോടികൾ മുടക്കി ഐ എസ് ആർ ഒ വികസിപ്പിച്ചെടുത്ത ജി എസ് എൽ വി–ഡി 3 വിക്ഷേപണത്തോത്തുടർന്ന് നിമിഷങ്ങൾക്കുള്ളിൽ കടലിൽ തകർന്നുവീണത് ആരും മറന്നിട്ടുണ്ടാവില്ല. 2010 ലാണ് ഈ അപകടം സംഭവിച്ചത്. 2003 ൽ ബ്രസീലിന്റെ വി എൽ എസ് എന്ന ചെറിയ വിക്ഷേപണ വാഹനം തകർന്നുവീണത് ജനവാസ മേഖലയിലാണ്. 21 പേർക്കാണ് ഈ ദുരന്തത്തിൽ ജീവഹാനി സംഭവിച്ചത്. സാമ്പത്തിക നഷ്ടം അതിനുപുറമെയാണ്. 2013 ൽ വിക്ഷേപിച്ച ഉടനെ പ്രോട്ടോൺ റോക്കറ്റ് തകർന്നത് സമീപകാലത്തുണ്ടായ മറ്റൊരപകടമാണ്. അന്താരാഷ്ട്ര ബഹിരാകാശ നിലയത്തിലേക്ക് യന്ത്ര

സാമഗ്രികളുമായി പുറപ്പെട്ട അന്റാറസ് റോക്കറ്റ് വിക്ഷേപിച്ച ഉടൻ തകർന്നുവീണത് 2014 ഒക്ടോബറിലാണ്. 2015 ജൂൺ 28 നാണ് ഫാൽക്കൺ റോക്കറ്റ് കേപ് കനാവറിലെ വിക്ഷേപണത്തറയിൽ നിന്ന് പുറപ്പെട്ടയുടൻ തകർന്നുവീണത്. ആമോസ്–6 എന്ന കമ്യൂണിക്കേഷൻ സാറ്റലൈറ്റുമായി കുതിച്ചുയർന്ന സ്പേസ് എക്സ് ഫാൽക്കൺ–9 വിക്ഷേപണവാഹനം വിക്ഷേപണത്തറയിൽ തകർന്നുവീണത് 2016 സെപ്തംബർ 1 ന് ആണ്. കോടികളുടെ നഷ്ടമാണ് അതുണ്ടാക്കിയത്. വിക്ഷേപണത്തറയാകെ താറുമാറായി. ഫേസ്ബുക്കിന്റെ പ്രവർത്തനങ്ങൾക്കായി വിക്ഷേപിക്കുന്നതിനായിരുന്നു ആമോസ് –6 കമ്യൂണിക്കേഷൻ സാറ്റലൈറ്റ് രൂപകല്പന ചെയ്തത്. റോക്കറ്റിന്റെ ഇന്ധന ടാങ്കിലുണ്ടായ നേരിയ തകരാറാണ് ഈ വലിയ ദുരന്തത്തിന് കാരണമായത്. ഇവയെല്ലാം ആധുനിക വിക്ഷേപണ ചരിത്രത്തിൽ നടന്ന അപകടങ്ങളാണ്. ബഹിരാകാശ പര്യവേഷണങ്ങളുടെ ചരിത്രം പരിശോധിച്ചാൽ പരാജയപ്പെട്ട ദൗത്യങ്ങളും ജീവഹാനി ഉൾപ്പടെയുള്ള ദുരന്തങ്ങളും ഈ മേഖലയിൽ സാധാരണമാണെന്ന് കാണാൻ കഴിയും

ദുരന്തങ്ങൾക്കും പരാജയങ്ങൾക്കുമെന്നും മനുഷ്യന്റെ ഇച്ഛാശക്തിയെ തടഞ്ഞുനിർത്താൻ കഴിയില്ല. ഇന്ന് മനുഷ്യന് ആകാശം അതിരുകളല്ല. അനന്ത വിഹായസിലേക്ക് മനുഷ്യന്റെ സ്വപ്നങ്ങളും പ്രതീക്ഷകളും പറന്നുകൊണ്ടിരിക്കുകയാണ്. ഈ പ്രയാണത്തെ തടഞ്ഞു നിർത്താൻ കഴിയുന്ന ഗ്രാവിറ്റിയൊന്നും പ്രതിബന്ധങ്ങൾക്കില്ല. എന്നാൽ ഭാവിയിലെ ബഹിരാകാശ പര്യവേഷണങ്ങൾ മനുഷ്യന്റെ ശാസ്ത്രാഭിമുഖ്യത്തിന്റെയും അന്വേഷണ ത്വരയുടെയും അടയാളങ്ങൾ മാത്രമായിരിക്കില്ല. കണിശമായ വാണിജ്യ താല്പര്യങ്ങളായിരിക്കും ഭാവിയിലെ ബഹിരാകാശ ദൗത്യങ്ങളുടെ പിന്നിലെ ചാലകശക്തിയാകുന്നത്.

സ്വയം പര്യാപ്തതയുടെ നാനാർത്ഥങ്ങൾ

ഒരു സൈക്കിളിന്റെ പിന്നിൽ കെട്ടിവലിച്ചുകൊണ്ട് വിക്ഷേപണത്ത റയിലേക്ക് കൊണ്ടുപോകുന്ന ഭാരതത്തിന്റെ പ്രഥമ റോക്കറ്റിന്റെ വർണ്ണ രഹിത ചിത്രം ആരും മറന്നുകാണില്ല. ആ കുഞ്ഞു റോക്കറ്റിൽ തുടങ്ങി കോടിക്കണക്കിന് കിലോമീറ്ററുകൾ താണ്ടി ഗ്രഹാന്തരയാത്രകൾ നട ത്തുന്ന ബഹിരാകാശയാനങ്ങളെ ഭ്രമണപഥത്തിലെത്തിക്കാൻ കഴിയു ന്ന ശക്തമായ വിക്ഷേപണവാഹനങ്ങളിലേക്ക് ഭാരതം കുതിച്ചത് റോക്ക റ്റിനേക്കാൾ വേഗതയിലാണ്. സാമ്പത്തികവും രാഷ്ട്രീയവും സാംസ്കാ രികവുമായ നിരവധി കടമ്പകളെ മറികടക്കുന്നതിനുള്ള പലായനപ്രവേ ഗം സമ്മാനിച്ചത് ഭാരതത്തിന്റെ അഭിമാനമായ ഇന്ത്യൻ സ്പേസ് റിസർച്ച് ഓർഗനൈസേഷന്റെ പ്രവർത്തനങ്ങളാണ്. പ്രതിഭാശാലികൾ രൂപംകൊ ടുത്ത്, അമരത്തിരുന്ന് നിയന്ത്രിച്ചുവന്ന ഈ പ്രസ്ഥാനം ഭാരതത്തിന്റെ അഭിമാനമാണെന്നു മാത്രമല്ല, ഇന്നു ലോകത്തിന്റെ ശ്രദ്ധാകേന്ദ്രം കൂടി യാണ്.

ഇന്ത്യൻ സ്പേസ് റിസർച്ച് ഓർഗനൈസേഷൻ (ISRO) ലോക ത്തിലെ ആറ് വലിയ ഗവൺമെന്റ് സ്പേസ് ഏജൻസികളിലൊന്നാണ്. അമേരിക്കയുടെ നാസ (NASA), റഷ്യയുടെ ആർ കെ എ. (RKA), യൂ റോപ്യൻ യൂണിയന്റെ ഇസ (ESA), ചൈനയുടെ സി എൻ എസ് എ (CNSA), ജപ്പാന്റെ ജാക്സാ (JAXA) എന്നിവയാണ് ഈ ഗ്രൂപ്പിലുള്ള മറ്റ് ബഹിരാകാശ ഏജൻസികൾ. 1969 ൽ പ്രവർത്തനമാരംഭിച്ച ഇസ്രോ യുടെ ആസ്ഥാനം കർണ്ണാടകയിലെ ബാംഗ്ലൂരാണ്. ഇന്ത്യൻ നാഷണൽ കമ്മിറ്റി ഫോർ സ്പേസ് റിസർച്ചിനാണ് (INCOSPAR) ഇസ്രോയുടെ നിയന്ത്രണം.

നേട്ടങ്ങളുടെ വലിയൊരു ചരിത്രം തന്നെയാണ് ഇസ്രോയ്ക്ക് നിര

ത്താനുള്ളത്. ആദ്യത്തെ കൃത്രിമ ഉപഗ്രഹമായ ആര്യഭട്ട മുതൽ ഇപ്പോൾ ചൊവ്വാ പര്യവേഷണ വാഹനമായ മംഗൽയാൻ വരെയുള്ള ബഹിരാകാശ ഗവേഷണങ്ങളുടെ ത്രസിപ്പിക്കുന്ന ചരിത്രം ഒരു ശാസ്ത്രവിദ്യാർത്ഥിക്കു മാത്രമല്ല ഏതൊരു ഭാരതീയനും ആവേശം ജനിപ്പിക്കുന്നതാണ്. 1975 ൽ ഇസ്രോ നിർമ്മിച്ച് സോവിയറ്റ് യൂണിയനിൽനിന്ന് വിക്ഷേപിച്ച ആര്യഭട്ട, 1980 ൽ ഇന്ത്യൻ നിർമ്മിത വിക്ഷേപണവാഹനമായ SLV-3 ഉപയോഗിച്ച് ഭ്രമണപഥത്തിലെത്തിച്ച രോഹിണി, ഇന്ത്യ വികസിപ്പിച്ചെടുത്ത വിക്ഷേപണ വാഹനങ്ങളായ പി എസ് എൽ വിയും ജി എസ് എൽ വിയും, ഇനി വരാനിരിക്കുന്ന ജി എസ് എൽ വി മാർക്ക്-IIIയും അണിയറയിലൊരുങ്ങുന്ന അവതാർ എന്ന RLV-TDയും. ലോകത്തിലെ തന്നെ ഏറ്റവും വിശ്വസനീയമായ വിക്ഷേപണ വാഹനമെന്നു പേരുകേട്ടവയാണ് പി എസ് എൽ വി ശ്രേണിയിൽപ്പെട്ട റോക്കറ്റുകൾ. ഭാരത്തിന്റെയും മറ്റ് വിദേശരാജ്യങ്ങളുടേതുമായി നിരവധി ബഹിരാകാശ പേടകങ്ങളെ ഈ റോക്കറ്റുകൾ ഭ്രമണപഥത്തിലെത്തിച്ചിട്ടുണ്ട്. ഒടുവിലിതാ മംഗൽയാനിലെത്തി നില്ക്കുന്നു ഇന്ത്യൻ നിർമ്മിത ഉപഗ്രഹവിക്ഷേപണ വാഹനങ്ങളുടെയും ബഹിരാകാശ യാനങ്ങളുടെയും ചരിത്രം. ഇനി മനുഷ്യനെ വഹിച്ചുകൊണ്ടുള്ള ബഹിരാകാശ യാത്രകളാണ് ഇസ്രോയ്ക്ക് യാഥാർത്ഥ്യമാക്കാനുള്ള സ്വപ്നം.

ഭാരതത്തിന്റെ ബഹിരാകാശ ഗവേഷണം ആരംഭിച്ചത് ശാസ്ത്രജ്ഞനായ എസ് കെ മിത്രയുടെ പ്രവർത്തനങ്ങളിലൂടെയാണെന്നു പറയാം. 1920 കളിൽ അന്തരീക്ഷ പാളിയായ അയണോസ്ഫിയറിന്റെ സവിശേഷതകളെക്കുറിച്ച് അദ്ദേഹം കൽക്കട്ടയിൽവച്ചു നടത്തിയ ചില ഗ്രൗണ്ട്-ബേസ്ഡ് റേഡിയോ പരീക്ഷണങ്ങളാണ് ഭാരതത്തിൽ ആധുനിക ബഹിരാകാശ ഗവേഷണത്തിന്റെ വിത്തുപാകിയത്. പിന്നീട് സി വി രാമൻ, മേഘ്നാഥ് സാഹ എന്നീ ഭൗതിക ശാസ്ത്രജ്ഞരുടെ സിദ്ധാന്തങ്ങളും സ്പേസ് സയൻസിന്റെ പുരോഗതിക്ക് വളമേകി. എന്നിരുന്നാലും 1945 ന് ശേഷമാണ് ഇന്ത്യയുടെ ബഹിരാകാശ പര്യവേഷണങ്ങൾക്ക് എടുത്തുപറയത്തക്ക പുരോഗതിയുണ്ടായത്. ഭാരതത്തിന്റെ സംഘടിതമായ ബഹിരാകാശ ഗവേഷണത്തിന് കടപ്പെട്ടിരിക്കുന്നത് രണ്ടു ശാസ്ത്രജ്ഞരോടാണ്. അഹമ്മദാബാദിലെ ഫിസിക്കൽ റിസർച്ച് ലബോറട്ടറിയുടെ സ്ഥാപകനായ വിക്രം സാരാഭായിയും ടാറ്റാ ഇൻസ്റ്റിറ്റ്യൂട്ട് ഓഫ് ഫണ്ടമെന്റൽ റിസർച്ചിന്റെ നെടുംതൂണായിരുന്ന ഹോമി ഭാഭയുമാണ് ആ മഹാരഥന്മാർ. കോസ്മിക് കിരണങ്ങളെക്കുറിച്ചുള്ള പഠനമായിരുന്നു ബഹിരാകാശ ഗവേഷണത്തിന്റെ പ്രാരംഭഘട്ടത്തിൽ നടന്നിരുന്നത്. കൂടാതെ കോലാർ ഖനികളിൽവച്ച് നടത്തിയ ചില പരീക്ഷണങ്ങളും ഈ മേഖലയിലേക്കുള്ള ഭാരതത്തിന്റെ ആഗമനം പെരുമ്പറ മുഴക്കി അറിയിക്കുന്നതായിരുന്നു.

1950 ൽ ഹോമി ഭാഭ സെക്രട്ടറിയായിട്ടുള്ള ഡിപ്പാർട്ട്മെന്റ് ഓഫ് ആറ്റമിക് എനർജിയുടെ സ്ഥാപനത്തോടെയാണ് ബഹിരാകാശ ഗവേഷണരംഗത്ത് സർക്കാർ മുതൽമുടക്ക് നടത്താനാരംഭിച്ചത്. ഭൂമിയുടെ

കാന്തികക്ഷേത്രത്തെക്കുറിച്ചുള്ള പഠനമായിരുന്നു ഈ കേന്ദ്രത്തിൽ ആദ്യം നടത്തിയത്. പിന്നീട് 1954 ൽ ഹിമാലയൻ താഴ്‌വരയിൽ സ്ഥാപിച്ച ഉത്തർപ്രദേശ് സ്റ്റേറ്റ് ഒബ്‌സർവേറ്ററിയും 1957 ൽ ഹൈദരാബാദിലെ ഒസ്മാനിയ യൂണിവേഴ്സിറ്റിയിൽ സ്ഥാപിക്കപ്പെട്ട രംഗ്പൂർ ഒബ്‌സർവേറ്ററിയും അമേരിക്കയുമായുള്ള ശാസ്ത്രീയ സഹകരണത്തോടെ പ്രവർത്തിക്കാനാരംഭിച്ച ഗവേഷണകേന്ദ്രങ്ങളാണ്. ഭാരതത്തിന്റെ പ്രഥമ പ്രധാനമന്ത്രിയായ ജവഹർലാൽ നെഹ്റുവിന്റെ ദീർഘവീക്ഷണവും ശാസ്ത്ര–സാങ്കേതിക വിദ്യയോട് അദ്ദേഹത്തിനുണ്ടായിരുന്ന ആഭിമുഖ്യവും ഭാരതത്തിന്റെ ബഹിരാകാശ ഗവേഷണമേഖലയുടെ വളർച്ചയ്ക്ക് വളരെയധികം സഹായിച്ചിട്ടുണ്ട്. 1957 ൽ സോവിയറ്റ് യൂണിയൻ ആദ്യമായി ഒരു ബഹിരാകാശ പേടകത്തെ വിജയകരമായി സ്പേസിലെത്തിച്ചു. സ്ഫുട്നിക്–1 ന്റെ വിജയം മറ്റു ലോകരാഷ്ട്രങ്ങളെപ്പോലെ ഭാരതത്തിന്റെയും ബഹിരാകാശ സ്വപ്നങ്ങൾക്ക് പുത്തനുണർവ്വ് പകർന്നുനല്കി. അതേത്തുടർന്ന് വിക്രം സാരാഭായ് ചെയർമാനായുള്ള ഇന്ത്യൻ നാഷണൽ കമ്മിറ്റി ഫോർ സ്പേസ് റിസർച്ച് (INCOSPAR) സ്ഥാപിക്കപ്പെട്ടു. പിന്നീടിങ്ങോട്ട് ഭാരതത്തിന്റെ ബഹിരാകാശ പര്യവേഷണ മേഖലയിലുണ്ടായ വളർച്ച അത്ഭുതാവഹമാണ്.

സ്പേസ് ടെക്നോളജിയുടെ വികസനവും അതിന്റെ പ്രയോജനങ്ങൾ മുഴുവൻ ജനങ്ങളിലെത്തിക്കുകയുമാണ് ഇന്ത്യൻ സ്പേസ് റിസർച്ച് ഓർഗനൈസേഷന്റെ ലക്ഷ്യം. വിക്രം സാരാഭായിയുടെ പ്രതിഭ പകർന്നുനല്കിയ അധിക പ്രവേഗമാണ് ഇസ്രോയുടെ വളർച്ചയുടെ ആധാരശില. ഇന്ത്യൻ ബഹിരാകാശ പദ്ധതിയുടെ പിതാവെന്നു വിളിക്കപ്പെടാൻ അദ്ദേഹം എന്തുകൊണ്ടും യോഗ്യനാണ്. രാഷ്ട്രീയവും സാമ്പത്തികവുമായ നിരവധി പ്രശ്നങ്ങൾ ഇസ്രോയ്ക്ക് നേരിടേണ്ടിവന്ന കാലമായിരുന്നു 1960 കളും 70 കളും. സ്വന്തമായി ഉപഗ്രഹവിക്ഷേപണ സംവിധാനങ്ങൾ വികസിപ്പിച്ചെടുക്കേണ്ടതിന്റെ ആവശ്യകത ഇസ്രോ തിരിച്ചറിഞ്ഞതും ആ കാലത്തുതന്നെയായിരുന്നു. 1980 കളുടെ തുടക്കത്തിൽ സാറ്റ്ലൈറ്റ് ലോഞ്ച് വെഹിക്കിൾ (SLV), കുറേക്കൂടി സാങ്കേതികമികവുള്ള ഓഗ്മെന്റഡ് സാറ്റലൈറ്റ് ലോഞ്ച് വെഹിക്കിൾ (ASLV) എന്നീ വിക്ഷേപണ വാഹനങ്ങൾ ഇസ്രോ വികസിപ്പിച്ചെടുത്തു. അതൊരു വലിയ ചുവടുവയ്പ്പു തന്നെയായിരുന്നു. ഇസ്രോയുടെ അഭിമാനസ്തംഭങ്ങളായ പി എസ് എൽ വിയുടെയും ജി എസ് എൽ വിയുടെയും സാങ്കേതികവിദ്യ വികസിപ്പിച്ചെടുത്തത് ഈ വാഹനങ്ങളിൽനിന്നാണ്. 40 കിലോഗ്രാം പെലോഡുമായി 500 കിലോമീറ്റർ വരെ ഉയരത്തിലെത്താൻ കഴിയുന്ന വിക്ഷേപണ വാഹനമാണ് എസ് എൽ വി നാലു ഘട്ടങ്ങളുള്ള, ഖര ഇന്ധനം മാത്രം ഉപയോഗിച്ച് പ്രവർത്തിക്കുന്ന റോക്കറ്റാണിത്. 1979 മുതൽ 1983 വരെയുള്ള കാലഘട്ടത്തിൽ നാലു വിക്ഷേപണങ്ങളാണ് ഈ വാഹനമുപയോഗിച്ച് നടത്തിയത്. ഇതിൽ രണ്ടെണ്ണം വിജയവും രണ്ടെണ്ണം പരാജയവുമായിരുന്നു. പിന്നീടുവന്ന എ എസ് എൽ വി രണ്ടു

ഘട്ടങ്ങളിൽ പ്രവർത്തിക്കുന്ന ഖര ഇന്ധന റോക്കറ്റായിരുന്നു. 150 കിലോഗ്രാം വരെ ഭാരമുള്ള കൃത്രിമ ഉപഗ്രഹങ്ങളെ ഭൗമസമീപ ഭ്രമണപഥത്തിലെത്തിക്കാൻ ശേഷിയുണ്ടായിരുന്നു എ എസ് എൽ വിക്ക്. 1987 മുതൽ 94 വരെയുള്ള കാലഘട്ടത്തിൽ വിക്ഷേപിക്കപ്പെട്ട നാല് എ എസ് എൽ വി ദൗത്യങ്ങളിൽ രണ്ടെണ്ണം വീതം വിജയവും പരാജയവുമായിരുന്നു.

പോളാർ സാറ്റലൈറ്റ് ലോഞ്ച് വെഹിക്കിൾ (PSLV)

പ്രധാനമായും ഇന്ത്യൻ റിമോട്ട് സെൻസിങ് ഉപഗ്രഹങ്ങളെ വിക്ഷേപിക്കുന്നതിനായി വികസിപ്പിച്ചെടുത്ത വിക്ഷേപണവാഹനമാണ് പി എസ് എൽ വി. റഷ്യൻ സഹകരണത്തോടെയാണ് ഈ റോക്കറ്റിന്റെ വികസനപ്രവർത്തനങ്ങൾ ആരംഭിച്ചതെങ്കിലും ഇപ്പോൾ പി എസ് എൽ വിയുടെ സാങ്കേതികവിദ്യ ഇസ്രോയ്ക്ക് സ്വന്തമാണ്. ലോകത്തിലെ തന്നെ ഏറ്റവും വിശ്വസനീയമായ വിക്ഷേപണ വാഹനങ്ങളിൽ ഒന്നാണിന്ന്. പി എസ് എൽ വി 55 കൃത്രിമ ഉപഗ്രഹങ്ങളെ ഈ റോക്കറ്റുപയോഗിച്ച് ഇതുവരെ ബഹിരാകാശത്തിലെത്തിച്ചിട്ടുണ്ട്. ഇതിൽ 29 എണ്ണവും വിദേശ ഉപഗ്രഹങ്ങളാണ്. ഭാരതത്തിന്റെ 26 കൃത്രിമ ഉപഗ്രഹങ്ങളും അവയുടെ ഭ്രമണപഥത്തിലെത്തിയത് പി എസ് എൽ വിയുടെ ചിറകിലേറിയാണ്. 2008 ഏപ്രിൽ മാസത്തിൽ പി എസ് എൽ വി ഒരു ലോക റെക്കോഡും സ്ഥാപിച്ചു. ഒറ്റ ദൗത്യത്തിൽ 10 ബഹിരാകാശ പേടകങ്ങളെ ഒരുമിച്ച് വിജയകരമായി ഭ്രമണപഥത്തിലെത്തിച്ച പി എസ് എൽ വി നിലവിലുണ്ടായിരുന്ന റഷ്യൻ റെക്കോഡാണ് തിരുത്തിയത്. 2013 ഫെബ്രുവരി 25 ന് തുടർച്ചയായ 22 വിജയകരമായ വിക്ഷേപണങ്ങളുടെ മറ്റൊരു റെക്കോഡും പി എസ് എൽ വി കരസ്ഥമാക്കി. റോക്കറ്റ് വിക്ഷേപണത്തിന്റെ വിജയശതമാനം 95 ആണ്. അതും ഒരു റെക്കോഡാണ്.

ജിയോസിങ്ക്രോണസ് സാറ്റലൈറ്റ് ലോഞ്ച് വെഹിക്കിൾ (GSLV)

ഇൻസാറ്റ് ശ്രേണിയിലുള്ള കൃത്രിമ ഉപഗ്രഹങ്ങളെ വിക്ഷേപിക്കുന്നതിനായി വികസിപ്പിച്ചെടുത്ത റോക്കറ്റാണ് ജി എസ് എൽ വി. ഭൂസ്ഥിര ഭ്രമണപഥത്തിലേക്കാണ് ഈ റോക്കറ്റുപയോഗിച്ച് കൃത്രിമ ഉപഗ്രഹങ്ങളെ വിക്ഷേപിക്കുന്നത്. വിദേശ റോക്കറ്റുകളെയായിരുന്നു ഇസ്രോ ഈ ദൗത്യത്തിനായി മുൻകാലങ്ങളിൽ സമീപിച്ചിരുന്നത്. ജി എസ് എൽ വി ഇസ്രോയുടെ ഏറ്റവും വലുതും ഭാരമുള്ളതുമായ വിക്ഷേപണവാഹനമാണ്. അഞ്ചു ടൺ വരെ ഭാരമുള്ള കൃത്രിമ ഉപഗ്രഹങ്ങളെ ഭൗമസമീപ ഭ്രമണപഥത്തിൽ (Low Earth Orbit-LEO) എത്തിക്കുന്നതിന് ജി എസ് എൽ വിക്ക് കഴിയും. റഷ്യയിൽനിന്നു ലഭിച്ച ക്രയോജനിക് എഞ്ചിനുപയോഗിച്ചാണ് ജി എസ് എൽ വിയുടെ ആദ്യവിക്ഷേപണങ്ങൾ നടത്തിയിരുന്നത്. ഇപ്പോൾ ഇസ്രോ സ്വന്തമായി വികസിപ്പിച്ചെടുത്ത സാങ്കേതി

ക വിദ്യയിലാണ് ജി എസ് എൽ വി പ്രവർത്തിക്കുന്നത്. ഭീമൻ റോക്കറ്റാണ് ജി എസ് എൽ വി മാർക്ക്– III (GSLV Mk-III). ഭാരക്കൂടുതലുള്ള കൃത്രിമ ഉപഗ്രഹങ്ങളെ ഭൂസ്ഥിര ഭ്രമണപഥത്തിലെത്തിക്കാൻ കഴിയുന്ന, ഖര, ദ്രാവക, വാതക ഇന്ധനങ്ങളുപയോഗിച്ച് മൂന്നു ഘട്ടങ്ങളിൽ പ്രവർത്തിക്കുന്നതുമായ ഈ ഭീമൻ റോക്കറ്റ് ഡെൽറ്റ, ലോങ് മാർച്ച്, അറ്റ്ലസ് തുടങ്ങിയ ലോകപ്രസിദ്ധ വിക്ഷേപണ വാഹനങ്ങളുമായി കിടപിടിക്കുന്നതാണ്. ഇസ്രോയുടെ അഭിമാനസ്തംഭമായിരിക്കും മാർക്ക് III.

കൃത്രിമ ഉപഗ്രഹങ്ങൾ

ഇന്ത്യയുടെ ആദ്യത്തെ കൃത്രിമ ഉപഗ്രഹമായ ആര്യഭട്ട 1975 ഏപ്രിൽ 19 ന് സോവിയറ്റ് യൂണിയനിൽനിന്ന് കോസ്മോസ്– 3 എം റോക്കറ്റുപയോഗിച്ചാണ് വിക്ഷേപിക്കപ്പെട്ടത്. അതേത്തുടർന്ന് രോഹിണി ശ്രേണിയിൽപ്പെട്ട പരീക്ഷണപേടകങ്ങളും വിക്ഷേപിക്കപ്പെട്ടു. അതൊരു തുടക്കമായിരുന്നു. തുടർന്നിങ്ങോട്ട് നിരവധി വാർത്താവിനിമയ– ഭൗമ നിരീക്ഷണ പേടകങ്ങൾ ഇസ്രോ വിക്ഷേപിച്ചിട്ടുണ്ട്.

ഇൻസാറ്റ് ശ്രേണി

ഇസ്രോയുടെ വിവിധോദ്ദേശ്യ ഉപഗ്രഹങ്ങളുടെ ശ്രേണിയാണ് ഇൻസാറ്റ് (Indian National Satellite System-INSAT). ഭൂസ്ഥിര ഭ്രമണപഥത്തിലേക്കാണ് ഈ പേടകങ്ങളെയെല്ലാം വിക്ഷേപിക്കുന്നത്. വാർത്താവിതരണം, പ്രക്ഷേപണം, കാലാവസ്ഥാ നിർണ്ണയം, അടിയന്തര ഘട്ടങ്ങളിലെ തിരച്ചിൽ, രക്ഷാസംവിധാനങ്ങളൊരുക്കൽ എന്നിവയ്ക്കെല്ലാമാണ് ഈ ഉപഗ്രഹങ്ങൾ ഉപയോഗിക്കുന്നത്. 1983 മുതലാണ് ഇസ്രോ ഇൻസാറ്റ് ശ്രേണിയിലുള്ള ഉപഗ്രഹങ്ങൾ വിക്ഷേപിക്കാനാരംഭിച്ചത്. ഏഷ്യ–പസഫിക് മേഖലയിലെ ഏറ്റവും വലിയ വാർത്താവിതരണ സംവിധാനമാണ് ഇൻസാറ്റ്. ഇന്ത്യൻ ബഹിരാകാശ വകുപ്പിന്റെയും വാർത്താവിതരണ മന്ത്രാലയത്തിന്റെയും കാലാവസ്ഥാ വകുപ്പിന്റെയും ഓൾ ഇന്ത്യാ റേഡിയോ, ദൂരദർശൻ എന്നിവയുടെയും ഒരു സംയുക്ത സംരംഭമാണ് ഇൻസാറ്റ് എന്നു സാമാന്യമായി പറയാം. ഇൻസാറ്റ് കോ–ഓർഡിനേഷൻ കമ്മിറ്റിയാണ് ഈ സിസ്റ്റത്തിന്റെ മേൽനോട്ടം നിർവ്വഹിക്കുന്നത്.

ഐ ആർ എസ് ശ്രേണി

പൂർണ്ണമായും ഇസ്രോ നിർമ്മിച്ച്, വിക്ഷേപിച്ച്, നിയന്ത്രിക്കുന്ന ഇന്ത്യൻ റിമോട്ട് സെൻസിങ് സാറ്റലൈറ്റുകളുടെ ശ്രേണിയാണിത്. ഭൗമനിരീക്ഷണ പേടകങ്ങളാണിവ. പൊതുജനാവശ്യത്തിനായുള്ള ലോകത്തിലെ ഏറ്റവും ബൃഹത്തായ റിമോട്ട് സെൻസിങ് ഉപഗ്രഹങ്ങളുടെ ശ്രേണിയും ഇതുതന്നെയാണ്. ഐ ആർ എസ് –1 (A, B, C, D) എന്നി

ങ്ങനെയായിരുന്നു ആദ്യകാല ഉപഗ്രഹങ്ങൾക്ക് പേര് നല്കിയിരുന്നത്. ഇപ്പോഴിത് അവയുടെ പ്രവർത്തനമേഖലയുമായി ബന്ധപ്പെടുത്തിക്കൊണ്ട് ഓഷ്യൻസാറ്റ്, കാർട്ടോസാറ്റ്, റിസോർസ് സറ്റ് എന്നിങ്ങനെയാണ് നാമകരണം ചെയ്യുന്നത്.

റഡാർ ഇമേജിങ് സാറ്റലൈറ്റുകൾ

2012 ഏപ്രിൽ 26നാണ് ഭാരതത്തിന്റെ ആദ്യത്തെ റഡാർ ഇമേജിങ് സാറ്റലൈറ്റ് (RISAT-1) വിക്ഷേപിക്കപ്പെടുന്നത്. ഒരു സി-ബാൻഡ് സിന്തറ്റിക് അപെർച്ചർ റഡാർ (SAR) ആണ് അതിലുള്ള പ്രധാന ഉപകരണം. ഉയർന്ന റെസല്യൂഷനുള്ള ചിത്രങ്ങളാണ് ഈ സ്പേസ്ക്രാഫ്റ്റിൽനിന്നു ലഭിക്കുന്നത്. ഇസ്രായേലിന്റെ സഹകരണത്തിൽ പ്രവർത്തിക്കുന്ന ഈ ശ്രേണിയിൽപ്പെട്ട മറ്റൊരു പേടകവും (RISAT-2) ഇപ്പോൾ ഭ്രമണപഥത്തിലുണ്ട്.

ഐ ആർ എൻ എസ് എസ് ശ്രേണി

ഭാരതത്തിന്റെ ആദ്യത്തെ ഗതിനിർണ്ണയ ഉപഗ്രഹമാണ് ഐ ആർ എൻ എസ് എസ് – 1 എ (IRNSS-1A). 2013 ജൂലൈ 1 നാണ് ഈ ഉപഗ്രഹം വിക്ഷേപിക്കപ്പെടുന്നത്. ഏഴു കൃത്രിമ ഉപഗ്രഹങ്ങളുടെ ശ്രേണിയിലുള്ള ആദ്യ പേടകമാണിത്. ഓരോന്നിനും 1,450 കിലോഗ്രാം വീതം ഭാരമുണ്ടാകും. ആറുമാസത്തെ ഇടവേളകളിൽ ബാക്കിയുള്ള ആറ് ഉപഗ്രഹങ്ങൾ കൂടി വിക്ഷേപിക്കപ്പെടും. 2015 ലാണ് വിക്ഷേപണം പൂർത്തിയാകുന്നത്. ഇവയിൽ മൂന്ന് ഉപഗ്രഹങ്ങൾ ജിയോ സ്റ്റേഷനറി ഭ്രമണപഥത്തിലും നാലെണ്ണം ജിയോസിങ്ക്രോണ് ഭ്രമണപഥത്തിലുമാണ് ഉണ്ടാവുക. നാസയുടെ ജി പി എസ് സാറ്റലൈറ്റുകളോട് കിടപിടിക്കുന്ന സാങ്കേതിക മികവാണ് ഈ പേടകങ്ങൾക്കുള്ളത്. ഇന്ത്യൻ ഉപഭൂഖണ്ഡത്തിൽ മാത്രമായി ഈ ഉപഗ്രഹങ്ങളുടെ സേവനം പരിമിതപ്പെടുത്തിയിരിക്കുകയാണ്.

മറ്റ് ദൗത്യങ്ങൾ

ജി സാറ്റ് ശ്രേണിയിൽപ്പെട്ട നിരവധി ഭൂസ്ഥിര പരീക്ഷണപേടകങ്ങൾ ഇസ്രോ വിക്ഷേപിച്ചിട്ടുണ്ട്. കാലാവസ്ഥാ നിർണ്ണയത്തിനുവേണ്ടി 2002 സെപ്തംബർ 12 ന് വിക്ഷേപിച്ച പേടകമാണ് കൽപന–1. നാസയുടെ കൊളംബിയ സ്പേസ് ഷട്ടിൽ ദുരന്തത്തിൽ കൊല്ലപ്പെട്ട ഇന്ത്യൻ വംശജയായ ബഹിരാകാശ സഞ്ചാരി കൽപനാ ചൗളയുടെ ആദരസൂചകമായാണ് മെറ്റ്സാറ്റ്–1 (Met Sat-1) എന്ന കാലാവസ്ഥാ നിർണ്ണയ പേടകത്തിന് കൽപന–1 എന്ന് പുനർനാമകരണം ചെയ്തത്. മറ്റൊരു പ്രധാന ദൗത്യമാണ് 2013 ഫെബ്രുവരി 25 ന് വിക്ഷേപിച്ച ഇന്തോ–ഫ്രഞ്ച് സംയുക്ത സംരംഭമായ സരൾ (Satellite with ARgos and ALtika-SARAL).

സമുദ്രോപരിതലത്തിലും സമുദ്രനിരപ്പിലും സസൂക്ഷ്മം നിരീക്ഷിക്കുന്നതിനുള്ള പേടകമാണ് സരൾ.

ആസ്ട്രോനോട്ട് ദൗത്യങ്ങൾ

മനുഷ്യരെ വഹിച്ചുകൊണ്ടുള്ള ബഹിരാകാശയാത്രകൾക്ക് വരുന്ന ഏഴുവർഷത്തിനുള്ളിൽ 12,400 കോടി രൂപയാണ് ഇസ്രോ മുതൽമുടക്കുന്നത്. ഏഴുവർഷ കാലയളവിനുള്ളിൽ ഒരു ഇന്ത്യൻ ആസ്ട്രോനോട്ട് ഇന്ത്യൻ ബഹിരാകാശ പേടകത്തിൽ സ്പേസിലേക്ക് യാത്രതിരിക്കും. റഷ്യ, യു എസ്, ചൈന എന്നീ രാജ്യങ്ങൾക്കുശേഷം സ്വന്തം വാഹനത്തിൽ മനുഷ്യനെ ബഹിരാകാശത്തെത്തിക്കുന്ന നാലാമത്തെ രാജ്യമാകും ഇന്ത്യ. ഇസ്രോയുടെ ബാംഗ്ലൂരിലെ ആസ്ഥാനത്ത് ആസ്ട്രോനോട്ടുകൾക്കുള്ള പരിശീലനകേന്ദ്രം ഉടൻ പ്രവർത്തനമാരംഭിക്കും. സ്പേസിലെ പ്രതികൂല സാഹചര്യങ്ങളിലും മൈക്രോ ഗ്രാവിറ്റി ചുറ്റുപാടുകളിലും അതിജീവിക്കുന്നതിനുവേണ്ട പരിശീലനം ഇവിടെവച്ച് നല്കും. ഒരേസമയം മൂന്നുപേർക്ക് യാത്രചെയ്യാൻ കഴിയുന്ന ക്യാപ്സ്യൂളുകൾ നിർമ്മിക്കാനാണ് ഇസ്രോ തയ്യാറെടുക്കുന്നത്. ഇപ്പോൾ അണിയറയിൽ ഒരുങ്ങിക്കൊണ്ടിരിക്കുന്ന ജി എസ് എൽ വി– മാർക്ക്–3 റോക്കറ്റുപയോഗിച്ചാണ് മൂന്നു ടൺ ഭാരമുള്ള ക്യാപ്സ്യൂൾ വിക്ഷേപിക്കുന്നത്. ഭൂമിയിൽനിന്നും 400 കിലോമീറ്റർ അകലെയുള്ള ഭ്രമണപഥത്തിലേക്കാണ് മനുഷ്യനെയും വഹിച്ചുകൊണ്ടുള്ള ആദ്യയാത്രയ്ക്ക് ഇസ്രോ ഒരുങ്ങുന്നത്.

ഇനി ലക്ഷ്യം ഗ്രഹാന്തര യാത്രകൾ

വിവരസാങ്കേതികവിദ്യയുടെ കാലത്ത് കൃത്രിമ ഉപഗ്രഹങ്ങൾ വഹിക്കുന്ന പങ്ക് വളരെ വലുതാണ്. ഗതി നിർണ്ണയത്തിനും ഡി റ്റി എച്ച് സേവനങ്ങൾക്കും, സൈനിക ആവശ്യങ്ങൾക്കും, കാലാവസ്ഥാ പ്രവചനത്തിനും കൃത്രിമ ഉപഗ്രഹങ്ങൾ അനിവാര്യമാണ്. ലോകത്തിലെ മിക്കവാറും എല്ലാ രാജ്യങ്ങൾക്കും ഇത്തരം കൃത്രിമ ഉപഗ്രഹങ്ങളുണ്ട്. എന്നാൽ അവയെ ഭ്രമണപഥത്തിലാക്കുന്നതിനുള്ള വിക്ഷേപണ വാഹനവും സാങ്കേതികവിദ്യയും വിരലിലെ എണ്ണാവുന്ന രാജ്യങ്ങൾക്ക് മാത്രമേ സ്വന്തമായിട്ടുള്ളു. നാസ, യൂറോപ്യൻ സ്പേസ് ഏജൻസി, റഷ്യൻ സ്പേസ് ഏജൻസി, ചൈനീസ് സ്പേസ് ഏജൻസി എന്നീ മുൻനിരക്കാർക്കൊപ്പമാണ് ഐ എസ് ആർ ഒ യുടെ സ്ഥാനം. വിക്ഷേപണ വാഹനത്തിന്റെ വാടകയായി വൻ തുകയാണ് ഐ എസ് ആർ ഒ യ്ക്ക് ലഭിച്ച് കൊണ്ടിരിക്കുന്നത്.

ഒറ്റ വിക്ഷേപണത്തിൽ ഏറ്റവുമധികം കൃത്രിമ ഉപഗ്രഹങ്ങളെ ഭ്രമണപഥത്തിൽ എത്തിച്ചതിന്റെ റെക്കോർഡ് ഇതുവരെ റഷ്യക്ക് സ്വന്തമായിരുന്നു. 2014 ൽ ജൂണിൽ അവർ ഒറ്റ വിക്ഷേപണത്തിൽ 37 കൃത്രിമ ഉപഗ്രഹങ്ങളെ ഭ്രമണപഥത്തിൽ എത്തിച്ചിരുന്നു. 2013 ൽ നാസ 29 ഉപഗ്രഹങ്ങളെയാണ് ഒറ്റ വിക്ഷേപണത്തിൽ ഭ്രമണപഥത്തിലെത്തിച്ചത്. ഇക്കഴിഞ്ഞ വർഷം ഐ എസ് ആർ ഒ ഒറ്റ ദൗത്യത്തിൽ 20 കൃത്രിമ ഉപഗ്രഹങ്ങളെ ഭ്രമണപഥത്തിലെത്തിച്ചിരുന്നു. ഈ റെക്കോർഡുകളെല്ലാം ഫെബ്രുവരി 15 ലെ വിക്ഷേപണത്തോടെ പഴങ്കഥയായിരിക്കുകയാണ്. ഈ വിക്ഷേപണത്തോടെ ഐ എസ് ആർ ഒ യുടെ വിക്ഷേപണ വാഹനങ്ങളുടെ വിശ്വാസ്യത വാനോളം ഉയർന്നിരിക്കുകയാണ്. വലിയ വ്യാവസായിക പ്രാധാന്യവും ഈ വിക്ഷേപണത്തിനുണ്ട്. നിലവിൽ നാസയു

ടേയും, യൂറോപ്യൻ സ്പേസ് ഏജൻസിയുടേയും വിക്ഷേപണ വാഹന ങ്ങളുടെ വാടക വളരെയധികമാണ്. ചിലവ് കുറഞ്ഞതും കൂടുതൽ വിശ്വ സനീയമായതുമാണ് ഇന്ത്യയുടെ വിക്ഷേപണ വാഹനം എന്നത് കൂടു തൽ രാജ്യങ്ങൾ ഇന്ത്യയെ ആശ്രയിക്കുന്നതിന് വഴിയൊരുക്കും.

പോളാർ സാറ്റലൈറ്റ് ലോഞ്ച് വെഹിക്കിൾ (PSLV - C37) എന്ന വിക്ഷേപണ വാഹനത്തിന് 320 ടൺ ഭാരമുണ്ട്. ഭൂമിക്കു മുകളിൽ 500 കിലോമീറ്റർ ഉയരമുള്ള സൺ സിങ്ക്രോണസ് ഭ്രമണപഥത്തിലേക്കാണ് ഈ റോക്കറ്റ് കൃത്രിമ ഉപഗ്രഹങ്ങളെ എത്തിക്കുന്നത്. എന്നാൽ കൂടു തൽ ഭാരമുള്ള വാർത്താ വിനിമയ ഉപഗ്രഹങ്ങളെ 36,000 കിലോ മീറ്റർ ഉയരമുള്ള ജിയോസിങ്ക്രോണസ് ഭ്രമണപഥത്തിലെത്തിക്കുന്നതിന് പി എസ് എൽ വി ക്ക് കഴിയില്ല. ജി എസ് എൽ വി (Gesoynchronous Satellite Launch Vehicle) റോക്കറ്റുകൾക്ക് ഇതിന് ശേഷിയുണ്ടാകും. നിലവിൽ നാസയുടെയോ, യൂറോപ്യൻ സ്പേസ് ഏജൻസിയുടെയോ വിക്ഷേപണ വാഹനങ്ങളാണ് ഈ ആവശ്യത്തിനായി ഐ എസ് ആർ ഒ ഉപയോഗി ക്കുന്നത്.

104 ഉപഗ്രഹങ്ങളുടെ വിജയകരമായ വിക്ഷേപണത്തിന് ശേഷം ഐ എസ് ആർ ഒ ഗ്രഹാന്തരയാത്രകളിലേക്കാണ് ശ്രദ്ധ കേന്ദ്രീകരിക്കുന്നത്. 2017 ലെ യൂണിയൻ ബജറ്റിൽ ബഹിരാകാശ ഗവേഷണത്തിന് 23 ശത മാനം അധിക തുക വകയിരുത്തിയത് ഐ എസ് ആർ ഒ യ്ക്ക് വലിയ പ്രതീക്ഷയാണ് നല്കുന്നത്. 2021–22 കാലത്താണ് ഐ എസ് ആർ ഒ യുടെ ഗ്രഹാന്തര യാത്രകൾ ഉദ്ദേശിക്കുന്നത്. ചൊവ്വയും ശുക്രനുമാണ് ലക്ഷ്യങ്ങൾ. മംഗൽയാൻ–2 എന്ന ചൊവ്വാദൗത്യത്തിൽ ഒരു റോബോട്ടിനെ ചൊവ്വയിൽ ഇറക്കാനാണ് ഉദ്ദേശിക്കുന്നത്. ഇതിന് മുൻപ് നടത്തിയ മംഗൽയാൻ–1 സാങ്കേതികവിദ്യാ പരീക്ഷണം മാത്രമായിരുന്നു. ശുക്രനിലേക്ക് അയയ്ക്കുന്നത് ഒരു ഓർബിറ്റർ ദൗത്യമായിരിക്കും.

എന്നാൽ നാനോ സാറ്റലൈറ്റുകൾ ബഹിരാകാശത്തേക്ക് അയയ്ക്കു ന്നതിൽ ഭിന്നാഭിപ്രായമുള്ള ശാസ്ത്രജ്ഞരുണ്ട്. ഇപ്പോൾത്തന്നെ നൂറു കണക്കിന് നാനോ സാറ്റലൈറ്റുകൾ ഭൂമിക്ക് ചുറ്റിലുമായുണ്ട്. ബഹിരാ കാശ മലിനീകരണത്തിന്റെ തോത് വർദ്ധിപ്പിക്കുന്നതിൽ നാനോ സാറ്റ് ലൈറ്റുകളുടെ പങ്ക് വളരെ വലുതാണ്.

ശാസ്ത്ര ഭൂപടത്തിൽ ഇന്ത്യയുടെ സ്ഥാനം

കഴിഞ്ഞ പത്തുവർഷമായി നമ്മുടെ ശാസ്ത്രാഭിമുഖ്യം ഗണ്യമായി ഉയർന്നിട്ടുണ്ട്. അന്താരാഷ്ട്ര സഹകരണത്തോടെയുള്ള നിരവധി മെഗാ ശാസ്ത്രപ്രൊജക്ടുകളിൽ ഇന്ന് ഇന്ത്യ പങ്കാളിയാണ്. ലോകശാസ്ത്ര ഭൂപടത്തിൽ ഇന്ത്യയുടെ സ്ഥാനം വ്യക്തമാക്കുന്ന തരത്തിലുള്ള ഒരു ദശാബ്ദമായിരിക്കും ഇനി വരാൻപോകുന്നത്. ഇന്ത്യയിൽ നിർമ്മിക്കുന്ന ഇന്ത്യാ ബേസ്ഡ് ന്യൂട്രിനോ ഒബ്സർവേറ്ററിയും ഇന്ത്യൻ ലിഗോയും ആ കുതിച്ചുചാട്ടത്തിന് നല്കുന്ന പിൻബലം നിസ്സാരമല്ല. രാഷ്ട്രീയപരമായ ചേരിതിരിവുകൾ നിലനില്ക്കുമ്പോഴും ഇത്തരം അതിർവരമ്പുകൾ ശാസ്ത്രലോകത്തില്ലെന്ന് തെളിയിക്കുന്നതാണ് ഇന്ത്യ പങ്കാളിയായിട്ടുള്ള ബഹുരാഷ്ട്ര പ്രൊജക്ടുകൾ.

സേൺ

യൂറോപ്യൻ ഓർഗനൈസേഷൻ ഓഫ് ന്യൂക്ലിയർ റിസർച്ചുമായി (CERN) 1991 മാർച്ച് 28 ന് ഒപ്പുവച്ച ധാരണ പ്രകാരം സോണിന്റെ നിയന്ത്രണത്തിലുള്ള ലോകത്തിലെ ഏറ്റവും വലിയ കണികാ പരീക്ഷശാലയായ ലാർജ് ഹാഡ്രോൺ കൊളൈഡറിന്റെ (LHC) പ്രവർത്തനത്തിൽ ഇന്ത്യയും പങ്കാളിയാണ്. 1996 മാർച്ച് 29 നാണ് ഈ പരീക്ഷണശാല പ്രവർത്തനമാരംഭിച്ചത്. 2017 ആയപ്പോഴേക്കും LHC പരീക്ഷണങ്ങളിൽ ഇന്ത്യൻ ശാസ്ത്രജ്ഞരുടെ പങ്ക് ഗണ്യമായി വർദ്ധിച്ചു. പ്രപഞ്ചോൽപ്പത്തി, ജീവന്റെ ഉത്ഭവം തുടങ്ങി ഉന്നത ഊർജ്ജ നിലയിൽ നടക്കുന്ന പ്രവർത്തനങ്ങളുടെ രഹസ്യങ്ങൾ മനസ്സിലാക്കാനുള്ള പരിശ്രമമാണ് ഈ പരീക്ഷണശാലയിൽ നടക്കുന്നത്.

ഫ്രാൻസ്, സ്വിറ്റ്സർലന്റ് അതിർത്തിയിൽ ഭൂമിക്കടിയിൽ 100 മീറ്റർ

ആഴത്തിൽ 27 കിലോമീറ്റർ ചുറ്റളവിലാണ് ഈ തുരങ്ക പരീക്ഷണശാല യുള്ളത്. മാസുള്ള കണികകളായ പ്രോട്ടോണുകളുടെയും ലെഡ് അയോ ണുകളുടെയും കൂട്ടിയിടിയാണ് ഇവിടെ നടത്തുന്നത്. മാസുള്ള കണിക കളെയാണ് ഹാഡ്രോണുകൾ എന്ന് വിളിക്കുന്നത്. 13 ടെറാ ഇലക്ട്രോൺ വോൾട്ട് ഊർജ്ജനിലയത്തിലാണ് പ്രോട്ടോൺ സംഘട്ടനം നടക്കുന്നത്, അയോൺ സംഘട്ടനം 5.7 TeV യിലും. പ്രകാശ വേഗതയുടെ അടു ത്താണ് ഈ സൂക്ഷ്മ കണികകളുടെ സഞ്ചാരം ക്രമീകരിക്കുന്നത്. വൈദ്യുത കാന്തങ്ങൾ ഉപയോഗിച്ചാണ് സഞ്ചാര വേഗത നിയന്ത്രിക്കു ന്നത്. കോളറൈഡിന്റെ രണ്ട് പ്രധാന പരീക്ഷണങ്ങളായ ആലീസി ന്റെയും (A Large Iron Collider Experiment-ALICE) സി എം എസി ന്റെയും (Compact Muon Solenoid-CMS) നിർമ്മാണത്തിലും ഓപ്പറേ ഷനിലും ഇന്ത്യൻ ശാസ്ത്രജ്ഞരും എൻജിനീയർമാരും പങ്കെടുത്തി ട്ടുണ്ട്. ലാർജ് ഹാഡ്രോൺ കോളറൈഡിൽ നടത്തിയിട്ടുള്ള പല പ്രമുഖ കണ്ടെത്തലുകൾക്ക് പിന്നിലും ഇന്ത്യൻ ശാസ്ത്രജ്ഞർക്ക് പങ്കുണ്ട്. 2012 ലെ ഹിഗ്സ് ബോസോൺ കണ്ടുപിടുത്തത്തിലും 2015 ലെ ക്വാർക്ക് ഗ്ലൂവോൺ പ്ലാസ്മ നിർമ്മാണത്തിലും ഇൻഡോറിലെ രാജാ രമാണ്ണ സെന്റർ ഫോർ അഡ്വാൻസ്ഡ് ടെക്നോളജിയിലെ (RRCAT) ശാസ്ത്ര ജ്ഞർ പങ്കാളികളായിരുന്നു.

ഫെയർ

ഒമ്പത് ലോകരാജ്യങ്ങളുടെ സംയുക്ത സംരംഭമായ ഫെയർ പദ്ധ തിയിൽ (Faciltiy for Antiproton and Ion Research- FAIR) ഇന്ത്യയും പങ്കാളിയാണ്. ഇന്ത്യയെ കൂടാതെ ഫ്രാൻസ്, ജർമ്മനി, പോളണ്ട്, റൊ മാനിയ, റഷ്യ, സ്വീഡൻ, സ്ലൊവേന്യ എന്നീ രാജ്യങ്ങളും ഈ പദ്ധതി യിൽ സഹകാരികളാണ്. 200 കോടി യു എസ് ഡോളർ ചിലവ് വരുന്ന ഈ അന്താരാഷ്ട്ര കണികാ പരീക്ഷണശാല ജർമ്മനിയിലാണ് നിർമ്മി ക്കുന്നത്. 1100 മീറ്റർ ചുറ്റളവുള്ള ഒരു സർക്കുലർ ടണലാണ് ഈ കണി കാ പരീക്ഷണശാലയുടെ പ്രധാന ഭാഗമായ ആക്സിലറേറ്റർ. 20 ഹെക്ടർ പ്രദേശത്താണ് പരീക്ഷണശാല സ്ഥാപിക്കുന്നത്. 50 രാജ്യങ്ങളിൽ നിന്നുള്ള 3000 ൽ പരം ശാസ്ത്രജ്ഞർക്ക് ഈ പരീക്ഷണശാല ഉപ യോഗപ്പെടുത്താൻ സാധിക്കും. ദ്രവ്യത്തിന്റെ ഘടനയും രൂപീകരണവും മഹാ വിസ്ഫോടനം മുതൽ ഇതുവരെയുള്ള പ്രപഞ്ച പരിണാമവും ഈ പരീക്ഷണശാലയിൽ പഠന വിഷയമാണ്.

നാല് ഗവേഷണ പദ്ധതികളാണ് ഈ ഫെയറിൽ നടപ്പിലാക്കുന്നത്. ദ്രവ്യവുമായി ബന്ധപ്പെട്ടുള്ള പരീക്ഷണങ്ങൾ (Compressed Baryonic Matter-CBM), ന്യൂ സ്റ്റാർ (Nuclear Structure, Astrophysics and Re-actions-NUSTAR), ആപ്പ (Atomic Plasma Physics and Applications-APPA), പാണ്ട (Antiproton Annihilation at Darmsadt--PANDA) എന്നി

വയാണവ. ഇന്ത്യൻ ശാസ്ത്രജ്ഞർ ഇപ്പോൾ ന്യൂസ്റ്റാർ പദ്ധതിക്ക് ആവശ്യമായ ഹൈ റെസല്യൂഷൻ ഗാമാ റേ സ്പെക്ട്രോമീറ്റർ നിർമ്മിക്കുന്നതിനുള്ള പ്രവർത്തനം ആരംഭിച്ചു കഴിഞ്ഞു.

ഇന്റർനാഷണൽ തെർമോന്യൂക്ലിയർ എക്സപെരിമെന്റൽ റിയാക്ടർ (ITER)

ഇന്ത്യയുൾപ്പെടെ ഏഴു രാജ്യങ്ങളുടെ പങ്കാളിത്തത്തോടെ നിർമ്മിക്കുന്ന ന്യൂക്ലിയർ ഫ്യൂഷൻ പവർ പ്ലാന്റാണ് ITER. ചൈന, യൂറോപ്യൻ യൂണിയൻ, ജപ്പാൻ, കൊറിയ, റഷ്യ, അമേരിക്ക എന്നിവരാണ് മറ്റു പങ്കാളികൾ. നക്ഷത്രങ്ങളിലും സൂര്യനിലും ഊർജ്ജോല്പാദനം നടക്കുന്ന പ്രക്രിയയാണ് ന്യൂക്ലിയർ ഫ്യൂഷൻ. ഭാരം കുറഞ്ഞ അണുകേന്ദ്രങ്ങൾ കൂടിച്ചേർന്ന് ഭാരംകൂടിയ അണുകേന്ദ്രമായി മാറുമ്പോൾ ധാരാളം ഊർജ്ജം പുറത്തു വിടും. നക്ഷത്രങ്ങളുടെ കേന്ദ്രത്തിലെ താപനിലയും മർദ്ദവും ഗുരുത്വാകർഷണവുമൊന്നും ഒരു പരീക്ഷണശാലയിൽ സൃഷ്ടിക്കുക എളുപ്പമല്ല. വൈദ്യുത കാന്തങ്ങളുപയോഗിച്ച് നിയന്ത്രിതമായി ഫ്യൂഷൻ നടത്താൻ കഴിയുമെന്ന സിദ്ധാന്തത്തിന്റെ പ്രയോഗവല്ക്കരണമാണ് ITER ൽ നടത്താനുദ്ദേശിക്കുന്നത്. 4000 കോടി യു എസ് ഡോളറിന്റെ ഈ ഭീമൻ പ്രൊജക്ടിന്റെ 45 ശതമാനവും വഹിക്കുന്നത് യൂറോപ്യൻ യൂണിയനാണ്. മറ്റു രാജ്യങ്ങൾ 9 ശതമാനം വീതം മുതൽമുടക്ക് നടത്തുന്നു. ക്ലീൻ എനർജി എന്നതാണ് ഈ പദ്ധതികൊണ്ട് ലക്ഷ്യമിടുന്നത്. പദ്ധതിയുടെ ഭാഗമായുള്ള കൂളിങ് വാട്ടർ സിസ്റ്റം, ക്രയോജനിക് സിസ്റ്റം, ഇലക്ട്രോൺ ഹീറ്റിങ് സിസ്റ്റം, ഡയഗ്നോസ്റ്റിക് ന്യൂട്രൽ ബീം സിസ്റ്റം തുടങ്ങിയവയിലാണ് ഇന്ത്യൻ ശാസ്ത്രജ്ഞർ പ്രവർത്തിക്കുന്നത്.

ഇന്ത്യാ ബേസ്ഡ് ന്യൂട്രിനോ ഒബ്സർവേറ്ററി (INO)

തമിഴ്നാട്ടിലെ തേനിയിൽ 1500 കോടി രൂപ മുതൽമുടക്കിൽ നിർമ്മിക്കാനാരംഭിക്കുന്ന ന്യട്രിനോ പരീക്ഷണശാലയാണ് ഐ എൻ ഒ. കണികാഭൗതികത്തിലെ സ്റ്റാന്റേർഡ് മോഡൽ അനുസരിച്ച് ന്യൂട്രിനോകൾ മൗലിക കണങ്ങളാണ്. സൂര്യൻ, നക്ഷത്രങ്ങൾ അന്തരീക്ഷം എന്നിവയാണ് ന്യൂട്രിനോകളുടെ ഉറവിടങ്ങൾ. ന്യൂട്രിനോകളെ കണ്ടെത്തുന്നത് വളരെ പ്രയാസകരമാണ്. കടന്നുപോകുന്ന വസ്തുക്കളെ അയണീകരിക്കുകയോ പ്രതിപ്രവർത്തിക്കുകയോ ചെയ്യാത്തതുകൊണ്ട് ന്യൂട്രിനോകൾക്ക് ഏതു വസ്തുവിൽക്കൂടിയും അനായാസം തുളച്ച് കടന്നുപൊകാൻ കഴിയും. ന്യൂട്രിനോ ഡിക്ടറ്ററുകൾ തുരങ്കങ്ങളിലോ ഖനികൾക്കുള്ളിലോ ആണ് സാധാരണ സ്ഥാപിക്കാറുള്ളത്. ഇന്ത്യാ ബേസ്ഡ് ന്യൂട്രിനോ ഒബ്സർവേറ്ററി ഒരു അന്താരാഷ്ട്ര പരീക്ഷണശാലയാണ്. രണ്ടു കിലോമീറ്റർ നീളമുള്ള ഒരു ടണലാണ് പരീക്ഷണശാലയുടെ പ്രധാനഭാഗം. അന്തരീക്ഷ ന്യൂട്രോണുകളെക്കുറിച്ചുള്ള പഠനമാണ് ഈ പരീ

ക്ഷണശാലയിൽ നടക്കുന്നത്. മധുരയിലുള്ള സെന്റർ ഫോർ ഹൈ എനർജി ഫിസിക്സിനു പുറമെ ഇന്ത്യയിലും വിദേശത്തുമായുള്ള 21 ഗവേഷണ സ്ഥാപനങ്ങൾ ഈ പദ്ധതിയിൽ പങ്കാളികളാണ്. പ്രപഞ്ചര ഹസ്യങ്ങളുടെ സന്ദേശവാഹകരാണ് ന്യൂട്രിനോകൾ. ന്യൂട്രിനോകളെ കുറിച്ചുള്ള പഠനം പ്രപഞ്ചത്തെക്കുറിച്ചുള്ള നമ്മുടെ കാഴ്ചപ്പാടുകൾ നവീകരിക്കുന്നതിനും കുറ്റമറ്റതാക്കുന്നതിനും സഹായിക്കും.

സ്ക്വയർ കിലോമീറ്റർ അറേ (SKA)

പതിമൂന്ന് ലോകരാജ്യങ്ങൾ ചേർന്ന് നിർമ്മിക്കുന്ന ലോകത്തിലെ ഏറ്റവും വലിയ റേഡിയോ ദൂരദർശിനിയാണ് സ്ക്വയർ കിലോമീറ്റർ അറേ. ഇന്ത്യക്കു പുറമെ ഓസ്ട്രേലിയ, കാനഡ, ചൈന, ഫ്രാൻസ്, ജർമ്മനി, ഇറ്റലി, ന്യൂസിലാന്റ്, സ്പെയിൻ, ദക്ഷിണാഫ്രിക്ക, സ്വീഡൻ, നെതർലാന്റ്, ബ്രിട്ടൺ എന്നിവരാണ് പദ്ധതിയിലെ പങ്കാളികൾ. ഒരു ചതുരശ്ര കിലോമീറ്റർ (ഒരു ദശലക്ഷം സ്ക്വയർ മീറ്റർ) ആണ് ദൂരദർശി നിയുടെ കളക്ടിങ് ഏരിയ. പദ്ധതിയുടെ പങ്കാളികൾ 13 രാജ്യങ്ങളാ ണെങ്കിലും 20 രാജ്യങ്ങൾ പദ്ധതിക്ക് ഫണ്ടിങ് നടത്തുന്നുണ്ട്. 1000 ശാസ്ത്രജ്ഞൻമാരും എഞ്ചിനീയർമാരും പദ്ധതിയുമായി ചേർന്ന് പ്രവർ ത്തിക്കുന്നു. ഇന്ത്യയുടെ വിഹിതം 700 മില്ല്യൺ യൂറോ ചിലവ് വരുന്ന പദ്ധതിയുടെ 10 ശതമാനമാണ്. ദക്ഷിണാഫ്രിക്കയിലെ കാരു പ്രവിശ്യ യിൽ 200 ഡിഷ് ആന്റിനകളും ഓസ്ട്രേലിയയിലെ കർക്കിസൺഷൈറിൽ 1,30,000 ലോ-ഫ്രീക്കൻസി ആന്റിനകളും സ്ഥാപിച്ചുകഴിഞ്ഞിട്ടുണ്ട്. റേഡിയോ തരംഗങ്ങൾക്ക് പ്രക്ഷുബ്ദ്ധതകൾ ഏറ്റവും കുറഞ്ഞ പ്രദേശ മാണ് മേല്പറഞ്ഞ രണ്ട് സ്ഥലങ്ങളും. ഒരു ഐ ടി ടെലസ്കോപ്പ് ആണ് സ്ക്വയർ കിലോമീറ്റർ അറെ എന്ന് പറയാൻ കഴിയും. ലോകമെ മ്പാടുമുള്ള നിരവധി ശാസ്ത്രജ്ഞർ ഈ ദൂരദർശിനിക്കുവേണ്ടി കമ്പ്യൂട്ടറുകൾ രൂപപ്പെടുത്തിക്കൊണ്ടിരിക്കുകയാണ്. പൂനെയിലെ നാഷണൽ സെന്റർ ഫോർ റേഡിയോ ആസ്ട്രോഫിസിക്സ് (NCRA) ആണ് ഇന്ത്യയിൽനിന്നുമുള്ള മുഖ്യപങ്കാളി. എസ് കെ എ ഇന്ത്യ കൺസോഷ്യമാണ് സ്ക്വയർ കിലോമീറ്റർ അറെയുമായി ബന്ധപ്പെട്ടു കൊണ്ടുള്ള ഇന്ത്യയിലെ പ്രവർത്തനങ്ങൾക്ക് ചുക്കാൻ പിടിക്കുന്നത്. ടെലിസ്കോപ്പിന്റെ ഡിസൈനിങ്ങിലും ഇന്ത്യൻ ശാസ്ത്രജ്ഞർ പ്രധാന പങ്ക് വഹിക്കുന്നുണ്ട്. ഇന്ത്യൻ ഐ ടി വിദഗ്ദ്ധരാണ് എസ് കെ എ യുടെ കമ്പ്യൂട്ടർ ശൃംഖലയ്ക്ക് മേൽനോട്ടം വഹിക്കുന്നത്. എസ് കെ എ കൂടാതെ ഓസ്ട്രേലിയയിൽ സ്ഥാപിച്ചിട്ടുള്ള മർക്കിസൺ വൈഡ് ഫീൽഡ് അറേയുടെ പ്രവർത്തനത്തിലും ഇന്ത്യൻ ശാസ്ത്രജ്ഞരുടെ പങ്കാളിത്തമുണ്ട്.

ലിഗോ ഇന്ത്യ (LIGO INDIA)

ഗുരുത്വാകർഷണ അംഗങ്ങളും പഠനത്തിനുവേണ്ടി ഇന്ത്യയിൽ

നിർമ്മിക്കുന്ന പരീക്ഷണശാലയാണ് ലേസർ ഇന്റർഫെറോ മീറ്റർ ഗ്രാവിറ്റേഷൻ വേവ് ഒബ്സർവേറ്ററി (LIGO) ഇന്ത്യ. അമേരിക്കയിലെ ലിഗോ പരീക്ഷണശാലയും മറ്റ് മൂന്ന് രാജ്യങ്ങളും ഈ പദ്ധതിയിൽ പങ്കാളികളാകുന്നുണ്ട്. ഓസ്ട്രേലിയ, ജർമ്മനി, ബ്രിട്ടൺ എന്നീ രാജ്യങ്ങൾക്കൊപ്പം ഇന്ത്യയിലെ മൂന്ന് ഗവേഷണസ്ഥാപനങ്ങളും ഈ പദ്ധതിയുമായി സഹകരിക്കുന്നുണ്ട്. ഗാന്ധിനഗറിലെ ഇൻസ്റ്റിറ്റ്യൂട്ട് ഓഫ് പ്ലാസ്മ റിസർച്ച് (IPR) പൂനേയിലെ ഇന്റർ യൂണിവേഴ്സിറ്റി സെന്റർ ഫോർ ആസ്ട്രോണമി ആന്റ് ആസ്ട്രോഫിസിക്സ് (IUCAA), ഇൻഡോറിലുള്ള രാജ രാമണ്ണ സെന്റർ ഫോർ അഡ്വാൻസ്ഡ് ടെക്നോളജി (RRCAT) എന്നീ സ്ഥാപനങ്ങളാണവ. 950 ദശലക്ഷം യു എസ് ഡോളറാണ് പദ്ധതിയുടെ ചിലവ് പ്രതീക്ഷിക്കുന്നത്. പൊതു ആപേക്ഷികതാ സിദ്ധാന്തം അവതരിപ്പിച്ചപ്പോഴാണ് ഗുരുത്വാകർഷണ തരംഗങ്ങളുടെ സാദ്ധ്യത ആൽബർട്ട് ഐൻസ്റ്റൈൻ പ്രവചിക്കുന്നത്. നൂറു വർഷങ്ങൾക്ക് ശേഷം അമേരിക്കയിലുള്ള ലിഗോ പരീക്ഷണശാലയിൽ വച്ചാണ് ആദ്യമായി അവ കണ്ടെത്തുന്നത്. മഹാവിസ്ഫോടനം, തമോദ്വാരങ്ങളുടെയും ന്യൂട്രോൺ താരങ്ങളുടെയും കൂട്ടിമുട്ടൽ, സൂപ്പർനോവപോലെയുള്ള തീവ്ര പ്രതിഭാസങ്ങൾ സംഭവിക്കുമ്പോൾ സ്ഥകാലത്തിലുണ്ടാകുന്ന ഓളങ്ങളാണ് ഗുരുത്വാകർഷണ തരംഗങ്ങൾ എന്നറിയപ്പെടുന്നത്. അത്യന്തം ദുർബ്ബലമായ ഈ തരംഗങ്ങൾ പ്രകാശ വേഗതയിലാണ് സഞ്ചരിക്കുന്നത്. കടലിൽ ഉണ്ടാകുന്ന തിരമാലകൾക്ക് സമാനമാണിവ. വളരെ സൂക്ഷ്മതയുള്ള ഡിറ്റക്ടറുകൾ ഉപയോഗിച്ചു മാത്രമേ ഇവയെ കണ്ടെത്താൻ സാധിക്കുകയുള്ളു. പ്രപഞ്ച പഠനത്തിന് ഉപയോഗിക്കാൻ കഴിയുന്ന ഏറ്റവും വിശ്വസനീയമായ ടൂളാണ് ഗുരുത്വാകർഷണ തരംഗ പഠനം. ഇന്ത്യയിൽ നിർമ്മിക്കുന്നു എന്നതിനുപുറമെ പദ്ധതിയിൽ കൂടുതൽ മുതൽമുടക്ക് നടത്തുന്നതും ഓപ്പറേഷൻ നടത്തുന്നതും ഇന്ത്യയാണ് എന്ന പ്രത്യേകതകൂടി ഈ പരീക്ഷണശാലയ്ക്കുണ്ട്.

ഭാവി പദ്ധതികൾ
നാസ

ആം (Asteroid Redirect Robotic Mission – ARRM)

ഛരിന്നഗ്രഹത്തിലേക്കുള്ള നാസയുടെ ആദ്യ റോബോട്ടിക് ദൗത്യമാണ് ആം. ഭൂമിക്ക് ഭീഷണി ആയേക്കാവുന്ന ഇത്തരം ഭൗമ സമീപ ഛിന്നഗ്രഹങ്ങളിൽ ഇറങ്ങുന്ന പേടകം ഛിന്നഗ്രഹത്തിന്റെ ഉപരിതലത്തിൽനിന്ന് മണ്ണും പാറയും ശേഖരിക്കുകയും തുടർന്ന് ഛിന്നഗ്രഹത്തെ ചന്ദ്രന് ചുറ്റുമുള്ള ഒരു സ്ഥിര ഭ്രമണപഥത്തിലേക്ക് തള്ളിനീക്കുകയും ചെയ്യും. 2020 കളിലാണ് നാസ ഈ പദ്ധതി നടപ്പിലാക്കുന്നത്. 2030 കളിൽ ചൊവ്വയിലേക്ക് മനുഷ്യരെ അയയ്ക്കുന്നതിന് മുന്നോടിയായുള്ള സ്പേസ് ഫ്ലൈറ്റ് പരിശീലനമായും ഈ ദൗത്യത്തെ കാണാൻ കഴിയും. 2021 ലാണ് ആദ്യത്തെ ആം ദൗത്യം വിക്ഷേപിക്കുന്നത്. നാസയുടെ ജെറ്റ് പ്രൊപൽഷൻ ലബോറട്ടറിയാണ് ദൗത്യത്തിന്റെ ചുക്കാൻ പിടിക്കുന്നത്

കോൾഡ് ആറ്റം ലബോറട്ടറി (CAL)

അന്താരാഷ്ട്ര ബഹിരാകാശ നിലയത്തോട് യോജിച്ച് പ്രവർത്തിക്കുന്നതിനുവേണ്ടി രൂപകല്പന ചെയ്തിരിക്കുന്ന പരീക്ഷണശാലയാണ് കോൾഡ് ആറ്റം ലബോറട്ടറി. മൈക്രോ ഗ്രാവിറ്റി ചുറ്റുപാടുകളിൽ നടക്കുന്ന ക്വാണ്ടം പ്രതിഭാസങ്ങൾ കണ്ടെത്തുന്നതിനുവേണ്ടിയാണ് ഈ ദൗത്യം. ഭൂമിയിലുള്ള ഒരു പരീക്ഷണശാലയിൽ ഇത്തരം പരീക്ഷണങ്ങൾ നടത്താൻ കഴിയില്ല. ഇതുകൂടാതെ മറ്റ് നിരവധി ശാസ്ത്രീയ പരീക്ഷണങ്ങളും ഈ ദൗത്യത്തിൽ ഉൾപ്പെടുത്തിയിട്ടുണ്ട്. 2020 അവസാനത്തോടെ ഈ ബഹിരാകാശ പരീക്ഷണശാല വിക്ഷേപിക്കപ്പെടും.

ഡീപ് സ്പേസ് ആറ്റമിക് ക്ലോക്ക് (DSAC)

2020 അവസാനത്തോടെ നാസ വിക്ഷേപിക്കുന്ന മെർക്കുറി–അയോൺ ആറ്റമിക് ക്ലോക്കാണ് DSAC. ഭൂഭ്രമണപഥത്തിൽ നില നിർത്തുന്ന ഈ മൈക്രോ സാറ്റലൈറ്റ് സ്പേസ്ക്രാഫ്റ്റ് നാവിഗേഷനിലും, റോഡിയോ സയൻസിലും, ജി പി എസ് സാങ്കേതിക വിദ്യയിലും കൂടുതൽ സൂക്ഷ്മതയും കൃത്യതയും നല്കാൻ വേണ്ടിയുള്ളതാണ്. വലിയ ദൂരങ്ങൾതാണ്ടുന്ന ബഹിരാകാശ പേടകങ്ങൾക്കും സാംപിൾ ശേഖരിച്ച് ഭൂമിയിലെത്തിക്കുന്ന റോബോട്ടിക് ദൗത്യങ്ങൾക്കും DSAC കൂടുതൽ ഉപകാരപ്രദമാണ്. നിലവിലുള്ള നാവിഗേഷൻ ക്ലോക്കുകളേക്കാൾ 50 മടങ്ങ് കൃത്യതയുള്ളതായിരിക്കും നാസയുടെ ഡീപ് സ്പേസ് ആറ്റമിക് ക്ലോക്ക്.

ഇക്കോസ്ട്രെസ് (The ECO System Spaceborne Thermal Radiometer Experiment on Space Station- ECOSTRESS)

സസ്യങ്ങളുടെ ഇലകളിലുള്ള സൂക്ഷ്മ സുഷിരങ്ങളിലൂടെ ജലം അന്തരീക്ഷത്തിലേക്ക് വ്യാപിക്കുന്നത് നിരീക്ഷിക്കുന്നതിനുവേണ്ടി അന്താരാഷ്ട്ര ബഹിരാകാശ നിലയത്തിൽ സജ്ജീകരിക്കുന്ന പരീക്ഷണശാലയാണ് ഇക്കോസ്ട്രെസ്. ചുറ്റുപാടുമുള്ള മണ്ണിൽനിന്നുള്ള ജലത്തിന്റെ ബാഷ്പീകരണം സസ്യസ്വേദനത്തെ സ്വാധീനിക്കുന്നുണ്ട്. ഇക്കോസ്ട്രെസ് ഈ ബാഷ്പീകരണവും ഇലകളിൽനിന്നുള്ള സ്വേദനവും ഒരുമിച്ച് അളക്കും (evaptoranspiration). ഇതിലൂടെ ജല ലഭ്യതയ്ക്കനുസരിച്ച് ഭൂമുഖത്തെ സസ്യജാലങ്ങൾക്കുണ്ടാകുന്ന മാറ്റങ്ങളും, ആഗോള കാർബൺ ചക്രത്തിന്റെ മാറ്റവും, സവിശേഷതയും കണ്ടെത്താൻ കഴിയും. കൂടാതെ വരൾച്ച മുൻകൂട്ടി കണ്ടുകൊണ്ട് വരൾച്ചാസാദ്ധ്യതയുള്ള പ്രദേശങ്ങളിൽ കൃഷിചെയ്യുന്നതിന് അനുയോജ്യമായ വിത്തിനങ്ങൾ വികസിപ്പിക്കുന്നതിനും ഈ ദൗത്യത്തിലൂടെ സാധിക്കും.

യൂറോപ ക്ലിപ്പർ (Europa Clipper)

വ്യാഴത്തിന്റെ ഉപഗ്രഹമായ യൂറോപയുടെ ഉപരിതലത്തിനടിയിൽ ജീവൻ തിരയുകയാണ് യൂറോപ ക്ലിപ്പർ ദൗത്യത്തിന്റെ ലക്ഷ്യം. യൂറോപയിലെ ഹിമപാളികൾക്കടിയിൽ വലിയ സമുദ്രങ്ങളുണ്ടെന്ന് ഇതിനകം തിരിച്ചറിഞ്ഞു കഴിഞ്ഞിട്ടുണ്ട്. വ്യാഴത്തിന്റെ വേല ബലങ്ങൾ (tidal clipping and tidal flexing) ഈ സമുദ്രത്തിൽ ജീവൻ ഉത്ഭവിക്കുന്നതിനും നിലനില്ക്കുന്നതിനും ആവശ്യമായ താപനില സൃഷ്ടിക്കാൻ പര്യാപ്തമാണ്. ഭൂമിക്ക് വെളിയിൽ ജീവൻ തിരയുന്ന എക്സോബയോളജിസ്റ്റുകൾ ഭൗമേതര ജീവന് ഏറ്റവും കൂടുതൽ സാദ്ധ്യത നല്കുന്ന ഇടമാണ് യൂറോപയിലെ സമുദ്രങ്ങൾ, ഒൻപത് ശാസ്ത്രീയ ഉപകരണങ്ങളാണ് ഈ ദൗത്യത്തിൽ ഉൾപ്പെടുത്തിയിട്ടുള്ളത്. ഉപരിതലത്തിന്റെ സവിശേ

ഷതകൾ പഠിക്കുന്നതിനൊപ്പം ഹിമപാളികൾ തുളച്ചുകടന്ന് സമുദ്രാന്തർഭാഗത്തെ സവിശേഷതകൾ കണ്ടുപിടിക്കുന്നതിനുള്ള റഡാർ സംവിധാനവും പേടകത്തിൽ ഒരുക്കിയിട്ടുണ്ട്. ഇതൊരു ഓർബിറ്റർ ദൗത്യമാണ്. 45 തവണ യൂറോപയെ പ്രദക്ഷിണം ചെയ്യുന്ന പേടകം 2700 കിലോമീറ്റർ മുതൽ 25 കിലോമീറ്റർ വരെ ഉയരമുള്ള ഭ്രമണപഥത്തിലൂടെയാണ് സഞ്ചരിക്കുന്നത്. 2022 ലാണ് യൂറോപ ക്ലിപ്പർ വിക്ഷേപിക്കുന്നത്.

ഗ്രേസ്–ഫോ (The Gravity Recovery and Climate Experiment follow–on- GRACE-FO)

ജർമ്മൻ സഹകരണത്തോടെ (German Research Centre For Geo-sciences) നാസ വിക്ഷേപിക്കുന്ന ബഹിരാകാശ പേടകമാണ് ഗ്രേസ് ഫോ. 2002 മാർച്ച് 17 ന് നാസ വിക്ഷേപിച്ച ഗ്രേസ് ദൗത്യത്തിന്റെ തുടർച്ചയാണിത്. ഭൗമോപരിതലത്തിൽ വിവിധ പ്രദേശങ്ങളിൽ വ്യത്യസ്ത തോതിൽ അനുഭവപ്പെടുന്ന ഗുരുത്വാകർഷണബലം കൃത്യമായി കണ്ടെത്തുകയും അതുവഴി ഓരോ 30 ദിവസംതോറും ഭൂമിയുടെ ഗ്രാവിറ്റി മാപ് നിർമ്മിക്കുകയുമാണ് പേടകം ചെയ്യുന്നത്. സമുദ്ര യാത്രകൾക്കും റോക്കറ്റ് വിക്ഷേപണത്തിനും വളരെയേറെ പ്രയോജനകരമാണ് ഗ്രേസ് –ഫോ ദൗത്യം. 2022 ലാണ് ഈ ദൗത്യം വിക്ഷേപിക്കാൻ ഉദ്ദേശിക്കുന്നത്.

മാർഗ്ഗ് 2020 റോവർ (Marg 2020 Rover)

ചൊവ്വയിൽ ജീവൻ തിരയുകയാണ് മാർഗ്ഗ് 2020 ദൗത്യത്തിന്റെ ലക്ഷ്യം. 2020 ൽ വിക്ഷേപിക്കുന്ന ഈ ഓർബിറ്റർ–ലാൻഡർ–റോവർ ദൗത്യം ചൊവ്വയിലെ സൂക്ഷ്മജീവികളുടെ സാന്നിദ്ധ്യം തിരയുന്നതിനായി സവിശേഷമായി രൂപകല്പന നിർവ്വഹിച്ചിട്ടുള്ളതാണ്. ഗ്രഹത്തിലെ മണ്ണിലും പാറകളിലും സൂക്ഷ്മജീവികളുടെ ഫോസിലുകളുണ്ടെങ്കിൽ അവ കണ്ടെത്തുന്നതിനും ഈ ദൗത്യത്തിലൂടെ കഴിയും. ചൊവ്വയിൽ നിന്ന് ശേഖരിക്കുന്ന സാംപിളുകൾ 30 ട്യൂബുകളിലാക്കി ഭൂമിയിലേക്ക് അയയ്ക്കുന്നതിനും ഈ ദൗത്യത്തിന് സാധിക്കും. മാർഗ്ഗ് 2020 റോവറിന്റെ റോബോട്ടിക് കൈകളിലുള്ള രണ്ട് ശാസ്ത്രീയ ഉപകരണങ്ങൾ സാംപിളുകൾ ശേഖരിക്കുന്നതിനൊപ്പം അവയുടെ ധാതുഘടനയും മറ്റ് ഭൗതിക–രാസ–ജൈവ ഗുണങ്ങളും അപഗ്രഥിക്കും. റോവറിലുള്ള ഹൈ–റെസല്യൂഷൻ സ്പെക്ട്രോസ്കോപ്പുകളും ക്യാമറയും ഗ്രഹോപരിതലത്തിന്റെ ത്രീ–ഡയമെൻഷൻ ചിത്രങ്ങളെടുക്കും. ഭാവിയിലെ മനുഷ്യന്റെ യാത്രകൾക്ക് ചൊവ്വാ പരിസ്ഥിതികൾ എത്രമാത്രം അപകടകരമാണെന്ന് പരിശോധിക്കുന്നതും ഈ ദൗത്യത്തിന്റെ ലക്ഷ്യമാണ്.

മയ (MAIA)

അന്തരീക്ഷ മലിനീകരണത്തെക്കുറിച്ച് പഠിക്കുന്നതിനായി 2022 ൽ നാസ വിക്ഷേപിക്കുന്ന ദൗത്യമാണ് മയ. ഭൗമാന്തരീക്ഷത്തിലെത്തുന്ന പൊടിപടലങ്ങൾ സൃഷ്ടിക്കുന്ന ആരോഗ്യപ്രശ്നങ്ങൾ എത്രത്തോളമാണെന്ന് കണ്ടെത്തുകയും, ഇതിനു കാരണമായ പൊടിപടലങ്ങളിൽ അടങ്ങിയിട്ടുള്ള രാസവസ്തുക്കളുടെ തോത് കണ്ടെത്തുകയുമാണ് ദൗത്യത്തിന്റെ ലക്ഷ്യം. ഇത്തരം രാസവസ്തുക്കളുടെ ഉല്പാദനവും ഉപയോഗവും കുറയ്ക്കുന്നതിന് രാഷ്ട്രങ്ങളെ പ്രേരിപ്പിക്കുന്നതിനും ഈ ദൗത്യത്തിന് കഴിയും. അന്തരീക്ഷത്തിലുള്ള എയ്റോസോളിന്റെ അളവ് കൃത്യമായി കണക്കുകൂട്ടാൻ ഈ ദൗത്യത്തിന് കഴിയും. ജനിതക വൈകല്യങ്ങൾ, ഹൃദയ സംബന്ധിയായ രോഗങ്ങൾ, ശിശുമരണം തുടങ്ങി നിരവധി ഗുരുതരമായ ആരോഗ്യപ്രശ്നങ്ങൾക്ക് എയ്റോസോൾ കാരണമാകുന്നുണ്ട്.

ഓർബിറ്റിങ് കാർബൺ ഒബ്സർവേറ്ററി-3 (OCO-3)

ജനസംഖ്യാ വർദ്ധനവിന്റെയും ഫോസിൽ ഇന്ധനങ്ങളുടെ ജ്വലനത്തിന്റെയും ഫലമായി ഭൗമാന്തരീക്ഷത്തിൽ ഉണ്ടാകുന്ന കാർബൺ ഡയോക്സൈഡിന്റെ വർദ്ധനവ് കൃത്യമായി അളക്കുന്നതിനുള്ള ബഹിരാകാശ ദൗത്യമാണ് ഓർബിറ്റിങ് കാർബൺ ഒബ്സർവേറ്ററി-3. ഇതിന്റെ ആദ്യപതിപ്പ് 2012 ലും രണ്ടാമത്തേത് 2014 ലും വിക്ഷേപിച്ചു. അന്താരാഷ്ട്ര ബഹിരാകാശ നിലയവുമായി ഡോക്ക് ചെയ്താണ് ഈ പരീക്ഷണശാല പ്രവർത്തിക്കുന്നത്. ആഗോള താപവർദ്ധനവിന് കാരണമാകുന്ന കാർബൺ ഡയോക്സൈഡിന്റെ ഉല്പാദനം നിയന്ത്രിക്കുന്നതിന് രാഷ്ട്രങ്ങളെ പ്രേരിപ്പിക്കാൻ ഈ ദൗത്യം സഹായകരമാകും.

സ്വോട്ട് (The Surface Water and Ocean Topography - SWOT)

ജലസ്രോതസ്സുകളെക്കുറിച്ച് പഠിക്കുന്നതിനായി നാസ വിക്ഷേപിക്കുന്ന ആദ്യ ബഹിരാകാശ ദൗത്യമാണ് സ്വോട്ട്. സമുദ്രങ്ങൾ, പുഴകൾ, തടാകങ്ങൾ തുടങ്ങിയ ജലാശയങ്ങൾക്ക് കാലഘട്ടങ്ങളിൽ ഉണ്ടാകുന്ന മാറ്റങ്ങൾ ഈ ദൗത്യം പഠിക്കും. ഭൂമുഖത്തുള്ള 91 ശതമാനം ജലാശയങ്ങളേയും ഈ ദൗത്യം പഠന വിധേയമാക്കും. 21 ദിവസങ്ങൾക്കിടയിൽ രണ്ടുതവണ വീതം ഇവയുടെ സമഗ്ര റിപ്പോർട്ടിങ്ങും ദൗത്യം ലക്ഷ്യമിടുന്നുണ്ട്. കാലാവസ്ഥാ പ്രവചനത്തിലും ശുദ്ധജല മാനേജ്മെന്റിനും ഈ ദൗത്യം വളരെ പ്രയോജനംചെയ്യും. ഫ്രഞ്ച് സ്പേസ് ഏജൻസി, കനേഡിയൻ സ്പേസ് ഏജൻസി എന്ന ബഹിരാകാശ ഏജൻസികളുടെ സഹകരണത്തോടെയാണ് നാസ സ്വോട്ട് ദൗത്യം വിക്ഷേപിക്കുന്നത്.

ഡബ്ല്യു-ഫസ്റ്റ് (The Wide Field InfraRed Survery Telescope – WFRIST)

ജ്യോതിർ ഭൗതികത്തിലും കോസ്മോളജിയിലും നിലനില്ക്കുന്ന നിരവധി പ്രഹേളികകൾക്കുള്ള ഉത്തരം തേടുന്നതിനുള്ള സംരംഭമാണ് നാസയുടെ ഡബ്ല്യു-ഫസ്റ്റ്. ഡാർക്ക് എനർജി, ഇൻഫ്രാറെഡ് ആസ്ട്രോ ഫിസിക്സ് എന്നീ പഠനങ്ങൾക്കു പുറമേ സൗരയൂഥത്തിന് വെളിയിൽ മറ്റ് നക്ഷത്രകുടുംബങ്ങളിലുള്ള അന്യഗ്രഹങ്ങളെ (Exoplanets) തിരയുന്നതും ഈ ദൗത്യത്തിന്റെ ലക്ഷ്യമാണ്. ഹബിൾ ദൂരദർശിനിയുടെ മുഖ്യ ദർപ്പണത്തിന്റെ വലിപ്പമുണ്ട് ഡബ്ല്യു-ഫസ്റ്റിന്റെ പ്രൈമറി മിററിന്. ഇതുകൂടാതെ ഒരു വൈഡ് ഫീൽഡ് ഉപകരണവും, ഒരു കൊറോണ ഗ്രാഫും ദൗത്യത്തിൽ അനുബന്ധ ഉപകരണമായുണ്ട്. ഹബിളിന്റെ നൂറ് മടങ്ങ് വ്യക്തമായ പ്രപഞ്ച ചിത്രങ്ങളായിരിക്കും ഡബ്ല്യു-ഫസ്റ്റ് നിർമ്മിക്കുക. ഗ്രാവിറ്റേഷൻ മൈക്രോലെൻസിങ് എന്ന സാങ്കേതിക വിദ്യ ഉപയോഗിച്ചാണ് ഡബ്ല്യു-ഫസ്റ്റ് അന്യഗ്രഹവേട്ട നടത്തുന്നത് 2020 കളുടെ മദ്ധ്യത്തിലാണ് വിക്ഷേപണം ഉദ്ദേശിച്ചിരിക്കുന്നത്.

ഇലക്ട്ര (Electra)

2021 ജൂലൈ മാസത്തിൽ വിക്ഷേപിക്കുന്ന വാർത്താവിനിമയ ഉപഗ്രഹമാണ് ഇലക്ട്ര. യൂറോപ്യൻ സ്പേസ് ഏജൻസിയുടെ സഹകരണത്തോടെയാണ് നാസ ഈ വിക്ഷേപണം നടത്തുന്നത്. സാധാരണ ഉപഗ്രഹ വിക്ഷേപണത്തിൽനിന്ന് വ്യത്യസ്തമായി ഇലക്ട്രിക്കൽ പ്രൊപൽഷൻ എന്ന സങ്കേതമുപയോഗിച്ചാണ് പേടകത്തിന്റെ വിക്ഷേപണം നടത്തുന്നത്. പരമ്പരാഗത കെമിക്കൽ പ്രൊപൽഷൻ സംവിധാനങ്ങളിൽനിന്നുള്ള മാറ്റത്തോടൊപ്പം ഭാവിയിലെ ഉപഗ്രഹ വിക്ഷേപണ സംവിധാനങ്ങളുടെ ഒരു പരീക്ഷണം കൂടിയാണ് ഇലക്ട്രയുടെ വിക്ഷേപണത്തിലൂടെ നാസ ലക്ഷ്യമാക്കുന്നത്.

എക്സോമാർഗ്ഗ് (ExoMars)

2020 ജൂലൈ മാസത്തിൽ വിക്ഷേപിക്കുന്ന നാസ, യൂറോപ്യൻ സ്പേസ് ഏജൻസി, റോസ്കോസ്മോസ് സംയുക്ത സംരംഭമാണ് എക്സോ മാർഗ്ഗ് റോവർ ദൗത്യം. ചൊവ്വയുടെ ധൂളിയിൽ സൂക്ഷ്മജീവികളുടെ ഫോസിൽ തിരയുകയാണ് ദൗത്യത്തിന്റെ ലക്ഷ്യം. നാസയുടെ മാർഗ്ഗ് 2020 ദൗത്യത്തിനൊപ്പം ചേർന്നായിരിക്കും എക്സോമാർഗ്ഗിന്റെ ചൊവ്വയിലെ പ്രവർത്തനങ്ങൾ നടത്തുക.

യൂറോപ്യൻ സ്പേസ് ഏജൻസി (ESA), ചൈനീസ് സ്പേസ് ഏജൻസി (CSA), ജപ്പാൻ സ്പേസ് ഏജൻസി (JAXA), റഷ്യൻ സ്പേസ് ഏജൻസി (Roscosmos)

ഛിന്നഗ്രഹത്തിലേുള്ള (65803 Didymos) യൂറോപ്യൻ സ്പേസ് ഏജൻസിയുടെ ദൗത്യമാണ് ഐഡ (AIDA). അന്യഗ്രഹവേട്ട ലക്ഷ്യമാക്കിയുള്ള എക്കോ (ECHO), ഗുരുത്വാകർഷണ തരംഗങ്ങളെക്കുറിച്ച് പഠിക്കുന്ന ഇ-ലിസ (ELISA), ഭൗമസമാന അന്യഗ്രഹങ്ങളെ കണ്ടെത്തുന്നതിനുള്ള പ്ലാറ്റോ (PLATO) എന്നിവയും ഒരു ലൂണാർ ഓർബിറ്ററും 2020–2022 കാലഘട്ടത്തിൽ യൂറോപ്യൻ സ്പേസ് ഏജൻസി വിക്ഷേപിക്കുന്ന ബഹിരാകാശ ദൗത്യങ്ങളാണ്.

ഏറ്റവും വലിയ ബഹിരാകാശ നിലയത്തിന്റെ നിർമ്മാണം ചൈന ആരംഭിച്ചുകഴിഞ്ഞു. ടിയാങ്ഗോങ് എന്നാണ് ഈ ബഹിരാകാശനിലയത്തിന്റെ പേര്. ടിയാങ്ഗോങ് – 1, ടിയാങ്ഗോങ് –2 എന്നിവ നിലവിൽ വിക്ഷേപിച്ചുകഴിഞ്ഞു. ഇതിൽ ടിയാങ്ഗോങ് –1 പ്രവർത്തന കാലാവധി കഴിഞ്ഞ് അന്തരീക്ഷത്തിലേക്ക് ഇറക്കി കത്തിച്ചുകളഞ്ഞു. 2025 ൽ ടിയാങ്ഗോങ് –3 വിക്ഷേപിച്ച് ഘടകങ്ങൾ കൂട്ടിയോജിപ്പിക്കുമ്പോൾ അത് അന്താരാഷ്ട്ര ബഹിരാകാശ നിലയത്തേക്കാൾ ബഹിരാകാശ പരീക്ഷണശാലയായി മാറും. ഇതിനുപുറമെ 2020 കളിൽ ചൊവ്വയിലേക്ക് ഒരു ഓർബിറ്റർ ലാൻഡർ ദൗത്യവും ചന്ദ്രനിലേക്ക് മനുഷ്യരെ എത്തിക്കുന്നതിനും ചൈനീസ് സ്പേസ് ഏജൻസി ലക്ഷ്യമിടുന്നുണ്ട്.

സെലിൻ ദൗത്യങ്ങളാണ് ജപ്പാൻ ലക്ഷ്യമാക്കുന്നത് ചന്ദ്രനിലേക്ക് മനുഷ്യരെ അയയ്ക്കുന്ന ദൗത്യങ്ങൾക്കാണ് ജപ്പാൻ സ്പേസ് ഏജൻസി പ്രാധാന്യം നല്കുന്നത്. അതുകൂടാതെ ചന്ദ്രനിൽ ഒരു ബേസ് സ്റ്റേഷൻ പദ്ധതിയും ജപ്പാൻ ഉദ്ദേശിക്കുന്നുണ്ട്. നാനോ-ജാസ്മിൻ പോലെയുള്ള മൈക്രോ-ആസ്ട്രോമെട്രിക് ടെലസ്കോപ്പുകളും ജപ്പാൻ വിക്ഷേപിക്കും. യൂറോപ്യൻ സ്പേസ് ഏജൻസിയുമായി സഹകരിച്ച് എർത്ത് കെയർ (Earth CARE) എന്ന ഭൗമ നിരീക്ഷണ ഉപഗ്രഹവും FY 2020 എന്ന റഡാർ സാറ്റലൈറ്റും 2020–2022 കാലഘട്ടത്തിൽ ജപ്പാൻ വിക്ഷേപിക്കുന്ന ബഹിരാകാശ ദൗത്യങ്ങളാണ്.

പൊതുവെ സൈനിക ആവശ്യങ്ങൾക്കുവേണ്ടിയാണ് റഷ്യ നിലവിൽ ബഹിരാകാശ ദൗത്യങ്ങൾ നടത്തുന്നത്. എന്നാൽ 2020 കളിൽ യൂറോപ്യൻ സ്പേസ് ഏജൻസിയും നാസയുമായും ചേർന്ന് ഏതാനും ശാസ്ത്രീയ ദൗത്യങ്ങൾക്ക് റഷ്യ പദ്ധതിയിടുന്നുണ്ട്. അവരുടെ ചൊവ്വാ ദൗത്യമായ ഫോബോസ് ഹണ്ട് പരാജയപ്പെട്ടതിനെത്തുടർന്ന് ഇസ്രോയും ചന്ദ്രയാൻ–2 ദൗത്യത്തിൽ നിന്ന് പിൻമാറുകയായിരുന്നു. ചന്ദ്രയാൻ–2 ലെ റോവർ നിർമ്മിക്കാൻ റോസ്കോസ്മോസ് തയ്യാറായിരുന്നു. എന്നാൽ ഫോബോസ് ഹണ്ട് പേടകത്തിൽ ഉപയോഗിക്കുന്ന സാങ്കേതിക വിദ്യ

പരാജയപ്പെട്ടതിനെത്തുടർന്ന് പ്രസ്തുത സാങ്കേതികവിദ്യ പുനഃപരിശോധിക്കാൻ റോസ്കോസ്മോസ് നിർബ്ബന്ധിതമായി.

ഇവയ്ക്കു പുറമെ നിരവധി നാനോ സാറ്റലെറ്റുകളും ഗതിനിർണ്ണയ ഉപഗ്രഹങ്ങളും ആസന്ന ഭാവിയിൽ ബഹിരാകാശത്തെത്തും. ഉപഗ്രഹ വിക്ഷേപണശേഷിയില്ലാത്ത യൂറോപ്പിലെയും അമേരിക്കയിലെയും ഏഷ്യയിലെയും രാജ്യങ്ങളുടെ വാർത്താവിനിമയ പേടകങ്ങളും നാസ, ഇസ്റോ, റോസ്കോസ്മോസ്, ഇസ, സി എസ് എ, ജാക്സാ എന്നീ ബഹിരാകാശ ഏജൻസികളുടെ വിക്ഷേപണ വാഹനങ്ങൾ ഉപയോഗിച്ചായിരിക്കും വിക്ഷേപിക്കുന്നത്. ഇസ്രോയുടെ പി എസ് എൽ വി, ജി എസ് എൽ വി, മറ്റ് ബഹിരാകാശ ഏജൻസികളുടെ ഏരിയൻ, ലോങ്മാർച്ച്, പ്രോട്ടോൺ, സോയൂസ്, ഡെൽറ്റ തുടങ്ങിയവ ഇത്തരത്തിൽപെട്ട വിക്ഷേപണ വാഹനങ്ങളണ്.

ആദിത്യ സൂര്യനിലേക്ക്

ആദിത്യ അണിയറയിൽ ഒരുങ്ങുകയാണ്. സൂര്യന്റെ അന്തരീക്ഷത്തേക്കുറിച്ച് പഠിക്കാനുള്ള ഇന്ത്യയുടെ പ്രഥമ ദൗത്യമായ ആദിത്യ സ്പേസ്ക്രാഫ്റ്റ് 2020 ൽ വിക്ഷേപിക്കപ്പെടും. ഭൂമിയിൽനിന്നും 800 കിലോമീറ്റർ ഉയരത്തിലുള്ള ലോ എർത്ത് ഓർബിറ്റിലേക്ക് പി എസ് എൽ വി - എക്സ് എൽ റോക്കറ്റുപയോഗിച്ച് വിക്ഷേപിക്കപ്പെടുന്ന പേടകത്തെ പിന്നീട് സൂര്യന്റെയും ഭൂമിയുടെയും ഗുരുത്വങ്ങൾ പരസ്പരം നിർവ്വീര്യമാക്കപ്പെടുന്ന സ്ഥാനങ്ങളിൽ ഒന്നായ എൽ-1 (Lagranchian Point 1) പോയിന്റിൽ എത്തിക്കും. നൂറ് ദിവസത്തെ യാത്രയ്ക്കൊടുവിലായിരിക്കും പേടകം ഭൂമിയിൽനിന്നും 15 ലക്ഷം കിലോമീറ്റർ അകലെയുള്ള ഈ ഒന്നാമത്തെ ലെഗ്രാൻഷ്യൻ പോയിന്റിൽ എത്തുന്നത്. പേടകത്തിന്റെ പ്രവർത്തന കാലാവധിയായ അഞ്ചുവർഷവും തുടർച്ചയായി സൂര്യനെ നിരീക്ഷിക്കുന്നതിനുവേണ്ടിയാണ് പേടകത്തെ ഈ സ്ഥാനത്ത് സ്ഥിരമായി നിലനിർത്തുന്നത്. ലെഗ്രാൻഷ്യൻ പോയിന്റുകളിൽ നിർത്തിയിരിക്കുന്ന പേടകത്തിന് രാത്രി-പകൽ വ്യത്യാസമോ, ഗ്രഹണങ്ങളോ, സംതരണങ്ങളോ ഒന്നും തടസ്സമാകില്ല. ഇതുവരെ നാസയ്ക്കും, യൂറോപ്യൻ സ്പേസ് ഏജൻസിക്കും മാത്രമേ ഒരു കൃത്രിമ ഉപഗ്രഹത്തെ ലെഗ്രാൻഷ്യൻ സ്ഥാനങ്ങളിൽ എത്തിക്കാൻ കഴിഞ്ഞിട്ടുള്ളൂ.

ഐ എസ് ആർ ഒ യും ഇന്ത്യയിലെ നിരവധി ശാസ്ത്രസാങ്കേതിക സ്ഥാപനങ്ങളും ആദിത്യയുടെ നിർമ്മാണത്തിനുപിന്നിൽ പ്രവർത്തിക്കുന്നുണ്ട്. 400 കിലോഗ്രാമാണ് പേടകത്തിന്റെയും അനുബന്ധ ഉപകരണങ്ങളുടെയും കൂടി ഭാരം. വിവിധ പരീക്ഷണങ്ങൾക്കായി ഏഴ് പെലോഡുകളാണ് പേടകത്തിലുണ്ടാവുക. സൂര്യന്റെ അന്തരീക്ഷമായ കൊറോണയെക്കുറിച്ചുള്ള പഠനമാണ് ആദിത്യ ദൗത്യത്തിന്റെ പ്രധാന ലക്ഷ്യം.

സൂര്യന്റെ ഉപരിതലമായ ഫോട്ടോസ്ഫിയറിൽനിന്നും പുറത്തേക്ക് ആയിരക്കണക്കിന് കിലോമീറ്ററുകൾ വ്യാപിച്ചുകിടക്കുന്ന പ്രദേശമാണ് കൊറോണ. സൂര്യന്റെ ഉപരിതല ഊഷ്മാവ് 6000 കെൽവിനാണ്. എന്നാൽ കൊറോണയുടെ താപനില 10,00,000 കെൽവിനാണ്. ഇനിയും വിശദീകരണം ലഭിക്കേണ്ട ഒരു പ്രഹേളികയാണിത്. കൊറോണയെക്കുറിച്ചുള്ള പഠനത്തിനു പുറമെ സൗരവാതങ്ങൾ, പ്ലാസ്മാ പ്രവാഹം, കൊറോണൽ മാസ് ഇജക്ഷൻ, സൂര്യന്റെ കാന്തികക്ഷേത്രം, സൗരപ്രതിഭാസങ്ങൾ സൗരയുഥത്തിലുണ്ടാക്കുന്ന പ്രതിഫലനങ്ങൾ (global climate) തുടങ്ങിയവയെക്കുറിച്ചെല്ലാം പഠിക്കുന്നതിനാണ് ആദിത്യ ദൗത്യത്തിലൂടെ ഐ എസ് ആർ ഒ ഉദ്ദേശിക്കുന്നത്.

ആദിത്യയിലെ ശാസ്ത്രീയ ഉപകരണങ്ങൾ

വിസിബിൾ എമിഷൻ ലൈൻ ക്രോണോഗ്രാഫ് (VELC)

ദൃശ്യപ്രകാശത്തിലും ഇൻഫ്രാറെഡ് വേവ് ബാൻഡിലും കൊറോണയുടെ ചിത്രമെടുക്കുന്നതിനുള്ള ഉപകരണമാണിത്. ക്യാമറയുടെ ഫോക്കസ് ഒരു ഒക്കൾട്ടർ ഉപയോഗിച്ച് മറയ്ക്കുകവഴി ഒരു കൃത്രിമ ഗ്രഹണം സൃഷ്ടിച്ചാണ് ഈ ഉപകരണം കൊറോണയുടെ ചിത്രങ്ങൾ എടുക്കുന്നത്. കൊറോണൽ മാസ് ഇജക്ഷൻ എന്ന സൂര്യ ദ്രവ്യപ്രവാഹത്തിലെ ഘടകങ്ങളെക്കുറിച്ചും അതിന്റെ സവിശേഷതകളും പഠിക്കുകയാണ് ഈ ക്രോണോഗ്രാഫ് ചെയ്യുന്നത്. അതുകൂടാതെ സൂര്യന്റെ കാന്തികക്ഷേത്രത്തെക്കുറിച്ചുള്ള പഠനവും നടത്തും. സൗരവാതങ്ങളും മറ്റ് സൗരപ്രതിഭാസങ്ങളും ഭൂമിയുടെ അന്തരീക്ഷത്തെ എങ്ങനെ ബാധിക്കുമെന്നുള്ള പഠനവും ഈ ഉപകരണം നടത്തും.

സോളാർ അൾട്രാവയലറ്റ് ഇമേജിങ് ടെലസ്കോപ്പ് (SUIT)

200–400 nm തരംഗദൈർഘ്യത്തിൽ സൂര്യബിംബത്തെ നിരീക്ഷിക്കുന്ന ദൂരദർശിനിയാണിത്. സൂര്യാന്തരീക്ഷത്തിന്റെ വിവിധ പാളികൾ വേർതിരിച്ചു കാണുന്നതിനും ഈ ദൂരദർശിനിക്കു കഴിയും. ഇതിനു മുൻപ് കൊറോണ ഈ രീതിയിൽ നിരീക്ഷിക്കപ്പെട്ടിട്ടില്ല. സൂര്യന്റെ ഉപരിതലത്തെ അപേക്ഷിച്ച് അന്തരീക്ഷം കൂടുതൽ ചൂടുപിടിക്കുന്നത് അന്തരീക്ഷ പാളികളിലെ സംവഹന പ്രക്രിയവഴിയാണെന്ന് ഒരു സങ്കല്പമുണ്ട്. ഈ പരികല്പന പരീക്ഷിച്ചറിയുന്നതിന് ഈ ടെലസ്കോപ്പ് സഹായിക്കും. ഭൗമാന്തരീക്ഷത്തിലെ ഓസോൺ പാളിയെ ഗുരുതരമായി ബാധിക്കുന്ന അൾട്രാവയലറ്റ് വികിരണങ്ങളുടെ സ്വഭാവത്തേക്കുറിച്ചുള്ള പഠനവും ഉദ്ദേശിക്കുന്നുണ്ട്.

ആദിത്യ സോളാർവിൻഡ് പാർട്ടിക്കിൾ എക്സ്പെരിമെന്റ് (ASPEX)

സൗരവാതങ്ങളുടെ സ്വഭാവവും അതിന്റെ വർണ്ണരാജി വിശകലനവുമാണ് ഈ ഉപകരണംകൊണ്ട് ലക്ഷ്യമിടുന്നത്.

പ്ലാസ്മ അനലൈസർ പാക്കേജ് ഫോർ ആദിത്യ (PAPA)

സൗരവാതങ്ങളിലെ ഘടകങ്ങളെക്കുറിച്ചും അതിലെ ഊർജ്ജവിതരണത്തേക്കുറിച്ചും പഠിക്കുന്നതിനുള്ള ഉപകരണമാണിത്.

സോളാർ ലോ–എനർജി എക്സ്–റേ സ്പെക്ട്രോമിറ്റർ (SOLEXS)

കൊറോണയെ ചൂടുപിടിപ്പിക്കുന്നതിൽ എക്സ് കിരണങ്ങളുടെ പങ്ക് പരിശോധിക്കുന്നതിനുള്ള ഉപകരണം.

ഹൈ–എനർജി എൽ–1 ഓർബിറ്റിങ് എക്സ് – റേ സ്പെക്ട്രോമീറ്റർ (HEL1OS)

കൊറോണയിൽക്കൂടിയുള്ള കണികാപ്രവാഹത്തിന്റെ വേഗതയും ഊർജ്ജനിലയും അളക്കുന്നതിനുള്ള ഉപകരണം സൗര ആളലുകളുടെ തീവ്രത അളക്കുന്നതിനും ഈ ഉപകരണത്തിനു കഴിയും.

മാഗ്നറ്റോമീറ്റർ

ഗ്രഹാന്തര കാന്തികമണ്ഡലത്തിന്റെ തീവ്രത അളക്കുന്നതിനുള്ള ഉപകരണമാണിത്.

55 മില്യൺ യു എസ് ഡോളറാണ് ആദിത്യ ദൗത്യത്തിന്റെ ചെലവ്. അഞ്ചുവർഷമാണ് പേടകത്തിന്റെ പ്രവർത്തനകാലം 2017 ഉദ്ദേശിച്ചിരുന്ന വിക്ഷേപണമാണ് ഇപ്പോൾ 2020 ലേക്ക് മാറ്റിയിരിക്കുന്നത്.

ഗഗൻയാൻ

മനുഷ്യനുമായുള്ള ബഹിരാകാശ യാത്രയ്ക്ക് ഐ എസ് ആർ ഒ ഒരുങ്ങിക്കഴിഞ്ഞു. 2022 ൽ ഇസ്രോ വിക്ഷേപിക്കുന്ന ഗഗൻയാൻ മൂന്ന് ആസ്ട്രോനോട്ടുകളെ ബഹിരാകാശത്തെത്തിക്കും. ഏഴ് ദിവസം ബഹിരാകാശ യാത്രികരുമായി 400 കിലോമീറ്റർ ഉയരത്തിലുള്ള ഭൗമസമീപ ഭ്രമണപഥത്തിലൂടെ ഭൂമിയെ പ്രദക്ഷിണം വച്ചതിനുശേഷം ക്രൂ മൊഡ്യൂൾ ബംഗാൾ ഉൾക്കടലിൽ ഇറങ്ങും. ഇസ്രോ സ്വന്തമായി രൂപകൽപന ചെയ്ത ക്രൂ മൊഡ്യൂളിൽ സഞ്ചരിക്കാനുള്ള ബഹിരാകാശ യാത്രികർ ബംഗളൂരുവിലെ പരിശീലന കേന്ദ്രത്തിൽ അവസാനഘട്ട തയ്യാറെടുപ്പിലാണിപ്പോൾ. ഇന്ത്യൻ ബഹിരാകാശ സഞ്ചാരികളെ ആസ്ട്രോനോട്ടുകൾ എന്നല്ല മറിച്ച് വ്യോമനോട്ടുകൾ എന്നാണ് വിളിക്കുന്നത്. 2018 നവംബർ 14 ന് ഇസ്രോ നിർമ്മിച്ച ഏറ്റവും ഭാരമുള്ള വാർത്താവിനിമയ ഉപഗ്രഹമായ ജിസാറ്റ്–29 നെ 36,000 കിലോ മീറ്റർ ഉയരത്തിലുള്ള ജിയോസിങ്ക്രോണസ് ഭ്രമണപഥത്തിലെത്തിച്ച ഭീമൻ വിക്ഷേപണവാഹനമായ ജി എസ് എൽ വി മാർക്ക്–3 ആണ് ഗഗൻയാൻ പേടകത്തിന്റെയും വിക്ഷേപണ വാഹനം. ബാഹുബലി എന്ന ഓമനപ്പേരിൽ അറിയപ്പെടുന്ന ജി എസ് എൽ വി മാർക്ക്–3 ക്രയോജനിക് സാങ്കേതിക വിദ്യ ഉപയോഗിക്കുന്ന റോക്കറ്റാണ്.

സർവ്വീസ് മൊഡ്യൂൾ ഉൾപ്പടെ 7,800 കിലോഗ്രാമാണ് ഗഗൻയാൻ പേടകത്തിന്റെ പിണ്ഡം. മൂന്ന് ബഹിരാകാശ സഞ്ചാരികൾ യാത്രചെയ്യാനുപയോഗിക്കുന്ന ക്രൂ മൊഡ്യൂളിന്റെ മാത്രം ഭാരം 3735 കിലോഗ്രാമാണ്. ഹിന്ദുസ്ഥാൻ എയ്റോനോട്ടിക്സ് ലിമിറ്റഡും ഇസ്രോയും ചേർന്നാണ് ഗഗൻയാൻ നിർമ്മിച്ചിരിക്കുന്നത്. ഏഴ് ദിവസമാണ് പേടകം ബഹിരാകാശ സഞ്ചാരികളുമായി ഭ്രമണപഥത്തിലുണ്ടാവുക. ക്രൂ മൊഡ്യൂ

ളിന് 2.7 മീറ്റർ ഉയരവും 3 മീറ്റർ വ്യാസവും 11.5 ഘനമീറ്റർ വ്യാപ്തവുമുണ്ട്. 2014 ഡിസംബർ 18 ന് ഗഗൻയാൻ പേടകത്തിന്റെ ആദ്യ പരീക്ഷണപ്പറക്കൽ നടത്തിയിരുന്നു. 2018 ജൂലൈ 5 ന് യാത്രികരുടെ സുരക്ഷ പരിശോധിക്കുന്നതിനുള്ള പാഡ് അബോർട്ട് ടെസ്റ്റും നടത്തി. 2020 നും 2021 നും രണ്ട് പരീക്ഷണ വിക്ഷേപണങ്ങൾകൂടി നടത്തും. ഈ ദൗത്യങ്ങളിലൊന്നും പേടകത്തിൽ ബഹിരാകാശ സഞ്ചാരികളുണ്ടാകില്ല. തുടർന്ന് 2022 ൽ മൂന്ന് ബഹിരാകാശ സഞ്ചാരികളുമായി ഗഗൻയാൻ യാത്രയാരംഭിക്കുമ്പോൾ അത് ഇന്ത്യൻ ബഹിരാകാശ ഗവേഷണ മേഖലയിൽ പുതിയൊരു നാഴികക്കല്ലായിരിക്കും. പേടകത്തിന്റെ സുരക്ഷ ഉറപ്പുവരുത്താൻ മൃഗങ്ങളെ വഹിച്ചുകൊണ്ടുള്ള ദൗത്യത്തിന് ഇസ്രോയ്ക്ക് താല്പര്യമില്ല. അതു മറ്റൊരു നാഴികക്കല്ലായിരിക്കും.

ഓർബിറ്റൽ വെഹിക്കിൾ എന്ന പേരിൽ ഗഗൻയാൻ ദൗത്യത്തിന്റെ വികസന പ്രവർത്തനങ്ങൾ ആരംഭിച്ചത് 2006 ലാണ്. മെർക്കുറി ബഹിരാകാശ പേടകത്തിന്റെ മാതൃകയിൽ ഒരാഴ്ച ബഹിരാകാശത്ത് തങ്ങുന്നതിനുള്ള ഒരു ക്യാപ്സൂൾ നിർമ്മിക്കുക എന്നതായിരുന്നു പദ്ധതി. പൊതുവെ ഇത്തരം ക്യാപ്സൂൾ വിക്ഷേപണത്തിൽ ഇസ്രോയ്ക്ക് വലിയ താല്പര്യമുണ്ടായിരുന്നില്ല. പി എസ് എൽ വി, ജി എസ് എൽ വി പോലെയുള്ള വിക്ഷേപണവാഹനങ്ങളുടെ വികസനവും, ഗതിനിർണ്ണയത്തിനും വാർത്താവിനിമയത്തിനുമുള്ള കൃത്രിമ ഉപഗ്രഹങ്ങളുടെ വിക്ഷേപണവുമാണ് ഇസ്രോയുടെ താല്പര്യം. 2013 ൽ രണ്ട് ബഹിരാകാശ സഞ്ചാരികളെയും വാഹിച്ചുകൊണ്ടുള്ള വിക്ഷേപണം ഉദ്ദേശിച്ചിരുന്നെങ്കിലും പിന്നീടത് 2016 ലേക്ക് മാറ്റി. എന്നാൽ 2013 ൽ കേന്ദ്രഗവൺമെന്റിൽ നിന്നുമുള്ള ഫണ്ട് യഥാസമയം ലഭ്യമാകാത്തതിനെത്തുടർന്ന് വ്യോമനോട്ട് ദൗത്യം ഇസ്രോയുടെ മുഖ്യ പരിഗണനയിൽനിന്ന് പിന്നാക്കം പോയി. 2014 ൽ ഗഗൻയാൻ ദൗത്യത്തിനുള്ള ഫണ്ട് ലഭ്യമായി. 2017 ൽ 550 കിലോഗ്രാം ഭാരമുള്ള സ്പേസ് ക്യാപ്സൂൾ റിക്കവറി പരീക്ഷണം നടത്തിക്കൊണ്ട് ഇസ്രോ ഗഗൻയാൻ യാഥാർത്ഥ്യമാകുമെന്ന് ഉറപ്പിച്ചു. 2018 ആഗസ്ത് 15 ന് ഗഗൻയാൻ പദ്ധതി നടപ്പാക്കുമെന്ന് പ്രധാനമന്ത്രി പ്രഖ്യാപിച്ചു. മുൻപ് തീരുമാനിച്ചിരുന്നതുപോലെ രണ്ട് ബഹിരാകാശ യാത്രികർക്ക് സഞ്ചരിക്കാൻ കഴിയുന്ന പേടകമായിരിക്കില്ല ഗഗൻയാൻ. മൂന്ന് വ്യോമനോട്ടുകൾക്ക് സഞ്ചരിക്കാൻ പേടകത്തിൽ സൗകര്യമുണ്ടായിരിക്കും.

2007–2008 വർഷത്തിൽ ഗഗൻയാൻ പദ്ധതിയുടെ പ്രാരംഭ മുതൽമുടക്കായി 50 കോടി രൂപയാണ് കേന്ദ്രഗവൺമെന്റ് അനുവദിച്ചത്. ഏഴ് വർഷത്തെ വികസന പ്രവർത്തനങ്ങൾക്ക് ഗഗൻയാൻ ദൗത്യത്തിന് 12,400 കോടി രൂപ ഇസ്രോ ആവശ്യപ്പെട്ടു. പ്ലാനിങ് കമ്മീഷന്റെ നിർദ്ദേശമനുസരിച്ച് 5,000 കോടി രൂപയാണ് കേന്ദ്രഗവൺമെന്റ് നല്കാൻ തീരുമാനിച്ചത്. ശ്രീഹരിക്കോട്ടയിലെ സതീഷ് ധവാൻ സ്പേസ് സെന്ററിൽ ഗഗൻയാൻ നിക്ഷേപണത്തിനുവേണ്ടി മാത്രമായി മൂന്നാമതൊരു ലോഞ്ച് പാഡ് കൂടി

നിർമ്മിക്കുന്നതിനും ബംഗളുരുവിൽ ഒരു ആസ്ട്രോനോട്ട് പരിശീലന കേന്ദ്രം നിർമ്മിക്കുന്നതിനും തീരുമാനിച്ചു. റഷ്യയിൽ വച്ച് ബഹിരാകാശ സഞ്ചാരികൾക്കുള്ള പരിശീലനം നല്കുന്നതിനായിരുന്നു ആദ്യം തീരുമാനിച്ചിരുന്നതെങ്കിലും പിന്നീട് സ്വന്തമായി ഒരു പരിശീലനകേന്ദ്രം തുടങ്ങുകയുമായിരുന്നു.

സോയൂസ് പേടകത്തിന്റെ മാതൃകയിലാണ് ഗഗൻയാന്റെ ക്രൂ മൊഡ്യൂളും സർവ്വീസ് മൊഡ്യൂളും നിർമ്മിച്ചിരിക്കുന്നത്. സർവ്വീസ് മൊഡ്യൂളിൽ ഉപയോഗിക്കുന്നത് ദ്രാവക ഇന്ധനമാണ്. ഡോക്ക് ചെയ്യപ്പെട്ട അവസ്ഥയിലുള്ള ക്രൂ മൊഡ്യൂളിനെയും സർവ്വീസ് മൊഡ്യൂളിനെയും ഒരുമിച്ച് ഓർബിറ്റൽ മൊഡ്യൂൾ എന്നാണ് വിളിക്കുന്നത്. മൂന്ന് ബഹിരാകാശ സഞ്ചാരികൾക്ക് ഏഴ് ദിവസം താമസിക്കാൻ കഴിയുന്ന സൗകര്യങ്ങൾ ക്രൂ മൊഡ്യൂളിലുണ്ടാകും. വിക്ഷേപണത്തെത്തുടർന്ന് 16 മിനിട്ടിനുള്ളിൽ പേടകത്തെ 400 കിലോമീറ്റർ ഉയരമുള്ള ഭ്രമണപഥത്തിൽ എത്തിക്കാൻ റോക്കറ്റിന് കഴിയും. 2014 ഡിസംബർ 18 ന് നടത്തിയ 600 കി. ഗ്രാം ഡമ്മി പേടകത്തിൽ വിക്ഷേപണത്തിൽ ഭൗമോപരിതലത്തിൽ നിന്ന് 126 കിലോമീറ്റർ ഉയരത്തിൽ വച്ച് ക്രൂ മൊഡ്യൂളിനെ റോക്കറ്റിൽനിന്ന് വേർപെടുത്തി. തിരിച്ച് ഭൂമിയിലേക്കുള്ള യാത്രയിൽ 80 കിലോമീറ്റർ ഉയരത്തിൽവച്ച് ഗ്രൗണ്ട് സ്റ്റേഷനിലെ ശാസ്ത്രജ്ഞർ പേടകത്തിലെ മോട്ടോറിന്റെ വേഗത നിയന്ത്രിക്കുന്നതിനുവേണ്ടി ത്രസ്റ്ററുകൾ പ്രവർത്തനം നിർത്തി. ഭൗമാന്തരീക്ഷത്തിന്റെ ഘർഷണം മൂലം പേടകത്തിന്റെ പുറം ഭാഗത്തെ ഊഷ്മാവ് 1600 ഡിഗ്രി സെൽഷ്യസ് വരെയെത്തി. ഉയർന്നതാപനില പ്രതിരോധിക്കുന്നതിനുള്ള കോട്ടിങ് പേടകത്തിന്റെ പുറത്തുണ്ട്. 15 കിലോമീറ്റർ ഉയരത്തിൽ വച്ച് പേടകത്തിലുള്ള രണ്ട് പാരച്യൂട്ടുകൾ നിവർത്തി. തുടർന്ന് ഡമ്മി പേടകം ആൻഡമാൻ നിക്കോബാർ ദ്വീപിനു സമീപം ബംഗാൾ ഉൾക്കടലിൽ സോഫ്റ്റ് ലാൻഡിങ് നടത്തി. പേടകത്തിന്റെ ഡോക്കിങ്, വേർപെടൽ, താപരോധികളുടെ പ്രവർത്തനം, റിട്രോഫയറിങ്, സോഫ്റ്റ് ലാൻഡിങ് സംവിധാനം, വെള്ളത്തിൽ പൊങ്ങിക്കിടക്കുന്നതിനുള്ള സംവിധാനങ്ങൾ, ക്യാപ്സൂൾ റിക്കവറി എന്നിവ വിജയകരമായി പരീക്ഷിച്ചു. ഡമ്മി പേടകം 12 ദിവസമാണ് ബഹിരാകാശത്തുണ്ടായിരുന്നത്. 2018 ൽ പേടകത്തിന്റെ റീ-എൻട്രി ടെസ്റ്റും പാഡ് അബോർട്ട് ടെസ്റ്റും വിജയകരമായി നടത്തി. ബഹിരാകാശ സഞ്ചാരികൾക്കുവേണ്ട സ്പേസ്സ്യൂട്ടും 13 കിലോഗ്രാം ഭാരമുള്ള അഡ്വാൻസ് ക്രൂ എസ്കേപ് സ്യൂട്ടും നിർമ്മിച്ചു. ഇസ്രോയ്ക്കുവേണ്ടി ഷുവർ സേഫ്റ്റി (ഇന്ത്യ) പ്രൈവറ്റ് ലിമിറ്റഡാണ് സ്പേസ് സ്യൂട്ടുകൾ നിർമ്മിച്ചത്. കെംപഗൗഡ അന്താരാഷ്ട്ര വിമാനത്താവളത്തിന് സമീപമാണ് 140 ഏക്കറിൽ വ്യാപിച്ചുകിടക്കുന്ന വ്യോമനോട്ട് പരിശീലനകേന്ദ്രം സ്ഥിതിചെയ്യുന്നത്. റേഡിയേഷൻ പ്രതിരോധിക്കുന്നതിനും, അപകട ഘട്ടങ്ങളിൽ റിക്കവറി സിസ്റ്റം ഉപയോഗിക്കുന്നതുസംബന്ധിച്ചും, സീറോ ഗ്രാവിറ്റി ചുറ്റുപാടുകളിൽ കഴിയുന്നതിനുമുള്ള പരിശീലനവും നല്കിവരുന്നു.

മാർസ് 2020 റോവർ

നാസയുടെ അത്യാധുനിക ചൊവ്വാ റോവർ ദൗത്യമായ മാർസ് 2020 അണിയറയിൽ ഒരുങ്ങുകയാണ്. ചൊവ്വയുടെ ധാതുഘടനയെക്കുറിച്ചും മണ്ണിലുള്ള ഓർഗാനിക് സംയുക്തങ്ങളെക്കുറിച്ചും പഠിക്കുന്നതിനുള്ള ഏറ്റവും ആധുനികമായ ഉപകരണങ്ങളുടെ ഒരു ലബോറട്ടറി തന്നെയാണ് മാർസ് 2020 റോവർ ദൗത്യം. 2020 ജൂലൈ മുതൽ സെപ്തംബർ വരെയുള്ള ലോഞ്ച് വിന്റോയിൽ ആയിരിക്കും പേടകം വിക്ഷേപിക്കുന്നത്. മനുഷ്യനെയും വഹിച്ചുകൊണ്ടുള്ള ചൊവ്വായാത്രയുടെ സാദ്ധ്യതകൾ പരിശോധിക്കുന്നതും ഈ ദൗത്യത്തിന്റെ ലക്ഷ്യമാണ്. ഇപ്പോൾ ചൊവ്വയിൽ പര്യവേഷണം നടത്തുന്ന ക്യൂരിയോസിറ്റി റോവറിന്റെ പരിഷ്കരിച്ച രൂപമാണ് മാർസ് 2020 നുള്ളത്. എന്നാൽ ശാസ്ത്രീയ ഉപകരണങ്ങൾ ക്യൂരിയോസിറ്റിയിലുള്ളതിൽനിന്നും ഏറെ വിഭിന്നമായിരിക്കും. 2014 ഏപ്രിൽ മാസത്തിൽ പേടകത്തിൽ സജ്ജീകരിക്കുന്ന ശാസ്ത്രീയ ഉപകരണങ്ങളെക്കുറിച്ചുള്ള ധാരണയിൽ നാസയിലെ ശാസ്ത്രജ്ഞർ എത്തിച്ചേർന്നിരുന്നു. ഉപകരണങ്ങളുടെ ഡിസൈനിങ്ങും നിർമ്മാണവും നാസയുടെ കീഴിലുള്ള ജെറ്റ്പ്രൊപൽഷൻ ലബോറട്ടറിയിലാണ് നിർവ്വഹിക്കുന്നത്. ചൊവ്വയിൽനിന്നും 31 തരം പാറകളുടെ സാംപിളും ചൊവ്വാ ധൂളിയും ഭൂമിയിലെത്തിച്ച് കൂടുതൽ വിശദമായ പഠനം നടത്തുന്നതിന് ഈ ദൗത്യത്തിലൂടെ കഴിയുമെന്നാണ് പ്രതീക്ഷിക്കുന്നത്.

നാസയുടെ ക്യൂരിയോസിറ്റി റോവറുമായി വളരെ അടുത്ത സാദൃശ്യമുണ്ട് മാർസ് 2020 റോവറിന്. ക്യൂരിയോസിറ്റിയിലുപയോഗിച്ച സ്കൈക്രെയിൻ ലാൻഡിങ് സിസ്റ്റവും ഹീറ്റ് ഷീൽഡും പുതിയ ദൗത്യത്തിലും നിലനിർത്തിയിട്ടുണ്ട്. കൂടാതെ ക്യൂരിയോസിറ്റിയിലുള്ള റേഡിയോ ഐസോടോപ്പ് തെർമോ ഇലക്ട്രിക് ജനറേറ്ററും പുതിയ പേടകത്തിലു

ണ്ടായിരിക്കും. എഞ്ചിനീയറിങ് വിഭാഗത്തിലും ശാസ്ത്രീയ ഉപകരണങ്ങളുടെ കാര്യത്തിലും മാത്രമാണ് വ്യത്യാസമുള്ളത്. 250 കോടി യു എസ് ഡോളറാണ് പദ്ധതിയുടെ പ്രതീക്ഷിക്കുന്ന ചെലവ്.

ശാസ്ത്രീയ ഉപകരണങ്ങൾ

മാസ്കാം :

സൂം ചെയ്യാവുന്ന സ്റ്റീരിയോസ്കോപിക് ക്യാമറ. ചൊവ്വയുടെ മണ്ണിന്റെ ധാതുഘടന പരിശോധിക്കുന്നതിനും ഈ ഉപകരണത്തിന് കഴിയും.

സൂപ്പർകാം:

ചൊവ്വാ ധൂളിയിൽ അടങ്ങിയിരിക്കുന്ന ഓർഗാനിക് സംയുക്തങ്ങളുടെ സാന്നിദ്ധ്യം കണ്ടെത്തുന്നതിനുള്ള ഉപകരണം.

പിക്സൽ (പ്ലാനറ്ററി ഇൻസ്ട്രമെന്റ് ഫോർ എക്സ്-റെ ലിത്തോ കെമിസ്ട്രി-PIXL):

ചൊവ്വാധൂളിയിലിടങ്ങിയിട്ടുള്ള രാസമൂലകങ്ങളുടെ അനുപാതം പരിശോധിക്കുന്നതിനുള്ള ഫ്ളൂറസെൻസ് സ്പെക്ട്രോമീറ്ററാണിത്.

ഷെർലോക് (സ്കാനിങ് ഹാബിറ്റബിൾ എൻവിറോൺമെന്റ്സ് വിത്ത് രാമൻ ആന്റ് ലൂമിനസെൻസ് ഫോർ ഓർഗാനിക്സ് ആന്റ് കെമിക്കൽസ്-SHERLOC):

ചൊവ്വാ ധൂളിയുടെ ധാതുഘടനയും ഓർഗാനിക് സംയുക്തങ്ങളുടെ സാന്ദ്രതയും കണ്ടെത്തുന്നതിനുള്ള ഒരു അൾട്രാവയലറ്റ് രാമൻ സ്പെക്ട്രോമീറ്ററാണിത്.

മോക്സി (മാർസ് ഓക്സിജൻ ഇൻ സിതു റിസോഴ്സ് യൂട്ടിലൈസേഷൻ എക്സ്പെരിമെന്റ്-MOXIE): (Marx Oxygen in Situ Resource Utilization Experiment)

ചൊവ്വയുടെ അന്തരീക്ഷത്തിലുള്ള കാർബൺ ഡയോക്സൈഡ് വാതകത്തിൽനിന്ന് ഓക്സിജൻ വേർതിരിക്കുന്നതിനുള്ള സാങ്കേതിക വിദ്യാ പരീക്ഷണം.

മെഡ (മാർസ് എൻവിറോൺമെന്റൽ ഡൈനമിക്സ് അനലൈസർ MEDA):

ചൊവ്വയുടെ അന്തരീക്ഷ താപനില, കാറ്റിന്റെ വേഗതയും ദിശയും

വാതക മർദ്ദം, ആപേക്ഷിക ആർദ്രത, ധൂളിയുടെ ആകൃതിയും വലിപ്പവും എന്നിവ കണ്ടെത്തുന്നതിനുള്ള സെൻസറുകളാണിത്.

റിംഫാക്സ് (റഡാർ ഇമേജർ ഫോർ മാർസ് സബ്സർഫസ് എക്സ്പെരിമെന്റ് –RIMFAX):

ഗ്രഹോപരിതലം തുളച്ചുകടന്ന് പരിശോധിക്കുന്നതിനുള്ള റഡാർ സംവിധാനം.

നാസയുടെ ചൊവ്വാ പര്യവേഷണ പദ്ധതിയുടെ ഭാഗമായ ഓപ്പർച്യൂണിറ്റി, ക്യൂരിയോസിറ്റി എന്നീ റോവറുകൾക്കും ഒഡീസി, എം ആർ ഒ, മാവെൻ എന്നീ ഓർബിറ്ററുകൾക്കും ശേഷമുള്ള സുപ്രധാന ദൗത്യമാണ് മാർസ് 2020 റോവർ. അതിനിടയിൽ 2016 ൽ നാസ വിക്ഷേപിക്കുന്ന മാർസ് ലാൻഡറാണ് ഇൻസൈറ്റ്. അതുകൂടാതെ 2016 ലും 2018 ലും യൂറോപ്യൻ സ്പേസ് ഏജൻസി വിക്ഷേപിക്കുന്ന എക്സോമാർസ് ദൗത്യത്തിലും നാസ സഹകരിക്കുന്നുണ്ട്. യൂറോപ്യൻ സ്പേസ് ഏജൻസിയുടെ 2018 ലെ എക്സോമാർസ് ദൗത്യം ഒരു റോവറാണ്. ഓർബിറ്ററുകൾ ഗ്രഹോപരിതലത്തിൽ ഇറങ്ങാതെ ഗ്രഹത്തിന് ചുറ്റും സഞ്ചരിച്ചുകൊണ്ടാണ് പര്യവേഷണം നടത്തുന്നത്. ലാന്റർ ഗ്രഹോപരിതലത്തിൽ ഇറങ്ങുമെങ്കിലും സഞ്ചരിക്കാൻ കഴിയില്ല. റോവർ ദൗത്യങ്ങൾ ഗ്രഹോപരിതലത്തിൽ സഞ്ചരിച്ചുകൊണ്ടാണ് വിവിധ പരീക്ഷണങ്ങൾ നടത്തുന്നത്.

ഭൗമേതര ജീവൻ തേടി കയോപ്സ്

സൗരയൂഥത്തിന് സമീപമുള്ള അന്യഗ്രഹങ്ങളെ തിരയാൻ കയോപ്സ് (CHaracterizing ExOPlanet Satellite-CHEOPS). ഭൂതല ദൂരദർശിനികളുടെ സഹകരണത്തോടെ പ്രവർത്തിക്കുന്ന ചെറിയ ബഹിരാകാശ ദൂരദർശിനിയാണ് കയോപ്സ്. ചെലവുകൂടിയതും വിക്ഷേപണവും നിയന്ത്രണവുമെല്ലാം ബുദ്ധിമുട്ടേറിയതുമായ വലിയ ബഹിരാകാശ ദൂരദർശിനികൾക്ക് നല്കാൻ കഴിയുന്ന നിരീക്ഷണ മികവ് കയോപ്സിനുമുണ്ടാകും. 2020 ഒക്ടോബറിൽ വിക്ഷേപിക്കുന്ന കയോപ്സിന് 300 കിലോഗ്രാം മാത്രമാണ് പിണ്ഡം. ഒന്നര മീറ്റർ വശങ്ങളുള്ള ഒരു ക്യൂബാണ് കയോപ്സ്. യൂറോപ്യൻ സ്പേസ് ഏജൻസിയും സ്വിസ് സ്പേസ് ഏജൻസിയുമാണ് ഈ ദൗത്യത്തിന് പിന്നിൽ.

വലിയ ഭൂതല ദൂരദർശിനികൾ ഉപയോഗിച്ച് കഴിഞ്ഞ പത്തുവർഷത്തിനിടെ കണ്ടെത്തിയ അന്യഗ്രഹങ്ങളുടെ വ്യാസം കൃത്യമായി അളക്കുകയാണ് കയോപ്സ് ചെയ്യുന്നത്. ഫോട്ടോമെട്രി സാങ്കേതിക വിദ്യ കൃത്യമായി ഉപയോഗപ്പെടുത്തുന്നതിനും അതുവഴി കണ്ടെത്തിയ ഗ്രഹങ്ങളുടെ ഭൗതിക സവിശേഷതകൾ കൃത്യമായി കണ്ടെത്തുന്നതിനും ഈ ദൗത്യത്തിലൂടെ സാധിക്കും. ന്യൂ ജെനറേഷൻ ഗ്രൗണ്ട് ബേസ്ഡ് ട്രാൻസിറ്റ് സർവ്വേ ഉപയോഗിച്ച് മാഗ്നിറ്റ്യൂഡ് 13 വരെയുള്ള നക്ഷത്രങ്ങളെ കണ്ടെത്താൻ കഴിഞ്ഞിട്ടുണ്ട്. അവയുടെ പിണ്ഡവും ഏറെക്കുറെ മനസ്സിലാക്കാൻ സാധിച്ചിട്ടുണ്ട്. എന്നാൽ കയോപ്സ് കൂടി പ്രവർത്തനക്ഷമമാകുന്നതോടെ ഇത്തരം ഗ്രഹങ്ങളുടെ വ്യാസവും കൃത്യമായി അളക്കാൻ കഴിയും. ഭൂമിയുടെ ആറുമടങ്ങ് വരെ വലിപ്പമുള്ള ഗ്രഹങ്ങളെ വരെ കണ്ടെത്തുന്നതിന് കയോപ്സ് ദൗത്യത്തിന് കഴിയും അതിലൂടെ ഗ്രഹരൂപീകരണവും പരിണാമവും മനസ്സിലാക്കുന്നതിനും അവ വാസയോഗ്യമാണോയെന്ന് കണ്ടെത്തുന്നതിനും കഴിയും.

ഗ്രഹങ്ങളുടെ പിണ്ഡവും വലിപ്പവും തമ്മിലുള്ള ബന്ധവും അനുപാതവും കൃത്യമായി നിർണ്ണയിക്കുക, വ്യാഴത്തെപ്പോലെയുള്ള വാതക ഭീമൻ ഗ്രഹങ്ങളിലെ ഊർജ്ജ വിനിമയരീതി കൃത്യമായി മനസ്സിലാക്കുക, ഈ-എൽറ്റ്, ജെയിംസ് വെബ്, എക്കോ തുടങ്ങിയ വലുതും ശക്തവുമായ ഭൂതല-ബഹിരാകാശ ദൂരദർശിനികളുമായി ചേർന്ന് പ്രവർത്തിച്ചുകൊണ്ട് അവയുടെ പ്രവർത്തനമികവ് വർദ്ധിപ്പിക്കുക, അന്യഗ്രഹവേട്ടയിൽ പത്ത് ശതമാനം വർദ്ധനവുണ്ടാക്കുക, കണ്ടെത്തിക്കഴിഞ്ഞ ഗ്രഹങ്ങളും അവയുടെ മാതൃനക്ഷത്രങ്ങളും തമ്മിലുള്ള അകലം കൃത്യമായി നിർണ്ണയിക്കുക, അവയുടെ അന്തരീക്ഷ ഘടന അപഗ്രഥിക്കുക മുതലായവയാണ് കയോപ്സ് ദൗത്യത്തിലെ ശാസ്ത്രീയ ലക്ഷ്യങ്ങൾ.

സൗരയൂഥത്തിന് വെളിയിലുള്ള ഗ്രഹങ്ങളെക്കുറിച്ച് പഠിക്കാൻ യൂറോപ്യൻ സ്പേസ് ഏജൻസി ഈവർഷം അവസാനം വിക്ഷേപിക്കുന്ന ബഹിരാകാശ ദൂരദർശിനിയാണ് കയോപ്സ്. 2019 ഒക്ടോബർ മാസത്തിലാണ് വിക്ഷേപണം ഉദ്ദേശിച്ചിരിക്കുന്നത്. മൂന്നര വർഷമാണ് ഈ ബഹിരാകാശ ദൂരദർശിനിയുടെ പ്രവർത്തനകാലം നിശ്ചയിച്ചിരിക്കുന്നത്. ഒന്നരമീറ്റർ വീതം ദൈർഘ്യമുള്ള ക്യൂബ് ആകൃതിയാണ് കയോപ്സിന്റേത്. 300 കിലോഗ്രാം പിണ്ഡമുണ്ട് കയോപ്സിന് ഭൂമിയിൽനിന്നും 700 കിലോമീറ്റർ മാത്രം ഉയരമുള്ള ഒരു പൂർണ്ണവൃത്ത പഥത്തിലൂടെയാണ് കയോപ്സിന്റെ സഞ്ചാരം.

യൂറോപ്യൻ സ്പേസ് ഏജൻസിയുടെ കോസ്മിക് വിഷൻ പ്രോഗ്രാമിന്റെ ഭാഗമായി തെരഞ്ഞെടുക്കപ്പെട്ട എസ്-ക്ലാസ് (Small satellite) ദൗത്യമാണ് കയോപ്സ്. 2012 ഒക്ടോബറിലാണ് ഈ ദൗത്യം തെരഞ്ഞെടുക്കപ്പെട്ടത്. 26 പ്രൊപോസലുകളിൽനിന്നും ഒന്നാമതെത്തിയത് കയോപ്സ് ആണ്. യൂറോപ്യൻ സ്പേസ് ഏജൻസിക്കൊപ്പം സ്വിസ് സ്പേസ് ഓഫീസും ദൗത്യത്തിൽ സഹകരിക്കുന്നുണ്ട്. ഭൂതല ദൂരദർശിനികളുപയോഗിച്ച് പിണ്ഡമളന്ന അന്യഗ്രഹങ്ങളുടെ വ്യാസം കൃത്യമായി അളക്കുക എന്നതാണ് കയോപ്സ് ദൗത്യത്തിന്റെ മുഖ്യലക്ഷ്യം ഒരു ഗ്രഹത്തിന്റെ പിണ്ഡവും വലുപ്പവും കൃത്യമായി അളക്കാൻ കഴിഞ്ഞാൽ അതുവഴി ഗ്രഹത്തിന്റെ സാന്ദ്രതയും ഉപരിതലത്തിന്റെ സ്വഭാവവും ഗ്രഹം ഭൗമസമാനമാണോ അതോ വാതക ഗോളമാണോ എന്നും മനസ്സിലാക്കാൻ കഴിയും. ഗ്രഹസംതരണ രീതി ഉപയോഗിച്ചാണ് കയോപ്സ് അന്യഗ്രഹങ്ങളെ കണ്ടെത്തുന്നത്. ഭൂമിയുടെ വലുപ്പമുള്ള ഒരു ഗ്രഹം സൂര്യനേക്കാൾ ചെറിയ ഒരു നക്ഷത്രത്തിന് മുന്നിലൂടെ കടന്നുപോകുമ്പോൾ നക്ഷത്രത്തിന്റെ പ്രത്യക്ഷ കാന്തികമാനത്തിൽ ഉണ്ടാകുന്ന ശോഭാവ്യതിയാനംവരെ അളക്കാൻ കയോപ്സിന് കഴിയും. അതുവഴി വലുപ്പം കുറഞ്ഞ ഗ്രഹങ്ങളെവരെ കണ്ടെത്താൻ കഴിയുമെന്നാണ് കരുതുന്നത്. ചെറിയ ഗ്രഹങ്ങളിലാണ് സാധാരണയായി ഖര ഉപരിതലവും ജലസാന്നിദ്ധ്യവും കാണപ്പെടുന്നത്. അതിനാൽ ഭൗമേതര ജീവന്റെ സാന്നിദ്ധ്യവും ഇത്തരം ഗ്രഹങ്ങളിലായിരിക്കും ഉണ്ടാവുക. സോളാർ പാനലുകളാണ് കയോപ്സിന് ഊർജ്ജം പകരുന്നത്. ഓരോ ദിവസവും 3.2 ജിഗാബൈറ്റ് ഡാറ്റ വീതം ഭൂമിയിലേക്ക് അയയ്ക്കാൻ കയോപ്സിന് സാധിക്കും.

ഡബ്ല്യൂഫസ്റ്റ്

പ്രപഞ്ചത്തിന്റെ ഭാവി പ്രവചിക്കുക എന്നത് ശാസ്ത്രജ്ഞരെ സംബന്ധിച്ചിടത്തോളം വളരെ സങ്കീർണ്ണമായ ഒരു പ്രക്രിയയാണ്. പ്രപഞ്ചത്തിന്റെ ഉല്പത്തി, പ്രായം, പ്രാപഞ്ചിക ഘടകങ്ങളെതെല്ലാം, അവയുടെ തോതും വിന്യാസവും, പ്രപഞ്ച വികാസവേഗത എന്നിവയെല്ലാം കൃത്യമായി കണക്കുകൂട്ടിയാൽ മാത്രമേ പ്രപഞ്ചത്തിന്റെ ഭാവി അഥവാ ലോകാവസാനം എങ്ങനെയായിരിക്കുമെന്ന് പ്രവചിക്കാൻ കഴിയൂ. ഇപ്പോഴിതാ പ്രപഞ്ചത്തിന്റെ ഭാവി പ്രവചനം എളുപ്പമാക്കുന്നതിന് നാസ തയ്യാറെടുക്കുന്നു. അടുത്തവർഷം നാസ വിക്ഷേപിക്കുന്ന ഡബ്ല്യുഫസ്റ്റ് (Wide Field Infrared Survery Telescope- WFIRST) പ്രപഞ്ചവികാസത്തെ ത്വരിതപ്പെടുത്തുന്ന ഡാർക്ക് എനർജിയെക്കുറിച്ച് പഠിക്കാനായി സവിശേഷമായി രൂപകല്പനചെയ്ത ബഹിരാകാശ ദൂരദർശിനിയാണ്. അടുത്ത ദശാബ്ദത്തിലെ നാസയുടെ ഏറ്റവും വലിയ ബഹിരാകാശ ദൗത്യമായിരിക്കും ഡബ്ല്യൂഫസ്റ്റ്.

നമ്മുടെ ഇപ്പോഴത്തെ അറിവനുസരിച്ച് 1382 കോടി വർഷം മുൻപാണ് പ്രപഞ്ചം രൂപംകൊണ്ടത്. ഈ 1382 കോടിവർഷംകൊണ്ട് പ്രപഞ്ചം 9200 കോടി പ്രകാശവർഷം വ്യാസമുള്ള വളരെ വലിയൊരു ഇടമായി വളർന്നുകഴിഞ്ഞു. ഇപ്പോഴും വികസിച്ചുകൊണ്ടിരിക്കുന്ന പ്രപഞ്ചത്തിന്റെ വികാസവേഗത വർദ്ധിച്ചുവരികയാണെന്നാണ് നിരീക്ഷണ തെളിവുകൾ സൂചിപ്പിക്കുന്നത്. ഡാർക്ക് എനർജി എന്ന ഋണമർദ്ദമാണ് പ്രപഞ്ചത്തെ വികസിപ്പിച്ചുകൊണ്ടിരിക്കുന്നത് എന്നാണ് കോസ്മോളജിസ്റ്റുകൾ പറയുന്നത്. ഇന്നത്തെ അറിവനുസരിച്ച് പ്രപഞ്ചം നിർമ്മിച്ചിരിക്കുന്നത് 0.01 ശതമാനം വികിരണങ്ങൾ, 0.1 ശതമാനം ന്യൂട്രിനോകൾ, 4.9 ശതമാനം നക്ഷത്രസമൂഹങ്ങളും ഗ്രഹങ്ങളും വാതകങ്ങളുമെല്ലാമട

ങ്ങുന്ന സാധാരണദ്രവ്യം, 27 ശതമാനം ഡാർക്ക്മാറ്റർ എന്ന അദൃശ്യ ദ്രവ്യം, 68 ശതമാനം ഡാർക്ക് എനർജി എന്നിവകൊണ്ടാണ്. അതായത് പ്രപഞ്ചത്തിലുള്ള എല്ലാ ദ്രവ്യരൂപങ്ങളും വികിരണങ്ങളും ചേർന്നാലും ഡാർക്ക് എനർജിയുടെ അടുത്തെങ്ങുമെത്തില്ല. അതുകൊണ്ട് പ്രപഞ്ചത്തിന്റെ ഭാവി എങ്ങനെയായിരിക്കുമെന്ന് നിർണ്ണയിക്കുക ഡാർക്ക് എനർജി മാത്രമായിരിക്കും. ഡാർക്ക് എനർജിയുടെ ഉദ്ഭവം, ഇപ്പോഴത്തെ പ്രകൃതം എന്നിവയെക്കുറിച്ച് ശാസ്ത്രജ്ഞർക്ക് സാമാന്യ ധാരണയുണ്ട്. എന്നാൽ ഭാവിയിൽ അതിന്റെ സ്വഭാവത്തിൽ എന്തുമാറ്റമുണ്ടാകുമെന്ന് നിർണ്ണയിക്കാൻ കഴിഞ്ഞാൽ പ്രപഞ്ചത്തിന്റെ ഭാവി എന്തായിരിക്കുമെന്ന് പ്രവചിക്കാൻ കഴിയും. ഇവിടെയാണ് ഡബ്ല്യുഫസ്റ്റ് സ്പേസ്ക്രാഫ്റ്റിന്റെ പ്രസക്തി. ഡാർക്ക് എനർജിയുടെ പ്രഭാവവും അതിന്റെ സ്വഭാവത്തിലുണ്ടാകുന്ന മാറ്റങ്ങളും നിർണ്ണയിക്കാൻ ഡബ്യൂഫസ്റ്റിന് കഴിയുമെന്നാണ് കരുതുന്നത്.

ഡാർക്ക് എനർജിയുടെ പ്രഭാവത്തെക്കുറിച്ചുള്ള പഠനത്തിനു പുറമേ വിദൂരങ്ങളിലുള്ള പ്രപഞ്ചപ്രതിഭാസങ്ങളെക്കുറിച്ചും സൂപ്പർ നോവകളെക്കുറിച്ചുമുള്ള പഠനം, ദുർബ്ബലമായ ഗ്രാവിറ്റേഷണൽ ലെൻസിങ്, അകോസ്റ്റിക് ഓസിലേഷൻ, പൊതു ആപേക്ഷികതാ സിദ്ധാന്തത്തിന്റെ പരീക്ഷണം എന്നിവ ഡബ്ല്യുഫസ്റ്റിന്റെ പ്രധാന ലക്ഷ്യങ്ങളാണ്. ഗാലക്സികളുടെ ഭാവിയും ഗാലക്സീ സംഘട്ടനങ്ങളും നിരീക്ഷിക്കുക. സൗരയുഥത്തിനുവെളിയിൽ വിദൂരനക്ഷത്രങ്ങൾക്കുചുറ്റുമുള്ള ഗ്രഹങ്ങളെ നിരീക്ഷിക്കുക, അവയിൽ ഭൗമ സമാനവും വാസയോഗ്യവുമായ ഗ്രഹങ്ങളുണ്ടെങ്കിൽ അവയെ കണ്ടുപിടിക്കുക എന്നിവയാണ് ഡബ്ല്യുഫസ്റ്റ് ദൗത്യത്തിന്റെ ലക്ഷ്യങ്ങൾ.

രണ്ട് പ്രധാന ശാസ്ത്രീയ ഉപകരണങ്ങളാണ് ഡബ്ല്യുഫസ്റ്റിലുള്ളത്. ആദ്യത്തേത് ഒരു വൈഡ് ഫീൽഡ് ഉപകരണമാണ്. ഇത് ഒരു 288 മെഗാപിക്സൽ നിയർ ഇൻഫ്രാറെഡ് ക്യാമറയാണ്. ഹബിൾ ബഹിരാകാശ ദൂരദർശിനി നിർമ്മിക്കുന്നതിലും വ്യക്തമായ പ്രപഞ്ചചിത്രങ്ങൾ നിർമ്മിക്കാൻ ഈ ഉപകരണത്തിന് കഴിയും. ഹബിളിന്റെ ദൃശ്യപരിധിയുടെ നൂറ് മടങ്ങാണ് ഡബ്ല്യൂഫസ്റ്റിന്റെ നിരീക്ഷണമേഖല. ഒരു കൊറോണഗ്രാഫിക് ഉപകരണമാണ് മറ്റൊന്ന്. ദൃശ്യപ്രകാശത്തിലും ഇൻഫ്രാറെഡ് വേവ്ബാൻഡിലും പ്രവർത്തനക്ഷമമായ ഒരു സ്പെക്ട്രോമീറ്റർ ആണിത്.

2010 ൽ ആണ് ഡബ്ല്യുഫസ്റ്റ് പദ്ധതി ആരംഭിച്ചത് സാമ്പത്തിക ബാദ്ധ്യത എന്ന കാരണം പറഞ്ഞുകൊണ്ട് യു.എസ് കോൺഗ്രസ് 2018 ഫെബ്രുവരി 12 ന് ഡബ്ല്യുഫസ്റ്റ് ദൗത്യം മരവിപ്പിക്കുകയുണ്ടായി. എന്നാൽ ജ്യോതിശാസ്ത്രജ്ഞരുടെ നിരന്തര സമ്മർദത്തേത്തുടർന്ന് 2018 ജൂലൈ മാസത്തിൽ പദ്ധതിക്ക് വീണ്ടും ജീവൻവച്ചു. 2020 ൽ ഡബ്ല്യുഫസ്റ്റ് സ്പേസ് ക്രാഫ്റ്റ് വിക്ഷേപിക്കപ്പെടും. നാസയ്ക്കു പുറമെ ജപ്പാൻ സ്പേസ് ഏജൻസി, ഇസ്രോ, ജർമ്മനിയിലെ മാക്സ് പ്ലാങ്ക് ഇൻസ്റ്റിറ്റ്യൂട്ട്

എന്നീ സ്ഥാപനങ്ങൾ ഈ ദൗത്യത്തിൽ പങ്കാളികളാണ് ഓസ്ട്രേലിയയിലാണ് ദൗത്യത്തിന്റെ ഗ്രൗണ്ട് സ്റ്റേഷൻ പ്രവർത്തിക്കുന്നത്.

നാസയുടെ കീഴിലുള്ള ജെറ്റ് പ്രൊപൽഷൻ ലബോറട്ടറിയാണ് പേടകം നിർമ്മിച്ചിരിക്കുന്നത്. 4166 കിലോഗ്രാമാണ് ഡബ്ല്യുഫസ്റ്റിന്റെ ആകെ പിണ്ഡം. ഡെൽറ്റ്–4 ഹെവിറോക്കറ്റ് ഉപയോഗിച്ചാണ് വിക്ഷേപണം നടത്തുക. ഭൂമിയിൽനിന്നും ശരാശരി 5 ലക്ഷം കിലോമീറ്റർ അകലെയുള്ള രണ്ടാം ലെഗ്രാൻഷ്യൻ പോയിന്റിലാണ് ഈ ബഹിരാകാശ ദൂരദർശിനിയുടെ ഭ്രമണപഥം നിശ്ചയിച്ചിരിക്കുന്നത്. 36000 കിലോമീറ്റർ ഉയരത്തിലുള്ള ജിയോസിങ്ക്രോണസ് ഭ്രമണപഥമായിരുന്നു ആദ്യം തീരുമാനിച്ചിരുന്നത്. വിക്ഷേപണത്തിനും നിയന്ത്രണത്തിനും ഈ ഭ്രമണപഥമാണ് അനുയോജ്യം. എന്നാൽ സൂക്ഷ്മമായ പ്രപഞ്ചനിരീക്ഷണത്തിന് അസ്വസ്ഥതകളൊന്നുമില്ലാത്ത ലെഗ്രാൻഷ്യൻ പോയിന്റുകളാണ് കൂടുതൽ അനുയോജ്യം. അതുകൊണ്ട് ഈ ഭ്രമണപഥം തിരഞ്ഞെടുക്കുകയായിരുന്നു. പ്രപഞ്ചത്തെക്കുറിച്ചുള്ള നമ്മുടെ ധാരണകൾ നവീകരിക്കാൻ ഡബ്ല്യുഫസ്റ്റിന്റെ കണ്ണുകൾക്ക് കഴിയും.

ലോകത്തിലെ ഏറ്റവും വലിയ സൗരദൂരദർശിനി

ലോകത്തിലെ ഏറ്റവും വലിയ സൗരദൂരദർശിനിയുടെ (Solar Telescope) നിർമ്മാണം ഹവായ് ദ്വീപിൽ പുരോഗമിക്കുകയാണ്. സൗരവാതങ്ങളുടെ ദിശയും, തീവ്രതയുമെല്ലാം മുൻകൂട്ടി കണ്ടെത്താൻ കഴിയുന്ന ഈ ഭീമൻ ദൂരദർശിനിയുടെ നിർമ്മാണം 2021 ൽ പൂർത്തിയാകും. ബെൽഫാസ്റ്റിലെ ക്വീൻസ് യൂണിവേഴ്സിറ്റിയുടെ നേതൃത്വത്തിൽ ബ്രിട്ടനിലെ എട്ടു സർവ്വകലാശാലകളും, അമേരിക്കയിലും യൂറോപ്പിലുമുള്ള 22 ഗവേഷണ സ്ഥാപനങ്ങളും ചേർന്നാണ് ഈ സൂപ്പർ ടെലസ്കോപ്പിന്റെ നിർമ്മാണത്തിന് ചുക്കാൻപിടിക്കുന്നത്. 525 മില്യൺ അമേരിക്കൻ ഡോളർ ചെലവു പ്രതീക്ഷിക്കുന്ന ഈ ജ്യോതിശാസ്ത്ര വിസ്മയത്തിന്റെ നിർമ്മാണത്തിന്റെ മുഖ്യ കോൺട്രാക്ടർ ഹവായിലുള്ള യു എസ് നാഷണൽ സോളാർ ഒബ്സർവേറ്ററിയാണ്. സാമ്പത്തിക സഹായം ചെയ്യുന്നത് യു എസ് നാഷണൽ സയൻസ് ഫൗണ്ടേഷനുമാണ്. ഹവായ് ദ്വീപിലെ ഹലേകല പർവ്വതത്തിൽ നിർമ്മിക്കുന്ന ഡാനിയൽ കെ ഇനോയ് സോളാർ ടെലസ്കോപ്പ് (DKIST) എന്ന ഈ സൗരദൂരദർശിനി ഇപ്പോൾ നിലവിലുള്ള സൗരദൂരദർശിനികളെയെല്ലാം ബഹുദൂരം പിന്നിലാക്കുന്ന സാങ്കേതിക മേന്മയുള്ള ടെലസ്കോപ്പാണ്. ഈ ദൂരദർശിനിയുടെ നാലുമീറ്റർ വ്യാസമുള്ള മുഖ്യദർപ്പണം സൗരോപരിതലത്തിന്റെ ഇതുവരെ കാണാൻ കഴിയാത്ത ദൃശ്യങ്ങൾ ഒപ്പിയെടുക്കും. 100 കിലോമീറ്റർ അകലെയുള്ള ഒരു നാണയത്തിൽനിന്ന് അത് നിർമ്മിച്ച വർഷം തിരിച്ചറിയാൻ കഴിയുന്നത്ര സൂക്ഷ്മതയുണ്ട് ഈ ദൂരദർശിനിയുടെ കണ്ണുകൾക്ക്.

സൂര്യന്റെ അന്തരീക്ഷപാളികളായ ഫോട്ടോസ്ഫിയർ, ക്രോമോസ്ഫിയർ, കൊറോണ എന്നിവയിലെ പ്രവർത്തനങ്ങളും കാന്തിക പ്രതിപ്രവർത്തനങ്ങളും ഹൈ സ്പീഡ് സ്പെക്ട്രോസ്കോപ്പിയിലൂടെ

ഒപ്പിയെടുക്കാൻ ഈ ദൂരദർശിനിക്കു കഴിയും. സൗരവാതങ്ങൾ തീവ്ര മാകുന്നത് വാർത്താവിനിമയ ഉപഗ്രഹങ്ങളുടെ പ്രവർത്തനം തകരാറി ലാക്കുകയും, വൈദ്യുത വിതരണ ശൃംഖലയെ താറുമാറിലാക്കുകയും ചെയ്യാറുണ്ട്. ഇത്തരം തീവ്ര വികിരണങ്ങൾ ഭൗമജീവന്റെ നിലനില്പിനു തന്നെ ഭീഷണിയാണ്. സൗരവാതങ്ങളുടെ ദിശ മുൻകൂട്ടി കണ്ടെത്താൻ കഴിയുന്നത് ചില മുൻകരുതലുകൾ നിർദ്ദേശിക്കാൻ ശാസ്ത്രജ്ഞരെ സഹായിക്കും. ഡി കെ ഐ എസ് ടിയുടെ കണ്ണുകൾ സൗരവാതങ്ങളെ തന്നെയാണ് തിരയുന്നത്. സൗരപ്രതിഭാസങ്ങൾ പതിനൊന്നു വർഷത്തെ ഇടവേളകളിലാണ് ആവർത്തിക്കപ്പെടുന്നത്. സൗരചക്രം എന്നാണ് ഈ കാലയളവ് അറിയപ്പെടുന്നത്. ഒരു സൗരചക്രത്തിൽ സൂര്യന്റെ ആന്തരിക ന്യൂക്ലിയർ പ്രവർത്തനങ്ങൾ തീവ്രമാകുന്ന ഒരു ഘട്ടമുണ്ട്. സോളാർ മാക്സിമം എന്നാണീ ഘട്ടത്തെ വിളിക്കുന്നത്. ഈ അവസരത്തിൽ സൂര്യൻ തീവ്രമായി ജ്വലിക്കുകയും, സൂര്യകളങ്കങ്ങൾ (Sun spots) എന്ന റിയപ്പെടുന്ന കാന്തിക തുരുത്തുകൾ ക്രമാതീതമായി വർദ്ധിക്കുകയും ചെയ്യും. ഇതേത്തുടർന്ന് ലക്ഷക്കണക്കിന് കിലോമീറ്ററുകൾ ദൈർഘ്യ മുള്ള സൗര ആളലുകളും, പ്ലാസ്മ-ദ്രവ്യ ഉത്സർജ്ജനവും (Coronal Mass Ejection) അതിവേഗതയിൽ സഞ്ചരിക്കുന്ന ചാർജ്ജിത കണ ങ്ങളുടെ പ്രവാഹവും (Solar winds) ഉണ്ടാകും. സാധാരണയായി സൗര ചക്രത്തിന്റെ മദ്ധ്യത്തിലാണ് ഈ പ്രതിഭാസങ്ങൾ അരങ്ങേറുന്നത്. സൗരപ്രതിഭാസങ്ങൾ തീവ്രമാകുന്ന ഈ ഘട്ടം അത്യന്തം അപകടം നിറഞ്ഞതാണ്. സൗരവാതങ്ങൾ ചിലപ്പോഴെല്ലാം ഭൗമാന്തരീക്ഷത്തിൽ പ്രവേശിക്കാറുണ്ട്. ഭൂമിക്കുചുറ്റുമുള്ള ശക്തമായ ഒരു കാന്തിക ക്ഷേത്ര മാണ് ഈ തീവ്രവികിരണങ്ങളെ തടഞ്ഞുനിർത്തി ഭൗമജീവനെ സംര ക്ഷിക്കുന്നത്. ഇത്തരം വികിരണങ്ങളിലുള്ള ചാർജ്ജിത കണങ്ങൾ ഭൂമിയുടെ കാന്തിക മണ്ഡലവുമായി പ്രതിപ്രവർത്തിക്കുന്നതുകാരണ മാണ് ധ്രുവദീപ്തി എന്ന പ്രതിഭാസമുണ്ടാക്കുന്നത്. ധ്രുവപ്രദേശങ്ങ ളിലാണ് ഈ പ്രതിഭാസം ദൃശ്യമാകുന്നത്. ആകാശത്ത് വർണ്ണങ്ങൾ വാരിവിതറിക്കൊണ്ട് ഭ്രാന്തമായ വേഗതയിൽ ചലിച്ചുകൊണ്ടിരിക്കുന്ന ഈ പ്രതിഭാസം ഒരേസമയം മനോഹരവും ഭീതിജനകവുമാണ്. ഉത്തര ധ്രുവത്തിൽ പ്രത്യക്ഷപ്പെടുന്ന ധ്രുവദീപ്തി അറോറ ബോറിയാലിസ് എന്നും ദക്ഷിണധ്രുവ ദീപ്തി അറോറ ഓസ്ട്രാലിസ് എന്നുമാണ് അറി യപ്പെടുന്നത്. സൗരവാതങ്ങൾ കൂടുതൽ തീവ്രമായാൽ അത് ഭൂമിയുടെ കാന്തികക്ഷേത്രം തകർത്തുകളയുകയും തീവ്രവികിരണങ്ങൾ ഭൗമജീ വനെ ചുട്ടുകരിക്കുകയും ചെയ്യും.

ഡാനിയൽ കെ ഇനോയ് എന്ന ജ്യോതിശാസ്ത്രജ്ഞന്റെ പേരിലറിയപ്പെടുന്ന, ഇപ്പോൾ നിർമ്മാണത്തിലിരിക്കുന്ന ലോകത്തിലെ ഏറ്റവും വലിയ സൗരദൂരദർശിനിയാണ് ഡി കെ ഐ എസ് ടി എന്ന ഡാനിയൽ കെ ഇനോയ് സോളാർ ടെലസ്കോപ്പ്. അഡ്വാൻസ്ഡ് ടെക്നോളജി സോളാർ ടെലസ്കോപ്പ് എന്ന പേരിലാണ് ഈ ദൂരദർശിനി

മുമ്പ് അറിയപ്പെട്ടിരുന്നത്. 2013 ഡിസംബർ 15 നാണ് ഈ പദ്ധതിക്ക് ഡി കെ ഐ എസ് ടി എന്നു പുനർനാമകരണം ചെയ്യപ്പെട്ടത്. സാധാരണ ഭൂതല-ബഹിരാകാശ ദൂരദർശിനികളിൽനിന്നു വ്യത്യസ്തമായി സൗരപ്രതിഭാസങ്ങൾ നിരീക്ഷിക്കുന്നതിനു മാത്രമായി രൂപകല്പന ചെയ്തിരിക്കുന്ന ദൂരദർശിനികളാണ് സോളാർ ടെലസ്കോപ്പുകൾ അഥവാ സൗരദൂരദർശിനികൾ. പസഫിക് സമുദ്രത്തിലുള്ള ഹവായ് ദ്വീപിലാണ് ഈ ദൂരദർശിനി നിർമ്മിക്കുന്നത്. ഇവിടുത്തെ തെളിഞ്ഞ ആകാശവും ഈർപ്പമില്ലാത്ത അന്തരീക്ഷവും അനുകൂല ഘടകങ്ങളാണ്. ഇതുവരെ മറ്റൊരു ദൂരദർശിനിക്കും നിർമ്മിക്കാൻ കഴിയാത്ത അത്രയും വ്യക്തതയുള്ള സൂര്യ ചിത്രങ്ങളായിരിക്കും ഡി കെ ഐ എസ് ടി സൃഷ്ടിക്കുന്നത്. സൗരപ്രതിഭാസങ്ങൾ മുൻകൂട്ടി പ്രവചിക്കുന്നതിന് ഇത് വളരെയധികം സഹായിക്കും. ഭൗമാന്തരീക്ഷമായ കൊറോണയിലെ ജ്വലിക്കുന്ന വാതകങ്ങളും തീവ്രകിരണങ്ങളും സൗരോപരിതലത്തിന്റെ വ്യക്തമായ ചിത്രങ്ങളെടുക്കുന്നതിന് തടസ്സമായി നില്ക്കുകയാണ് പതിവ്. സാധാരണ ദൂരദർശിനിയുടെ കണ്ണുകൾക്ക് കൊറോണ മറികടന്ന് സൗരോപരിതലത്തിലെത്താൻ കഴിയില്ല. എന്നാൽ ഡി കെ ഐ എസ് ടി ഈ പരിമിതി മറികടക്കും. അഡാപ്റ്റീവ് ഓപ്ടിക്സ് എന്ന നൂതന സാങ്കേതികവിദ്യ ഈ ദൂരദർശിനിയുടെ പ്രവർത്തന മികവ് പലമടങ്ങായി വർദ്ധിപ്പിക്കാൻ പര്യാപ്തമാണ്.

ഔട്ടർ സോളാർ സിസ്റ്റത്തിൽ ജീവൻ തേടി പുതിയ ദൗത്യങ്ങൾ

ഔട്ടർ സോളാർ സിസ്റ്റത്തിലെ വാതക ഭീമൻ ഗ്രഹമായ ശനിയിലും, ശനിയുടെ ഉപഗ്രഹങ്ങളിലും നീണ്ട 13 വർഷം പര്യവേഷണം നടത്തിയ കസീനി സ്പേസ്ക്രാഫ്റ്റ് 2017 സെപ്തംബർ 15 ന് ദൗത്യം അവസാനിച്ചു. ശനിയുടെ ഉപഗ്രഹങ്ങളായ ടൈറ്റൻ, എൻസിലാഡസ് എന്നിവയിൽ ജീവൻ തിരയുകയായിരുന്നു കസീനി–ഹൈഗൻസ് ഇരട്ട സ്പേസ്ക്രാഫ്റ്റ് ദൗത്യത്തിന്റെ ലക്ഷ്യം. കസീനി ഒരു റോവറും, ഹൈഗൻസ് ലാന്ററുമാണ്. ഹൈഗൻസ് ടൈറ്റനിൽ ഇറങ്ങി ചിത്രങ്ങൾ എടുത്ത് ഭൂമിയിലേക്ക് അയയ്ക്കുകയും ചെയ്തു. കസീനി ദൗത്യത്തിന്റെ തുടർച്ചയായി 2020 മുതൽ 2025 വരെയുള്ള കാലത്ത് അഞ്ച് ദൗത്യങ്ങളാണ് നാസ ശനിയിലേക്ക് വിക്ഷേപിക്കാനൊരുങ്ങുന്നത്. ശനിയുടെ ഉപഗ്രഹങ്ങളിൽ ജീവൻ തിരയുകയാണ് ഈ ദൗത്യങ്ങളുടെയെല്ലാം ലക്ഷ്യം. നാസയുടെ ന്യൂ ഫ്രോണ്ടിയർ ദൗത്യങ്ങളുടെ ഭാഗമായാണ് ഉപഗ്രങ്ങളുടെ വിക്ഷേപണം നടത്തുന്നത്.

ഡ്രാഗൺ ഫ്ളൈ

ശനിയുടെ ഉപഗ്രഹമായ ടൈറ്റനിലേക്ക് വിക്ഷേപിക്കുന്ന ദൗത്യമാണ് ഡ്രാഗൺ ഫ്ളൈ. ഒരു ഹെലികോപ്ടറിനോട് സാദൃശ്യമുള്ള ഈ ന്യൂക്ലിയർ ക്വാഡ്കോപ്ടറിന് ഹെലികോപ്ടറിലുള്ളതുപോലെ പ്രൊപ്പല്ലറുകളുമുണ്ടാകും. സൗരയൂഥത്തിൽ ഭൂമിക്കു വെളിയിൽ, ഉപരിതലത്തിൽ ദ്രാവകം നിറഞ്ഞുനില്ക്കുന്ന ഏക ഗോളമാണ് ടൈറ്റൻ. ഭൂമിയുടെ അന്തരീക്ഷത്തേക്കാൾ കട്ടിയുണ്ട് ടൈറ്റന്റെ അന്തരീക്ഷത്തിന്. ദ്രാവക മീഥേയ്ൻ ഒഴുകുന്ന അരുവികളും തടാകങ്ങളും കടലുകളും നിറഞ്ഞ ടൈറ്റന്റെ ഉപരിതലം ഒരു റോവർ ദൗത്യത്തിന് അനുയോജ്യ

മല്ല. ലാന്റർ ദൗത്യത്തിന്റെ പരിമിതി ഹൈഗൻസ് ദൗത്യത്തിലൂടെ തിരിച്ചറിഞ്ഞതുമാണ്. അതുകൊണ്ടാണ് ഡ്രാഗൺ ഫ്ളൈ എന്ന ന്യൂക്ലിയർ ക്വാഡ്‌കോപ്ടർ വിക്ഷേപിക്കാൻ നാസ ഒരുങ്ങുന്നത്. ഒരു ഡ്രോൺ ദൗത്യമെന്നും ഇതിനെ വിശേഷിപ്പിക്കാൻ കഴിയും. ടൈറ്റന്റെ ഉപരിതലത്തിൽ ഇറങ്ങുന്ന പേടകം അവിടെനിന്നും പറന്നുയർന്ന് വ്യത്യസ്ത ഇടങ്ങളിൽ ഇറങ്ങി നിരീക്ഷണം നടത്തുന്നതിനായി രൂപകല്പന ചെയ്ത വാഹനമാണ്. 2021 ൽ വിക്ഷേപണം നടത്താനാണ് നാസ ഉദ്ദേശിക്കുന്നത്.

ഓഷ്യാനസ്

ടൈറ്റനിലേക്കുള്ള രണ്ടാമത്തെ ദൗത്യമാണ് ഓഷ്യാനസ്. 2020 ൽ വിക്ഷേപിക്കുന്ന ഓഷ്യാനസ് ഒരു ഓർബിറ്റർ ദൗത്യമാണ്. കസീനി ദൗത്യത്തിന്റെ ബേസ് സ്റ്റേഷനായ ജെറ്റ് പ്രൊപൽഷൻ ലബോറട്ടറിയാണ് ഈ ഓർബിറ്റർ നിർമ്മിക്കുന്നതും നിയന്ത്രണം നിർവ്വഹിക്കുന്നതും. ടൈറ്റന്റെ ഭ്രമണപഥത്തിൽ പ്രവേശിക്കുന്ന പേടകം ഉപഗ്രഹത്തിന്റെ വാസയോഗ്യമേഖലകളിൽ ജീവന്റെ അടയാളങ്ങൾ തിരയും. അതിനുവേണ്ടി സവിശേഷമായി തയ്യാറാക്കിയ നിരവധി ശാസ്ത്രീയ ഉപകരണങ്ങൾ പേടകത്തിലുണ്ടാകും.

എൻസിലാഡസ് ലൈഫ് ഫൈൻഡർ

കസീനി സ്പേസ്‌ക്രാഫ്റ്റ് ജലസാന്നിദ്ധ്യം തിരിച്ചറിഞ്ഞ ശനിയുടെ ഉപഗ്രഹമാണ് എൻസിലാഡസ്. 500 കിലോമീറ്റർ വ്യാസമുള്ള ഈ ഉപഗ്രഹത്തിന്റെ ദക്ഷിണ ധ്രുവത്തിൽനിന്ന് പുറപ്പെടുന്ന ദ്രാവക ജെറ്റുകളുടെ ചിത്രങ്ങൾ കസീനി പേടകം എടുത്തിട്ടുണ്ട്. ജലവും, ധൂളിയും, മീഥെയ്നും, കാർബൺഡയോക്സൈഡുമാണ് ഈ ജെറ്റിലുള്ളത്. ശനിയുടെ ഇ–റിങ്ങിൽ പൊടിയും ഹിമവും നിറയ്ക്കുന്നതും ഈ ജെറ്റുകളാണ്. ശനിയുടെ ശക്തമായ വേല ബലമാണ് (Tidal force) എൻസിലാഡസിൽനിന്നും ഇത്തരം ദ്രാവക ജെറ്റുകൾ പുറന്തള്ളാൻ കാരണം. ഉപഗ്രഹത്തിന്റെ ഉപരിതലത്തിന് കീഴിലുള്ള സമുദ്രങ്ങളിൽനിന്നാണ് ഉപ്പുരസമുള്ള ഈ ജലം പുറന്തള്ളപ്പെടുന്നതെന്ന് കരുതുന്നു. ശനി ഗ്രഹം സൃഷ്ടിക്കുന്ന ടൈഡൽ ഫ്ളെക്സിങ് കാരണം ഈ സബ്–സർഫസ് സമുദ്രത്തിൽ ജീവൻ ഉത്ഭവിക്കുന്നതിനും നിലനില്ക്കുന്നതിനും ആവശ്യമുള്ള താപനിലയുണ്ടാകും എന്നാണ് കരുതുന്നത്. അമിനോ അമ്ലങ്ങളുടെ സാന്നിദ്ധ്യവും ഈ സമുദ്രങ്ങളിൽ ഉണ്ടാകുമെന്ന് പ്രതീക്ഷിക്കുന്നു. എൻസിലാഡസ് ലൈഫ് ഫൈൻഡർ പേടകം ഉപഗ്രഹത്തിൽ നിന്ന് പുറപ്പെടുന്ന ദ്രാവക ജെറ്റിനിടയിലൂടെ സഞ്ചരിക്കുകയും അവയിൽ അമിനോ അമ്ലങ്ങളുടെ സാന്നിദ്ധ്യമുണ്ടെങ്കിൽ തിരിച്ചറിയുകയും ചെയ്യും. അമിനോ അമ്ലങ്ങളുടെ സാന്നിദ്ധ്യം ജീവന്റെ അടയാളമാണ് സൂചിപ്പിക്കുന്നത്. 2022 ൽ ആണ് ഈ ഓർബിറ്റർ ദൗത്യം വിക്ഷേപിക്കുന്നത്.

എൻസിലാഡസ് ലൈഫ് സിഗ്നേച്ചേഴ്സ് ആന്റ് ഹാബിറ്റബിലറ്റി പ്രോബ്

2023 ൽ നാസ വിക്ഷേപിക്കുന്ന ഈ ഓർബിറ്റർ ദൗത്യം എൻസിലാഡസ് ലൈഫ് ഫൈൻഡർ ദൗത്യത്തിന്റെ തുടർച്ചയാണ്. നാസയുടെ കീഴിലുള്ള എയിംസ് റിസർച്ച് സെന്ററാണ് ഈ ദൗത്യം നിയന്ത്രിക്കുന്നത്. ആസ്ട്രോ ബയോളജിസ്റ്റുകളാണ് ഈ ദൗത്യത്തിന് പിന്നിലുള്ളത്. ഭൗമേതര ജീവൻ തിരയുന്ന ശാസ്ത്രശാഖയാണ് ആസ്ട്രോബയോളജി എന്നും എക്സോ ബയോളജി എന്നും അറിയപ്പെടുന്നത്.

സാറ്റേൺ പ്രോബ് ഇന്റീരിയർ ആന്റ് അറ്റ്മോസ്ഫിയർ എക്സ്പ്ലോറർ

ശനിയുടെ അന്തരീക്ഷത്തിലേക്ക് ഇറങ്ങിച്ചെന്ന് അന്തരീക്ഷഘടന പഠിക്കുന്നതിനായി രൂപകല്പന ചെയ്ത ഓർബിറ്റർ ദൗത്യമാണിത്. ഗ്രഹത്തിന്റെ ഭ്രമണപഥത്തിൽ പ്രവേശിക്കുന്ന പേടകം ഏതാനും പ്രദക്ഷിണങ്ങൾക്കു ശേഷം പാരച്യൂട്ട് ഉപയോഗിച്ച് ഗ്രഹത്തിന്റെ അന്തരീക്ഷത്തിലേക്ക് ഇറങ്ങിച്ചെല്ലും. കസീനി ദൗത്യംപോലെ ഒരു ദീർഘകാല പര്യവേഷണ പദ്ധതിയല്ല ഇത്. 90 മിനിട്ടുനേരം മാത്രമേ പേടകം ഗ്രഹത്തിന്റെ അന്തരീക്ഷത്തിൽ നിലനില്ക്കുകയുള്ളൂ. ഈ സമയംകൊണ്ട് ഗ്രഹാന്തരീക്ഷത്തിലുള്ള ചില വാതകങ്ങളുടെ, വിശേഷിച്ചും ഹീലിയത്തിന്റെ തോതളക്കും. ഗ്രഹാന്തരീക്ഷത്തിലുള്ള ഹൈഡ്രജന്റെയും ഹീലിയത്തിന്റെയും തോതളക്കുന്നത് ഗ്രഹരൂപീകരണത്തെക്കുറിച്ചും സൗരയൂഥത്തിന്റെ ഉത്ഭവത്തെക്കുറിച്ചും സമഗ്രമായ ധാരണ ലഭിക്കുന്നതിന് സഹായിക്കും. കസീനി ദൗത്യത്തിന്റെ അവസാന ലാപ്പുകളിൽ ഇതിനുള്ള ശ്രമം നടത്തിയിരുന്നുവെങ്കിലും അത് വിജയകരമായിരുന്നില്ല. 1995 ൽ നാസയുടെ ഗലീലിയോ സ്പേസ് ക്രാഫ്റ്റിൽ നിന്ന് വിക്ഷേപിച്ച ഒരു അറ്റ്മോസ്ഫിയർ പ്രോബ് ഉപയോഗിച്ച് വ്യാഴത്തിന്റെ അന്തരീക്ഷത്തിലുള്ള വാതകങ്ങളുടെ തോത് കണ്ടെത്താൻ ശ്രമം നടത്തിയിരുന്നു. ഇത് ഭാഗികമായി വിജയമായിരുന്നു. 2025 ലാണ് സാറ്റേൺ പ്രോബ് ഇന്റീരിയർ ആന്റ് അറ്റ്മോസ്ഫിയർ എക്സ്പ്ലോറർ വിക്ഷേപിക്കുന്നത്.

ഔട്ടർ സോളാർ സിസ്റ്റത്തിൽ ഭൗമേതര ജീവന് സാദ്ധ്യതയുള്ള ഇടങ്ങൾ ശനിയുടെ ഉപഗ്രഹങ്ങൾക്ക് പുറമെ വ്യാഴത്തിന്റെ ഉപഗ്രഹങ്ങളാണ്. വ്യാഴത്തിന്റെ ഗലീലിയൻ ഉപഗ്രങ്ങളായ യൂറോപ്പ, കലിസ്റ്റോ, ഗാനിമിഡെ എന്നീ ഉപഗ്രഹങ്ങളിലാണ് ജീവൻ തിരയുന്നതിനുവേണ്ടി നാസയും യൂറോപ്യൻ സ്പേസ് ഏജൻസിയും ചേർന്ന് ഉപഗ്രഹവിക്ഷേപണം നടത്തുന്നത്.

ജ്യൂസ് (JUPITER ICY MOONS EXPLORER - JUICE)

നാസ-യൂറോപ്യൻ സ്പേസ് ഏജൻസി സംയുക്ത സംരംഭമാണ് ജ്യൂസ്. 2022 ൽ ആണ് ഈ ഓർബിറ്റർ ദൗത്യം വിക്ഷേപിക്കുന്നത്. കട്ടി

കൂടിയ ഹിമാവരണമുള്ള യൂറോപ, കലിസ്റ്റോ, ഗാനിമിഡെ എന്നീ വലിയ ഉപഗ്രഹങ്ങളെയാണ് ജ്യൂസ് നിരീക്ഷിക്കുന്നത്. ഈ ഉപഗ്രഹങ്ങളുടെ അന്തരീക്ഷ ഘടനയും കാന്തികക്ഷേത്രവും പേടകം പഠനവിധേയമാക്കും. കൂടാതെ പേടകത്തിലുള്ള റഡാർ സംവിധാനമുപയോഗിച്ച് ഉപരിതല പാളി തുളച്ചുകടന്ന് ഉപരിതലത്തിനടിയിലുള്ള ജലാശയങ്ങളെക്കുറിച്ച് പഠിക്കുന്നതിനും ഈ ദൗത്യത്തിന് കഴിയും. ഈ മൂന്ന് ഉപഗ്രഹങ്ങളുടെയും ഉപരിതലത്തിന് കീഴെ ജലാശയങ്ങളുണ്ടെന്ന് തിരിച്ചറിഞ്ഞിട്ടുണ്ട്. വ്യാഴത്തിന്റെ ടൈഡൽ ഫ്ളക്സിങ് കാരണം ഈ സബ്-സർഫസ് സമുദ്രങ്ങളിൽ ജീവൻ ഉത്ഭവിക്കുന്നതിനുള്ള താപനില ഉണ്ടാകുമെന്നാണ് കരുതുന്നത്. സൂക്ഷ്മ ജീവികളുടെ സാന്നിദ്ധ്യമാണ് ഈ സമുദ്രങ്ങളിൽ പ്രതീക്ഷിക്കുന്നത്. 1.5 ബില്യൺ ഡോളറാണ് പദ്ധതിയുടെ ചെലവ് പ്രതീക്ഷിക്കുന്നത്. 2029 ൽ പേടകം വ്യാഴത്തിന് സമീപമെത്തും.

യൂറോപ ക്ലിപ്പർ

വ്യാഴത്തിന്റെ ഉപഗ്രഹങ്ങളിൽ ജീവൻ ഉത്ഭവിക്കുന്നതിനും നിലനില്ക്കുന്നതിനും ഏറ്റവുമധികം സാദ്ധ്യതയുള്ളത് യൂറോപയിലാണ്. യൂറോപയുടെ സബ്-സർഫസ് സമുദ്രങ്ങൾ ഇതിന് അനുയോജ്യമാണെന്നാണ് കരുതുന്നത്. അതുകൊണ്ടുതന്നെ യുറോപയിലേക്ക് മാത്രമായി നാസ വിക്ഷേപിക്കുന്ന സവിശേഷ ഓർബിറ്റർ ദൗത്യമാണ് യൂറോപ ക്ലിപ്പർ. 2 ബില്യൺ യു എസ് ഡോളർ ചെലവ് വരുന്ന ഈ ദൗത്യം 2022 ൽ വിക്ഷേപിക്കും. 2025 ൽ പേടകം വ്യാഴത്തിന്റെ ഭ്രമണപഥത്തിൽ പ്രവേശിക്കും തുടർന്നുള്ള നിരവധി വർഷക്കാലം പേടകം യൂറോപയെ പ്രദക്ഷിണം ചെയ്യും. യൂറോപയുടെ ഉപരിതലത്തിലെ ഹിമാവരണം തുളച്ചുകടന്ന് പരീക്ഷണം നടത്താൻ കഴിയുന്ന ഒൻപത് ശാസ്ത്രീയ ഉപകരണങ്ങൾ പേടകത്തിലുണ്ടാകും.

യുറാനസിലേക്കും നെപ്ട്യൂണിലേക്കും

ഔട്ടർ സോളാർ സിസ്റ്റത്തിൽ ജീവൻ തേടിയുള്ള അന്വേഷണം അവിടെയും തീരുന്നില്ല. 2025 നും 2030 നും ഇടയിൽ യുറാനസിന്റെയും നെപ്ട്യൂണിന്റെയും ഉപഗ്രഹങ്ങളിൽ ജീവൻ തേടിയുള്ള ദൗത്യങ്ങൾ വിക്ഷേപിക്കുമെന്ന് നാസയും യൂറോപ്യൻ സ്പേസ് ഏജൻസിയും പ്രഖ്യാപിച്ചിട്ടുണ്ട്. ഇക്വിനോക്സ് ദൗത്യങ്ങൾ എന്നറിയപ്പെടുന്ന ഇത്തരം ദൗത്യങ്ങൾ നടത്തുന്നത് ഗ്രഹങ്ങളുടെ ഓർബിറ്റൽ പ്ലെയിനിൽ ക്രമീകരണം നടക്കുന്ന അവസരങ്ങളിലാണ്. ഗ്രാവിറ്റേഷണൽ അസിസ്റ്റ് ഫ്ളൈബൈ ഉപയോഗിച്ച് വലിയ ഗ്രഹങ്ങളുടെ ഗുരുത്വാകർഷണ ബലത്തിന്റെ സഹായത്തോടുകൂടിയാണ് വലിയ ദൂരങ്ങളിലേക്കുള്ള ദൗത്യങ്ങൾ വിക്ഷേപിക്കുന്നത്.

വോയേജർ പുതിയ തീരങ്ങളിൽ

പ്രപഞ്ചത്തിൽ ഏറ്റവും അകലെയുള്ള മനുഷ്യനിർമ്മിത വസ്തുവാണ് നാസയുടെ ഇരട്ട ബഹിരാകാശപേടകങ്ങളായ വോയേജർ സ്പേസ്കോഫ്റ്റുകൾ. ഇവയിൽ വോയേജർ–1 ഭൂമിയിൽനിന്നും 2100 കോടി കിലോമീറ്ററും വോയേജർ–2 ഭൂമിയിൽനിന്നും 1800 കോടി കിലോമീറ്ററും അകലെയാണിപ്പോഴുള്ളത്. നക്ഷത്രാന്തര സ്പേസിലെ ഇരുട്ടിലൂടെ പുതിയ ലോകങ്ങൾ തേടി ഈ പേടകങ്ങൾ യാത്ര തുടരുകയാണ്. സൗരയൂഥത്തിന്റെ അതിർത്തികൾ മറികടന്ന് യാത്ര തുടരുന്ന ഈ പേടകത്തിൽനിന്ന് ലഭിക്കുന്ന റേഡിയോ സിഗ്നലുകൾ ദുർബ്ബലമായിക്കൊണ്ടിരിക്കുകയാണ്. ഹബിൾ ബഹിരാകാശ ദൂരദർശിനിയാണ് ഇപ്പോൾ ഈ ബഹിരാകാശ പേടകങ്ങളുടെ സഞ്ചാരപാതയെക്കുറിച്ച് വിവരങ്ങൾ നല്കുന്നത്. 20 വർഷങ്ങളായി വോയേജർ ദൗത്യം നല്കിക്കൊണ്ടിരിക്കുന്ന വിവരങ്ങൾ ശാസ്ത്രലോകത്തെ അമ്പരപ്പിച്ചുകൊണ്ടിരിക്കുകയാണ്.

തീർത്തും അപരിചിതമായ നക്ഷത്രാന്തര സ്പേസിന്റെ ഘടനയും പരിസ്ഥിതിയും ഹൈഡ്രജൻ മേഘങ്ങളുടെ സ്വഭാവവും ശാസ്ത്രലോകത്തിന് പരിചിതമാക്കുകയാണ് ഇപ്പോൾ വോയേജർ. നക്ഷത്രാന്തര സ്പേസിലൂടെയുള്ള സൂര്യകുടുംബത്തിന്റെ യാത്രയുടെ വിശേഷങ്ങളറിയാൻ അന്തരീക്ഷമുള്ള ഒരു ഗ്രഹത്തിൽ താമസിക്കുന്ന ഒരു ജീവിക്കും സാധിക്കില്ല. ഈ പരിമിതി മറികടന്നാണ് ആ അജ്ഞാത ലോകത്തിന്റെ വിശേഷങ്ങൾ വോയേജർ പങ്കുവയ്ക്കുന്നത്. 2013 ലാണ് വോയേജർ–1 നക്ഷത്രാന്തര സ്പേസിൽ പ്രവേശിച്ചത്. ഇനിയൊരു പത്ത് വർഷങ്ങൾ കൂടി ഭൂമിയിലേക്ക് സന്ദേശമയയ്ക്കാൻ വോയേജറിന് കഴിയുമെന്നാണ് പ്രതീക്ഷിക്കുന്നത്. എന്നാൽ അതിനുശേഷവും പേടകത്തിന്റെ യാത്ര

യെക്കുറിച്ചുള്ള വിവരങ്ങൾ നല്കാൻ ബഹിരാകാശ ദൂരദർശിനികളുപയോഗിച്ച് സാധിക്കും. കാലിഫോർണിയ ഇൻസ്റ്റിറ്റ്യൂട്ട് ഓഫ് ടെക്നോളജിയിലെ (Caltech) ലൈബ്രറിയിൽ മാത്രം വോയേജർ ദൗത്യം നല്കിയ വിവരങ്ങളുടെ സമാഹാരമായ അൻപതോളം ഗ്രന്ഥങ്ങളുണ്ട്. 1977 ൽ വിക്ഷേപിച്ച വോയേജർ ദൗത്യമാണ് ബഹിരാകാശ പര്യവേഷണരംഗത്ത് ഇതുവരെ ഉണ്ടായതിൽവച്ച് ശാസ്ത്രീയമായി ഏറ്റവും വിജയകരമായ ദൗത്യം.

സൗരയൂഥത്തെക്കുറിച്ചും അതിനുവെളിയിലുള്ള നക്ഷത്രാന്തര മാധ്യമത്തെക്കുറിച്ചും (Interstellar medium) പഠിക്കാനായി 1977 ൽ നാസ വിക്ഷേപിച്ച ബഹിരാകാശ പേടകമാണ് വോയേജർ–1. കഴിഞ്ഞ നാല്പത് വർഷങ്ങളായി പേടകം അതിന്റെ ദൗത്യം തുടരുകയാണ്. ഇപ്പോൾ പേടകം ഭൂമിയിൽനിന്ന് 2000 കോടി കിലോമീറ്റർ അകലെ നക്ഷത്രാന്തര സ്പേസിലൂടെ യാത്ര തുടരുകയാണ്. ഭൂമിയിൽനിന്നും ഏറ്റവും അകലെയുള്ള മനുഷ്യനിർമ്മിത വസ്തു എന്ന ബഹുമതി ഈ പേടകത്തിനാണ്.

1960 കളിലാണ് സൗരയൂഥത്തിലെ മറ്റു ഗ്രഹങ്ങളെക്കുറിച്ച് പഠിക്കുന്നതിനായി ഒരു ബൃഹത് ബഹിരാകാശ പര്യവേഷണം നടത്തണം എന്ന ആശയം മുന്നോട്ടുവയ്ക്കപ്പെട്ടത്. ഇതിനെത്തുടർന്ന് നാസ 1970 കളിൽ ഈ ദൗത്യത്തിനുള്ള ഒരുക്കങ്ങൾ ആരംഭിച്ചു. അന്ന് നവീനമായിരുന്ന ഗുരുത്വാകർഷണ സഹായ സാങ്കേതിക വിദ്യയുടെ (Gravity assistt racking method) ഉപയോഗംവഴി ഒരു ബഹിരാകാശ പേടകത്തെ സൗരയൂഥത്തിന്റെ വിദൂര പ്രദേശങ്ങളിൽ എത്തിക്കാമെന്ന് നാസ കണക്കുകൂട്ടി. 1977 ഇതിന് അനുകൂലമാകുന്ന തരത്തിൽ ഗ്രഹങ്ങൾ ഒരു പ്രത്യേക രീതിയിൽ അണിചേരുന്ന സമയമായിരുന്നു. 175 വർഷങ്ങൾക്കിടയിലാണ് ഇത്തരമൊരു ക്രമീകരണമുണ്ടാകുന്നത്. ഗ്രാവിറ്റി അസിസ്റ്റ് സങ്കേതം ഉപയോഗപ്പെടുത്തുകവഴി ഒരു ബഹിരാകാശ പേടകത്തിന് ഏറ്റവും കുറഞ്ഞ ഇന്ധനമുപയോഗിച്ച്, ഏറ്റവും കുറഞ്ഞ സമയത്തിനുള്ളിൽ വ്യാഴം, ശനി, യുറാനസ്, നെപ്ട്യൂൺ എന്നീ വാതക ഭീമൻ ഗ്രഹങ്ങളെ സന്ദർശിക്കാൻ കഴിയുമായിരുന്നു.

1977 ആഗസ്ത് 20 ന് വോയേജർ ദൗത്യത്തിലെ ഇരട്ടപേടകങ്ങളിലൊന്നായ വോയേജർ–2 ഉം സെപ്തംബർ 5 ന് വോയേജർ–1 ഉം വിക്ഷേപിച്ചു. ഈ ദൗത്യങ്ങൾ 1981 ൽ അവസാനിക്കുമെന്നാണ് എല്ലാവരും കരുതിയിരുന്നത്. വ്യാഴം, ശനി, യുറാനസ്, നെപ്ട്യൂൺ എന്നീ ഗ്രഹങ്ങളെ അടുത്ത് നിരീക്ഷിക്കുകയായിരുന്നു രണ്ട് പേടകങ്ങളുടെയും ലക്ഷ്യം. ഭൂമിയിൽ നിന്ന് യാത്ര തിരിക്കുമ്പോൾ ഈ ദൗത്യത്തിന്റെ പേര് വോയേജർ എന്നായിരുന്നില്ല. മാറിനർ ദൗത്യത്തിന്റെ ഭാഗമായി മാറിനർ–11, മാറിനർ–12 എന്നിങ്ങനെയായിരുന്നു പേര് നല്കിയിരുന്നത്. പിന്നീടത് മാറിനർ ജൂപ്പിറ്റർ–സാറ്റേൺ എന്ന് പേര് മാറ്റി. വ്യാഴത്തിലേക്കുള്ള യാത്രാവേള

യിലാണ് വോയേജർ എന്ന് പേര് മാറ്റിയത്. വോയേജർ–1 ന് പതിനാറ് ഹൈഡ്രാസിൻ ത്രസ്റ്ററുകളുണ്ട്. പേടകത്തിന്റെ അച്ചുതണ്ട് സ്ഥായിയായി നിലനിർത്തുന്നതിനാവശ്യമായ ഗൈറോസ്കോപ്പുകൾ, പേടകത്തിന്റെ റേഡിയോ ആന്റിന ഭൂമിയിലേക്കു തന്നെ തിരിഞ്ഞിരിക്കുന്നതിനു വേണ്ടി സൂര്യനേയും കനോപസ് നക്ഷത്രത്തേയും പ്രമാണീകരിക്കുന്നതിനാവശ്യമായ ഉപകരണങ്ങൾ തുടങ്ങിയവയും പേടകത്തിലുണ്ട്. മേൽപറഞ്ഞ ഘടകങ്ങളെല്ലാം ചേർത്ത് ആറ്റിറ്റ്യൂഡ് ആന്റ് ആർട്ടിക്കുലേഷൻ നിയന്ത്രണ സംവിധാനം (AACS) എന്നാണ് വിളിക്കുന്നത്. ഇതിൽത്തന്നെ പ്രധാന ഉപകരണങ്ങളുടെ കരുതൽ ശേഖരവും അത്യാവശ്യ സന്ദർഭങ്ങളിൽ ഉപയോഗിക്കാൻ കഴിയുന്ന എട്ട് അധിക ത്രസ്റ്ററുകളും സൂക്ഷിച്ചിട്ടുണ്ട്. പര്യവേഷണത്തിനിടയിൽ ശൂന്യാകാശ വസ്തുക്കളെക്കുറിച്ച് പഠിക്കുന്നതിനായി പതിനൊന്ന് ശാസ്ത്രീയ ഉപകരണങ്ങളും വോയേജറിലുണ്ടായിരുന്നു. സൗരയൂഥവും കടന്ന് ദൂരേക്ക് സഞ്ചരിക്കാൻ തക്കവിധം ശേഷിയുള്ള റേഡിയോ കമ്യൂണിക്കേഷൻ സംവിധാനങ്ങളാണ് വോയേജറിനായി രൂപകല്പന ചെയ്തത്. 3.7 മീറ്റർ വ്യാസമുള്ള പരാബൊളിക് ആന്റിനയാണ് പ്രധാനഘടകങ്ങളിലൊന്ന്. ഈ ആന്റിന ഉപയോഗിച്ച് ഭൂമിയിലുള്ള മൂന്ന് ഡീപ് സ്പേസ് നെറ്റ്‌വർക്ക് സ്റ്റേഷനുകളുമായി റേഡിയോ തരംഗങ്ങൾ ഉപയോഗിച്ച് വോയേജർ–1 ബന്ധപ്പെട്ടുകൊണ്ടിരിക്കും. മോഡുലേഷൻ നടത്തിയ ഈ തരംഗങ്ങൾ എസ്–ബാന്റിലും (13 സെന്റിമീറ്റർ തരംഗദൈർഘ്യം), എക്സ്–ബാന്റിലും (3.6 സെന്റിമീറ്റർ തരംഗദൈർഘ്യം) ആണ് പ്രക്ഷേപണം ചെയ്യപ്പെടുന്നത്. ഭൂമിയിലേക്ക് നേരിട്ട് ആശയവിനിമയം നടത്താൻ കഴിയാതെ വരുന്ന അവസരങ്ങളിൽ വോയേജർ–1 അതിലെ ഡിജിറ്റൽ ടേപ് റെക്കോർഡർ മുഖേന 62,500 കിലോബൈറ്റ് വിവരങ്ങൾവരെ സൂക്ഷിച്ചുവയ്ക്കാനും പിന്നീട് സാഹചര്യങ്ങൾ അനുകൂലമാകുമ്പോൾ സംപ്രേഷണം ചെയ്യാനും കഴിയും. പ്ലൂട്ടോണിയം–238 റേഡിയോ ഐസോടോപ്പ് തെർമൽ ജനറേറ്ററുകളാണ് വോയേജർ ദൗത്യത്തിന് ഊർജ്ജം പകരുന്നത്. തുടക്കത്തിൽ 315 വാട്ട്സ് ആയിരുന്നു ശേഷി. റേഡിയോ ആക്ടീവ് ശോഷണം കാരണം ഓരോ വർഷവും നാല് വാട്ട്സ് വീതം ശേഷി കുറയുന്നുണ്ട്. ഊർജ്ജലഭ്യത 2020 ഓടേ പരിമിതമാകുമ്പോൾ പേടകങ്ങളിലെ ഉപകരണങ്ങൾ പലതും നിർത്തേണ്ടിവരും. 2025 ഓടെ പ്ലൂട്ടോണിയത്തിന്റെ അപചയം പൂർണ്ണമാകുമ്പോൾ വോയേജർ പേടകങ്ങൾ നിർജ്ജീവമായ ലോഹപേടകങ്ങൾ മാത്രമായി നക്ഷത്രാന്തര ലോകത്തിലൂടെ പ്രയാണം തുടരും.

ബുദ്ധിയുള്ള അന്യഗ്രഹ ജീവികൾ എന്നെങ്കിലും കണ്ടെത്തുമെന്ന പ്രതീക്ഷയിൽ രണ്ടു വോയേജർ പേടകങ്ങളിലും ഓരോ സ്വർണ്ണ ഫലകങ്ങൾ വീതം ഘടിപ്പിച്ചിട്ടുണ്ട്. വിഖ്യാത ജ്യോതിശാസ്ത്രജ്ഞനായ കാൾ സാഗനായിരുന്നു ഈ ആശയത്തിന് പിന്നിലുള്ളത്. രണ്ട് ഫലകങ്ങളിലും ഭൂമിയുടെ ചിത്രങ്ങൾ ചേർത്തിട്ടുണ്ട്. ഭൂമിയുടെ ചിത്രങ്ങൾക്കു

പുറമെ അതിലെ ജീവിവർഗ്ഗങ്ങൾ, ശാസ്ത്രനിരീക്ഷണങ്ങൾ, സംഭാഷണരൂപത്തിലുള്ള അഭിവാദ്യങ്ങൾ, പലതരം സംഭാഷണങ്ങൾ, തിമിംഗലങ്ങളുടെ ശബ്ദം, മനുഷ്യ ശിശുവിന്റെ കരച്ചിൽ, തിരമാലകളുടെ ആരവം, പലതരം സംഗീതങ്ങൾ തുടങ്ങി ഭൂമിയിൽനിന്നുള്ള നാനാവിധമായ ശബ്ദങ്ങളും, പുരുഷന്റെയും സ്ത്രീയുടെയും രേഖാചിത്രം എന്നിവയും ഈ സ്വർണ്ണഫലകത്തിൽ റെക്കോഡ് ചെയ്തിട്ടുണ്ട്.

വോയേജറിന്റെ കണ്ടെത്തലുകൾ പലതവണ ശാസ്ത്രലോകത്തെ അമ്പരപ്പിച്ചിട്ടുണ്ട്. ഇതുവരെയുള്ളതിൽ ശാസ്ത്രീയമായി ഏറ്റവുമധികം ഫലം നല്കിയ ദൗത്യം എന്ന ബഹുമതി വോയേജറിനാണ്. വ്യാഴം, ശനി ഗ്രഹങ്ങൾക്ക് സമീപം സഞ്ചരിച്ച് അവയെക്കുറിച്ചു പഠിച്ച രണ്ടാമത്തെ ബഹിരാകാശ ദൗത്യമാണ് വോയേജർ. യൂറാനസിന്റെയും നെപ്ട്യൂണിന്റെയും സമീപമെത്തി നിരീക്ഷണം നടത്തിയത് വോയേജർ മാത്രമാണ്. ശനി, യൂറാനസ്, നെപ്ട്യൂൺ എന്നീ ഗ്രഹങ്ങളുടെ അന്തരീക്ഷത്തെക്കുറിച്ച് ആദ്യമായി പഠനം നടത്തിയതും വോയേജറാണ്. ബഹിരാകാശ യാത്രയ്ക്കിടെ ചന്ദ്രന്റെ ഒട്ടേറെ ദൃശ്യങ്ങൾ വോയേജർ ഭൂമിയിലേക്കയച്ചിട്ടുണ്ട്. കൂടാതെ സൗരയൂഥത്തിലെ ബാഹ്യ ഗ്രഹങ്ങളുടെ 23 പുതിയ ഉപഗ്രഹങ്ങളെ കണ്ടെത്തുകയും ചെയ്തു വിവരങ്ങളുടെ പ്രളയം ആരംഭിക്കുന്നത് 1979 ലാണ്. വ്യാഴത്തിനടുത്ത് ആദ്യമെത്തിയ വോയേജർ-1 ആണ് അതിന് തുടക്കമിട്ടത്. വോയേജർ-2 ആ പാതതന്നെ പിൻതുടർന്നു. വ്യാഴത്തിന്റെ ഉപഗ്രഹമായ യൂറോപയിൽ തടാകങ്ങളുണ്ടെന്നും ജീവന്റെ സാന്നിദ്ധ്യം ഉണ്ടാകാമെന്നും ആദ്യമായി സൂചന നല്കിയത് വോയേജറാണ്. 1980-81 കാലത്ത് രണ്ട് വോയേജർ പേടകങ്ങളും ശനിയെക്കുറിച്ച് പഠിച്ചു. ശനിയുടെ നിരവധി ഉപഗ്രഹങ്ങളെ കണ്ടുപിടിച്ചു. ശനിയുടെ വലയം ആയിരക്കണക്കിന് ഹിമധൂളികളും ചെറുവസ്തുക്കളും അടങ്ങിയതാണെന്നും കണ്ടുപിടിച്ചു.

ശനിയുടെ പഠനത്തിനുശേഷം നാസ വോയേജർ-1 ന്റെ ദിശ തിരിച്ചുവിട്ടു. സൗരയൂഥത്തിന്റെ വെളിയിൽ നക്ഷത്രാന്തര സ്പേസിലേക്കായിരുന്നു പിന്നീട് വോയേജർ-1 ന്റെ യാത്ര. വോയേജർ-2 യൂറാനസും നെപ്ട്യൂണും നിരീക്ഷിക്കാൻ യാത്ര തുടർന്നു. 1986 ൽ വോയേജർ-2 യുറാനസിന്റെ അടുത്തെത്തി. യുറാനസിന് രണ്ട് പുതിയ വലയങ്ങളുണ്ടെന്ന് വോയേജർ-2 കണ്ടെത്തി. യുറാനസിന്റെ പത്ത് ഉപഗ്രഹങ്ങളെക്കുറിച്ചും ശാസ്ത്രലോകമറിഞ്ഞു. 1989 ൽ പേടകം നെപ്ട്യൂണിന്റെ സമീപമെത്തി. നെപ്ട്യൂണിന്റെ അന്തരീക്ഷത്തിന്റെ ഭീകരത അന്നാണ് ശാസ്ത്രലോകം മനസ്സിലാക്കിയത്. സൗരയൂഥത്തിൽ ഏറ്റവും വേഗതയിൽ കാറ്റ് വീശുന്നത് നെപ്ട്യൂണിന്റെ അന്തരീക്ഷത്തിലാണ്. വ്യാഴത്തിന്റെ ഉപഗ്രഹമായ അയോയിൽ സജീവമായ അഗ്നിപർവ്വതങ്ങളുണ്ടെന്നും അവിടെനിന്നുള്ള പൊടിപടലങ്ങളും പുകയും എവറസ്റ്റ് കൊടുമുടിയുടെ 30 മടങ്ങ് ഉയരത്തിൽ വ്യാപിക്കുന്നുവെന്നും വോയേജർ ചിത്രങ്ങൾ സാക്ഷ്യപ്പെടുത്തി. യുറാനസ്, നെപ്ട്യൂൺ എന്നീ ഗ്രഹ

ങ്ങളുടെ കാന്തികധ്രുവങ്ങൾ ഗ്രഹങ്ങളുടെ മദ്ധ്യരേഖയ്ക്ക് അരികിലാണെന്ന അവിശ്വസനീയ സത്യവും വോയേജറാണ് കണ്ടെത്തിയത്.

വെറും അഞ്ചുവർഷം ആയുസ്സ് നിശ്ചയിച്ച ദൗത്യം ഇപ്പോൾ നാല്പതാം വർഷത്തിലേക്ക് വിജയകരമായി പ്രവേശിച്ചിരിക്കുകയാണ്. സൗരയൂഥത്തെക്കുറിച്ച് നമുക്കുണ്ടായിരുന്ന ഒട്ടേറെ ധാരണകൾ വോയേജർ തിരുത്തിക്കുറിച്ചു. ഇനി സൗരയൂഥത്തിനു വെളിയിലുള്ള ലോകത്തിലെ വിവരങ്ങളാണ് വോയേജർ ഭൂമിയുമായി പങ്കുവെയ്ക്കുന്നത്. നക്ഷത്രാന്തര സ്പേസ് ശാസ്ത്രലോകത്തിന് പുതുമയാണ്. അവിടേക്ക് പൂർണ്ണമായി കടക്കുന്നതോടെ സമീപ നക്ഷത്രങ്ങൾക്കിടയിലെ കാന്തികമണ്ഡലത്തിന്റെ ശക്തിയളക്കാൻ വോയേജറിലെ മാഗ്നറ്റോമീറ്ററിന് സാധിക്കും. അത്തരമൊരു സംഗതി ആദ്യമായാണ് ശാസ്ത്രലോകത്തിന് കഴിയുന്നത്. കൂടാതെ ഹീലിയോസ്ഫിയർ കടന്ന് സൗരയൂഥത്തിലേക്ക് പ്രവേശിക്കാൻ കഴിയാത്ത ഗാലാക്ടിക് കോസ്മിക് കിരണങ്ങളെ നിരീക്ഷിക്കാൻ പേടകത്തിലെ കണികാ ഡിറ്റക്ടറിന് കഴിയും. യഥാർത്ഥ സ്പേസ് എന്താണെന്ന് അടുത്തറിയാൻ ഗവേഷകർക്ക് ആദ്യമായി അവസരം ലഭിക്കും.

വോയേജർ നല്കിയ വിവരങ്ങളിൽനിന്നാണ് സൗരയൂഥത്തിന് ഗോളാകൃതിയല്ല, അണ്ഡാകൃതിയാണുള്ളതെന്ന് തിരിച്ചറിഞ്ഞത്. സൗരയൂഥത്തെ ഒരു കൊക്കൂൺപോലെ പൊതിഞ്ഞുനില്ക്കുന്ന ഹീലിയോസ്ഫിയറിന്റെ ആകൃതി കണക്കാക്കി 2008 ൽ ഇത്തരമൊരു നിഗമനത്തിൽ ശാസ്ത്രലോകം എത്തുകയായിരുന്നു. ഒരുപക്ഷേ, മനുഷ്യവർഗ്ഗം ആർജിച്ച സാങ്കേതിക വിദ്യയുടെ ഏറ്റവും ഉന്നതമായ മുഹൂർത്തമാണ് വോയേജർ ദൗത്യത്തിന്റെ വിജയം. മണിക്കൂറിൽ 62,140 കിലോമീറ്റർ വേഗതയിലാണ് ഇപ്പോൾ വോയേജർ-1 നക്ഷത്രാന്തര സ്പേസിലൂടെ സഞ്ചരിച്ചുകൊണ്ടിരിക്കുന്നത്. ഇനി 40,000 വർഷങ്ങൾ കൊണ്ട് വോയേജർ-1 AC+793888 എന്ന ചുമപ്പുകുള്ളൻ നക്ഷത്രത്തിനരികിലൂടെ കടന്നുപോകും. 2.96 ലക്ഷം വർഷങ്ങൾകൊണ്ട് സിറിയസ് നക്ഷത്രത്തിന്റെ 4.3 പ്രകാശവർഷം അരികിലെത്തും. എന്നാൽ അതൊന്നും ഭൂമിയിൽ അറിയില്ലെന്നു മാത്രം.

പ്രപഞ്ച രഹസ്യങ്ങൾ തേടി ജെയിംസ് വെബ് ദൂരദർശിനി

രണ്ടായിരത്തി ഇരുപത്തിയൊന്ന് ഒക്ടോബറിൽ വിക്ഷേപിക്കപ്പെടുന്ന ജെയിംസ് വെബ്സ്പേസ് ടെലസ്കോപ്പ് (JWST) ഇതുവരെയുള്ളതിൽ വച്ച് ഏറ്റവും ശക്തമായ ബഹിരാകാശ ദൂരദർശിനിയാണ്. ദൃശ്യപ്രകാശത്തിലും (ഓറഞ്ച്-റെഡ്), ഇൻഫ്രാറെഡ് തരംഗദൈർഘ്യത്തിലും പ്രപഞ്ചദൃശ്യങ്ങൾ പകർത്താൻ കഴിയുന്ന ഈ ദൂരദർശിനിയുടെ നിർമ്മാണത്തിൽ 17 രാജ്യങ്ങളുടെ പങ്കാളിത്തമുണ്ട്. നാസ, യൂറോപ്യൻ സ്പേസ് ഏജൻസി, കനേഡിയൻ സ്പേസ് ഏജൻസി എന്നീ ബഹിരാകാശ ഏജൻസികളാണ് പദ്ധതിയുടെ മേൽനോട്ടം നിർവ്വഹിക്കുന്നത്. ഹബിൾ, സ്പിറ്റ്സർ എന്നീ ബഹിരാകാശ ദൂരദർശിനികളുടെ പിൻഗാമിയായാണ് JWST അറിയപ്പെടുന്നത്. അഞ്ചുമുതൽ പത്തുവർഷംവരെയാണ് ദൂർദർശിനിയുടെ പ്രവർത്തനകാലം. യു എസി ലെ നോർത്രോപ് ഗ്രമ്മൻ, ബോൾ എയ്റോസ്പേസ് എന്നീ കമ്പനികൾ ചേർന്നാണ് ദൂരദർശിനി നിർമ്മിച്ചിട്ടുള്ളത്. ഏകദേശം 6500 കിലോഗ്രാം ഭാരമുള്ള ഈ ബഹിരാകാശ നിരീക്ഷണ നിലയം ഏരിയൻ 5ECA റോക്കറ്റ് ഉപയോഗിച്ചാണ് വിക്ഷേപിക്കുക. സൂര്യന്റെയും ഭൂമിയുടെയും ഗുരുത്വബലങ്ങൾ പരസ്പരം നിർവ്വീര്യമാക്കപ്പെടുന്ന രണ്ടാം ലെഗ്രാൻഷ്യൻ പോയിന്റിലാണ് പേടകം സ്ഥാപിക്കുന്നത്. ഭൂമിയിൽനിന്ന് 15 ലക്ഷം കിലോമീറ്റർ ദൂരത്തിലാണ് ഈ സ്ഥാനം. ഹബിൾ ദൂരദർശിനിയുടെ പകുതി ഭാരം മാത്രമാണ് JWST ക്കുള്ളത്. എന്നാൽ ഇതിലെ മുഖ്യദർപ്പണത്തിന്റെ വ്യാസം 6.5 മീറ്ററാണ്. ഇത് ഒരു ബഹിരാകാശ ദൂരദർശിനിയുടെ മുഖ്യദർപ്പണത്തിന്റെ ഇതുവരെയുള്ള ഏറ്റവും കൂടിയ അളവാണ്. 880 കോടി യു എസ് ഡോളറാണ് പദ്ധതിയുടെ ആകെ ചെലവ്.

നെക്സ്റ്റ് ജെനറേഷൻ സ്പേസ് ടെലസ്കോപ്പ് എന്നായിരുന്നു ഈ ദൂരദർശിനിക്ക് ആദ്യം നല്കിയിരുന്ന പേര്. പിന്നീട് ജെയിംസ് വെബ്

എന്ന പുനർനാമകരണം നടത്തുകയായിരുന്നു. നാസയുടെ രണ്ടാമത്തെ അഡ്മിനിസ്ട്രേറ്ററും അപ്പോളോ ദൗത്യത്തിന് നേതൃത്വം നല്കിയ ആളുമായ ജെയിംസ് ഇ വെബിന്റെ സ്മരണ നിലനിർത്തുന്നതിനാണ് ഈ പുനർനാമകരണം. ഹബിൾ ദൂരദർശിനി, സ്പിറ്റ്സർ ദൂരദർശിനി എന്നിവയേക്കാൾ കൃത്യതയും സംവേദനക്ഷമതയും ഉള്ളതാണ് JWST. ദർപ്പണങ്ങളും അനുബന്ധ ഉപകരണങ്ങളും 50 കെൽവിന് (–220 ഡിഗ്രി സെൽഷ്യസ്) താഴെയുള്ള താപനിലയിൽ സംരക്ഷിച്ചു നിർത്തുന്നതിനുള്ള സജ്ജീകരണവും ഇതിൽ ഏർപ്പെടുത്തിയിട്ടുണ്ട്.

ജ്യോതിശാസ്ത്രത്തിലും, കോസ്മോളജിയിലും പുതിയ മുന്നേറ്റങ്ങൾക്ക് തുടക്കം കുറിക്കാൻ ജെയിംസ് വെബ് ദൂരദർശിനിക്കാവും അതിവിദൂരങ്ങളിൽ സ്ഥിതിചെയ്യുന്ന പ്രാപഞ്ചിക പ്രതിഭാസങ്ങളെ കണ്ടെത്തുന്നതിനും ഇതിനു കഴിയും. പ്രപഞ്ചത്തിൽ കൂടുതൽ ദൂരേക്ക് നോക്കുക എന്നുവച്ചാൽ ഭൂതകാലത്തിലേക്ക് നോക്കുക എന്നാണർത്ഥം. ആദ്യനക്ഷത്രങ്ങളുടെ ഉത്ഭവവും, ആദ്യതാരാപഥത്തിന്റെ ആവിർഭാവവും കണ്ടെത്താൻ ജെയിംസ് വെബ് ദൂരദർശിനിക്ക് കഴിയുമെന്ന് കരുതപ്പെടുന്നു. മറ്റൊരു ലക്ഷ്യം നക്ഷത്രങ്ങളുടെയും ഗ്രഹങ്ങളുടെയും ഉത്ഭവത്തെപ്പറ്റി പഠിക്കുക എന്നതാണ്. നക്ഷത്രരൂപീകരണം നടക്കുന്ന വാതകപടലങ്ങളെക്കുറിച്ച് പഠിക്കുക, നക്ഷത്രങ്ങളുടെ ചുറ്റും ചിതറിക്കിടക്കുന്ന പദാർത്ഥങ്ങളെക്കുറിച്ച് പഠിക്കുക, സൗരയൂഥത്തിനു വെളിയിലുള്ള ഗ്രഹങ്ങളുടെ നേരിട്ടുള്ള ചിത്രങ്ങളെടുക്കുക എന്നിവയും ഈ ദൂരദർശിനിയുടെ ലക്ഷ്യങ്ങളിൽപെടുന്നു.

ഹബിൾ ദൂരദർശിനിയെ അപേക്ഷിച്ച് അഞ്ചുമടങ്ങ് അധികം വിവരങ്ങൾ ശേഖരിക്കാൻ ശേഷിയുള്ളതാണ് ജെയിംസ് വെബ് ദൂരദർശിനിയുടെ മുഖ്യദർപ്പണം. ഇത് ദൃശ്യപ്രകാശത്തിലും ഇൻഫ്രാറെഡ് വേവ്ബാൻഡിലും ഒരുപോലെ പ്രവർത്തിക്കുമെന്നത് ഹബിളിനെ അപേക്ഷിച്ച് ജെയിംസ് വെബിനുള്ള ഒരു മേന്മയാണ്. ഇൻഫ്രാറെഡിൽ പ്രവർത്തിക്കുന്നതിനാൽ പ്രാപഞ്ചിക പ്രതിഭാസങ്ങളുടെ ചുമപ്പുനീക്കത്തെക്കുറിച്ചു പഠിക്കാൻ ഏറെ സഹായകരമാകും. 1996 ലാണ് JWST പദ്ധതി തത്ത്വത്തിൽ അംഗീകരിക്കപ്പെടുന്നത്.

നിയർ ഇൻഫ്രാറെഡ് ക്യാമറ (NIRCam), നിയർ ഇൻഫ്രാറെഡ് സ്പെക്ട്രോഗ്രാഫ് (NIRSpec), മിഡ് – ഇൻഫ്രാറെഡ് ഇൻസ്ട്രമെന്റ് (MIRI), ഫൈൻ ഗൈഡൻസ് സെൻസർ (FGN) എന്നീ ശാസ്ത്രീയ ഉപകരണങ്ങൾ ജെയിംസ് വെബ് ദൂരദർശിനിയിൽ സജ്ജീകരിച്ചിട്ടുണ്ട്. ഈ ദൂർദർശിനിയുടെ മുഖ്യആകർഷണം അതിന്റെ 6.5 മീറ്റർ വ്യാസമുള്ള മുഖ്യദർപ്പണമാണ് ഇത്ര വലിയ ഒരു ഗ്ലാസ് ബ്ലോക്ക് ദൂരദർശിനിയിൽ സജ്ജീകരിക്കാൻ പ്രയാസമാണ്. അതിനാൽ 18 ഭാഗങ്ങളായി വിഭജിച്ച് ദർപ്പണങ്ങൾ (Gold plated segmented mirror) കൃത്യമായി സംയോജിപ്പിച്ചാണ് ഇത് സാദ്ധ്യമാക്കിയിരിക്കുന്നത്. 2021 ഒക്ടോബറിൽ വിക്ഷേപണത്തിന് തയ്യാറെടുത്തിരിക്കുന്ന ഈ ദൂരദർശിനി പ്രപഞ്ചത്തിന്റെ ഭൂതകാലത്തിലേക്ക് തുറന്നുപിടിച്ച കണ്ണുകളായിരിക്കും.

പ്രകൃതി ദുരന്തങ്ങൾ നേരിടാൻ നിസാർ

ഇരട്ട ഫ്രീക്വൻസിയിൽ പ്രവർത്തിക്കുന്ന ലോകത്തിലെ ആദ്യത്തെ റഡാർ ഇമേജിങ് സാറ്റലൈറ്റ് വിക്ഷേപണത്തിനൊരുങ്ങുകയാണ്. 2022 ൽ ഇന്ത്യൻ റോക്കറ്റിൽ (GSLV Mk II) വിക്ഷേപിക്കുന്ന ഈ കൃത്രിമ ഉപഗ്രഹത്തിന് നല്കിയിരിക്കുന്ന പേര് നിസാർ (Nasa-ISRO Synthetic Aperture Radar-NISAR) എന്നാണ്. സുനാമികൾ, അഗ്നിപർവ്വത സ്ഫോടനങ്ങൾ, ഭൂകമ്പം, മഞ്ഞുരുക്കം, ആവാസ വ്യവസ്ഥകൾക്കുണ്ടാകുന്ന നാശം എന്നിങ്ങനെ ഭൂമിയിലെ ഏറ്റവും സങ്കീർണ്ണമായ പ്രതിഭാസങ്ങളെക്കുറിച്ച് വിവരങ്ങൾ ശേഖരിക്കുകയും അത്തരം പ്രതിഭാസങ്ങൾ മുൻകൂട്ടി കണ്ടെത്തുന്നതുവഴി മുൻകരുതൽ നടപടികൾ എടുക്കുന്നതിന് സഹായിക്കുന്നതിനും നിസാറിന് കഴിയും. ഏറ്റവും നവീനമായ റഡാർ സാങ്കേതികവിദ്യയിലാണ് നിസാർ പ്രവർത്തിക്കുന്നത്.

2016 സെപ്തംബർ 30ന് ടൊറന്റോയിൽവെച്ച് ഒപ്പുവച്ച എഗ്രിമെന്റ് പ്രകാരമാണ് നിസാറിന്റെ നിർമ്മാണ, നിയന്ത്രണ പ്രവർത്തനങ്ങൾക്കു ഔദ്യോഗിക അംഗീകാരമായത്. ഇതുപ്രകാരം സ്പേസ് ക്രാഫ്റ്റിന്റെ നിർമ്മാണം, വിക്ഷേപണ വാഹനം, ഒരു എസ്–ബാന്റ് സിന്തറ്റിക് അപെർചർ റഡാർ എന്നിവയുടെ നിർമ്മാണ ചുമതല ഐ എസ് ആർ ഒ ക്കാണ്. സ്പേസ് ക്രാഫ്റ്റിൽ ഉപയോഗിക്കുന്ന ഒരു കമ്യൂണിക്കേഷൻ സബ്സിസ്റ്റം, ജി പി എസ് റിസീവറുകൾ, ഒരു റെക്കോർഡർ, ഒരു ഡാറ്റാ സബ്സിസ്റ്റം പെലോഡ്, ഒരു എൽ–ബാൻഡ് സിന്തറ്റിക് അപെർചർ റഡാർ എന്നിവ നാസ നിർമ്മിച്ചു നല്കും. ഇന്ത്യയിൽ നിന്നായിരിക്കും പേടകം വിക്ഷേപിക്കുക. പേടകത്തിന്റെ നിയന്ത്രണം ഐ എസ് ആർ ഒ യും നാസയും സംയുക്തമായി നിർവ്വഹിക്കും.

ഭൂവൽക്കം (crust) പരിണമിച്ചുണ്ടായതിനെക്കുറിച്ചുള്ള ഏറ്റവും വ്യക്തമായ വിവരങ്ങൾ നിസാർ ശേഖരിക്കും. ഭൗമാന്തർഭാഗത്ത് നടക്കുന്ന സംവഹന പ്രവർത്തനങ്ങളെക്കുറിച്ചും കാലാവസ്ഥ വ്യതിയാനത്തെക്കുറിച്ചും കൂടുതൽ വിശ്വസനീയമായ വിവരങ്ങൾ നല്കാൻ നിസാറിന് കഴിയും. ഇപ്രകാരം പ്രകൃതി പ്രതിഭാസങ്ങൾ മുൻകൂട്ടി കണ്ടെത്താൻ കഴിയുന്നതുവഴി പ്രകൃതി ദുരന്തങ്ങൾക്കെതിരെ മുൻകരുതൽ നടപടി സ്വീകരിക്കാൻ ലോക രാഷ്ട്രങ്ങൾക്ക് സഹായകരമാവും.

പന്ത്രണ്ട് മീറ്റർ വ്യാസമുള്ള വൃത്താകൃതിയിലുള്ള വലിയ ഒരു മെഷ് ആന്റിനയാണ് സ്പേസ് ക്രാഫ്റ്റിന്റെ പ്രധാന സവിശേഷത. എൽ–ബാൻഡിലും എസ്–ബാൻഡിലും പ്രവർത്തനക്ഷമമാണിത്. സൂര്യകേന്ദ്രീകൃത ഭ്രമണ പഥത്തിലാണ് (suns-ynchronous orbit) പേടകത്തെ നിലനിർത്തുന്നത്. മൂന്ന് വർഷമാണ് ദൗത്യകാലാവധി. സ്പേസ് ക്രാഫ്റ്റിന്റെ ഡിസൈനിങ് ഐ എസ് ആർ ഒ യിലെ ശാസ്ത്രജ്ഞർ നേരത്തെ തന്നെ നിർവ്വഹിച്ചിരുന്നു. നാസ ഈ ഡിസൈൻ അംഗീകരിച്ചിട്ടുണ്ട്. രണ്ട് വ്യത്യസ്ത റഡാർ ഉപയോഗിച്ച് ഭൂമുഖത്തെ ഓരോ സെന്റീമീറ്ററും സ്കാൻ ചെയ്യാൻ കഴിയുന്ന നിസാറിന് അവിടെയുണ്ടാകുന്ന ചെറിയ മാറ്റം പോലും കൃത്യമായി കണ്ടെത്താൻ കഴിയും. വിക്ഷേപിച്ചു കഴിയുമ്പോൾ ഇത്തരത്തിലുള്ള ലോകത്തിലെ ആദ്യത്തെ കൃത്രിമ ഉപഗ്രഹമായിരിക്കും നിസാർ. നാസയുടെ മേധാവിയായ ചാൾസ് ബോൾഡൻ 2014 ജൂൺ 25 ന് ഐ എസ് ആർ ഒ യുടെ അഹമ്മദാബാദിലുള്ള സ്പേസ് ആപ്ലിക്കേഷൻ സെന്ററിൽ (SAC) സന്ദർശനം നടത്തിയപ്പോഴാണ് ഇത്തരമൊരു സംയുക്ത സംരംഭമെന്ന ആശയം മുന്നോട്ടുവെക്കുന്നത്.

എൽ–ബാൻഡ് (L-Band)

വിദ്യുത് കാന്തിക വർണ്ണരാജിയിലെ നാല് വ്യത്യസ്ത വേവ് ബാൻഡുകളെയാണ് എൽ–ബാൻഡ് എന്നതുകൊണ്ട് വിവക്ഷിക്കുന്നത്. 40 മുതൽ 60 ജിഗാ ഹെർട്സ് വരെ (NATO), 1 മുതൽ 2 ജിഗാ ഹെർട്സ് വരെ (IEEE), 1565 മുതൽ 1625 നാനോമീറ്റർവരെ (Optical), 3.5 മൈക്രോ മീറ്റർ (Microwave) എന്നിവയാണവ.

എസ്–ബാൻഡ് (S-Band)

വിദ്യുത്കാന്തിക സ്പെക്ട്രത്തിൽ മൈക്രോവേവ് ബാൻഡിന്റെ ഒരു ഭാഗമാണ് എസ്–ബാൻഡ്. 2 മുതൽ 4 ജിഗാഹെർട്സ് വരെ ആവൃത്തിയുള്ള റേഡിയോ തരംഗങ്ങളാണ് ഇതിൽ ഉൾക്കൊണ്ടിരിക്കുന്നത്. കാലാവസ്ഥ പ്രവചനം, ജലഗതാഗതം എന്നിവയ്ക്കുപയോഗിക്കുന്ന റഡാർ ഫ്രീക്വൻസിക്ക് തുല്യമാണിത്. ഇത് കൂടാതെ വാർത്താവിനിമയ ഉപഗ്രഹങ്ങൾ, സ്പേസ് ഷട്ടിലുകൾ, ഇന്റർനാഷണൽ സ്പേസ് സ്റ്റേഷൻ എന്നിവയിലും ഇതേ ആവൃത്തിയുള്ള റേഡിയോ തരംഗങ്ങളാണ് ഉപയോഗിക്കുന്നത്.

സിന്തറ്റിക് അപെർചർ റഡാർ (SAR)

ഒരു ഭൂപ്രദേശത്തിന്റെ ചിത്രമെടുക്കാൻ ഉപയോഗിക്കുന്ന റഡാർ വകഭേദമാണ് സിന്തറ്റിക് അപെർചർ റഡാർ. വലിയൊരു ആന്റിനയുടെ സഹായത്തോടെയാണ് ഇത് സാദ്ധ്യമാകുന്നത്. പരമ്പരാഗത ബീം–സ്കാനിങ് റഡാർ സംവിധാനത്തിൽനിന്നും വ്യത്യസ്തമായി ഒരു വസ്തുവിന്റെയോ ഭൂപ്രദേശത്തിന്റേയോ വളരെ വ്യക്തമായ ചിത്രങ്ങൾ നിർമ്മിക്കാൻ ഈ സങ്കേതമുപയോഗിച്ച് സാധിക്കും. ചലിച്ചുകൊണ്ടിരിക്കുന്ന ഒരു പ്രതലത്തിലാണ് സാധാരണയായി ഇത്തരം റഡാറുകൾ സ്ഥാപിക്കുന്നത്. ഒരു വിമാനമോ കൃത്രിമ ഉപഗ്രഹമോ ആണ് ഇതിനായി ഉപയോഗിക്കുന്നത്. ഇപ്പോൾ പ്രവർത്തിച്ചുകൊണ്ടിരിക്കുന്ന പാർശ്വവീക്ഷണ റഡാറിന്റെ (Side Looking Airborne Radar-SLAR) നവീന രൂപമാണ് സിന്തറ്റിക് അപെർചർ റഡാർ.

ലക്ഷ്യസ്ഥാനത്തേക്ക് റേഡിയോ സിഗ്നലുകൾ അയയ്ക്കുകയും പ്രതിഫലിച്ചുവരുന്ന തരംഗങ്ങളിലുണ്ടാകുന്ന ആന്ദോളനങ്ങൾ കൃത്യമായി കണക്കുക്കൂട്ടിയുമാണ് ഒരു ഭൂപ്രദേശത്തിന്റെ സമഗ്രമായ ചിത്രം നിർമ്മിക്കുന്നത്. ഇങ്ങനെ പ്രതിഫലിച്ചു വരുന്ന അനുപ്രസ്ഥ തരംഗങ്ങൾക്കുണ്ടാകുന്ന അപശ്രുതി അളക്കുന്നതുവഴി ഭൂകമ്പം, സുനാമി, അഗ്നിപർവ്വത സ്ഫോടനം തുടങ്ങിയ പ്രതിഭാസങ്ങൾ മുൻകൂട്ടി കണ്ടെത്താൻ കഴിയും. മുൻകരുതലുകളെടുക്കാൻ അത് സഹായകരമാവും.

അനുപ്രസ്ഥ തരംഗങ്ങൾ (Transverse waves)

തരംഗ സഞ്ചാര ദിശയ്ക്ക് ലംബമായ ദിശയിൽ മാധ്യമ കണങ്ങൾ കമ്പനം ചെയ്യുന്ന രീതിയിലുള്ള തരംഗങ്ങളെയാണ് അനുപ്രസ്ഥ തരംഗങ്ങൾ എന്ന് വിളിക്കുന്നത്. ജലതരംഗങ്ങൾ, ഭൂകമ്പ തരംഗങ്ങൾ (seismic waves), പ്രകാശം എന്നിവയെല്ലാം അനുപ്രസ്ഥ തരംഗങ്ങൾക്ക് ഉദാഹരണമാണ്.

പുതിയ ലോകങ്ങൾ തേടി സ്റ്റാർഷേഡ്

പ്രപഞ്ചത്തിൽ ജീവന്റെ തുടിപ്പുകളുള്ള ഒരേയൊരു ഗ്രഹം ഭൂമി മാത്രമാണെന്നാണ് പണ്ടുകാലം മുതല്ക്കേയുള്ള വിശ്വാസം. പ്രപഞ്ച പഠനത്തിലെ മാനവികതത്ത്വം അതിന് ബലം നല്കുന്നുമുണ്ട്. മനുഷ്യ വംശം ഉത്ഭവിക്കാൻ തക്കവിധത്തിലാണ് പ്രകൃതിനിയമങ്ങൾ സംവി ധാനം ചെയ്യപ്പെട്ടിരിക്കുന്നത്. പ്രപഞ്ചം മറ്റൊരു വിധത്തിലായിരുന്നെങ്കിൽ ഭൂമിയിൽ ജീവൻ ഉടലെടുക്കുമായിരുന്നില്ല. ആ സ്ഥിതിക്ക് പ്രപഞ്ചം സൃഷ്ടിക്കപ്പെട്ടിരിക്കുന്നത് മനുഷ്യനുവേണ്ടിയാണ് എന്നാണ് മാനവിക തത്ത്വം പറയുന്നത്. പ്രപഞ്ചത്തിലെവിടെയെങ്കിലും അന്യഗ്രഹജീവി കളെ കണ്ടെത്തുന്നതുവരെ ഈ വിശ്വാസം നിലനില്ക്കുകയും ചെയ്യും. എന്നാൽ ബഹിരാകാശ ദൂരദർശിനികൾ ഇതിനകം നിരവധി അന്യ ഗ്രഹങ്ങളെ (extra solar planets) കണ്ടെത്തിയിട്ടുണ്ട്. അവയിൽ പലതും ഭൗമസമാനസാഹചര്യങ്ങളുള്ളവയുമാണ്. എന്നാൽ ഇങ്ങനെ കണ്ടെ ത്തിയ ഗ്രഹങ്ങൾ എല്ലാംതന്നെ ഭൂമിയിൽനിന്നും അനേകം പ്രകാശ വർഷങ്ങൾ അകലെയാണുള്ളത്. നിലവിലുള്ള സാങ്കേതിക വിദ്യയിൽ ഈ ഗ്രഹങ്ങളുടെ അന്തരീക്ഷഘടനയും ഉപരിതലത്തിന്റെ സവിശേഷ തയും കണ്ടെത്തുന്നതിന് പരിമിതികളേറെയാണ്. ഭൗമസമാനഗ്രഹ ങ്ങളെന്നപേരിൽ നമുക്കു ലഭിക്കുന്ന ചിത്രങ്ങളെല്ലാം കലാകാരൻമാരുടെ ഭാവനയാണ്. യഥാർത്ഥത്തിൽ പൊതുജനങ്ങൾക്ക് ഒരിക്കലും തിരിച്ചറിയാൻ കഴിയാത്തത്ര മങ്ങിയ പ്രകാശത്തുണ്ടുകളായാണ് അവ കാണപ്പെടുന്നത് അവ പിന്നീട് പുനർനിർമ്മിക്കുകയാണ് ചെയ്യുന്നത്. ഈ പരിമിതിയാണ് സാങ്കേതികവിദ്യ ഉപയോഗിച്ച് ശാസ്ത്രലോകം മറികടക്കാനൊരുങ്ങുന്നത്.

സൗരയൂഥത്തിനു വെളിയിലുള്ള ഗ്രഹങ്ങളെ കണ്ടെത്തുന്നതിന് ശാസ്ത്രജ്ഞർ നിരവധി വിദ്യകൾ ഉപയോഗിക്കുന്നുണ്ട്. ആസ്ട്രോമെട്രി, റേഡിയൽ വെലോസിറ്റി, ഗ്രഹസംതരണ വിദ്യ, പൾസാർ ടൈമിങ്, ഗ്രാവിറ്റേഷണൽ മൈക്രോലെൻസിങ്, റേഡിയേഷൻ ഒബ്സർവേഷൻ എന്നീ മാർഗ്ഗങ്ങളുപയോഗിച്ചാണ് അന്യഗ്രഹവേട്ട നടത്തുന്നത്. ഏറ്റവും കൂടുതൽ അന്യഗ്രഹങ്ങളെ കണ്ടെത്തിയത് റേഡിയൽ വെലോസിറ്റി രീതി ഉപയോഗിച്ചാണ്. നക്ഷത്രത്തെ ചുറ്റുന്ന ഒരു ഗ്രഹമുണ്ടെങ്കിൽ അവ രണ്ടിന്റെയും പിണ്ഡകേന്ദ്രത്തെ ചുറ്റി നക്ഷത്രത്തിന് ഒരു ചെറിയ ഓർബിറ്റൽ ചലനമുണ്ടാകും. ഈ ചലനം കൃത്യമായി കണക്കുകൂട്ടിയാണ് റേഡിയൽ വെലോസിറ്റി രീതിയിൽ ഗ്രഹസാന്നിദ്ധ്യം കണ്ടെത്തുന്നത്. 2009 ൽ നാസ വിക്ഷേപിച്ച കെപ്ളർ സ്പേസ്ക്രാഫ്റ്റ് ഗ്രഹസംതരണ വിദ്യ ഉപയോഗിച്ചാണ് അന്യഗ്രഹവേട്ട നടത്തുന്നത്. നക്ഷത്രത്തിനും നിരീക്ഷകനും ഇടയിൽ ഒരു ഗ്രഹമുണ്ടെങ്കിൽ നക്ഷത്രത്തിന്റെ പ്രത്യക്ഷശോഭയിൽ നേരിയ വ്യത്യാസമുണ്ടാകും. ഈ കുറവ് കണക്കുകൂട്ടിയാണ് സംതരണ രീതിയിൽ ഗ്രഹസാന്നിദ്ധ്യം തിരിച്ചറിയുന്നത്. എന്നാൽ ഇത്തരം സങ്കേതങ്ങളുപയോഗിച്ച് കണ്ടെത്തുന്ന ഗ്രഹങ്ങളിൽ ഭൂരിഭാഗവും വ്യാഴത്തേക്കാൾ വലിപ്പമുള്ള വാതകഭീമൻമാരായിരിക്കും. ചെറിയ ഗ്രഹങ്ങൾ സാധാരണയായി മാതൃനക്ഷത്രത്തിനു സമീപമാണ് കാണപ്പെടുന്നത്. നക്ഷത്രത്തിനു സമീപമുള്ള ഗ്രഹങ്ങൾക്ക് മാതൃനക്ഷത്രത്തിന്റെ പ്രത്യക്ഷശോഭയിൽ തിരിച്ചറിയത്തക്ക കുറവുണ്ടാക്കുന്നതിനോ, അവയുടെ ഓർബിറ്റൽ ചലനത്തിൽ കാര്യമായ മാറ്റമുണ്ടാക്കാനോ കഴിയില്ല. ചെറിയ ഗ്രഹങ്ങളാണ് സാധാരണയായി മാതൃനക്ഷത്രത്തിന്റെ വാസയോഗ്യമേഖലയിൽ കാണപ്പെടുന്നത്. ഇത്തരം ഗ്രഹങ്ങൾ ഭൗമസമാനങ്ങൾ ആകുന്നതിനും അവയിൽ ജീവൻ നിലനില്ക്കുന്നതിനുമുള്ള സാദ്ധ്യത ഏറെയാണ്. എന്നാൽ നിലവിലുള്ള സാങ്കേതിക വിദ്യയിൽ അവയെക്കുറിച്ച് ഏറെയൊന്നും പറയാൻ കഴിയില്ല

നാസ ഇതിനൊരു പ്രതിവിധി കണ്ടെത്തുകയാണ്. സൂര്യകാന്തി പുഷ്പത്തിന്റെ ആകൃതിയിലുള്ള വലിയൊരു പ്രതിഫലകം (occulter) സ്പേസിൽ സ്ഥാപിച്ചുകൊണ്ട് അന്യഗ്രഹവേട്ട സുഗമമാക്കാനുള്ള പദ്ധതിയാണിത്. സ്റ്റാർഷേഡ് എന്നു പേരിട്ടിരിക്കുന്ന ഈ പ്രതിഫലകം നാസയുടെ ന്യൂവേൾഡ്സ് മിഷന്റെ ഭാഗമായി 2021 ലാണ് വിക്ഷേപിക്കാൻ ഉദ്ദേശിക്കുന്നത്. ഹബിളിന്റെ പിൻഗാമി എന്നറിയപ്പെടുന്ന ജെയിംസ് വെബ് സ്പേസ് ടെലസ്കോപ്പുമായി ചേർന്നായിരിക്കും സ്റ്റാർഷേഡ് പ്രവർത്തിക്കുക. ഇവയുടെ വിക്ഷേപണവും ഒരുമിച്ചാകാനാണ് സാദ്ധ്യത. സ്റ്റാർഷേഡ്, ജെയിംസ് വെബ് ദൂരദർശിനിയുടെ നിരീക്ഷണ പരിധിയിലുള്ള നക്ഷത്രങ്ങളുടെ പ്രത്യക്ഷശോഭ ഗണ്യമായി തടയും. ആ അവസരത്തിൽ ദൂരദർശിനിയിലെ ക്യാമറകൾ നക്ഷത്രത്തിനുചുറ്റുമുള്ള ഗ്രഹങ്ങളുടെ വ്യക്തമായ ചിത്രങ്ങളെടുക്കും. സൂര്യബിംബത്തിന് അഭിമുഖമായിനിന്ന് ദൂരെയുള്ള വസ്തുവിനെ നോക്കുമ്പോൾ കൈപ്പ

ത്തികൊണ്ട് കണ്ണ് ഭാഗികമായി മറയ്ക്കുന്നതിനു തുല്യമാണ് സ്റ്റാർഷേഡിന്റെ പ്രവർത്തനം.

കൊളറാഡോ യൂണിവേഴ്സിറ്റിയിലെ ജ്യോതിശാസ്ത്രജ്ഞനായ വെബ്സ്റ്റർ കാഷ് ആണ് സ്റ്റാർഷേഡിന്റെ ഡിസൈനർ. ജെയിംസ് വെബ് സ്പേസ്ടെലസ്കോപ്പോ (JWST), ടെസ് (Transiting Exoplanet Survey Telescope) ദൂരദർശിനിയോ, പുതിയതായി വിക്ഷേപിക്കുന്ന മറ്റേതെങ്കിലുമൊരു സ്പേസ് ടെലസ്കോപ്പോ ആയിരിക്കും സ്റ്റാർഷേഡിന്റെ ദൂരദർശിനി. നിരീക്ഷണത്തിന് തെരഞ്ഞെടുക്കുന്ന നക്ഷത്രങ്ങൾക്കും ദൂരദർശിനിക്കുമിടയിൽ, ദൂരദർശിനിയിൽനിന്നും 80,000 മൈൽ അകലെയായിരിക്കും സ്റ്റാർഷേഡിന്റെ സ്ഥാനം. ഭൂമിയിൽനിന്നും ഏകദേശം 2,38,600 മൈൽ അകലെ. സ്റ്റാർഷേഡിന്റെ 7 മീറ്റർ നീളമുള്ള, സൂര്യകാന്തി പുഷ്പത്തിന്റെ ആകൃതിയിലുള്ള 28 ഇതളുകൾ നക്ഷത്രശോഭ 1000 കോടിയിൽ ഒരു ഭാഗമായി തടഞ്ഞുനിർത്തും. 34 മീറ്റർ വ്യാസമുണ്ട് സ്റ്റാർഷേഡിന്. അഞ്ചുവർഷമാണ് സ്റ്റാർഷേഡിന്റെ പ്രവർത്തനകാലം. ഇതിനിടെ 75 ഗ്രഹകുടുംബങ്ങൾ നിരീക്ഷണ വിധേയമാകും.

നാസയുടെ ന്യൂ വേൾഡ്സ് മിഷന്റെ ഭാഗമായാണ് സ്റ്റാർഷേഡ് വിക്ഷേപിക്കുന്നത് നാസ ഇൻസ്റ്റിറ്റ്യൂട്ട് ഫോർ അഡ്വാൻസ്ഡ് കൺസെപ്റ്റ്സ് (NIAC) ആണ് പദ്ധതിയുടെ ചുക്കാൻപിടിക്കുന്നത്. ബോൾ എയ്റോസ്പേസ് ആന്റ് ടെക്നോളജിസ് കോർപറേഷൻ, നോർത്രോപ് ഗ്രമ്മൻ, സൗത്ത് വെസ്റ്റ് റിസർച്ച് ഇൻസ്റ്റിറ്റ്യൂട്ട് എന്നീ സ്ഥാപനങ്ങൾ ചേർന്നാണ് സ്റ്റാർഷേഡ് നിർമ്മിക്കുന്നത്. ഏകദേശം 300 കോടി ഡോളറാണ് പദ്ധതിയുടെ ചെലവ് പ്രതീക്ഷിക്കുന്നത്. 2019 ൽ വിക്ഷേപിക്കുന്ന സ്റ്റാർഷേഡ് 2020 മുതൽ പ്രവർത്തനക്ഷമമാകും.

ആദ്യമായി സ്റ്റാർഷേഡ്, ദൂരദർശിനിയുടെ നിരീക്ഷണ പരിധിയിലുള്ള നക്ഷത്രത്തിന്റെ ശോഭ തടയും. ഈ അവസരത്തിൽ ദൂരദർശിനി നക്ഷത്രത്തിനു ചുറ്റുമുള്ള അന്യഗ്രഹകുടുംബങ്ങൾ കണ്ടെത്തും. തുടർന്ന് ഈ ഗ്രഹകുടുംബങ്ങളുടെ സമ്പൂർണ്ണ മാപിങ് നടത്തും. അത്യാധുനിക ക്യാമറകൾ ഉപയോഗിച്ചുനടത്തുന്ന മാപിങ്ങിൽ ഗ്രഹങ്ങൾ നക്ഷത്രങ്ങളെപ്പോലെയായിരിക്കും കാണപ്പെടുക. തുടർന്ന് ഗ്രഹങ്ങളുടെ ഭ്രമണപഥം കൃത്യമായി അളക്കും. ഗ്രഹങ്ങളുടെ ശോഭയും നിറവും അവയുടെ അന്തരീക്ഷത്തെക്കുറിച്ച് വ്യക്തമായ ചിത്രം നല്കും. പിന്നീട് ഓരോ ഗ്രഹത്തെയും തിരഞ്ഞുപിടിച്ച് അവയുടെ സവിശേഷതകൾ ഓരോന്നായി അനാവരണം ചെയ്യും. സ്പെക്ട്രോസ്കോപ്പി, ഫോട്ടോമെട്രി എന്നീ സങ്കേതങ്ങളാണ് ഇതിനായി ഉപയോഗിക്കുക, ഗ്രഹാന്തരീക്ഷത്തിന്റെയും ഗ്രഹോപരിതലത്തിന്റെയും രാസഘടന അളക്കാനാണ് സ്പെക്ട്രോസ്കോപ്പി ഉപയോഗിക്കുന്നത്. ഗ്രഹത്തിലെ ജലസാന്നിദ്ധ്യവും, മേഘങ്ങളെക്കുറിച്ചുള്ള പഠനവും, ധ്രുവമേഖലയിലെ മഞ്ഞുപാളികളെക്കുറിച്ചുള്ള പഠനവുമാണ് ഫോട്ടോമെട്രി ഉപയോഗിച്ച് നടത്തുന്നത്. പിന്നീട് ദൂരദർശിനിയിലെ ക്യാമറകൾ ഗ്രഹങ്ങളുടെ ഹൈ–റെസല്യൂഷൻ

ചിത്രങ്ങളെടുക്കും. ഒടുവിൽ ഗ്രഹം വാസയോഗ്യമാണോ അവയിൽ ജീവൻ നിലനില്ക്കുന്നുണ്ടോ എന്ന് നിർണ്ണയിക്കുകയും ചെയ്യും.

ഭൗമസമാന ഗ്രഹങ്ങളെ മാത്രമല്ല, വാതക ഭീമൻമാരെയും അവയുടെ ഉപഗ്രഹങ്ങളെയും കണ്ടെത്തുന്നതിനും അവയുടെ സവിശേഷതകൾ പഠിക്കുന്നതിനും ന്യൂ വേൾഡ് മിഷൻ ഉദ്ദേശിക്കുന്നുണ്ട്. വാതക ഭീമൻമാരുടെ ഉപഗ്രഹങ്ങളിലും ജീവൻ ഉത്ഭവിക്കുന്നതിനും നിലനില്ക്കുന്നതിനും സാദ്ധ്യതയുള്ളതുകൊണ്ടാണിത്. ഒന്നിലധികം ദൂരദർശിനികളുമായി ബന്ധിപ്പിച്ചുകൊണ്ട് സ്റ്റാർഷേഡിന്റെ പ്രവർത്തനം വിപുലമാക്കാനും നാസ ലക്ഷ്യമിടുന്നുണ്ട്. നിരീക്ഷണങ്ങൾക്കിടയിലുണ്ടാകുന്ന സമയ നഷ്ടം പരിഹരിക്കുന്നതിനുവേണ്ടിയാണിത്.

കൃത്രിമ ചന്ദ്രൻ

സ്ട്രീറ്റ് ലൈറ്റുകളില്ലാത്ത ഒരു നഗരത്തേക്കുറിച്ച് ചിന്തിക്കാൻ കഴിയുമോ? നഗര സൗന്ദര്യം വർദ്ധിപ്പിക്കുന്നത് സ്ട്രീറ്റ് ലൈറ്റുകളാണെന്ന് പറയുന്നതിൽ അല്പംപോലും അതിശയോക്തിയില്ല. എന്നാൽ ഒരു വലിയ നഗരത്തിൽ തെരുവുവിളക്കുകൾ ഒരുദിവസം തെളിക്കുന്നതിനാവശ്യമായ വൈദ്യുതി ചെലവ് കണക്കുകൂട്ടിയാൽ അത് നാം ചിന്തിക്കുന്നതിലും അധികമായിരിക്കും. ഇനി ഗ്രാമപ്രദേശങ്ങളിലെ തെരുവ് വിളക്കുകൾകൂടി കണക്കിലെടുത്താൽ വൈദ്യുതി ഉപഭോഗത്തിന്റെ തോതും അതിന്റെ ചെലവും പലമടങ്ങായി വർദ്ധിക്കും. എന്നാൽ തെരുവ് വിളക്കുകൾ നമുക്ക് ഉപേക്ഷിക്കാനുമാവില്ല. സാമൂഹിക സുരക്ഷിതത്വത്തിനും രാത്രികാല അക്രമസംഭവങ്ങൾ ഒഴിവാക്കുന്നതിനും തെരുവ് വിളക്കുകൾ അത്യാവശ്യമാണ്. തെരുവ് വിളക്കുകൾ ഇല്ലാത്ത ഒരു വീഥിയെക്കുറിച്ച് ഇന്ന് ചിന്തിക്കുകപോലും അസാദ്ധ്യമാണ്. എന്നാൽ അതിനാവശ്യമായ വൈദ്യുതിയുടെ ചെലവ് പരിഗണിച്ചാൽ ഇത് എത്രകാലം സാദ്ധ്യമാകും എന്ന് ഉറപ്പിച്ചുപറയാൻ കഴിയില്ല. ഗ്രാമങ്ങൾ നഗരങ്ങളായി മാറിക്കൊണ്ടിരിക്കുന്ന ഇക്കാലത്ത് വിശേഷിച്ചും.

നല്ല നിലാവുള്ള രാത്രികളിൽ പുറത്തിറങ്ങി നടക്കുന്നവർ ചിലപ്പോഴെങ്കിലും ചിന്തിച്ചിരിക്കാം, ഈ നിലാവിന് കുറേക്കൂടി വെളിച്ചമുണ്ടായിരുന്നെങ്കിൽ തെരുവ് വിളക്കുകളെ ആശ്രയിക്കാതെ രാത്രിയാത്ര സുഗമമാക്കാമെന്ന്. ചൈനയിലെ ശാസ്ത്രജ്ഞരും ചിന്തിക്കുന്നത് ആ വഴിക്കാണ്. ചൈനയിലെ ശാസ്ത്ര സമൂഹത്തിന്റെ ചിന്ത യാഥാർത്ഥ്യമാവുകയാണ്. 2022 മുതൽ ചൈനയിലെ തെരുവുകൾക്ക് വെളിച്ചം പകരാനാരംഭിക്കുന്നത് കൃത്രിമ ചന്ദ്രനാണ്. ഒന്നല്ല മൂന്ന് കൃത്രിമ ചന്ദ്രന്മാർ. 2020 ൽ

നിർമ്മാണം പൂർത്തീകരിക്കുമെന്ന് പ്രതീക്ഷിക്കുന്ന ചൈനയുടെ മൂന്ന് ബഹിരാകാശ ദർപ്പണങ്ങൾ 2022 മുതൽ കൃത്രിമ ചന്ദ്രനായി ചൈനയിലെ നഗരങ്ങൾക്ക് രാത്രിയിൽ വെളിച്ചംനല്കും. അതും സ്വാഭാവിക നിലാവിന്റെ എട്ട് മടങ്ങ് ശോഭകൂടിയ വെളിച്ചം. ചൈനയിലെ നഗരങ്ങൾ ഇനി മുതൽ വൈദ്യുതി ചെലവില്ലാതെ തന്നെ പാൽവെളിച്ചത്തിൽ മുങ്ങി നില്ക്കും. നാസയും യൂറോപ്യൻ സ്പേസ് ഏജൻസിയും റഷ്യൻ സ്പേസ് ഏജൻസിയും പരാജയപ്പെട്ട് ഉപേക്ഷിച്ച ദൗത്യമാണ് ചൈനീസ് സ്പേസ് ഏജൻസി യാഥാർത്ഥ്യമാക്കുന്നത്.

2022 ൽ ചൈന വിക്ഷേപിക്കുന്ന മൂന്ന് ബഹിരാകാശ ദർപ്പണങ്ങളാണ് കൃത്രിമ ചന്ദ്രന്മാർ എന്നതുകൊണ്ട് വിവക്ഷിക്കുന്നത്. സ്വാഭാവിക ചന്ദ്രൻ ഭൂമിയിൽനിന്ന് 3,80,000 കിലോമീറ്റർ അകലെയാണെങ്കിൽ കൃത്രിമ ചന്ദ്രന്മാർ ഭൂമിയിൽനിന്നും കേവലം 500 കിലോമീറ്റർ മാത്രം ഉയരത്തിലായിരിക്കും. 360 ഡിഗ്രി ഓർബിറ്റൽ പ്ലെയിൻ ഈ മൂന്ന് ബഹിരാകാശ ദർപ്പണങ്ങൾ ചേർന്ന് പങ്കുവയ്ക്കും. സൂര്യപ്രകാശത്തെ പ്രതിഫലിപ്പിക്കുന്ന ഈ ദർപ്പണങ്ങളുടെ പരിധി 3,600 കിലോമീറ്റർ മുതൽ 6,400 കിലോമീറ്റർ വരെയുള്ള ഭൗമമേഖലയിലായിരിക്കും. ചന്ദ്രൻ പ്രതിഫലിപ്പിക്കുന്ന സൂര്യപ്രകാശത്തിന്റെ എട്ട് മടങ്ങ് പ്രതിഫലിപ്പിക്കാൻ ഈ ദർപ്പണങ്ങൾക്ക് സാധിക്കും. രാത്രിയും പകലും ഒരുപോലെ വെളിച്ചം ലഭിക്കുന്നത് മനുഷ്യരുടെയും മറ്റ് ജന്തുക്കളുടെയും ജീവിതക്രമത്തെ ബാധിക്കുമെന്ന വാദത്തിനും ചൈനീസ് ബഹിരാകാശ ഏജൻസിക്ക് മറുപടിയുണ്ട്. പ്രകാശത്തിന്റെ തീവ്രത ക്രമീകരിച്ച് ജന്തുക്കളുടെ സ്വാഭാവിക ജൈവ ഘടികാരത്തിന് പ്രശ്നമുണ്ടാകാതെ നോക്കാൻ കഴിയുമെന്നാണ് ചൈനയുടെ ബഹിരാകാശ ശാസ്ത്രജ്ഞർ പറയുന്നത്. മാത്രവുമല്ല ഭൂമിയിൽനിന്ന് നോക്കിയാൽ ഈ ദർപ്പണങ്ങൾ ശോഭയുള്ള മൂന്ന് നക്ഷത്രങ്ങൾപോലെയാണ് കാണപ്പെടുക. ചന്ദ്രനെപ്പോലെ വലിയ വൃത്താകാര രൂപമായല്ല. അതുമാത്രവുമല്ല ഈ കൃത്രിമ ചന്ദ്രന്മാരുടെ സേവനം ജനവാസമേഖലകളിലും നഗരങ്ങളിലുമാണ് ഉപയോഗപ്പെടുത്തുക.

50 ചതുരശ്ര കിലോമീറ്റർ ഭാഗത്ത് കൃത്രിമചന്ദ്രന്മാരുടെ പ്രകാശം ഉപയോഗിക്കാൻ കഴിഞ്ഞാൽ വർഷംതോറും 1.2 ബില്യൺ യുവാൻ വൈദ്യുതി ചെലവിൽ ലാഭിക്കാൻ കഴിയുമെന്നാണ് കണക്കാക്കുന്നത്. അതുമാത്രമല്ല ഈ ദൗത്യംകൊണ്ട് ഉദ്ദേശിക്കുന്നത്. കൊടുങ്കാറ്റ്, പേമാരി, പ്രളയം, ഭൂകമ്പം തുടങ്ങിയ പ്രകൃതിക്ഷോഭങ്ങൾ ഉണ്ടാകുമ്പോൾ വൈദ്യുതി വിതരണം തടസ്സപ്പെടുന്നത് സ്വാഭാവികമാണ്. ഇത്തരം പ്രതിസന്ധി ഘട്ടങ്ങളിൽ കൃത്രിമ ചന്ദ്രൻമാരുടെ സേവനം വളരെയധികം പ്രയോജനകരമായിരിക്കും. 1999 ൽ ബാനർ എന്ന പേരിൽ ഇത്തരമൊരു ബഹിരാകാശ ദർപ്പണം റഷ്യ വിക്ഷേപിക്കാൻ ശ്രമിച്ചിരുന്നു. എന്നാൽ ദൗത്യം തുടർച്ചയായി പരാജയപ്പെട്ടതിനെത്തുടർന്ന് റഷ്യ പിൻവാങ്ങു

കയാണുണ്ടായത്. ചൈനയുടെ ബഹിരാകാശ ദർപ്പണത്തിന് ഓരോ എൺപത് ചതുരശ്ര കിലോമീറ്ററും കൃത്യമായി വെളിച്ചം നില്ക്കുന്നതിനും ശോഭാ വ്യതിയാനം വരുത്തുന്നതിനും സാധിക്കും. എന്നിരുന്നാലും ചില പാരിസ്ഥിതിക പ്രത്യാഘാതങ്ങൾ ഇതുകൊണ്ട് സംഭവിക്കുമെന്ന് പരിസ്ഥിതി ശാസ്ത്രജ്ഞർ സംശയിക്കുന്നുണ്ട്. എന്നാൽ പരിസര മലിനീകരണമുണ്ടാക്കാത്ത ഊർജ സ്രോതസ്സ് വികസിപ്പിച്ചെടുക്കാൻ കഴിയും എന്ന പ്രതീക്ഷയിലാണ് ചൈനയിലെ ബഹിരാകാശ ഗവേഷകർ ഈ ദൗത്യവുമായി മുന്നോട്ടു പോകുന്നത്.

ചെറെൻകോവ് ടെലസ്കോപ്പ് അറേ

ഉന്നത ഊർജ്ജനിലയിൽ സഞ്ചരിച്ചുകൊണ്ടിരിക്കുന്ന കോസ്മിക് കിരണങ്ങളിൽനിന്ന് ഭൂമിയെ കാത്തുരക്ഷിക്കുന്ന പടച്ചട്ടയാണ് ഭൗമാന്തരീക്ഷം. ഇത്തരം കോസ്മിക് കിരണങ്ങളുടെ പ്രഭവ കേന്ദ്രങ്ങളെക്കുറിച്ച് പഠിക്കുന്നത് പ്രപഞ്ചപഠനത്തിൽ അനിവാര്യമാണ്. പക്ഷേ, ഇതത്ര എളുപ്പമല്ല. വിദ്യുത്കാന്തിക സ്പെക്ട്രത്തിലെ ഏറ്റവും ആവൃത്തി കൂടിയ ഗാമാ രശ്മികൾ ഉപയോഗിച്ചു മാത്രമേ ഈ പഠനംനടത്താൻ കഴിയൂ. നിലവിലുള്ള സങ്കേതങ്ങൾ ഈ മേഖലയിൽ വളരെ പിന്നിലുമാണ്. ഇപ്പോഴിതാ ഭൗമദൂരദർശിനികളുടെ സഹായത്തോടെ ഗാമാകിരണങ്ങൾ ഉപയോഗിച്ച് പ്രപഞ്ചരഹസ്യങ്ങൾ തിരയുന്ന പദ്ധതി യാഥാർത്ഥ്യമാവുകയാണ്.

ചെറെൻകോവ് ടെലസ്കോപ്പ് അറേ എന്ന ദൂരദർശിനികളുടെ സംഘാതം തമോഗർത്തങ്ങളുടെയും സൂപ്പർനോവകളുടെയും ജി ആർ ബികളുടെയും സ്ഥാനം ഇനി കൃത്യമായി അടയാളപ്പെടുത്തും. രണ്ടു സുപ്രധാന കണ്ടുപിടിത്തങ്ങളാണ് സി ടി എ നടത്തുന്നത്. ഒന്നാമത്തേത് ഉന്നത ഊർജ്ജനിലയിൽ പ്രവഹിച്ചുകൊണ്ടിരിക്കുന്ന കോസ്മിക് കിരണങ്ങളുടെ സ്രോതസ്സുകൾ കണ്ടെത്തുകയാണ്. രണ്ടാമത്തേതാകട്ടെ, ശ്യാമദ്രവ്യത്തിന്റെ സവിശേഷതകൾ കണ്ടെത്തുകയും. അതിനു പുറമെ ക്വാണ്ടം ഗ്രാവിറ്റി സിദ്ധാന്തങ്ങൾ പരീക്ഷിച്ചറിയാനും ഈ ദൂരദർശിനിക്കൂട്ടത്തിന് കഴിയും. സൂപ്പർനോവാ സ്ഫോടനങ്ങളിലും ബ്ലേയ്സറുകളിലുമെല്ലാം സൃഷ്ടിക്കപ്പെടുന്ന ഉയർന്ന ഊർജ്ജമുള്ള കോസ്മിക് കിരണങ്ങൾ (പ്രോട്ടോണുകളും സ്വതന്ത്രമാക്കപ്പെട്ട അണുകേന്ദ്രങ്ങളുമാണ് പൊതുവെ കോസ്മിക് കിരണങ്ങളിലടങ്ങിയിരിക്കുന്നത്) അവയുടെ യാത്രയ്ക്കിടയിൽ നക്ഷത്രാന്തര കാന്തിക ക്ഷേത്രത്തിന്റെ സ്വാധീന

ത്താൽ അവയുടെ നേർരേഖാ സഞ്ചാരപാതയിൽനിന്ന് വ്യതിചലിക്കുകയും അതുകൊണ്ടുതന്നെ അവയുടെ ഉറവിടങ്ങളെക്കുറിച്ച് തെറ്റിദ്ധാരണ ഉണ്ടാക്കുകയും ചെയ്യും. എന്നാൽ, ആവൃത്തി കൂടിയ ഗാമാകിരണങ്ങൾക്ക് അവയുടെ നേർരേഖാ സഞ്ചാരത്തിലുള്ള ആശുപത്രി നിസ്സാരമായതുകൊണ്ട് ഗാമാകിരണങ്ങൾ ഉപയോഗിച്ചുള്ള നിരീക്ഷണം കോസ്മിക് കിരണങ്ങളുടെ സ്രോതസ്സുകളെക്കുറിച്ചുള്ള വ്യക്തമായ ചിത്രം നല്കും. ശ്യാമദ്രവ്യത്തെക്കുറിച്ചുള്ള പഠനത്തിലും ഗാമാരശ്മികൾക്ക് വളരെയധികം പ്രാധാന്യമുണ്ട്. പ്രപഞ്ചദ്രവ്യത്തിന്റെ 80 ശതമാനത്തിലധികവും നിർമ്മിക്കപ്പെട്ടിട്ടുള്ളത് ദുരൂഹപ്രതിഭാസമായ ശ്യാമദ്രവ്യ കണികകൾകൊണ്ടാണ്. ഈ കണങ്ങളുടെ പരസ്പരമുള്ള പ്രതിപ്രവർത്തനങ്ങളുടെ ഫലമായി സൃഷ്ടിക്കപ്പെടുന്ന ഫോട്ടോണുകൾ സി ടി എയ്ക്ക് സംവേദനക്ഷമമാണ്. സേണിലെ ലാർജ് ഹാഡ്രോൺ കൊളൈഡർ പോലുള്ള കണികാത്വരത്രങ്ങളിൽ ഉയർന്ന ഊർജ്ജനില കൃത്രിമമായി സൃഷ്ടിച്ച് ശ്യാമദ്രവ്യ കണികകളെ കണ്ടെത്തുന്നതിലും ആയാസരഹിതവും ചെലവുകുറഞ്ഞ രീതിയുമാണിത്. ആധുനിക പ്രപഞ്ചവിജ്ഞാന ശാഖയിലെ ഏറ്റവും പ്രബല സിദ്ധാന്തമായ ക്വാണ്ടം ഗ്രാവിറ്റി പരീക്ഷിച്ചറിയുന്നതിനും സി ടി എയ്ക്ക് കഴിയുമെന്നത് എടുത്തുപറയേണ്ട കാര്യമാണ്. പ്രകാശ കണികകളുടെ ഊർജ്ജനിലയ്ക്കനുസരിച്ച് പ്രകാശ പ്രവേഗത്തിൽ ഏറ്റക്കുറച്ചിലുകൾ ഉണ്ടാകാമെന്ന് ചില ക്വാണ്ടം ഗ്രാവിറ്റി പ്രമാണങ്ങൾ പ്രവചിക്കുന്നുണ്ട്. ഇതു പരീക്ഷിച്ചു ബോദ്ധ്യപ്പെട്ടാൽ കോസ്മോളജിയിൽ വലിയൊരു വിപ്ലവം തന്നെയായിരിക്കുമത്.

ഉത്തരാർദ്ധഗോളത്തിലും ദക്ഷിണാർദ്ധ ഗോളത്തിലുമുള്ള രണ്ട് സൈറ്റുകളിലാണ് സി ടി എ നിർമ്മിക്കുന്നത്. മൂന്ന് വ്യത്യസ്ത വലിപ്പത്തിലുള്ള ദൂരദർശിനികളുടെ സംഘാതമാണ് സി ടി എ. ഇതിൽ നാല് 23 മീറ്റർ ടെലസ്കോപ്പും അതിനു ചുറ്റിലുമായി ഡസൻ കണക്കിന് 12 മീറ്റർ, 2–4 മീറ്റർ ദൂരദർശിനികളുമാണുള്ളത്. അർജന്റീനയും നീബിയയുമാണ് ഇപ്പോൾ പരിഗണനയിലുള്ള സി ടി എ സൈറ്റുകൾ. ഒരേസമയം ആയിരത്തിൽപ്പരം ഗാമാ–റേ സ്രോതസ്സുകൾ കണ്ടെത്താൻ സി ടി എയ്ക്കു കഴിയും. നൂറ് ജിഗാ ഇലക്ട്രോൺ വോൾട്ടിനും (100 GeV) ഒരുലക്ഷം ജിഗാ ഇലക്ട്രോൺ വോൾട്ടിനും (1,00,000 GeV) ഇടയിലാണ് ഈ ദൂരദർശിനികളുടെ പ്രവർത്തനക്ഷമത. ലോകത്തിന്നുവരെ ഇത്രയും ഉയർന്ന ഊർജ്ജനിലയിലുള്ള വികിരണങ്ങൾ ഉപയോഗിച്ചുകൊണ്ടുള്ള വാനനിരീക്ഷണം നടന്നിട്ടില്ല. അടുത്ത വർഷം നിർമാണം തുടങ്ങുന്ന ഈ പദ്ധതിയുടെ ചെലവ് 20 കോടി യൂറോ ആകുമെന്നാണ് കണക്കാക്കപ്പെടുന്നത്.

ഡാർക്ക് എനർജിയെക്കുറിച്ച് പഠിക്കാൻ യൂക്ലിഡ്

ഡാർക്ക് എനർജിയുടെ പ്രഭാവത്തെക്കുറിച്ചു പഠിക്കാൻ യൂക്ലിഡ് ഒരുങ്ങുകയാണ്. യൂറോപ്യൻ സ്പേസ് ഏജൻസിയുടെ ഡാർക്ക് എനർജി എക്സ്പ്ലോറർ യൂക്ലിഡ് 2021 ൽ വിക്ഷേപിക്കപ്പെടും. പേടകത്തിന്റെ നാല് ഡിറ്റക്ടറുകളുടെ നിർമ്മാണം 2017 ജനുവരിയിൽ പൂർത്തിയായി. പ്രപഞ്ചം വികസിച്ചുകൊണ്ടിരിക്കുകയാണെന്ന യാഥാർത്ഥ്യം ശാസ്ത്ര ലോകം അംഗീകരിച്ചുകഴിഞ്ഞു. എന്നാൽ പ്രപഞ്ചത്തിന്റെ വികാസ വേഗത വർദ്ധിച്ചുകൊണ്ടിരിക്കുന്നത് വലിയ ദുരൂഹതയാണ്. ഡാർക്ക് എനർജി എന്ന ഋണ മർദ്ദത്തിന്റെ സാന്നിദ്ധ്യമാണ് പ്രപഞ്ചവികാസ ത്തിനു കാരണമായി ശാസ്ത്രജ്ഞർ ചൂണ്ടിക്കാണിക്കുന്നത്. എന്താണ് ഡാർക്ക് എനർജിയെന്ന് കണ്ടുപിടിക്കുകയാണ് യൂക്ലിഡ് ദൗത്യത്തിന്റെ വിക്ഷേപണ ലക്ഷ്യം. ഡാർക്ക് എനർജിയുടെ പ്രഭാവം കണക്കുകൂട്ടാൻ കഴിഞ്ഞാൽ പ്രപഞ്ചത്തിന്റെ വികാസ പരിണാമങ്ങളും തുടർന്ന് അന്ത്യവും മനസ്സിലാക്കാൻ കഴിയും. അതൊരുപക്ഷേ പ്രപഞ്ചത്തെക്കു റിച്ചുള്ള നമ്മുടെ ധാരണകൾ തിരുത്തിക്കുറിക്കാൻ പര്യാപ്തവുമായി രിക്കും.

2020 ൽ ഫ്രഞ്ച് ഗയാനയിൽ നിന്ന് സോയൂസ് റോക്കറ്റ് ഉപയോഗി ച്ചാണ് യൂക്ലിഡ് വിക്ഷേപിക്കുന്നത്. 30 ദിവസത്തെ യാത്രയ്ക്കൊടുവിൽ പേടകം ഭൂമിയിൽനിന്നും 15 ലക്ഷം കിലോമീറ്റർ അകലെയുള്ള രണ്ടാം ലെഗ്രാൻഷ്യൻ പോയിന്റിലാണ് സ്ഥാപിക്കുന്നത്. ചന്ദ്രനുമപ്പുറം സൂര്യന്റെ എതിർ ദിശയിലാണ് ഈ സ്ഥാനം. സൂര്യന്റെയും ഭൂമിയുടെയും ഗുരുത്വാകർഷണബലം പരസ്പരം നിർവ്വീര്യമാക്കപ്പെടുന്ന ഈ സ്ഥാന ത്ത് സ്ഥാപിക്കുന്ന പേടകം അവിടെ സ്ഥിരമായി നിലനില്ക്കും. ഡീപ് സ്പേസിന്റെ വ്യക്തമായ ദൃശ്യം ലഭിക്കാൻ ഇത് സഹായിക്കും. ആറ്

വർഷമാണ് പേടകത്തിന്റെ പ്രവർത്തനകാലം. ഈ കാലംകൊണ്ട് 15,000 സ്ക്വയർ ഡിഗ്രി ആകാശപേടകം നിരീക്ഷണ വിധേയമാക്കും.

യൂറോപ്യൻ സ്പേസ് ഏജൻസിയുടെ കോസ്മിക് വിഷൻ 2015–2025 പദ്ധതിയുടെ ഭാഗമായാണ് പേടകം വിക്ഷേപിക്കപ്പെടുന്നത്. 2007 ലെ നിർദ്ദേശപ്രകാരം ഡ്യൂൺ (Dark UNiverse Explorer –DUNE) എന്നും സ്പേസ് (SPetcroscopic All sky Cosmic Explorer –SPACE) എന്നും പേരുള്ള രണ്ടു പേടകങ്ങളാണ് വിക്ഷേപിക്കാൻ ഉദ്ദേശിച്ചിരുന്നത്. ഡാർക്ക് മാറ്ററിനെക്കുറിച്ചും അത് സൃഷ്ടിക്കുന്ന ഗ്രാവിറ്റേഷണൽ ലെൻസിങ് എന്ന പ്രതിഭാസത്തെക്കുറിച്ചും ഡാർക്ക് എനർജിയേക്കുറിച്ചുമുള്ള പഠനമാണ് ഡ്യൂൺ ദൗത്യംകൊണ്ട് ഉദ്ദേശിച്ചിരുന്നത്. 1000 കോടി വർഷം മുൻപ് മുതലുള്ള പ്രപഞ്ചത്തിന്റെ ത്രീഡി മാപിങ് ആയിരുന്നു സ്പേസ് എന്ന ദൗത്യംകൊണ്ട് ഉദ്ദേശിച്ചിരുന്നത്. തുടർന്നുനടന്ന പഠനങ്ങൾ ഈ രണ്ടു ദൗത്യങ്ങളും സംയോജിപ്പിച്ചുകൊണ്ട് യൂക്ലിഡ് ഡാർക്ക് എനർജി എക്സ്പ്ലോറർ എന്ന ദൗത്യത്തിൽ എത്തിച്ചേരുകയായിരുന്നു. എന്നാൽ 2011 ൽ സോളാർ ഓർബിറ്റർ എന്നൊരു മീഡിയം ക്ലാസ് ദൗത്യം കൂടി യൂറോപ്യൻ സ്പേസ് ഏജൻസി അംഗീകരിച്ചു. 2018 ൽ സോളാർ ഓർബിറ്റർ ദൗത്യം വിക്ഷേപിക്കപ്പെടും. അതിനു ശേഷമാണ് യൂക്ലിഡ് ദൗത്യത്തിന്റെ വിക്ഷേപണം നടക്കുക.

യൂക്ലിഡ് ദൗത്യത്തിലുള്ള നിയർ-ഇൻഫ്രാറെഡ് ഉപകരണത്തിൽ ഉപയോഗിക്കുന്നതിനായി 20 ഡിറ്റക്ടറുകൾ നിർമ്മിച്ചുനല്കുമെന്ന് 2013 ൽ നാസ തത്ത്വത്തിൽ അംഗീകരിച്ചു. കൂടാതെ വികസന പ്രവർത്തനങ്ങൾക്കായി 40 ശാസ്ത്രജ്ഞരെയും വിട്ടുകൊടുത്തു. ശാസ്ത്രീയ ഉപകരണങ്ങൾ നിർമ്മിക്കുന്നത് ഈ ശാസ്ത്രജ്ഞരുടെ സഹായത്തോടെയാണ്. 2014 ആയപ്പോഴേക്കും യൂക്ലിഡ് ദൗത്യത്തിന്റെ മുഖ്യകോൺട്രാക്ടർ ഇറ്റലിയിലെ തേൽസ് അലേനിയ സ്പേസ് എന്ന കമ്പനിയായി. ഇന്ന് യൂക്ലിഡ് ദൗത്യത്തിന് ഏറ്റവുമധികം മുതൽമുടക്ക് നടത്തുന്നത് തേൽസ് അലേനിയ സ്പേസ് കമ്പനിയാണ്. 2015 ൽ ദൗത്യത്തിന്റെ ഹാർഡ്‌വെയർ പാർട്ടുകളുടെ നിർമ്മാണം പൂർത്തിയായി. 2017 ആരംഭത്തിൽ വിസിബിൾ ഇമേജറുകളുടെ നിർമ്മാണവും പൂർത്തീകരിച്ചു.

പ്രപഞ്ചത്തിന്റെ വളരെ ചെറിയൊരു ഭാഗം മാത്രമേ നമുക്ക് ദൃശ്യമാവുകയുള്ളൂ. ദൃഷ്ടിഗോചരമായ സാധാരണ ദ്രവ്യംകൊണ്ട് നിർമ്മിച്ചിട്ടുള്ള ഖഗോള പിണ്ഡങ്ങൾ ദൃശ്യപ്രപഞ്ചത്തിന്റെ (Observable Universe) നാല് ശതമാനം മാത്രമേയുള്ളൂ. 28 ശതമാനം ഡാർക്ക്മാറ്റർ എന്ന അദൃശ്യ ദ്രവ്യമാണ്. ബാക്കി 68 ശതമാനവും ഡാർക്ക് എനർജി എന്ന ദുരൂഹ പ്രതിഭാസമാണ്. പ്രപഞ്ചം വികസിച്ചുകൊണ്ടിരിക്കുന്നത് ഈ പ്രതിഭാസം കാരണമാണെന്നാണ് ശാസ്ത്രജ്ഞർ കരുതുന്നത്. പ്രപഞ്ചവികാസത്തെ തടഞ്ഞുനിർത്താൻ ശ്യാമദ്രവ്യവും സാധാരണ ദ്രവ്യവും ചേർന്ന് പ്രദാനം ചെയ്യുന്ന ഗുരുത്വാകർഷണ ബലത്തിന് കഴിയുന്നില്ല. യൂക്ലിഡ് ദൗത്യം നിരീക്ഷണ വിധേയമാക്കുന്നത് അദൃശ്യ പ്രപഞ്ചത്തിന്റെ മായക്കാഴ്ച

കളാണ്. പ്രപഞ്ചത്തെക്കുറിച്ചുള്ള നമ്മുടെ ധാരണകൾ തിരുത്തിയെഴുതാൻ പര്യാപ്തമായിരിക്കും യൂക്ലിഡ് സമ്മാനിക്കുന്ന ഇരുണ്ട പ്രപഞ്ചത്തിന്റെ ദൃശ്യങ്ങൾ. പേടകത്തിലുള്ള രണ്ട് അനുബന്ധ ഉപകരണങ്ങളിൽ ഒന്ന് വീക്ക് ഗ്രാവിറ്റേഷണൽ ലെൻസിങ് കൃത്യമായി അളക്കും. ശ്യാമ ദ്രവ്യത്തിന്റെ വിതരണവും ശ്യാമ ഊർജ്ജത്തിന്റെ പ്രഭാവവും കണ്ടെത്തുന്നതിന് ഇത് സഹായിക്കും. രണ്ടാമത്തെ ഉപകരണം ബേര്യോണിക് അക്വോസ്റ്റിക് ഓസിലേഷനെക്കുറിച്ച് പഠിക്കാനുള്ളതാണ്. സ്പേസിലുള്ള ഗാലക്സികളുടെ വിതരണത്തെക്കുറിച്ച് കൃത്യമായ വിവരങ്ങൾ നല്കാൻ ഇതുകൊണ്ട് സാധിക്കും. ഒരു വിസിബിൾ ഇമേജറും ഒരു നിയർ–ഇൻഫ്രാറെഡ് സ്പെക്ട്രോമീറ്ററും, ഫോട്ടോമീറ്ററുമാണ് പേടകത്തിലെ മുഖ്യ ശാസ്ത്രീയ ഉപകരണങ്ങൾ.

പ്രപഞ്ചത്തിൽ കാണാനും തൊടാനും കഴിയാത്ത രീതിയിൽ നിലനില്ക്കുന്ന ദ്രവ്യമാണ് ഡാർക്ക് മാറ്റർ. ഗാലക്സികളെക്കുറിച്ചുള്ള അന്വേഷണമാണ് ഡാർക്ക് മാറ്റർ എന്ന സങ്കല്പത്തിലേക്ക് ശാസ്ത്രലോകത്തെ നയിച്ചത്. പഠന വിധേയമാക്കിയ ഓരോ നക്ഷത്ര സമൂഹത്തിന്റെയും പിണ്ഡം അവയിലുള്ള നക്ഷത്രങ്ങളുടെ ആകെ പിണ്ഡത്തിലും എത്രയോ അധികമാണെന്ന് 1937 ൽ ഫ്രിട്സ് സ്വിക്കി എന്ന ശാസ്ത്രജ്ഞൻ കണ്ടെത്തിയിരുന്നു. കണക്കാക്കാൻ കഴിയുന്ന പിണ്ഡംകൊണ്ടു മാത്രം നക്ഷത്ര സമൂഹങ്ങൾ ചിതറിപ്പോകാതെ നിലനില്ക്കുന്നത് എങ്ങനെയാണെന്ന് വിശദീകരിക്കാൻ ശാസ്ത്രജ്ഞർക്ക് കഴിഞ്ഞില്ല. കണ്ടെത്തിയ പിണ്ഡത്തെക്കാൾ ഒൻപതിരട്ടിയെങ്കിലും പിണ്ഡം കൂടുതലായ് ഇല്ലെങ്കിൽ ഗുരുത്വാകർഷണ ബലത്തെ അതിജീവിച്ച് നക്ഷത്രങ്ങൾ അകന്നകന്നു പോകുമെന്ന് ശാസ്ത്രജ്ഞർക്ക് ബോദ്ധ്യപ്പെട്ടു. കാണാത്ത പിണ്ഡമുണ്ടെങ്കിൽ അതിനടിസ്ഥാനമായി കാണാത്ത ദ്രവ്യമുണ്ടാകുമെന്ന് ശാസ്ത്രകാരന്മാർ അനുമാനിച്ചു. ഈ അനുമാനം ശാസ്ത്രലോകത്തിന്റെ പൂർണ്ണ അംഗീകാരമുള്ള സങ്കല്പമായി വികസിച്ചത് 2004 ൽ ആണ്. മാഞ്ചസ്റ്റർ സർവ്വകലാശാലയിലെ ശാസ്ത്രജ്ഞരാണ് ഈ ദ്രവ്യരൂപത്തെ ഡാർക്ക് മാറ്റർ എന്ന് ആദ്യമായി വിളിച്ചത്. ദ്രവ്യത്തിന്റെ അടിസ്ഥാന സ്വഭാവങ്ങളിലൊന്നായ ഗുരുത്വാകർഷണ സ്വഭാവം പ്രകടിപ്പിക്കുമ്പോഴും പ്രകാശത്തെ ആഗിരണം ചെയ്യുകയോ പ്രതിഫലിപ്പിക്കുകയോ ചെയ്യാത്തത് എന്ന അർത്ഥത്തിലാണ് ഡാർക്ക് മാറ്റർ എന്ന് വിളിച്ചത്. ആകെ പ്രപഞ്ച ദ്രവ്യത്തിന്റെ 85 ശതമാനവും ഈ അദൃശ്യ ദ്രവ്യമാണ്.

ഗുരുത്വാകർഷണത്തിനെതിരെ പ്രവർത്തിച്ച് പ്രപഞ്ചവികാസത്തിന്റെ ത്വരണം കൂട്ടുന്ന സാങ്കല്പിക ഊർജ്ജരൂപമാണ് ഡാർക്ക് എനർജി. കോസ്മോളജിക്കൽ സ്ഥിരാങ്കവും ക്വിന്റസൻസ് മാതൃകയുമാണ് ഡാർക്ക് എനർജിയുടെ സ്വഭാവത്തെക്കുറിച്ച് പൊതുവെ സ്വീകരിച്ചിട്ടുള്ള മാതൃകകൾ. പ്രപഞ്ചത്തിലെ ശൂന്യസ്ഥലങ്ങളിൽ ഏകജാതീയമായി നിറഞ്ഞിരിക്കുന്ന ഊർജ്ജമാണ് കോസ്മോളജിക്കൽ സ്ഥിരാങ്കം. സ്ഥലകാലത്തിനനുസരിച്ച് സാന്ദ്രത വ്യത്യാസപ്പെടുന്ന ഊർജ്ജമണ്ഡലങ്ങളാണ് ക്വിന്റ

സൻസ് ക്ഷേത്രം. കോസ്മോളജിക്കൽ സ്ഥിരാങ്കം ശൂന്യമണ്ഡലത്തിന്റെ ഊർജ്ജത്തിന് സമാനമാണ്. ഡാർക്ക് എനർജിയുടെ സ്വഭാവവും പ്രത്യേകതകളും കൃത്യമായി നിർണ്ണയിക്കുക എന്നത് കോസ്മോളജിയിലെ ഇന്നുള്ള ഏറ്റവും വലിയ വെല്ലുവിളികളിൽ ഒന്നാണ്. 1920 ൽ എഡ്വിൻ ഹബിൾ ഗാലക്സികളുടെ ചുമപ്പ് നീക്കം സംബന്ധിച്ച നിരീക്ഷണത്തിൽ നിന്നും പ്രപഞ്ചം വികസിക്കുന്നു എന്ന ആശയം അവതരിപ്പിച്ചു. ഇതിനെത്തുടർന്നാണ് മഹാവിസ്ഫോടനം എന്ന പ്രപഞ്ച സിദ്ധാന്തം രൂപംകൊള്ളുന്നത്. 1998 ൽ നടത്തിയ ടൈപ്പ് -1 സൂപ്പർനോവ നിരീക്ഷണങ്ങളുടെയും 1999 ൽ സൂപ്പർനോവ കോസ്മോളജി പ്രൊജക്ടിന്റെ നിരീക്ഷണഫലങ്ങളുടെയും അടിസ്ഥാനത്തിൽ പ്രപഞ്ച വികാസത്തിന്റെ ത്വരണ നിരക്ക് കൂടിക്കൊണ്ടിരിക്കുന്നു എന്ന നിഗമനത്തിൽ ശാസ്ത്രലോകം എത്തിച്ചേർന്നു. ഈ പഠനങ്ങൾക്ക് 2011 ൽ ഭൗതികശാസ്ത്ര നൊബേൽ പുരസ്കാരം ലഭിക്കുകയുണ്ടായി.

ഡാർക്ക് എനർജിയുടെ സ്വഭാവം ഒരു തർക്കവിഷയമാണ്. ഏകജാതീയമായ ഈ ഊർജ്ജരൂപത്തിന്റെ സാന്ദ്രത വളരെ കുറവാണ്. ഏകദേശം 10ഫ29 ഗ്രാം പ്രതി ഘന സെന്റിമീറ്റർ. അതുകൊണ്ടുതന്നെ പരീക്ഷണ ശാലയിൽ ഇത് കണ്ടുപിടിക്കാൻ പ്രയാസമാണ്. ഡാർക്ക് എനർജിയുടെ മർദ്ദം നെഗറ്റീവാണെന്ന് അനുമാനിക്കുന്നു. പ്രപഞ്ചം മുഴുവൻ നിറഞ്ഞുനില്ക്കുന്ന ഒരു ക്ഷേത്രം എന്ന നിലയിലാണ് ഡാർക്ക് എനർജിയെ ഇതുവരെ മനസ്സിലാക്കാൻ കഴിഞ്ഞത്. പ്രപഞ്ചത്തിൽ 68 ശതമാനവും ഡാർക്ക് എനർജിയാണെന്ന് അനുമാനിക്കുന്നു.

ഛിന്നഗ്രഹങ്ങളെ നേരിടാൻ ഡാർട്ട്

ഭൂമിയെ ഛിന്നഗ്രഹങ്ങളുടെ ആക്രമണത്തിൽനിന്ന് രക്ഷിക്കാൻ പുതിയൊരു പദ്ധതിയുമായി നാസ രംഗത്തെത്തിയിരിക്കുകയാണ്. ഭൂമിയെ സമീപിച്ചുകൊണ്ടിരിക്കുന്ന ഛിന്നഗ്രഹങ്ങളുടെ പാത വ്യതിചലിപ്പിച്ച് അവയെ ഭൂമിയിൽ പതിക്കാതെ സ്പേസിലേക്ക് വഴിതിരിച്ചുവിടുന്ന ഈ ദൗത്യത്തിന് ഡാർട്ട് (Double Asteroid Reduction Test - DART) എന്നാണ് പേര് നല്കിയിരിക്കുന്നത്. ഇത്തരത്തിലുള്ള ആദ്യ ദൗത്യം 2021 ൽ വിക്ഷേപിക്കപ്പെടും. നാസയുടെ പ്രൊപൽഷൻ ലബോറട്ടറി, ഗോദാർദ് സ്പേസ് ഫ്ലൈറ്റ് സെന്റർ, ജോൺസൺ സ്പേസ് സെന്റർ എന്നീ സ്ഥാപനങ്ങളുടെ പിന്തുണയിൽ ജോൺ ഹോപ്കിൻസ് യൂണിവേഴ്സിറ്റിയിലെ ഗവേഷകരാണ് ഡാർട്ട് നിർമ്മിക്കുന്നത്. കൈനറ്റിക് ഇംപാക്ടർ വിദ്യ ഉപയോഗിച്ച് ഭൂമിക്ക് ഭീഷണിയാകുന്ന രീതിയിൽ സഞ്ചരിക്കുന്ന ഛിന്നഗ്രഹങ്ങളുടെ ഭ്രമണപഥത്തിൽ മാറ്റമുണ്ടാക്കുകയാണ് പേടകം ചെയ്യുന്നത്. ആദ്യ ദൗത്യത്തിൽ പേടകം സമീപിക്കുന്നത് ഛിന്നഗ്രഹ ഇരട്ടകളായ ഡിഡിമോസിനെയാണ്. ഇതിൽ ഡിഡിമോസ് എയ്ക്ക് 800 മീറ്ററും ഡിഡിമോസ് ബിയ്ക്ക് 161.5 മീറ്ററും വ്യാസമുണ്ട്. നാസയുടെ ഡോൺ ബഹിരാകാശ പേടകത്തിൽ ഉപയോഗിച്ചിട്ടുള്ള സോളാർ ഇലക്ട്രിക് പ്രൊപൽഷന് സമാനമായ നാസ ഇവല്യൂഷനറി സിനോൺ ത്രസ്റ്റർ കൊമേഴ്ഷ്യൽ (Next–C) എന്ന നൂതന പ്രൊപൽഷൻ സങ്കേതമാണ് ഡാർട്ടിൽ ഉപയോഗിക്കുന്നത്. ഈ സാങ്കേതികവിദ്യ ഉപയോഗിക്കുന്നത് കാരണം പേടകത്തിന്റെ ഭാരം ഗണ്യമായി കുറയ്ക്കുന്നതിനും അതോടൊപ്പം വിക്ഷേപണ ചെലവ് കുറയ്ക്കുന്നതിനും സഹായിക്കും. 2020 ഡിസംബർ മുതൽ 2021 മെയ് മാസം വരെയുള്ള ലോഞ്ച് വിൻഡോയിൽ ബഹിരാകാശത്തേക്ക് കുതിക്കുന്ന പേടകം 2022 ഒക്ടോബറിൽ

ഡിഡിമോസിന്റെ ഭ്രമണപഥത്തിൽ പ്രവേശിക്കും. ഭൂമിയിൽനിന്നും പതിനൊന്ന് ദശലക്ഷം കിലോമീറ്റർ ദൂരെ കൂടിയാണ് ഡിഡിമോസ് ഛിന്നഗ്രഹ ജോഡി ഇപ്പോൾ സഞ്ചരിച്ചുകൊണ്ടിരിക്കുന്നത്. ദൂരദർശിനികളുടെ സഹായത്തോടെയാണ് ഈ ഛിന്നഗ്രഹ ജോഡിയുടെ പിണ്ഡവും ഭ്രമണവേഗതയും ഭൂമിയിൽനിന്നുള്ള ദൂരവും കണക്കാക്കുന്നത്. സെക്കന്റിൽ 5.95 കിലോമീറ്ററാണ് ഈ ഛിന്നഗ്രഹങ്ങളുടെ സഞ്ചാര വേഗത.

ഭൂമിക്ക് ഭീഷണിയായേക്കാവുന്ന വിധത്തിൽ സഞ്ചരിച്ചുകൊണ്ടിരിക്കുന്ന 18000 ഛിന്നഗ്രഹങ്ങളെങ്കിലുമുണ്ടെന്നാണ് കണക്കാക്കിയിരിക്കുന്നത്. ഏതാനും ലക്ഷം വർഷങ്ങൾക്കുള്ളിൽ ഇവയെല്ലാം ഭൂമിയിൽ പതിക്കുകയും ചെയ്യും. ഏതാനും മീറ്റർ മുതൽ കിലോമീറ്ററുകൾവരെ വ്യാസമുള്ള ഛിന്നഗ്രഹങ്ങൾ ഇക്കൂട്ടത്തിലുണ്ട്. എഴുപത് കിലോമീറ്ററിൽ കുറവ് പിണ്ഡമുള്ള ഛിന്നഗ്രഹങ്ങൾ ഭൂമിയുടെ അന്തരീക്ഷത്തിൽ പ്രവേശിച്ചാൽ ഭൂമിയിൽ പതിക്കുന്നതിനുമുമ്പ് പൂർണ്ണമായി കത്തിച്ചാമ്പലാകും. എന്നാൽ എഴുപത് കിലോമീറ്ററിൽ കൂടുതലുള്ളവ കത്തിത്തീരാതെ ഭൂമിയിൽ പതിക്കുകതന്നെ ചെയ്യും. അതുണ്ടാക്കുന്ന ജീവഹാനിയും പ്രകൃതി ദുരന്തങ്ങളും നാശനഷ്ടവും പ്രവചനാതീതമായിരിക്കും. ഇത്തരമൊരു ഛിന്നഗ്രഹ ആക്രമണമാണ് ഭൂമിയിൽ ദിനോസറുകളുടെ ഉന്മൂല നാശത്തിന് കാരണമായത്.

2015 ൽ നാസയും യൂറോപ്യൻ സ്പേസ് ഏജൻസിയും ചേർന്ന് ഭൂമിക്ക് ഭീഷണിയാകുന്നതരത്തിൽ സഞ്ചരിച്ചുകൊണ്ടിരിക്കുന്ന ഛിന്നഗ്രഹങ്ങളെ വഴിതിരിച്ചുവിടുന്നതിനുള്ള ഒരു ദൗത്യം വിക്ഷേപിക്കാൻ ധാരണയിലെത്തിയിരിക്കുന്നു. ഐഡ (AIDA) എന്നു പേരിട്ട ഈ ദൗത്യം പിന്നീട് ഉപേക്ഷിക്കുകയാണുണ്ടായത്. രണ്ട് ബഹിരാകാശ പേടകങ്ങൾ ഒരുമിച്ചുള്ള ദൗത്യമായിരുന്നു. ഐഡ പദ്ധതി ഇതനുസരിച്ച് യൂറോപ്യൻ സ്പേസ് ഏജൻസിയുടെ എയിം (AIM) സ്പേസ്ക്രാഫ്റ്റ് 2020 ഡിസംബറിലും നാസയുടെ ഡാർട്ട് (DART) 2021 ജൂലൈ മാസത്തിലും വിക്ഷേപിക്കാനാണ് തീരുമാനിച്ചിരിക്കുന്നത്. ഡിഡിമോസ് ഛിന്നഗ്രഹ ജോഡിയിലെ വലിയ ഛിന്നഗ്രഹത്തെ ചുറ്റിക്കൊണ്ട് അതിന്റെ ഘടനയും ചെറിയ ഛിന്നഗ്രഹമായ ഡിഡിമോസ് - ബി വലിയ ഛിന്നഗ്രഹത്തിൽ ചെലുത്തുന്ന സ്വാധീനവും പഠിക്കും. കൂടാതെ ഈ രണ്ട് ഛിന്നഗ്രഹങ്ങളുടെയും ഭൗതിക സവിശേഷതകളും ഉപരിതലത്തിന്റെ സ്വഭാവവും പഠിക്കും. 2022 ൽ ഈ ഛിന്നഗ്രങ്ങൾ ഭൂമിയുടെ ഏറ്റവുമടുത്തെത്തുമ്പോൾ വലിയ ഛിന്നഗ്രഹത്തിൽ ഇടിച്ചിറങ്ങുന്നതിനായാണ് ഡാർട്ട് പേടകത്തിന്റെ ലക്ഷ്യമായി നിർണ്ണയിച്ചിരിക്കുന്നത്. എന്നാൽ എയിം (AIM) പദ്ധതി ഉപേക്ഷിച്ചതോടെ ഛിന്നഗ്രഹങ്ങളുടെ ഭൗതിക സവിശേഷതകളും ധാതുഘടനയും പരിശോധിക്കാൻ കഴിയാതെവരും. എന്നാൽ ഡാർട്ട് പദ്ധതി നിലവിലുള്ളതുകൊണ്ട് ഛിന്നഗ്രഹവുമായി കൂട്ടിമുട്ടി അതിന്റെ ഭ്രമണപഥത്തിൽ നിന്ന് പുറന്തള്ളും അതോടെ ഭൂമിക്കുള്ള

ഭീഷണി താല്ക്കാലികമായി ഒഴിവാക്കാൻ കഴിയുകയും ചെയ്യും. ഭൂതല ദൂരദർശിനികളുടെയും റഡാറിന്റെയും സഹായത്തോടുകൂടിയാണ് ശാസ്ത്രജ്ഞർ ഛിന്നഗ്രഹങ്ങളുടെ പഥം നിർണ്ണയിക്കുന്നതിനും ഡാർട്ട് പേടകത്തിന്റെ ട്രാക്കിങ് നടത്തുന്നതും 2017 ജൂണിൽ നാസ ഡാർട്ട് സ്പേസ്ക്രാഫ്റ്റിന്റെ രൂപകല്പന അംഗീകരിച്ചു. 2018 ആഗസ്ത് മാസത്തിൽ അവസാനഘട്ട മിനുക്കുപണികളോടെ പേടകത്തിന്റെ നിർമ്മാണം ആരംഭിച്ചു.

ഇനി ഡാർട്ട് എങ്ങനെയാണ് പ്രവർത്തിക്കുന്നതെന്ന് നോക്കാം പേടകത്തിൽ ഒരു സൂര്യ സംവേദക ഉപകരണവും (Sun Sensor) ഒരു സ്റ്റാർ ട്രാക്കറും ഒരു 20 സെ മി അപെർച്ചർ ക്യാമറയുമുണ്ട്. സ്വയം നിയന്ത്രിത ഗതിനിർണ്ണയ സംവിധാനമാണ് (Autonomous Navigation) ഡാർട്ടിലുള്ളത്. 500 കിലോഗ്രാമാണ് പേടകത്തിന്റെ ഭാരം സെക്കന്റിൽ 6 കിലോമീറ്റർ വേഗതയിൽ സഞ്ചരിക്കുന്ന ഡാർട്ട് പേടകം ഡിഡിമോസ് ഛിന്നഗ്രഹവുമായി കൂട്ടിമുട്ടുമ്പോൾ ഛിന്നഗ്രഹത്തിന്റെ ഭ്രമണ വേഗതയിൽ സെക്കന്റിൽ 0.4 മില്ലീമീറ്റർ വ്യത്യാസമുണ്ടാകും ഇത് ഛിന്നഗ്രഹത്തിന്റെ ഭ്രമണപഥത്തിൽ നേരിയ വ്യതിയാനമുണ്ടാക്കും. ഈ ചെറിയ മാറ്റംപോലും ഏതാനും ഭൗമവർഷങ്ങൾക്കുള്ളിൽ ഛിന്നഗ്രഹത്തിന്റെ ഭ്രമണപഥത്തിൽ വളരെ വലിയ വ്യത്യാസമുണ്ടാക്കും. ഡിഡിമോസ് ഛിന്നഗ്രഹത്തിന്റെ കാര്യം പരിഗണിച്ചാൽ ഈ കൂട്ടിമുട്ടൽകൊണ്ട് അതിന്റെ ഭ്രമണകാലത്തിൽ 10 മിനിട്ടിന്റെ വ്യത്യാസമാണുണ്ടാകുക. പക്ഷേ, ഈ വ്യതിയാനംപോലും ഛിന്നഗ്രഹം ഭൂമിയെ സമീപിക്കുമ്പോൾ നിലവിലുള്ള ഭ്രമണപഥത്തിൽനിന്നും പത്ത് ലക്ഷത്തിലധികം കിലോമീറ്റർ വ്യത്യാസമുള്ള ഒരു പഥമായിരിക്കും സൃഷ്ടിക്കുക.

ഡിഡിമോസ് ഛിന്നഗ്രഹത്തിലേക്കുള്ള യാത്രയ്ക്കുശേഷം രണ്ടാമത്തെ ഡാർട്ട് ദൗത്യത്തിൽ ഓർഫ്യൂസ് എന്ന ഛിന്നഗ്രഹത്തെയാണ് പേടകം സമീപിക്കുന്നത്. മറ്റ് ബഹിരാകാശ ദൗത്യങ്ങളെ അപേക്ഷിച്ച് ചിലവ് കുറഞ്ഞ ദൗത്യമാണ് ഡാർട്ട്. 250 മില്യൺ യു എസ് ഡോളറാണ് പദ്ധതിയുടെ ചെലവ്. 2018 മെയ് മാസത്തെ സ്ഥിതിവിവരക്കണക്കനുസരിച്ച് 18,136 നിയർ എർത്ത് ഛിന്നഗ്രഹങ്ങളെ കണ്ടെത്തിയിട്ടുണ്ട്. ഭൂമി നേരിടാൻ പോകുന്ന ഏറ്റവും വലിയ അപകടം ഛിന്നഗ്രഹങ്ങളുമായുള്ള കൂട്ടിമുട്ടലാണ്. സാങ്കേതികവിദ്യ അപകടത്തെ തരണം ചെയ്യാൻ ശാസ്ത്രലോകത്തെ സഹായിക്കുകതന്നെ ചെയ്യും.

തമോദ്വാരങ്ങൾ തേടി
പുതിയ എക്സ്-റേ കണ്ണുകൾ

മൂന്ന് ബഹിരാകാശ ദൂരദർശിനികളുടെ സംഘാതമായ ഈ എക്സ്- റേ ഒബ്സർവേറ്ററി (The Imaging X-ray Polarimtery Explorer -IXPE) 2021 ൽ വിക്ഷേപിക്കപ്പെടും. തമോദ്വാരങ്ങൾ, ന്യൂട്രോൺ താരങ്ങൾ, ക്വാസാറുകൾ, പൾസാറുകൾ തുടങ്ങിയ വിദൂരവും ദുരൂഹവുമായ പ്രതിഭാസങ്ങളേക്കുറിച്ചുള്ള വിശദമായ പഠനമാണ് പുതിയ ഉപഗ്രഹവിക്ഷേപണംകൊണ്ട് നാസ ഉദ്ദേശിക്കുന്നത്.

തമോദ്വാരങ്ങൾ പോലെയുള്ള പ്രതിഭാസങ്ങൾ അവയ്ക്കുചുറ്റുമുള്ള വാതകപടലത്തെ ദശലക്ഷക്കണക്കിന് ഡിഗ്രി സെൽഷ്യസ് ചൂടുപിടിപ്പിക്കും. ഈ വാതകപടലത്തിൽനിന്ന് പുറപ്പെടുന്ന ഉന്നത ഊർജ്ജനിലയിലുള്ള എക്സ്- കിരണങ്ങൾ ധ്രുവീകരണത്തിന് (Polarization) വിധേയമായിരിക്കും. അതായത് ഏതെങ്കിലും ഒരു പ്രത്യേക ദിശയിൽമാത്രം കമ്പനം ചെയ്തുകൊണ്ടിരിക്കും. നാസയുടെ പുതിയ എക്സ്-റേ ഒബ്സർവേറ്ററി ഈ എക്സ്-കിരണങ്ങളുടെ ധ്രുവീകരണം അളക്കുകയും അവയുടെ ഉറവിടം കൃത്യമായി അടയാളപ്പെടുത്തുകയും ചെയ്യും. ഇതിലൂടെ തമോദ്വാരങ്ങളുടെയും പൾസാറുകളുടെയുമെല്ലാം ഗുരുത്വ, വിദ്യുത്കാന്തിക ക്ഷേത്രങ്ങളെക്കുറിച്ചും അവയുടെ പരിധിയെക്കുറിച്ചും സമഗ്രമായ വിവരങ്ങൾ ലഭിക്കും. തമോദ്വാരങ്ങളെയും ന്യൂട്രോൺ നക്ഷത്രങ്ങളെയും നേരിട്ടുള്ള നിരീക്ഷണത്തിലൂടെ കണ്ടെത്താൻ കഴിയില്ല. അതിനാൽ അവയുടെ ചുറ്റുപാടുകളുടെ നിരീക്ഷണത്തിലൂടെയാണ് ഇത്തരം പ്രതിഭാസങ്ങളുടെ സാന്നിദ്ധ്യം തിരിച്ചറിയുന്നത്. എക്സ്-റേ ഒബ്സർവേറ്ററികളുടെ പ്രസക്തിയും അതുതന്നെയാണ്. ഇത്തരം പ്രതിഭാസങ്ങളുടെ സമീപമുള്ള വാതകപടലം ചൂടുപിടിക്കുമ്പോൾ ഉത്സർജിക്കുന്ന വികിരണങ്ങളിൽ ദൂരിഭാഗവും എക്സ്-കിരണങ്ങളാണ്.

നാസയുടെ ആസ്ട്രോഫിസിക്സ് എക്സ്പ്ലോറേഴ്സ് പ്രോഗ്രാം പതിനാല് നിർദ്ദേശങ്ങളിൽനിന്നും 2014 സെപ്തംബറിൽ തിരഞ്ഞെടുത്ത ദൗത്യമാണ് ഐ എക്സ് പി ഇ. 188 മില്യൺ യു എസ് ഡോളറാണ് പദ്ധതിയുടെ ചെലവ് പ്രതീക്ഷിക്കുന്നത്. നാസയുടെ മാർഷൽ സ്പേസ് ഫ്ളൈറ്റ് സെന്ററാണ് ദൗത്യം നിയന്ത്രിക്കുന്നത്. ബാൾ എയ്റോസ്പേസ് കമ്പനിയാണ് സ്പേസ്ക്രാഫ്റ്റിന്റെ നിർമ്മാതാക്കൾ. എക്സ്-റേ ഡിറ്റക്ടറുകൾ നിർമ്മിക്കുന്നത് ഇറ്റാലിയൻ സ്പേസ് ഏജൻസിയാണ്. എക്സ്-റേ ഒബ്സർവേറ്ററികൾ തുറന്നുതരുന്നത് അദൃശ്യലോകങ്ങളുടെ കിളിവാതിലുകളാണ്. ഈ മേഖലയിലെ വളർച്ച ബഹിരാകാശ പര്യവേഷണ രംഗത്ത് വലിയ കുതിച്ചുചാട്ടമാണ് ഉണ്ടാക്കിക്കൊണ്ടിരിക്കുന്നത്.

1962 ജൂൺ 18 ന് ന്യൂ മെക്സിക്കോ മരുഭൂമിയിൽനിന്ന് വിക്ഷേപിച്ച ഒരു കൊച്ച് എക്സ്-റേ ഡിറ്റക്ടറിന്റെ പ്രവർത്തനത്തോടുകൂടിയാണ് ജ്യോതിശാസ്ത്ര പര്യവേഷണരംഗത്ത് എക്സ്-റേ ആസ്ട്രോണമിയുടെ യുഗം പിറക്കുന്നത്. ഭൗമോപരിതലത്തിൽനിന്നു 224 കിലോമീറ്റർ ഉയരത്തിലുള്ള ഭ്രമണപഥത്തിലേക്കാണ് സ്കോർപിയസ്-എക്സ് 1 എന്ന ലോകത്തിലെ ആദ്യത്തെ എക്സ്-റേ ഡിറ്റക്ടറിനെ നാസ എത്തിച്ചത്. സൗരയൂഥത്തിന് വെളിയിൽനിന്നുവരുന്ന എക്സ്-കിരണങ്ങളെ കണ്ടെത്തുന്നതിനാണ് സ്കോർപിയസ്-എക്സ് 1 വിക്ഷേപിച്ചത്. സൂര്യനിൽനിന്നും എക്സ്-കിരണങ്ങൾ പുറപ്പെടുന്നുണ്ടെന്ന് ഇതിനുമുമ്പുതന്നെ ശാസ്ത്രജ്ഞർക്കറിയാമായിരുന്നു. എന്നാൽ ആകാശത്തിന്റെ എല്ലാ ദിശകളിൽനിന്നും എക്സ്-കിരണങ്ങൾ പ്രവഹിക്കുന്നുണ്ടെന്ന് സ്കോർപിയസ്-എക്സ് 1 കണ്ടെത്തിയതോടെ എക്സ്-റേ ജ്യോതിശാസ്ത്രമെന്ന പുതിയ ശാസ്ത്രശാഖ പിറവിയെടുത്തു. സ്കോർപിയസ്-എക്സ് 1 ന്റെ വിജയത്തെത്തുടർന്ന് 1963 ൽ നാസ ഒരു എക്സ്-റേ ഇമേജിങ് ദൂരദർശിനി ബഹിരാകാശത്തെത്തിച്ചു.

17-ാം നൂറ്റാണ്ടിലെ ഗലീലിയോ ദൂർദർശിനിയേക്കാൾ പത്തുകോടി മടങ്ങ് ശക്തവും സംവേദനക്ഷമവുമാണ് ഇപ്പോഴുള്ള ഏറ്റവും വലിയ ഒപ്ടിക്കൽ ടെലസ്കോപ്പുകൾ. ദൃശ്യപ്രകാശം ആധാരമാക്കി പ്രവർത്തിക്കുന്ന ദൂരദർശിനികളാണ് ഒപ്ടിക്കൽ ടെലസ്കോപ്പുകൾ. ഈ നേട്ടം കൈവരിക്കുന്നതിന് ഒപ്ടിക്കൽ ടെലസ്കോപ്പുകൾക്ക് നാല് നൂറ്റാണ്ട് വേണ്ടിവന്നപ്പോൾ എക്സ്-റേ ദൂരദർശിനികൾക്ക് ഇതിന് വെറും നാല്പത് വർഷം മാത്രമേ വേണ്ടിവന്നുള്ളൂ. നാസയുടെ ചന്ദ്രാ എക്സ് -റേ ഒബ്സവേറ്ററി ആദ്യത്തെ എക്സ്-റേ ഡിറ്റക്ടറായ സ്കോർപിയസ്-എശ്സ് 1 നേക്കാൾ പത്തുകോടി മടങ്ങ് ശക്തമാണ്. എക്സ്-റേ ഒബ്സർവേറ്ററികൾക്ക് നിരീക്ഷണ ജ്യോതിശാസ്ത്രത്തിലുള്ള പ്രാധാന്യമാണ് ഇത് വ്യക്തമാക്കുന്നത്.

ദൂരദർശിനികൾ എന്നു കേൾക്കുമ്പോൾ ദൃശ്യപ്രകാശത്തെ ആധാരമാക്കി പ്രവർത്തിക്കുന്ന നിരീക്ഷണ ഉപകരണം എന്നായിരിക്കും ഓർമ്മയിലെത്തുന്നത്. എന്നാൽ ഗാമാ കിരണങ്ങൾ മുതൽ റേഡിയോ തരംഗ

ങ്ങൾ വരെ വിദ്യുത്കാന്തിക സ്പെക്ട്രത്തിലെ എല്ലാ തരംഗങ്ങളെയും ജ്യോതിശാസ്ത്ര നിരീക്ഷണത്തിന് ഉപയോഗപ്പെടുത്തുന്നുണ്ട്. അതുമാത്രവുമല്ല പല പ്രാപഞ്ചിക പ്രതിഭാസങ്ങളും ദൃശ്യപ്രകാശം ഉത്സർജിക്കുന്നുമില്ല. ഇത്തരം പ്രതിഭാസങ്ങളെക്കുറിച്ച് പഠിക്കുന്നതിന് ഒപ്ടിക്കൽ ടെലസ്കോപ്പുകൾ അനുയോജ്യമാകില്ല. ബഹിരാകാശ ദൂരദർശിനികൾ മാത്രമല്ല ഭൂതല ദൂരദർശിനികളും വ്യത്യസ്ത തരംഗദൈർഘ്യം ഉപയോഗിച്ച് പ്രവർത്തിക്കുന്നവയാണ്. സ്ക്വയർ കിലോമീറ്റർ അറേ (SKA) റേഡിയോ ഫ്രീക്വൻസിയിൽ പ്രവർത്തിക്കുമ്പോൾ അറ്റക്കാമയിലെ അൽമ (ALMA) മില്ലിമീറ്റർ വേവ് ബാൻഡിലാണ് പ്രവർത്തിക്കുന്നത്. എക്സ് - കിരണങ്ങൾ പുറപ്പെടുവിക്കുന്ന പ്രാപഞ്ചിക പ്രതിഭാസങ്ങളെ കണ്ടെത്തുന്നതിനായി രൂപകല്പന നിർവ്വഹിച്ചിട്ടുള്ള ബലൂണുകളും, കൃത്രിമ ഉപഗ്രഹങ്ങളും, ബഹിരാകാശ-ഭൂതല ദൂരദർശിനികളും ചേർന്നുള്ള പര്യവേഷണ ഉപകരണങ്ങളുടെ ശൃംഖലയാണ് എക്സ്-റേ ആസ്ട്രോണമി. പത്തുലക്ഷം കെൽവിനിൽ അധികം ഊഷ്മാവുള്ള വാതകങ്ങളിൽനിന്നാണ് സാധാരണയായി എക്സ്-കിരണങ്ങൾ ഉത്സർജിക്കപ്പെടുന്നത്. നക്ഷത്രങ്ങൾക്ക് പുറമെ തമോദ്വാരങ്ങൾ, ക്വാസാറുകൾ, ന്യൂട്രോൺ താരങ്ങൾ, പൾസാറുകൾ, സൂപ്പർനോവ സ്ഫോടനങ്ങൾ, കുള്ളൻ നക്ഷത്രങ്ങൾ എന്നിവയെല്ലാം എക്സ്-കിരണങ്ങൾ ഉത്സർജിക്കുന്നുണ്ട്.

ഭൗമാന്തരീക്ഷത്തിന്റെ പ്രക്ഷുബ്ധതകളോ, കാലാവസ്ഥാമാറ്റങ്ങളോ എക്സ്-റേ ആസ്ട്രോണമിക്ക് തടസ്സമാകാറില്ല. ആകാശത്തിന്റെ എല്ലാ ഭാഗങ്ങളിൽനിന്നുമുള്ള ചിത്രങ്ങൾ ഒരേസമയം നിർമ്മിക്കാൻ കഴിയുന്നതും നിരീക്ഷണത്തിന്റെ കൃത്യതയും സാധാരണ ഒപ്ടിക്കൽ ടെലസ്ക്കോപ്പുകളെ അപേക്ഷിച്ച് എക്സ്-റേ ദൂരദർശിനികളിൽ മികച്ചതായിരിക്കും. നാസയുടെ ചന്ദ്രാ, ഹീറ്റ് - 2, ന്യൂസ്റ്റാർ, സ്വിഫ്റ്റ്, യൂറോപ്യൻ സ്പേസ് ഏജൻസിയുടെ ഇന്റഗ്രൽ, എഗൈൽ, എക്സ് എം എം ന്യൂട്ടൺ, ജപ്പാന്റെ സുസാകു എന്നിവ പ്രശസ്തമായ എക്സ്-റേ ഒബ്സർവേറ്ററികളാണ്. ഈ ദൂരദർശിനികൾ വ്യത്യസ്ത ഊർജ്ജനിലയിലുള്ള എക്സ് -കിരണങ്ങളുപയോഗിച്ചാണ് ആകാശനിരീക്ഷണം നടത്തിക്കൊണ്ടിരിക്കുന്നത്. ഇത്തരം നിരീക്ഷണ കേന്ദ്രങ്ങളുടെ സംയുക്ത നിരീക്ഷണവും നടത്താറുണ്ട്. ചന്ദ്രാ ഒബ്സർവേറ്ററിയും, ന്യൂസ്റ്റാറും ചേർന്നുള്ള സംയുക്ത നിരീക്ഷണം തമോദ്വാരങ്ങളേക്കുറിച്ച് വിലയേറിയ വിവരങ്ങളാണ് നല്കിക്കൊണ്ടിരിക്കുന്നത്. ഈ രംഗത്ത് വലിയൊരു കാൽവയ്പായിരിക്കും 2021 ലെ എക്സ്-റേ ഒബ്സർവേറ്ററി വിക്ഷേപണത്തിലൂടെ നാസ നടത്തുന്നത്.

ലൂസി

സൗരയൂഥത്തിന്റെ ഉത്ഭവ രഹസ്യം കണ്ടുപിടിക്കാൻ നാസ ഒരുങ്ങുന്നു. 2017 ജനുവരി 4 ന് നാസ അംഗീകരിച്ച രണ്ട് ബഹിരാകാശ റോബോട്ടിക് ദൗത്യങ്ങളായ ലൂസിയും സൈക്കിയും യഥാക്രമം 2021 ലും 2023 ലും വിക്ഷേപിക്കപ്പെടും. ലൂസി (Lucy) ദൗത്യം വ്യാഴത്തിന്റെ ആറ് ട്രോജൻ ഛിന്നഗ്രഹങ്ങളിൽ (Trojan Asteroids) നിരീക്ഷണം നടത്തുമ്പോൾ പൂർണ്ണമായും ലോഹനിർമ്മിതമായ ഛിന്നഗ്രഹമായ 16 സൈക്കി (16 Psyche) യാണ് സൈക്കി ദൗത്യനിരീക്ഷണത്തിനായി തിരഞ്ഞെടുത്തിരിക്കുന്നത്. വ്യാഴത്തിന്റെ ലെഗ്രാൻഷ്യൻ പോയിന്റിൽ കുരുങ്ങിക്കിടക്കുന്ന ട്രോജൻ ഛിന്നഗ്രഹങ്ങൾക്ക് സൗരയൂഥത്തിന്റെ പ്രായം തന്നെയുണ്ട്. ഇവയ്ക്ക് സൗരയൂഥം രൂപംകൊണ്ട കാലത്തെ ഘടനയും രൂപവും തന്നെയാണ് ഇപ്പോഴുമുള്ളത്. അതുമാത്രവുമല്ല ഇവ സൗരയൂഥത്തിന്റെ പലഭാഗത്തായി രൂപപ്പെട്ടവയാണ്. വ്യാഴത്തിന്റെ ഗുരുത്വാകർഷണ ബലം കാരണം ഗ്രഹത്തിന്റെ സൂര്യനു ചുറ്റുമുള്ള പ്രദക്ഷിണ പഥം പങ്കിടുന്നവയാണിവ. ആദ്യമായാണ് ഒരു ലോഹനിർമ്മിതമായ ഛിന്നഗ്രഹത്തിലേക്ക് ഒരു കൃത്രിമ ഉപഗ്രഹം അയയ്ക്കുന്നത്. ഈ ബഹുമതി സൈക്കി സ്വന്തമാക്കും. ഈ രണ്ടു ദൗത്യങ്ങളും ഒരുമിച്ചുള്ള പ്രവർത്തനം സൗരയൂഥത്തിന്റെ രൂപീകരണത്തെക്കുറിച്ച് കൂടുതൽ വിലപ്പെട്ട വിവരങ്ങൾ നല്കുമെന്നാണ് പ്രതീക്ഷിക്കുന്നത്.

2021 ഒക്ടോബറിൽ ലൂസി ദൗത്യം വിക്ഷേപിക്കപ്പെടും. സൗരയൂഥത്തിന്റെ പിറവി രഹസ്യങ്ങൾ തിരയുന്ന ദൗത്യത്തിന് മനുഷ്യ പൂർവ്വികനായി കരുതുന്ന ലൂസിയുടെ പേരിടുന്നത് തീർത്തും അനുയോജ്യമാണ്. 2025 ൽ പേടകം ആസ്റ്ററോയ്ഡ് ബെൽട്ടിൽ പ്രവേശിക്കും. 2027 മുതൽ 2033 വരെ ആറ് ട്രോജൻ ഛിന്നഗ്രഹങ്ങളിൽ പേടകം നിരീക്ഷണം നട

ത്തും. ട്രോജൻ ഛിന്നഗ്രഹങ്ങളിൽ നിരീക്ഷണം നടത്താനായി അയയ്ക്കുന്ന ആദ്യ ദൗത്യമാണ് ലൂസി. നാസയുടെ വിഖ്യാത ദൗത്യമായ ന്യൂ ഹൊറൈസൺസിന്റെയും, ഛിന്നഗ്രഹത്തിൽ ആദ്യമായി പര്യവേഷണം നടത്തിയ ഒസിറിസ് - റെക്സിന്റെയും പിന്നിൽ പ്രവർത്തിച്ച ശാസ്ത്രജ്ഞരാണ് ലൂസി ദൗത്യത്തിന് ചുക്കാൻ പിടിക്കുന്നത്.

സൈക്കി ദൗത്യത്തിനും വളരെയധികം ശാസ്ത്രീയ പ്രാധാന്യമുണ്ട്. ഇതുവരെ കണ്ടെത്തിയതിൽ പൂർണ്ണമായ ലോഹനിർമ്മിതമായ ഏക ഛിന്നഗ്രഹമാണ് 16 സൈക്കി. 210 കിലോമീറ്റർ വ്യാസമുള്ള ഈ ഛിന്നഗ്രഹം പൂർണമായും നിക്കലും ഇരുമ്പും കൊണ്ടാണ് നിർമ്മിക്കപ്പെട്ടിരിക്കുന്നത്. ഭൂമിയുടെ കോറിനോട് സാദൃശ്യമുണ്ടിതിന്. 2023 ലാണ് സൈക്കി ദൗത്യം വിക്ഷേപിക്കപ്പെടുന്നത്. 2023 ൽ പേടകം ഛിന്നഗ്രഹത്തിലെത്തും. ഭൂകേന്ദ്രത്തെക്കുറിച്ച് നമുക്ക് ഏകദേശ ധാരണയുണ്ടെങ്കിലും അവിടെ എത്തിച്ചേരാൻ സാധിക്കില്ല. ഭൗമാന്തർഭാഗത്തെ ഉയർന്ന മർദ്ദവും ഊഷ്മാവും ഇത്തരമൊരു പര്യവേഷണം അസാദ്ധ്യമാക്കുന്നുണ്ട്. ഭൗമോപരിതലത്തിൽനിന്നും കേവലം 12 കിലോമീറ്റർ ആഴമുള്ള ഒരു തുരങ്കമാണ് ഇതുവരെ നിർമ്മിച്ചിട്ടുള്ളതിൽ ഏറ്റവും വലുത്. ഈ പരിമിതിയാണ് സൈക്കി ദൗത്യത്തിലൂടെ മറികടക്കുന്നത്. 16 സൈക്കി ഛിന്നഗ്രഹത്തെ അടുത്ത് നിരീക്ഷിക്കാൻ കഴിയുന്നത് ഭൂകേന്ദ്രത്തിൽ നേരിട്ടെത്തി നിരീക്ഷണം നടത്തുന്നതിന് തുല്യമാണ്. ഗ്രഹരൂപീകരണത്തിന്റെ തുടക്കത്തിലുള്ള അവസ്ഥ വ്യക്തമായി മനസ്സിലാക്കാൻ ഇതിലൂടെ സാധിക്കും. ഭൂകേന്ദ്രത്തിന്റെ പുറംപാളിയായ 'ഔട്ടർ കോർ' ഭൗമോപരിതലത്തിൽനിന്നും ഏകദേശം 2890 കിലോമീറ്റർ അടിയിലാണുള്ളത്.

സൂര്യനു ചുറ്റുമുള്ള വ്യാഴത്തിന്റെ പരിക്രമണപഥം പങ്കിടുന്ന ഛിന്നഗ്രഹങ്ങളാണ് ട്രോജൻ ഛിന്നഗ്രഹങ്ങൾ. ഗ്രീക്ക് മിത്തോളജിയിൽ നിന്നാണ് ഈ പേര് സ്വീകരിച്ചിട്ടുള്ളത്. വ്യാഴത്തിനു ചുറ്റും രണ്ട് സ്ഥാനങ്ങളിലാണ് ഇവ കാണപ്പെടുന്നത്. ഗ്രഹത്തിന്റെ ഗുരുത്വബലം കാരണം 'ലോക്ക്ഡ്' അവസ്ഥയിൽ സ്ഥിതിചെയ്യുന്ന ഇവയ്ക്ക് സ്വതന്ത്രചലനമില്ല. ഗ്രഹത്തിന്റെ സഞ്ചാരപാതയിൽ 60 ഡിഗ്രി മുൻപിലും 60 ഡിഗ്രി പിന്നിലുമാണ് ഈ സ്ഥാനങ്ങൾ. ലെഗ്രാൻഷ്യൻ പോയിന്റുകൾ എന്നാണീ സ്ഥാനങ്ങൾ അറിയപ്പെടുന്നത്. ഭൂമിയുൾപ്പെടെ എല്ലാ ഗ്രഹങ്ങൾക്കും 'ഗ്രാവിറ്റി ലോക്ക്ഡ്' ആയ ഇത്തരം സ്ഥാനങ്ങളുണ്ട്. 1772 ൽ ഇറ്റാലിയൻ ഗണിതശാസ്ത്രജ്ഞനായ ജോസഫ് ലൂയി ലെഗ്രാൻഷെയാണ് ഇത്തരം സ്ഥാനങ്ങളെപ്പറ്റി ആദ്യമായി പ്രവചിച്ചത്. അതുകൊണ്ടാണ് ഇത്തരം സ്ഥാനങ്ങളെ ലെഗ്രാൻഷ്യൻ പോയിന്റുകൾ എന്നുവിളിക്കുന്നത്. '588 അക്കിലസ്' ആണ് ആദ്യമായി കണ്ടെത്തിയ ട്രോജൻ ഛിന്നഗ്രഹം. 1906 ൽ ജർമ്മൻ ജ്യോതിശാസ്ത്രജ്ഞനായ മാക്സ് വൂൾഫ് ആണ് ഈ ഛിന്നഗ്രഹത്തെ കണ്ടെത്തിയത്. ഇതുവരെ വ്യാഴത്തിന്റെ 6178 ട്രോജൻ ഛിന്നഗ്രഹങ്ങളെ കണ്ടെത്തിയിട്ടുണ്ട്. ഇത് വലിയ ഛിന്നഗ്രഹങ്ങളുടെ കണക്കാണ്. എന്നാൽ ഒരു കിലോമീറ്ററിലധികം വ്യാസ

മുള്ള പത്തുലക്ഷം ട്രോജൻ ഛിന്നഗ്രഹങ്ങളെങ്കിലും വ്യാഴത്തിനുണ്ടാകുമെന്നാണ് കണക്കാക്കുന്നത്. ഇത് ആസ്റ്ററോയ്ഡ് ബെൽട്ടിലുള്ള ഛിന്നഗ്രഹങ്ങളുടെ എണ്ണത്തിന് തുല്യമാണ്. ചൊവ്വയ്ക്കും വ്യാഴത്തിനും ഇടയിൽ ഗ്രഹരൂപീകരണം നടക്കാതെപോയ മേഖലയിലെ ദ്രവ്യ പിണ്ഡങ്ങളെയാണ് ആസ്റ്ററോയ്ഡ് ബെൽട്ട് എന്നുവിളിക്കുന്നത്. വ്യാഴത്തിന്റെ ശക്തമായ ഗുരുത്വവലിവാണ് ഈ മേഖലയിൽ ഗ്രഹരൂപീകരണത്തിന് തടസ്സമായി നിന്നത്.

വ്യാഴത്തിനു മാത്രമല്ല ട്രോജൻ ഛിന്നഗ്രഹങ്ങളുള്ളത്. സൗരയൂഥത്തിലെ എല്ലാഗ്രഹങ്ങൾക്കും ലെഗ്രാൻഷ്യൻ പോയിന്റുകളും അവിടങ്ങളിൽ കുരുങ്ങിക്കിടക്കുന്ന ഛിന്നഗ്രഹങ്ങളുമുണ്ട്. എന്നാൽ വ്യാഴത്തിന്റെ ഗുരുത്വബലം സൗരയൂഥത്തിലെ മറ്റ് ഗ്രഹങ്ങളെ അപേക്ഷിച്ച് വളരെ കൂടുതലായതിനാൽ വ്യാഴത്തിനാണ് ഏറ്റവുമധികം ട്രോജൻ ഛിന്നഗ്രഹങ്ങളുള്ളത്. സൗരയൂഥത്തിന്റെ ഉത്ഭവസമയത്ത് രൂപപ്പെട്ടതും ഘടനാമാറ്റമില്ലാതെ ഇപ്പോഴും നിലനില്ക്കുന്നതുമായതുകൊണ്ട് ട്രോജൻ ഛിന്നഗ്രഹങ്ങളെക്കുറിച്ച് പഠനം നടത്തുന്നതിലൂടെ സൗരയൂഥത്തിന്റെ രൂപീകരണ സമയത്തുള്ള ദ്രവ്യത്തിന്റെ അവസ്ഥ മനസ്സിലാക്കാൻ കഴിയും.

ചുവന്ന വർണ്ണരാജി പ്രദർശിപ്പിക്കുന്ന ഇരുണ്ട ദ്രവ്യപിണ്ഡങ്ങളാണ് വ്യാഴത്തിന്റെ ട്രോജൻ ഛിന്നഗ്രഹങ്ങൾ. ഇത്തരം ദ്രവ്യശകലങ്ങളിൽ ജലസാന്നിദ്ധ്യം ഇതുവരെ തിരിച്ചറിഞ്ഞിട്ടില്ല. 'തോലിൻ' എന്ന ഓർഗാനിക് പോളിമറിന്റെ ഒരു ആവരണം ഇവയ്ക്ക് പുറമെയുണ്ടാകും. സൗരവികിരണങ്ങളാണ് ഇത്തരം പോളിമറുകളുടെ സൃഷ്ടിക്കു പിന്നിൽ. 0.8 മുതൽ 2.5 ഗ്രാം/ഘനസെന്റിമീറ്റർ വരെയാണ് വ്യാഴത്തിന്റെ ട്രോജൻ ഛിന്നഗ്രഹങ്ങളുടെ സാന്ദ്രത. ഇതുവരെ ശുക്രനും ഭൂമിക്കും ഒന്നുവീതവും, ചൊവ്വയ്ക്ക് ഏഴും, വ്യാഴത്തിന് 6178 ഉം, യുറാനസിന് ഒന്നും, നെപ്ട്യൂണിന് പതിനെട്ടും ട്രോജൻ ഛിന്നഗ്രഹങ്ങളുണ്ടെന്ന് കണ്ടെത്തിയിട്ടുണ്ട്. ബുധനും ശനിക്കും ഇത്തരം ഛിന്നഗ്രഹങ്ങളുണ്ടാകാമെങ്കിലും അവയെ കണ്ടെത്താൻ കഴിഞ്ഞിട്ടില്ല. സൂര്യന്റെ സാമീപ്യം ബുധന്റെ ഛിന്നഗ്രഹങ്ങളെ നിരീക്ഷിക്കാൻ തടസ്സമായി നില്ക്കുമ്പോൾ ശനിയുടെ കാര്യത്തിൽ വ്യാഴമാണ് വിലങ്ങുതടിയായി നില്ക്കുന്നത്. 2011 ലാണ് ഭൂമിയുടെ ട്രോജൻ ഛിന്നഗ്രഹത്തെ കണ്ടെത്തിയത്. ഭൂമിയുടെ നാലാം ലെഗ്രാൻഷ്യൻ പോയിന്റിൽ സ്ഥിതിചെയ്യുന്ന ഈ ഛിന്നഗ്രഹത്തിന് 2010 TK 7 എന്നാണ് പേരിട്ടിരിക്കുന്നത്.

ആസ്റ്ററോയ്ഡ് ബെൽട്ടിലുള്ള പത്ത് വലിയ ഛിന്നഗ്രഹങ്ങളിലൊന്നാണ് 16 സൈക്കി. 210 കിലോമീറ്റർ വ്യാസമുള്ള ഈ ദ്രവ്യപിണ്ഡത്തിന് ആസ്റ്ററോയ്ഡ് ബെൽട്ടിന്റെ ആകെ പിണ്ഡത്തിന്റെ ഒരു ശതമാനത്തിൽ താഴെ പിണ്ഡമുണ്ട്. ലോഹനിർമ്മിതമായ (M-type) ഛിന്നഗ്രഹങ്ങളിൽ ഇതുവരെ കണ്ടെത്തിയതിൽ ഏറ്റവും വലുതാണ് 16 സൈക്കി. 1852 മാർച്ച് 17 ന് ഇറ്റാലിയൻ ജ്യോതിശാസ്ത്രജ്ഞനായ

ആനിബൽഡി ഗസ്പാരിസ് ആണ് ഈ ഛിന്നഗ്രഹത്തെ കണ്ടെത്തിയത്. ഗ്രീക്ക് പുരാണ കഥാപാത്രമായ സൈക്കിയുടെ പേരാണ് ഈ ഛിന്നഗ്രഹത്തിന് നല്കിയിരിക്കുന്നത്. റഡാർ നിരീക്ഷണങ്ങളിലൂടെ മനസ്സിലായത് ഈ ഛിന്നഗ്രഹം നിർമ്മിക്കപ്പെട്ടിരിക്കുന്നത് പൂർണമായും നിക്കലും ഇരുമ്പും ഉപയോഗിച്ചാണെന്നാണ്. ഈ ഛിന്നഗ്രഹത്തിന്റെ ഉപരിതലത്തിൽ ഹൈഡ്രോക്സിൽ രൂപത്തിലുള്ള ജലസാന്നിദ്ധ്യം തിരിച്ചറിഞ്ഞിട്ടുണ്ട്.

റെഡ്നോവ

രണ്ട് നക്ഷത്രങ്ങൾ കൂട്ടിമുട്ടുന്ന അപൂർവ്വ പ്രതിഭാസമായ റെഡ്നോവ 2022 ൽ ഭൂമിയിൽനിന്ന് നഗ്നനേത്രങ്ങൾകൊണ്ട് നിരീക്ഷിക്കാൻ കഴിയും. ഒരു ഗാലക്സിയിൽ പതിനായിരം വർഷത്തിലൊരിക്കൽ മാത്രമാണ് ഇത്തരം പ്രതിഭാസങ്ങൾ സംഭവിക്കുന്നത്. നമ്മുടെ മാതൃഗാലക്സിയായ ക്ഷീരപഥത്തിനപ്പുറമുള്ള നക്ഷത്രസമൂഹങ്ങളിൽ സംഭവിക്കുന്ന ഇത്തരം പ്രതിഭാസങ്ങൾ ഒരിക്കലും നഗ്ന നേത്രങ്ങൾകൊണ്ട് കാണാൻ കഴിയില്ല. ക്ഷീരപഥത്തിൽത്തന്നെ സംഭവിച്ചാലും അവയെല്ലാം കാണാൻ കഴിയുമെന്ന് വിചാരിക്കേണ്ട. കാരണം ക്ഷീരപഥത്തിന്റെ വളരെ ചെറിയൊരു ഭാഗം മാത്രമേ നമ്മുടെ ദൃശ്യപരിധിയിൽ വരൂ. അതുകൊണ്ടുതന്നെ ഭൂമിയിലെ നിരീക്ഷകന് 2022 ൽ സംഭവിക്കുന്ന റെഡ്നോവ അപൂർവ്വങ്ങളിൽ അത്യപൂർവമായ ദൃശ്യാനുഭവമായിരിക്കും. സിഗ്നസ് താരാഗണത്തിലുള്ള KIC 9832227 എന്ന് പേരിട്ടിട്ടുള്ള ഇരട്ട നക്ഷത്രങ്ങളാണ് കൂട്ടിമുട്ടുന്നത്. ഭൂമിയിൽനിന്ന് 1800 പ്രകാശവർഷം അകലെയുള്ള ഈ ഇരട്ട നക്ഷത്രങ്ങൾ കൂട്ടിയിടിച്ച് തകരുകയും അവിടെ ഒരു തമോദ്വാരം രൂപപ്പെടുകയും ചെയ്തിട്ട് 1800 വർഷങ്ങളായി. 1800 പ്രകാശവർഷം അകലെയുള്ള നക്ഷത്രം എന്നുപറഞ്ഞാൽ പ്രസ്തുത നക്ഷത്രത്തിൽനിന്നുള്ള പ്രകാശം ഭൂമിയിലെത്താൻ 1800 വർഷങ്ങൾ വേണമെന്നാണ് അർത്ഥമാക്കുന്നത്. 2022 ൽ ഭൂമിയിൽ നിന്ന് ദൃശ്യമാകുന്ന റെഡ്നോവ സംഭവിച്ചിട്ട് 1800 വർഷങ്ങൾ കഴിഞ്ഞു. ഭൗമവർഷങ്ങൾ കാലഗണനയായി പരിഗണിച്ചാൽ എ ഡി 200 ൽ സംഭവിച്ച ഈ പ്രതിഭാസത്തിന്റെ ശോഭ സ്പേസിലൂടെ സഞ്ചരിച്ച് ഭൂമിയിലെ നിരീക്ഷകന് ദൃശ്യമാകുന്നത് 2022 ൽ മാത്രമാണ്. പ്രപഞ്ചത്തിൽ ദൂരേക്ക് നോക്കുന്നത് ഭൂതകാലത്തിലേക്കാണ്. അതായത് ആകാശത്തിൽ വലിയ

ദൂരങ്ങളിൽ നാം കാണുന്ന നക്ഷത്രങ്ങൾ ഇപ്പോൾ അവിടെ ഉണ്ടാകണമെന്നില്ല.

മനുഷ്യവർഗ്ഗത്തിന്റെ ചരിത്രത്തിൽ ആദ്യമായാണ് ഒരു റെഡ്നോവ ദർശിക്കാൻ പോകുന്നത്. മിഷിഗണിലെ കാൽവിൻ കോളജിലെ അദ്ധ്യാപകനായ പ്രൊഫ. ലോറൻസ് മോൾനറും ഗവേഷക വിദ്യാർത്ഥികളും 2013 മുതൽ നടത്തിയ ആകാശനിരീക്ഷണത്തിന്റെ ഫലമായാണ് ഈ നിഗമനത്തിലെത്തിച്ചേർന്നത്. അപാച്ചേ പോയിന്റ് ഒബ്സർവേറ്ററിയിലെയും വ്യോമിങ് യൂണിവേഴ്സിറ്റിയിലെയും വിദ്യാർത്ഥികളാണ് ലോറൻസ് മോൾനറുടെ ഗവേഷക സംഘത്തിലുള്ളത്. 2013 ൽ അപാച്ചേ പോയിന്റ് ഒബ്സർവേറ്ററിയിലെ ജ്യോതിശാസ്ത്രജ്ഞനായ കാരൻ കിനേമുച്ചി സിഗ്നസ് താരാഗണത്തിലുള്ള ഒരു നക്ഷത്രത്തിന്റെ ശോഭയിൽ ക്രമാതീതമായി ഉണ്ടാകുന്ന ഏറ്റക്കുറച്ചിലുകൾ നിരീക്ഷിച്ചിരുന്നു. അദ്ദേഹത്തിന്റെ ഈ കണ്ടെത്തലാണ് മോൾനറിനും സംഘത്തിനും പ്രചോദനമായത്. തുടർന്ന് ഗവേഷക സംഘം ഈ നക്ഷത്രത്തെ സൂക്ഷ്മമായി നിരീക്ഷിച്ചു. ഇതൊരു ഇരട്ട നക്ഷത്രമാണോ അതോ ഒരു പൾസാറാണോ എന്ന കാര്യത്തിൽ അവർക്ക് സംശയമുണ്ടായിരുന്നു. കാൽവിൽ ഒബ്സർവേറ്ററിയുടെ സഹായത്തോടെ നടത്തിയ നിരീക്ഷണത്തിൽ പ്രസ്തുത നക്ഷത്രം ഒരു ഇരട്ട നക്ഷത്രമാണെന്ന് തിരിച്ചറിഞ്ഞു.

ഇരട്ട നക്ഷത്രമാണെന്ന് തിരിച്ചറിഞ്ഞ V1309 സ്കോർപിയുടെ സ്വഭാവത്തിലുള്ള സവിശേഷതകളെല്ലാം KIC 9832227 നും ഉണ്ട്. ഒരു പൊതു ഗുരുത്വകേന്ദ്രത്തെ ആധാരമാക്കി പരസ്പരം ഭ്രമണം ചെയ്തിരുന്ന V1309 സ്കോർപിയുടെ ഭ്രമണകാലം ക്രമേണ കുറഞ്ഞുവരികയും അപ്രതീക്ഷിതമായി കൂട്ടിയിടിച്ച് തകരുകയുമാണുണ്ടായത്. 2008 ൽ സംഭവിച്ച ഈ പ്രതിഭാസം നഗ്നനേത്രങ്ങൾ കൊണ്ട് നിരീക്ഷിക്കാൻ കഴിഞ്ഞിരുന്നില്ല. V1309 സ്കോർപിയുടെ വിധി തന്നെയായിരിക്കും KIC 9832227 നും ഉണ്ടാവുക. 2018 നും 2020 നും ഇടയിലായിരിക്കും ഈ പ്രതിഭാസം ദർശിക്കാൻ കഴിയുക എന്നായിരുന്നു ആദ്യം കരുതിയിരുന്നത്. കൂടുതൽ സൂക്ഷ്മമായ നിരീക്ഷണത്തിന്റെ ഫലമായാണ് ഈ അദ്ഭുത ദൃശ്യം 2022 ൽ ദൃശ്യമാകും എന്ന നിഗമനത്തിൽ ഗവേഷക സംഘം എത്തിച്ചേർന്നത്. ഏതാനും ചില ചെറിയ ടെലസ്കോപ്പുകളുടെ സഹായത്തോടെയുള്ള ഗവേഷക സംഘത്തിന്റെ കണ്ടെത്തലുകൾ പിന്നീട് വെരി ലാർജ് അറേ, മൗനകിയയിലുള്ള നാസയുടെ ഇൻഫ്രാറെഡ് ടെലസ്കോപ്പ് ഫെസിലിറ്റി, യൂറോപ്യൻ സ്പേസ് ഏജൻസിയുടെ ബഹിരാകാശ നിരീക്ഷണകേന്ദ്രമായ എക്സ് എം എം ന്യൂട്ടൺ എന്നീ ശക്തമായ ടെലസ്കോപ്പുകളുടെ സഹായത്തോടെ ശരിവയ്ക്കുകയായിരുന്നു.

ഒരു പൊതു ഗുരുത്വകേന്ദ്രത്തെ (barycenter) ആധാരമാക്കി പരസ്പരം ഭ്രമണംചെയ്യുന്ന രണ്ടു നക്ഷത്രങ്ങളാണ് ഇരട്ടനക്ഷത്രങ്ങൾ (binary stars) എന്നറിയപ്പെടുന്നത്. ഒരു നക്ഷത്രസമൂഹത്തിലെ 20

ശതമാനം നക്ഷത്രങ്ങളും ഇത്തരത്തിലുള്ളവയായിരിക്കും. പൊതു ഗുരുത്വകേന്ദ്രത്തെ ആധാരമാക്കി ഭ്രമണംചെയ്യുന്ന രണ്ടിലധികം നക്ഷത്രങ്ങളുള്ള മൾട്ടിപ്പിൾ സ്റ്റാർ സിസ്റ്റങ്ങളുമുണ്ട്. ഇത്തരം നക്ഷത്രവ്യൂഹങ്ങളുടെ ഇടയിലുള്ള അതിശക്തമായ ഗുരുത്വക്ഷേത്രം കാരണം ഇവയുടെ സമീപം ഗ്രഹരൂപീകരണത്തിനുള്ള സാദ്ധ്യത കുറവാണ്. അപൂർവ്വമായി അങ്ങനെ സംഭവിച്ചാൽത്തന്നെ അവയിൽ ജീവനുണ്ടാകാനുള്ള സാദ്ധ്യത തീരെയില്ല. സൂര്യനേപ്പോലെയുള്ള ഒറ്റ നക്ഷത്രങ്ങൾക്ക് ചുറ്റുമാണ് ഗ്രഹരൂപീകരണത്തിനും അവയിൽ ജീവൻ ഉദ്ഭവിക്കുന്നതിനുമുള്ള സാദ്ധ്യത കൂടുതലുള്ളത്. ഇരട്ട നക്ഷത്രങ്ങൾക്കിടയിലുള്ള അകലം കുറവായതുകൊണ്ടും അവ ഭൂമിയിൽനിന്ന് വളരെ അകലെയായതുകൊണ്ടും ഭൂമിയിലുള്ള നിരീക്ഷകന് അവയെ ഒറ്റനക്ഷത്രങ്ങളായിട്ടാണ് കാണപ്പെടുന്നത്. രാത്രി ആകാശത്ത് നഗ്നനേത്രങ്ങൾ കൊണ്ട് നാം കാണുന്ന നക്ഷത്രങ്ങളിൽ പകുതിയും ഇരട്ട നക്ഷത്രങ്ങളോ, മൾട്ടിപ്പിൾ സ്റ്റാർ സിസ്റ്റമോ ആണ്.

ഇരട്ട നക്ഷത്രങ്ങൾക്ക് ജ്യോതിശാസ്ത്രത്തിൽ വളരെയധികം പ്രസക്തിയുണ്ട് നക്ഷത്രങ്ങളുടെ പിണ്ഡം അളക്കുന്നതിനും പ്രപഞ്ചത്തിലെ വലിയ ദൂരങ്ങൾ അളക്കുന്നതിനുമുള്ള സ്കെയിലായി ജ്യോതിശാസ്ത്രജ്ഞർ ഇരട്ട നക്ഷത്രങ്ങളെ ഉപയോഗപ്പെടുത്തുന്നുണ്ട്. ചില ഇരട്ടനക്ഷത്രങ്ങളെ നഗ്നനേത്രങ്ങൾ കൊണ്ടുതന്നെ തിരിച്ചറിയാൻ കഴിയും. എന്നാൽ ഭൂരിഭാഗം ഇരട്ട നക്ഷത്രങ്ങളെയും തിരിച്ചറിയുന്നത് സ്പെക്ട്രോസ്കോപ്പി, ആസ്ട്രോമെട്രി തുടങ്ങിയ ശാസ്ത്രീയ നിരീക്ഷണ സംവിധാനങ്ങളിലൂടെയാണ്. തെക്കു കിഴക്കൻ ചക്രവാളത്തിൽ വെട്ടിത്തിളങ്ങുന്ന സിറിയസ് ഒരു നീല ഭീമൻ നക്ഷത്രവും ഒരു വെള്ളക്കുള്ളൻ നക്ഷത്രവും ചേർന്ന ഇരട്ട നക്ഷത്രമാണ്. 1802 ൽ സർ വില്യം ഹെർഷലാണ് ഇരട്ട നക്ഷത്രങ്ങൾ എന്ന വാക്ക് ആദ്യമായി ഉപയോഗിച്ചത്. എന്നാൽ 1650 ൽ ജിയോവനി ബാറ്റിസ്റ്റ ദൂരദർശിനി ഉപയോഗിച്ച് ഇരട്ട നക്ഷത്രങ്ങളെ കണ്ടെത്തിയിരുന്നു. 1803 ൽ ഹെർഷൽ 700 ഇരട്ട നക്ഷത്രങ്ങളുടെ ഒരു കാറ്റലോഗ് പ്രസിദ്ധീകരിച്ചു. ഇന്ന് ലക്ഷക്കണക്കിന് ഇരട്ട നക്ഷത്രങ്ങളെ തിരിച്ചറിഞ്ഞുകഴിഞ്ഞിട്ടുണ്ട്. യു എസ് നേവൽ ഒബ്സർവേറ്ററി മാത്രം ഒരുലക്ഷം ഇരട്ട നക്ഷത്രങ്ങളുടെ പട്ടിക പ്രസിദ്ധീകരിച്ചിട്ടുണ്ട്.

രണ്ട് നക്ഷത്രങ്ങൾ കൂട്ടിമുട്ടി അവയുടെ ദ്രവ്യമെല്ലാം സ്പേസിലേക്ക് ചിതറിത്തെറിക്കുകയോ, കൂടിച്ചേർന്ന് വലിയൊരു നക്ഷത്രമായി മാറുകയോ ചെയ്യുന്ന പ്രതിഭാസമാണ് നക്ഷത്ര സംഘട്ടനം (stellar collision). ഒരു നക്ഷത്രസമൂഹത്തിൽ പതിനായിരം വർഷത്തിൽ ഒരിക്കൽ മാത്രമേ ഇത്തരം പ്രതിഭാസങ്ങൾ സംഭവിക്കൂ. പ്രപഞ്ചത്തിലെ ഏതു നക്ഷത്രത്തിനും ഇത്തരമൊരു അന്ത്യമുണ്ടാകാൻ സാദ്ധ്യതയുണ്ട്. അണുസംയോജന പ്രക്രിയകൾ നടന്നുകൊണ്ടിരിക്കുന്ന നക്ഷത്രങ്ങളും (active stars) മൃതനക്ഷത്രങ്ങളായ വെള്ളക്കുള്ളന്മാർ, ന്യൂട്രോൺ താര

ങ്ങൾ, തമോദ്വാരങ്ങൾ എന്നിവയും സൂര്യനെപ്പോലെയുള്ള മഞ്ഞക്കുള്ളന്മാർ (Main sequence stars), തിരുവാതിര പോലെയുള്ള ഭീമൻ നക്ഷത്രങ്ങൾ (Giant stars), ഈറ്റ കരീന പോലെയുള്ള അതിഭീമൻ നക്ഷത്രങ്ങൾ (Super giants) എന്നിവയുമെല്ലാം ഇത്തരം നക്ഷത്രസംഘട്ടനത്തിൽ അകപ്പെടാറുണ്ട്. കുള്ളൻ നക്ഷത്രങ്ങൾ ഭീമൻ നക്ഷത്രങ്ങളുമായി കൂടിയിടിക്കുമ്പോഴും, ന്യൂട്രോൺ താരങ്ങൾ പരസ്പരം കൂട്ടിയിടിക്കുമ്പോഴും അവയുടെ അവശേഷിക്കുന്ന നക്ഷത്രക്കാമ്പിന്റെ പിണ്ഡം ടോൾമാൻ-ഓപ്പൺഹൈമർ-വോൾക്കോഫ് സീമയ്ക്കും മുകളിലായാൽ അതിന്റെ ഫലമായി ഒരു തമോദ്വാരം രൂപപ്പെടും. തമോദ്വാരങ്ങൾ പരസ്പരം കൂട്ടിമുട്ടിയാൽ അത് മറ്റൊരു ഭീമൻ തമോദ്വാരത്തിന്റെ പിറവിക്ക് കാരണമാകും. ഈ രണ്ടു പ്രതിഭാസങ്ങളും ശക്തമായ ഗുരുത്വാകർഷണ തരംഗങ്ങൾ (Gravitational waves) സൃഷ്ടിക്കും. സ്ഥലകാലത്തിലുണ്ടാകുന്ന പ്രക്ഷുബ്ധതകളാണ് ഗുരുത്വാകർഷണ തരംഗങ്ങൾ. സൂര്യനെപ്പോലെയുള്ള മുഖ്യ ശ്രേണീ നക്ഷത്രങ്ങൾ കൂട്ടിമുട്ടുമ്പോൾ അവശേഷിക്കുന്ന നക്ഷത്രക്കാമ്പിന്റെ പിണ്ഡം ചന്ദ്രശേഖർ സീമ മറികടന്നാൽ അവിടെ ഒരു വെള്ളക്കുള്ളൻ നക്ഷത്രം പിറക്കും. ഭൂമിയേക്കാൾ കുറേക്കൂടി വലിയ ഒരു വജ്രഗോളമാണ് വെള്ളക്കുള്ളൻ. തമോദ്വാരംപോലെ വെള്ളക്കുള്ളനും മൃതനക്ഷത്രമാണ്.

സ്പേസ് എലവേറ്റർ

ഏണിയിൽ കയറി ബഹിരാകാശത്തേക്ക് പോയാലോ? ഒരിക്കലും നടക്കാത്ത സുന്ദരമായ സ്വപ്നം എന്നുപറയാൻ വരട്ടെ. അത് യാഥാർത്ഥ്യമാവുകയാണ്. അതെ സ്പേസ് എലവേറ്റർ എന്ന ബഹിരാകാശ ഏണി യാഥാർത്ഥ്യത്തിലേക്ക് അടുത്തുകൊണ്ടിരിക്കുകയാണ്. 2040 കളിൽ സ്പേസ് എലവേറ്ററുകൾ യാഥാർത്ഥ്യമാകുമെന്ന് ജപ്പാൻ സ്പേസ് ഏജൻസി ഉറപ്പുനല്കുകയാണ്. നാസയും യൂറോപ്യൻ സ്പേസ് ഏജൻസിയും ചൈനീസ് സ്പേസ് ഏജൻസിയും സ്പേസ് എലവേറ്ററുകൾക്ക് പിന്നാലെയാണ്.

ബഹിരാകാശത്ത് എത്തിച്ചേരുവാനായി നിർദ്ദേശിക്കപ്പെട്ടിട്ടുള്ള ഒരു ഗതാഗത സംവിധാനമാണ് സ്പേസ് എലവേറ്റർ. റോക്കറ്റുകൾക്കും സ്പേസ് ഷട്ടിലുകൾക്കും ശേഷമുള്ള പുതിയൊരു സംരംഭം. ഈ സംവിധാനത്തിൽ റോക്കറ്റുകളുടെ സഹായമില്ലാതെ തന്നെ ഭൂമിയിൽ നിന്നും ബഹിരാകാശപേടകങ്ങളെ ഒരു കേബിൾ വഴി ശൂന്യാകാശത്തിൽ എത്തിക്കാൻ കഴിയും. ഗ്രഹോപരിതലം മുതൽ ബഹിരാകാശംവരെ എത്തുന്ന വിധത്തിലുള്ള ഒരു കേബിളാണ് (Tether) സ്പേസ് എലവേറ്ററിന്റെ പ്രധാന ഘടകം. ഭൂമിയിൽ നിർമ്മിക്കുന്ന സ്പേസ് എലവേറ്ററിലെ കേബിളിന്റെ ഒരഗ്രം ഭൂമദ്ധ്യരേഖയ്ക്ക് സമീപം കരയിലോ, സമുദ്രത്തിലോ ഉറപ്പിക്കുന്നു. കേബിളിന്റെ മറ്റേ അഗ്രം ഭൂസ്ഥിര ഭ്രമണപഥത്തിന് പുറത്ത് ഏകദേശം 35,800 കിലോമീറ്റർ അകലെ ഒരു ചരിന്നഗ്രഹത്തിന്റെ ഭാരമുള്ള വസ്തുവിൽ (Counter Weight) ഘടിപ്പിക്കുന്നു. കേബിളിൽ അനുഭവപ്പെടുന്ന ഗുരുത്വാകർഷണ ബലവും അതിന് വിപരീതമായുണ്ടാകുന്ന അഭികേന്ദ്ര ബലവും കേബിൾ നിവർന്നുനില്ക്കാൻ സഹായിക്കുന്നു. ക്ലൈമ്പർ (Climber) എന്ന യന്ത്രസംവിധാനത്തിന്റെ

സഹായത്തോടെ ബഹിരാകാശ പേടകങ്ങളെയും സഞ്ചാരികളെയും മറ്റ് ഉപകരണങ്ങളെയും ഈ കേബിളിലൂടെ ബഹിരാകാശത്ത് എത്തിക്കാൻ കഴിയും.

ഭൂമിയുടെ ഗുരുത്വാകർഷണ ബലത്തെയും, ക്ലൈമ്പറിന്റെയും ബഹിരാകാശപേടകത്തിന്റെയും ഭാരത്തെ താങ്ങാൻ കഴിയുന്ന കരുത്തുള്ള വസ്തുകൊണ്ടായിരിക്കണം സ്പേസ് എലവേറ്ററിന്റെ കേബിൾ നിർമ്മിക്കേണ്ടത്. എന്നാൽ ഇത്തരത്തിലുള്ള ഒരു വസ്തു ഇതുവരെ ലഭ്യമാകാത്തതുകൊണ്ടാണ് സ്പേസ് എലവേറ്ററുകൾ ഇതുവരെ യാഥാർത്ഥ്യമാകാതിരുന്നത്. എന്നാൽ അടുത്തിടെ കണ്ടുപിടിച്ച കാർബൺ നാനോ ട്യൂബുകൾ, ബോറോൺ നൈട്രൈഡ് നാനോ ട്യൂബുകൾ എന്നിവ ഉപയോഗിച്ച് സ്പേസ് എലവേറ്ററിന്റെ കേബിൾ നിർമ്മിക്കാം. സ്പേസ് എലവേറ്റർ നിർമ്മാണത്തിൽ ഈ കണ്ടുപിടിത്തം നിർണ്ണായകമാകും. ഭൂമിയേക്കാൾ ഗുരുത്വാകർഷണ ബലംകുറഞ്ഞ ചന്ദ്രനിലും ചൊവ്വയിലും സ്പേസ് എലവേറ്റർ നിർമ്മാണം താരതമ്യേന എളുപ്പമാണ്. അവിടെ കാർബൺ നാനോ ട്യൂബുകൾക്ക് പകരം കെവ്ലർ (Kevlar) പോലുള്ള പദാർത്ഥങ്ങൾ ഉപയോഗിച്ച് കേബിളുകൾ നിർമ്മിക്കാൻ കഴിയും.

സ്പേസ് എലവേറ്ററിന്റെ ഘടന

ഒരു ബേസ് സ്റ്റേഷൻ, കേബിൾ, ക്ലൈമ്പർ, കൗണ്ടർ വെയ്റ്റ് എന്നിവയാണ് സ്പേസ് എലവേറ്ററിന്റെ ഘടകങ്ങൾ.

കേബിൾ

സ്പേസ് എലവേറ്ററിലെ ഏറ്റവും പ്രധാന ഘടകമാണ് കേബിൾ. ഗ്രഹോപരിതലത്തെയും ബഹിരാകാശത്തെയും ബന്ധിപ്പിക്കുകയാണ് കേബിൾ ചെയ്യുന്നത്. സ്വന്തം ഭാരവും ബഹിരാകാശ പേടകത്തിന്റെയും ക്ലൈമ്പറിന്റെയും ഭാരവും താങ്ങാനുള്ള കരുത്ത് കേബിളിനുണ്ടായിരിക്കണം. ഭൂമിയിൽ നിർമ്മിക്കുന്ന സ്പേസ് എലവേറ്ററിലെ കേബിൾ ഭൂമദ്ധ്യരേഖ മുതൽ 35,789 കിലോമീറ്റർ ഉയരത്തിൽ ഭൂസ്ഥിര ഭ്രമണപഥം വരെ എത്തുന്നതായിരിക്കും. അതിനാൽ സ്വന്തം ഭാരംകൊണ്ട് കേബിളിൽ അനുഭവപ്പെടുന്ന ബലം വളരെ കൂടുതലായിരിക്കും. കാർബൺ നാനോ ട്യൂബുകൾ പോലെയുള്ള വസ്തുക്കൾക്കായിരിക്കും ഈ ബലത്തെ അതിജീവിക്കാനുള്ള കരുത്തുണ്ടാവുക. ഭൗമോപരിതലത്തിന്റെ കേബിളിന്റെ കനം കുറച്ചും ഉയരത്തിലുള്ള ഭാഗം കനം കൂട്ടിയും നിർമ്മിക്കുകയാണെങ്കിൽ സ്വന്തം ഭാരത്തെ അതിജീവിക്കാൻ കേബിളിന് കഴിയും കേബിളിന്റെ ഛേദതല വിസ്തീർണ്ണത്തിൽ അനുഭവപ്പെടുന്ന ബലം സ്ഥിരമായിരിക്കുവാനും ഇത് സഹായിക്കും.

ബേസ് സ്റ്റേഷൻ

സ്പേസ് എലവേറ്ററിന്റെ കേബിൾ ഭൗമോപരിതലത്തിലോ സമുദ്രോപരിതലത്തിലോ ഉറപ്പിച്ചു നിർത്തുന്ന ഭാഗമാണ് ബേസ് സ്റ്റേഷൻ. കരയിൽ ഉറപ്പിച്ചുനിർത്തുന്ന ബേസ് സ്റ്റേഷനുകൾ ലളിതവും ചെലവ് കുറഞ്ഞവയുമാണ്. പർവ്വതങ്ങൾപോലെ ഉയർന്ന സ്ഥലങ്ങളിൽ സ്പേസ് എലവേറ്റർ നിർമ്മാണത്തിന് ഇത്തരം ബേസ് സ്റ്റേഷനുകളാണ് അനുയോജ്യം. സമുദ്രോപരിതലത്തിലുള്ള പ്രതലത്തിൽ നിർമ്മിക്കുന്ന ബേസ് സ്റ്റേഷനുകൾ സ്ഥാനംമാറ്റാൻ (Mobile) കഴിയുന്നവയാണ് കൊടുങ്കാറ്റ്, സുനാമിപോലെയുള്ള പ്രകൃതി ക്ഷോഭങ്ങൾ ഉണ്ടാകുമ്പോൾ ഇത്തരം ബേസ് സ്റ്റേഷനുകളെ സുരക്ഷിത സ്ഥാനത്തേക്ക് മാറ്റാൻ കഴിയും.

കൗണ്ടർ വെയ്റ്റ്

കേബിളിന്റെ മുകളിലെ അഗ്രം ബഹിരാകാശത്ത് ഒരു ഛിന്നഗ്രഹത്തിന്റെ ഭാരമുള്ള വസ്തുവിൽ ബന്ധിപ്പിക്കുന്നു. ഇതിനെയാണ് കൗണ്ടർ വെയ്റ്റ് എന്ന് പറയുന്നത്. ഭൂസ്ഥിര ഭ്രമണപഥത്തിൽ സ്ഥാപിച്ചിട്ടുള്ള സ്റ്റേഷൻ കൗണ്ടർ വെയ്റ്റ് ആയി ഉപയോഗിക്കാൻ കഴിയും. കേബിളിന്റെ നീളം വർദ്ധിപ്പിച്ചാൽ അതുതന്നെ കൗണ്ടർ വെയറ്റ് ആയി പ്രവർത്തിക്കും. ഈ രീതി താരതമ്യേന ലളിതമാണെങ്കിലും വലിയ അളവിൽ കേബിൾ ഉല്പാദിപ്പിക്കേണ്ടി വരും.

ക്ലൈമ്പർ

സ്പേസ് എലവേറ്ററിന്റെ കേബിളിലൂടെ വസ്തുക്കൾ കൊണ്ടുപോകുന്നതിനുള്ള വാഹനങ്ങളാണ് ക്ലൈമ്പർ. ഭാരമുള്ള വസ്തുക്കൾ കൊണ്ടുപോകുമ്പോൾ ക്ലൈമ്പറിന് കൂടുൽ പവർ ഉണ്ടായിരിക്കണം. ക്ലൈമ്പറിന് പവർ നല്കുന്നതിന് പല മാർഗ്ഗങ്ങളുണ്ട്. വയർലെസ് സംവിധാനത്തിലൂടെ ലേസറുകൾ ഉപയോഗിച്ചും അണുശക്തി, സൗരോർജ്ജം എന്നിവ ഉപയോഗിച്ചും ക്ലൈമ്പറിന്റെ പ്രവർത്തത്തിനാവശ്യമായ ഊർജ്ജം നല്കാൻ കഴിയും. മണിക്കൂറിൽ 300 കിലോമീറ്ററായിരിക്കും ക്ലൈമ്പറിന്റെ സഞ്ചാരവേഗത.

ചന്ദ്രൻ, ചൊവ്വ, ഛിന്നഗ്രഹങ്ങൾ എന്നിവയിൽ സ്പേസ് എലവേറ്റർ നിർമ്മിക്കുന്നത് താരതമ്യേന എളുപ്പമാണ്. ഉദാഹരണമായി ചൊവ്വയുടെ കാര്യത്തിലാണെങ്കിൽ ചൊവ്വയ്ക്ക് ഭൂമിയുടെ ഗുരുത്വാകർഷണ ബലത്തിന്റെ 38 ശതമാനം മാത്രമാണുള്ളത്. മാത്രവുമല്ല ചൊവ്വയുടെ ഭ്രമണകാലം ഭൂമിയുടേതിന് ഏകദേശം തുല്യവുമാണ്. അതിനാൽ ഗ്രഹോപരിതലവും ഭ്രമണപഥവും തമ്മിലുള്ള അകലം കുറവായിരിക്കും. അങ്ങനെയെങ്കിൽ അവിടെ ചെറിയ എലവേറ്ററുകൾ നിർമ്മിച്ചാൽ മതിയാകും. ഭൂമിയിൽ ഇപ്പോൾ ലഭ്യമായ വസ്തുക്കൾകൊണ്ടുതന്നെ ഇത് സാദ്ധ്യമാണ്.

അല്പം ചരിത്രം

1895 ൽ റഷ്യൻ ശാസ്ത്രജ്ഞനായ കോൺസ്റ്റാന്റിൻ സിയ ക്കോൾവ്സ്കിയാണ് സ്പേസ് എലവേറ്റർ എന്ന ആശയം ആദ്യമായി അവതരിപ്പിച്ചത്. ഭൗമോപരിതലത്തിൽനിന്നും 35,790 കിലോമീറ്റർ ഉയര ത്തിൽ ഭൂസ്ഥിര ഭ്രമണപഥത്തിലെത്തുന്നതും ഈഫൽ ടവർ പോലെ യുള്ളതുമായ ഒരു ഗോപുരമാണ് അദ്ദേഹം വിഭാവനം ചെയ്തത്. ഭൂസ്ഥിര ഉപഗ്രഹങ്ങൾ പ്രദക്ഷിണം ചെയ്യുന്നതുപോലെ ഈ ഗോപുരത്തിന്റെ മുകൾഭാഗവും കറങ്ങിക്കൊണ്ടിരിക്കണമെന്നും അദ്ദേഹം നിർദ്ദേശിച്ചു. ഗോപുരത്തിന്റെ മുകളിലെത്തുന്ന വസ്തുകളെ ഭൂസ്ഥിര ഭ്രമണപഥത്തി ലേക്ക് വിക്ഷേപിക്കാൻ ആവശ്യമായ പ്രവേഗം ഇതുവഴി ലഭിക്കും. ഗോപു രത്തിന്റെ ഭാരം താങ്ങിനിർത്താനുള്ള സജ്ജീകരണം ഭൂമിക്കടിയിലും ചെയ്യേണ്ടിവരും. സാധാരണ കെട്ടിടങ്ങൾ നിർമ്മിക്കുന്ന കംപ്രഷൻ ഘട നയാണ് സിയക്കോൾവ്സ്കി നിർദ്ദേശിച്ചത്. ആധുനിക കാലത്തെ ആശ യങ്ങൾ ഇതിൽനിന്നും വ്യത്യസ്തമാണ്. കംപ്രഷൻ ഘടനയിൽ സ്പേസ് എലവേറ്റർ നിർമ്മിക്കുക അത്ര എളുപ്പമല്ല. കാരണം അത്രയും ഉയരമു ള്ളകെട്ടിടത്തിന് സ്വന്തം ഭാരംതാങ്ങാൻ സാധിക്കില്ല. മാത്രവുമല്ല അത്രയും കംപ്രസീവ് ശക്തിയുള്ള വസ്തുക്കൾ നിലവിൽ ലഭ്യവുമല്ല.

1959 ൽ മറ്റൊരു റഷ്യൻ ശാസ്ത്രജ്ഞനായ യൂറി ആർസുട്ടനോവ് കുറച്ചുകൂടി പ്രായോഗികമായ ഒരു മാർഗ്ഗം നിർദ്ദേശിച്ചു. ഒരു ഭൂസ്ഥിര ഉപഗ്രഹത്തിൽ കേബിൾ ഘടിപ്പിച്ചശേഷം ഭൂമിയിലേക്ക് കേബിളിനെ വലിച്ചുനീട്ടുന്നരീതിയാണ് അദ്ദേഹം നിർദ്ദേശിച്ചത്. കേബിളിന്റെ ഭൂമി യിലേക്ക് നീളുന്ന അഗ്രത്തെ ഭാരമുള്ള ഒരു വസ്തുവിൽ ഉറപ്പിച്ചാൽ കേബിൾ നേരെ നിർത്താൻ കഴിയും. 1975 ൽ അമേരിക്കൻ ശാസ്ത്ര ജ്ഞനായ ജെറോം പിയേഴ്സൺ ഇതേ ആശയം വീണ്ടും അവതരി പ്പിച്ചു. യൂണിറ്റ് ഛേദതല വിസ്തീർണത്തിൽ കേബിളിന്റെ ഭാരം കുറ യ്ക്കുന്ന വിധത്തിൽ ഭൗമോപരിതലത്തിൽ കേബിളിന്റെ കനം കുറച്ചും ഭൂസ്ഥിര ഭ്രമണപഥത്തിൽ കനംകൂട്ടിയും നിർമ്മിക്കാൻ തന്നെയാണ് പിയേഴ്സണും നിർദ്ദേശിച്ചത്. എലവേറ്ററിന്റെ അടിവശം നിർമ്മിച്ചതിനു ശേഷം കേബിളിനെ 1,44,000 കിലോമീറ്റർ മുകളിലേക്കുയർത്തി ഭാരമുള്ള ഒരു വസ്തുവിൽ ഉറപ്പിക്കാനാണ് അദ്ദേഹം പറഞ്ഞത്. ഭൂമിയുടെ ഗുരു ത്വാകർഷണ ബലത്തിനും അതിനു വിപരീതമായി കേബിളിൽ അനുഭ വപ്പെടുന്ന അഭികേന്ദ്ര ബലത്തിനും അനുയോജ്യമായ നിർമ്മാണ രീതി യാണിത്.

1990 കളിൽ കാർബൺ നാനോട്യൂബുകൾ കണ്ടുപിടിച്ചതോടെ നാസയിലെ എഞ്ചിനിയർ ആയ ഡേവിഡ് സ്മിതർമാൻ സ്പേസ് എല വേറ്ററുകളുടെ നിർമ്മാണത്തിന് കാർബൺ നാനോ ട്യൂബുകൾ ഉപയോ ഗിക്കാമെന്ന ആശയം അവതരിപ്പിച്ചു. കാർബൺ നാനോ ട്യൂബ് ഉപയോ ഗിച്ച് ഒരു ലക്ഷം കിലോമീറ്റർ നീളവും പേപ്പറിന്റെ കനവുമുള്ള കേബിൾ

നിർമ്മിക്കാമെന്ന് നിർദ്ദേശിച്ചത് അമേരിക്കാൻ ശാസ്ത്രജ്ഞനായ ബ്രാഡ്‌ലി എഡ്വേർഡ്സ് ആയിരുന്നു. കേബിളിന് റിബണിന്റെ ആകൃതിയാണ് നല്ലതെന്നാണ് അദ്ദേഹത്തിന്റെ അഭിപ്രായം. ക്ലൈമ്പറിന്റെ സഞ്ചാരത്തിന് അത്തരത്തിലുള്ള ആകൃതിയാണ് നല്ലത്. 1996 ൽ ഐസക് വൈൻ, ബ്രാഡ്നർ, ബാക്കസ് എന്നീ അമേരിക്കൻ എഞ്ചിനീയർമാർ ഈ ആശയം വീണ്ടും അവതരിപ്പിക്കുകയും 'സ്കൈ ഹുക്ക്' എന്ന പേരിൽ സയൻസ് ജേർണലിൽ പ്രസിദ്ധീകരിക്കുകയും ചെയ്തു.

സ്പേസ് എലവേറ്ററുകളുടെ നിർമ്മാണം വേഗത്തിലാക്കുന്നതിനു വേണ്ടി 2005 ൽ നാസ മത്സരങ്ങൾ സംഘടിപ്പിച്ചു. ന്യൂ ജെയ്ഴ്സിയിൽ കാർബൺ നാനോട്യൂബുകൾ നിർമ്മിക്കുന്നതിനുള്ള ഒരു പ്ലാന്റ് ലിഫ്റ്റ് പോർട്ട് ഗ്രൂപ്പ് 2005 ൽ സ്ഥാപിച്ചു. എലവേറ്റർ നിർമ്മാണത്തിന് ഒരു ടൈംടേബിൾ ഉണ്ടാക്കാനായി 2008 നവംബറിൽ ജപ്പാൻ ഒരു അന്താരാഷ്ട്ര സമ്മേളനം നടത്തി. 38 വർഷങ്ങൾക്കുള്ളിൽ ഒരു സ്പേസ് എലവേറ്റർ നിർമ്മിക്കുമെന്ന് 2012 ൽ ജപ്പാൻ പ്രഖ്യാപിച്ചു.

ഒസിറിസ് റെക്സ്

ആദ്യമായി ഒരു സ്പേസ്ക്രാഫ്റ്റ് ഒരു ഛിന്നഗ്രഹത്തിൽനിന്നും ധൂളിയുടെ സാംപിൾ ശേഖരിച്ച് തിരിച്ച് ഭൂമിയിലിറങ്ങുകയാണ്. ഇതിൽ ഏറ്റവും കൗതുകകരമായ കാര്യം ഈ പേടകം ഛിന്നഗ്രഹത്തിൽ ഇറങ്ങുന്നില്ല എന്നതാണ്. പരുന്ത് ഇരയെ റാഞ്ചുന്നതുപോലെ ഛിന്നഗ്രഹത്തിൽ ഉപരിതലത്തിൽ നിന്ന് യന്ത്രക്കൈകൾ ഉപയോഗിച്ച് അഞ്ചു സെക്കന്റിനുള്ളിൽ രണ്ടു കിലോഗ്രാംവരെ ധൂളി ശേഖരിച്ച് തിരിച്ച് ഭൂമിയിലെത്തിക്കും. 2016 സെപ്തംബർ 8 ന് നാസ വിക്ഷേപിച്ച ഒസിറിസ് റെക്സ് (The Origins, Spetcral Interpretation, Resource, Identification Securtiy, Regolith Explorer (OSIRIS – REx) പേടകം 101955 ബെനു (1015955 Bennu) എന്ന ഛിന്നഗ്രഹത്തിലേക്കാണ് യാത്ര തിരിച്ചത്. 2019 സെപ്തംബറിൽ ഛിന്നഗ്രഹത്തിലെത്തിയ പേടകം ധൂളി ശേഖരിച്ച് 2023 സെപ്തംബറിൽ തിരികെ ഭൂമിയിലെത്തും.

സൗരയൂഥത്തിന്റെ ഉല്പത്തിയും പരിണാമവും, അതിനുമുമ്പുള്ള അവസ്ഥ, ഗ്രഹരൂപീകരണത്തിന്റെ ആദ്യനിമിഷങ്ങൾ, ഓർഗാനിക് സംയുക്തങ്ങളുടെ ഉദ്ഭവം, ജീവന്റെ ഉല്പത്തി എന്നീ മേഖലകളിലുള്ള പഠനമാണ് ഒസിറിസ് റെക്സ് നടത്തുന്നത്. പേടകത്തിന്റെ മാത്രം നിർമ്മാണച്ചെലവ് 800 മില്യൺ യു എസ് ഡോളറാണ്. വിക്ഷേപണവാഹനമായ അറ്റ്ലസ് –5 റോക്കറ്റിന്റെ ചെലവായ 183.5 മില്യൺ ഡോളർ ഇതിനുപുറമെയാണ്. 3 മീറ്റർ വശങ്ങളുള്ള ക്യൂബിന്റെ ആകൃതിയിലുള്ള പേടകത്തിന്റെ ഭാരം 1529 കിലോഗ്രാമാണ്. ലോക്ഹീഡ് മാർട്ടിൻ കോർപറേഷനാണ് പേടകം നിർമ്മിച്ചിരിക്കുന്നത്. സോളാർ പാനലുകളാണ് പേടകത്തിന് ഊർജ്ജം പകരുന്നത്. ഊർജ്ജം ശേഖരിച്ചുവയ്ക്കാൻ ലിഥിയം അയോൺ ബാറ്ററിയും സജ്ജീകരിച്ചിട്ടുണ്ട്. പേടകത്തിന്റെ തിരിച്ചുള്ള

യാത്രയിൽ പ്രൊപലന്റായി ഉപയോഗിക്കുന്നത് 1100 കി ഗ്രാം ഹൈഡ്രാസിനാണ്. അരിസോണ യൂണിവേഴ്സിറ്റിക്കു കീഴിലുള്ള ലൂണാർ ആന്റ് പ്ലാനറ്ററി ലബോറട്ടറി, നാസയ്ക്കു കീഴിലുള്ള ഗോദാർദ് സ്പേസ് ഫ്‌ളൈറ്റ് സെന്റർ, ലോക്ഹീഡ് മാർട്ടിൻ സ്പേസ് സിസ്റ്റംസ് എന്നീ സ്ഥാപനങ്ങൾ ചേർന്നാണ് ഒസിറിസ് റെക്സ് പദ്ധതി വികസിപ്പിച്ചത്.

രണ്ട് വർഷത്തെ യാത്രയ്ക്കൊടുവിൽ 2018 ൽ പേടകം ഛിന്നഗ്രഹത്തിന്റെ സമീപമെത്തി. ഛിന്നഗ്രഹത്തിൽനിന്നും 5 കിലോമീറ്റർ മാത്രം ഉയരത്തിൽ നിന്ന് ചിത്രങ്ങളെടുക്കുകയും വിവിധ തരത്തിലുള്ള പഠനങ്ങൾ നടത്തുകയും ചെയതു. അതിനൊടുവിലാണ് യന്ത്രക്കൈകൾ ഉപയോഗിച്ച് ഛിന്നഗ്രഹത്തിന്റെ ഉപരിതലത്തിൽ നിന്ന് ധൂളി ശേഖരിച്ചത്. പരീക്ഷണത്തിനായി 101955 ബെനു എന്ന ഛിന്നഗ്രഹത്തെ തിരഞ്ഞെടുത്തതിനും കാരണമുണ്ട്. പൊതുവെ ഛിന്നഗ്രഹങ്ങളെക്കുറിച്ചുള്ള പഠനം സൗരയൂഥത്തിന്റെ ഉല്പത്തി രഹസ്യങ്ങൾ അനാവരണം ചെയ്യാൻ പര്യാപ്തമാണ്. കാരണം ഛിന്നഗ്രഹങ്ങൾക്ക് അവയുടെ രൂപീകരണത്തിനുശേഷം അധികം പരിണാമമൊന്നും സംഭവിച്ചിട്ടില്ല. എന്നാൽ അതു മാത്രമല്ല 101955 ബെനു ഛിന്നഗ്രഹത്തിന്റെ പ്രത്യേകത. സൗരയൂഥത്തിന്റെ ഉല്പത്തിയോളം പ്രായമുള്ളതും ഏറെയൊന്നും മാറ്റം സംഭവിച്ചിട്ടില്ലാത്തതുമായ കാർബണിക സംയുക്തങ്ങൾ ഈ ഛിന്നഗ്രഹത്തിലുണ്ടെന്ന് തിരിച്ചറിഞ്ഞിട്ടുണ്ട്. ജീവന്റെ ഉല്പത്തിക്കുകാരണമായ ഓർഗാനിക് തന്മാത്രകൾ രൂപംകൊള്ളുന്നത് ഇത്തരം കാർബണിക സംയുക്തങ്ങളിൽ നിന്നാണ്. ഭൗമജീവന്റെ ഉല്പത്തി ഇത്തരം ഛിന്നഗ്രഹങ്ങളിലും ധൂമകേതുക്കളിലും നിന്നാണെന്ന പ്രബലമായ സിദ്ധാന്തം പരീക്ഷിച്ചറിയുന്നതിന് ഒസിറിസ് ദൗത്യത്തിന് കഴിയുമെന്നാണ് പ്രതീക്ഷിക്കുന്നത്. ഇതിനു മുമ്പും അമിനോ അമ്ലങ്ങളുടെയും, ഓർഗാനിക് സംയുക്തങ്ങളുടെയും സാന്നിദ്ധ്യം ധൂമകേതുക്കളിൽ തിരിച്ചറിഞ്ഞിട്ടുണ്ട്.

ജീവന്റെ ഉല്പത്തി തിരയുന്ന ഈ പേടകത്തിന്റെ പേരിലും ഒരു കൗതുകമുണ്ട് ഈജിപ്ഷ്യൻ മിത്തോളജിയിലെ പാതാളദേവനാണ് ഒസിറിസ്. റെക്സ് എന്ന ലാറ്റിൻ വാക്കിന് രാജാവ് എന്നാണർത്ഥം. പാതാള രാജാവ് എന്നു വേണമെങ്കിൽ ഈ പേടകത്തെ വിളിക്കാം. ഛിന്നഗ്രഹത്തിന്റെ ഉപരിതലത്തിൽനിന്ന് വിവിധ പരീക്ഷണങ്ങൾക്ക് ആവശ്യമുള്ളത്രയും ധൂളി ശേഖരിക്കുക, ഛിന്നഗ്രഹത്തിന്റെ രാസഘടന പരിശോധിക്കുക, ഭ്രമണപഥത്തിന്റെ സവിശേഷതകൾ നിരീക്ഷിക്കുക, കാർബൺ സംപുഷ്ടമായ ദ്രവ്യസവിശേഷതകൾ നിരീക്ഷിക്കുക, കാർബൺ സംപുഷ്ടമായ ദ്രവ്യപിണ്ഡത്തിന്റെ പ്രത്യേകതകൾ കണ്ടുപിടിക്കുക എന്നിങ്ങനെ വ്യത്യസ്തമായ ലക്ഷ്യങ്ങളാണ് ഒസിറിസ് റെക്സ് ദൗത്യത്തിനുള്ളത്.

101955 ബെനു ഛിന്നഗ്രഹത്തിന് ഇനിയുമുണ്ട് ഏറെ സവിശേഷതകൾ. ശരാശരി 480 മുതൽ 511 മീറ്റർ വരെ വ്യാസമുള്ള ഈ ഛിന്നഗ്രഹം 436.604 ഭൗമദിനങ്ങൾകൊണ്ട് സൂര്യനെ ഒരു പ്രാവശ്യം പ്രദക്ഷിണം

വയ്ക്കും. കൂടാതെ ഓരോ ആറുവർഷം കൂടുമ്പോഴും ഛിന്നഗ്രഹം ഭൂമിയുടെ ഏറ്റവും അടുത്തെത്തും. ഛിന്നഗ്രഹത്തിന്റെ ഭ്രമണപഥം ദൂരദർശിനികൾ ഉപയോഗിച്ച് അപഗ്രഥിച്ചപ്പോൾ ശാസ്ത്രജ്ഞർക്ക് ഒരു കാര്യം ബോദ്ധ്യപ്പെട്ടിട്ടുണ്ട്. ഈ ഛിന്നഗ്രഹം 2169 നും 2199 നും ഇടയിൽ ഭൂമിയുമായി കൂട്ടിമുട്ടാൻ സാദ്ധ്യതയുണ്ട്. 0.071 ശതമാനമാണ് കൂട്ടിമുട്ടലിനുള്ള സാദ്ധ്യത. ഇതുപോലെ ഭൂമിയുമായി കൂട്ടിയിടിക്കാൻ സാദ്ധ്യതയുള്ള ഛിന്നഗ്രഹങ്ങളെ കണ്ടെത്താനും ഭൂമിക്ക് അപകടകരമായ രീതിയിൽ സഞ്ചരിക്കുന്ന അത്തരം ദ്രവ്യപിണ്ഡങ്ങളുടെ ഭ്രമണപഥത്തിൽ വ്യതിയാനമുണ്ടാക്കി അപകടം ഒഴിവാക്കുന്നതിനും ഒസിറിസ് റെക്സ് ദൗത്യം സഹായിക്കുമെന്നാണ് കരുതുന്നത്.

ശാസ്ത്രീയ ഉപകരണങ്ങൾ

ഒകാംസ്– ഒസിറിസ് റെക്സ് ക്യാമറ സ്യൂട്ട് (OCAMS) എന്ന മൂന്ന് ക്യാമറകളുടെ സംഘാതമാണിത്. പോളിക്യാം എന്ന 8 ഇഞ്ച് ടെലസ്കോപ്പ്, മാപ്ക്യാം, സാംക്യാം എന്നീ ക്യാമറകളാണ് ഈ സംഘാതത്തിൽ ഉൾപ്പെടുന്നത്. ഛിന്നഗ്രഹത്തിന്റെ ഹൈ–റെസല്യൂഷൻ ചിത്രങ്ങൾ എടുക്കുകയാണ് ഒകാംസിന്റെ ലക്ഷ്യം.

ഒല – ഒസിറിസ് റെക്സ് അൾട്ടിമീറ്റർ (OLA) എന്ന ലിഡാർ ഉപകരണമാണിത്. ഛിന്നഗ്രഹത്തിന്റെ സംപൂർണ മാപിങ് ആണ് ഒല നടത്തുന്നത്. കനേഡിയൻ സ്പേസ് ഏജൻസിയാണ് ഈ ഉപകരണത്തിനാവശ്യമായ ഫണ്ടിങ് നടത്തിയിരിക്കുന്നത്.

ഓവിർസ് – ഒസിറിസ് റെക്സ് വിസിബിൾ ആന്റ് ഇൻഫ്രാറെഡ് സ്പെക്ട്രോമീറ്റർ (OVIRS) എന്ന ഉപകരണം ഛിന്നഗ്രഹത്തിന്റെ ധാതുഘടന അപഗ്രഥിക്കും. ഉപരിതലത്തിൽനിന്ന് വിവിധ തരം ധൂളി ശേഖരിക്കേണ്ടത് നിർണ്ണയിക്കുന്നതും ഈ ഉപകരണമാണ്.

ഓട്ടിസ് – ഒസിറിസ് റെക്സ് തെർമൽ എമിഷൻ സ്പെക്ട്രോ മീറ്റർ (OTIS) എന്ന ഉപകരണം ഛിന്നഗ്രഹത്തിന്റെ ധാതുഘടന പരിശോധിക്കും. സിലിക്കേറ്റ്, കാർബണേറ്റ്, സൾഫേറ്റ്, ഓക്സൈഡ്, ഹൈഡ്രോക്സൈഡ് സാന്നിദ്ധ്യവും പരിശോധിക്കും.

റെക്സിസ് – റിഗോലിത്ത് എക്സ്- റേ ഇമേജിങ് സ്പെക്ട്രോമീറ്റർ (REXIS) എന്ന ഉപകരണം ഛിന്നഗ്രഹത്തിന്റെ എക്സ്–റേ സ്പെക്ട്രോ സ്കോപി മാപിങ്ങിനുവേണ്ടി തയ്യാറാക്കിയിട്ടുള്ള ഉപകരണമാണ്. മസാച്ചുസെറ്റ്സ് ഇൻസ്റ്റിറ്റ്യൂട്ട് ഓഫ് ടെക്നോളജിയും ഹാർവാർഡ് യൂണിവേഴ്സിറ്റി എന്നീ സ്ഥാപനങ്ങൾ ചേർന്നാണ് ഈ ഉപകരണം നിർമ്മിച്ചത്. 0.3 – 7.5 keV ഊർജ്ജനിലയിൽ പ്രവർത്തിക്കുന്ന ഒരു സോഫ്റ്റ് എക്സ്–റേ യൂണിറ്റും ഈ ഉപകരണത്തിന്റെ അനുബന്ധ ഘടകമായിട്ടുണ്ട്. സൗരവാതങ്ങളുടെ തീവ്രത അളക്കുന്നതിന് ഈ ഉപകരണത്തിന് കഴിയും.

ടാഗ്സം – ടച്ച് ആന്റ് ഗോ സാംപിൾ അക്വിസിഷൻ മെക്കാനിസം (TAGSAM) എന്ന ഉപകരണത്തിൽ ഒരു യന്ത്രക്കൈയും ഒരു സംഭരണിയുമുണ്ടാകും. ഈ യന്ത്രക്കൈ ഉപയോഗിച്ചാണ് ഛിന്നഗ്രഹത്തിൽനിന്ന് ധൂളിശേഖരിക്കുന്നത്. ശേഖരിച്ച ധൂളി സംഭരണിയിൽ സൂക്ഷിക്കുകയും തിരിച്ച് ഭൂമിയിലെത്തിക്കുകയും ചെയ്യും.

ഒസിറിസ് റെക്സിന്റെ വിക്ഷേപണത്തിനുശേഷം ഒസിറിസ് റെക്സ് – II ദൗത്യത്തിനും നാസ ലക്ഷ്യമിടുന്നുണ്ട്. ഈ ദൗത്യത്തിൽ ചൊവ്വയുടെ രണ്ട് ഉപഗ്രഹങ്ങളെയാണ് പരീക്ഷണത്തിനായി തെരഞ്ഞെടുത്തിരിക്കുന്നത്.

സ്ട്രാറ്റലൈറ്റ് കമ്യൂണിക്കേഷൻ

സാറ്റലൈറ്റ് കമ്യൂണിക്കേഷൻ അഥവാ ഉപഗ്രഹ വാർത്താവിനിമയത്തെക്കുറിച്ച് കേൾക്കാത്തവരായി ആരുമുണ്ടാകില്ല. എന്നാൽ സ്ട്രാറ്റലൈറ്റ് കമ്യൂണിക്കേഷൻ (Stratellite Communication) എന്ന് കേട്ടിട്ടുണ്ടോ? നാസയുടെ ഈ സ്വപ്നപദ്ധതി യാഥാർത്ഥ്യമാവുകയാണ്. ഉപഗ്രഹ വാർത്താവിനിമയ രംഗത്ത് നേരിടുന്ന കടമ്പകളെല്ലാം മറികടക്കാൻ ഈ പദ്ധതിയിലൂടെ കഴിയുമെന്നാണ് പ്രതീക്ഷിക്കുന്നത്.

ഭൗമാന്തരീക്ഷത്തിന്റെ ഉപരിപാളിയായ സ്ട്രാറ്റോസ്ഫിയറിൽ ഏകദേശം 20 കിലോമീറ്റർ ഉയരത്തിൽ തങ്ങിനില്ക്കുന്ന എയർഷിപ്പുകളാണ് സ്ട്രാറ്റലൈറ്റുകൾ (satellite in stratosphere). ഇത്തരം എയർഷിപ്പുകൾ വാർത്താവിനിമയത്തിന് ഉപയോഗിക്കാൻ കഴിയുമെന്ന ആശയം ആദ്യമായി അവതരിപ്പിച്ചത് ജർമ്മൻ സംരംഭകരായ സാൻസ്വയർ (sanswire) ആണ്. വായുവിൽ തങ്ങിനില്ക്കുന്നതുകൊണ്ട് ഭൂമിക്കുചുറ്റും പ്രദക്ഷിണം ചെയ്യുന്ന കൃത്രിമ ഉപഗ്രഹങ്ങളേക്കാൾ വാർത്താവിനിമയ രംഗത്ത് മികവ് പുലർത്താൻ സ്ട്രാറ്റലൈറ്റിന് കഴിയും. കൃത്രിമ ഉപഗ്രഹങ്ങൾ ഭൂമിയെ ചുറ്റി സഞ്ചരിക്കുന്നതുകൊണ്ട് അവയുടെ ആന്റിനയുടെ സ്ഥാനവും കോണളവും ഇടയ്ക്കിടെ വ്യത്യാസപ്പെടുത്തിക്കൊണ്ടിരിക്കണം. എങ്കിൽ മാത്രമേ ട്രാൻസ്മിഷൻ തടസ്സമില്ലാതെ നടക്കൂ. എന്നാൽ സ്ട്രാറ്റലൈറ്റിലെ ആന്റിനകൾ ഇങ്ങനെ ക്രമീകരിക്കേണ്ട ആവശ്യമില്ല.

പരമ്പരാഗത സ്ട്രാറ്റലൈറ്റ് കമ്യൂണിക്കേഷൻ അതിനുവേണ്ടി ഉപയോഗിക്കുന്ന കൃത്രിമ ഉപഗ്രഹങ്ങളുടെ ഭ്രമണപഥത്തെ ആധാരമാക്കി മൂന്ന് രീതിയിൽ വർഗ്ഗീകരിച്ചിട്ടുണ്ട്. ഏകദേശം 19,300 നോട്ടിക്കൽ മൈൽ ഉയരമുള്ള ജിയോസിങ്ക്രോണസ് ഓർബിറ്റിലുള്ളവ, 500 മുതൽ 1200 നോട്ടിക്കൽ മൈൽ ഉയരമുള്ള മീഡിയം എർത്ത് ഓർബിറ്റിലുള്ളവ, 200 നോട്ടി

ക്കൽ മൈൽ ഉയരമുള്ള ലോ എർത്ത് ഓർബിറ്റിലുള്ളവ എന്നിങ്ങനെയാണ് വാർത്താവിനിമയ ഉപഗ്രഹങ്ങളെ വർഗ്ഗീകരിച്ചിരിക്കുന്നത്. ഈ ഉപഗ്രഹങ്ങളെല്ലാം പലതരത്തിലുള്ള വിദ്യുത്കാന്തിക സിഗ്നലുകളുടെയും, വ്യത്യസ്ത തരംഗദൈർഘ്യത്തിലുള്ള വികിരണങ്ങളുടെയും ശല്യം അനുഭവിക്കുന്നുണ്ട്. ഇത് മറികടക്കുന്നതിന് സങ്കീർണ്ണമായ പ്രക്രിയകൾ ഓരോ കൃത്രിമ ഉപഗ്രഹത്തിലും നടത്തുന്നുമുണ്ട്. എന്നാൽ ഭൗമാന്തരീക്ഷത്തിനുള്ളിൽ സ്ഥിരമായി നിലനിർത്തുന്ന ഒരു സംവിധാനത്തിന് ഈ തടസ്സങ്ങൾ മറികടക്കാൻ കഴിയും.

മീഡിയം എർത്ത് ഓർബിറ്റിലും, ലോ എർത്ത് ഓർബിറ്റിലുമുള്ള കൃത്രിമ ഉപഗ്രഹങ്ങളിൽനിന്നുള്ള സിഗ്നലുകൾ തുടർച്ചയില്ലാത്തതും കുറഞ്ഞ കവറേജുള്ളവയുമായിരിക്കും. ഇക്കാരണംകൊണ്ട് കൂടുതൽ കവറേജിനും സിഗ്നലുകളുടെ തുടർച്ചയ്ക്കുംവേണ്ടി നിരവധി കൃത്രിമോപഗ്രഹങ്ങളുടെ ഒരുമിച്ചുള്ള പ്രവർത്തനം ആവശ്യമാണ്. ഈ പരിമിതി മറികടക്കാൻ സ്ട്രാറ്റലൈറ്റിന് കഴിയും. നിരവധി കൃത്രിമ ഉപഗ്രഹങ്ങൾ ഒരുമിച്ച് ചെയ്യുന്ന ജോലി സ്ട്രാറ്റലൈറ്റിന് ഒറ്റയ്ക്ക് ചെയ്യാൻ കഴിയും. ഭൗമോപരിതലത്തിൽ നിന്ന് അധികം ഉയരത്തിലല്ലാതെ നിലനിർത്തുന്നതുകൊണ്ടാണിത്. കൃത്രിമ ഉപഗ്രഹങ്ങളുടെ എണ്ണം കുറയ്ക്കുന്നത് സ്പേസ് ട്രാഫിക് സുഗമമാക്കുന്നതിനും ചെലവ് ഗണ്യമായി കുറയ്ക്കുന്നതിനും ബഹിരാകാശ മലിനീകരണം നിയന്ത്രിക്കുന്നതിനും സഹായിക്കും. ഒരു കൃത്രിമ ഉപഗ്രഹത്തിന്റെ ഘടനപോലെ സങ്കീർണ്ണമായ യന്ത്രസംവിധാനമെന്നും സ്ട്രാറ്റലൈറ്റിനില്ല. കൃത്രിമ ഉപഗ്രഹത്തിന്റെ എഞ്ചിനീയറിങ്ങും സങ്കീർണ്ണമാണ്. അതു മാത്രമല്ല ഒരു ലോഞ്ചിങ് മാത്രമേ നടത്താൻ കഴിയൂ.. വിക്ഷേപണ വാഹനത്തിന്റെ ചെലവും ഇന്ധനവും സാങ്കേതിക വിദ്യയും ഇതിന് പുറമെയാണ്. എന്നാൽ സ്ട്രാറ്റലൈറ്റുകൾ പുനരുപയോഗ ശേഷിയുള്ളവയും ലളിതമായ ഘടനയുള്ളതുമാണ്. ഇന്ധനമായി ഉപയോഗിക്കുന്നത് ഹീലിയമാണ്. വളരെ നാളുകൾ തുടർച്ചയായി പ്രവർത്തിക്കുന്നതിനും സ്ട്രാറ്റലൈറ്റുകൾക്ക് കഴിയും.

സ്ട്രാറ്റലൈറ്റുകളുടെ പുറംചട്ട ശക്തമാണെങ്കിലും ഉള്ളിലുള്ള ഉപകരണങ്ങൾ വഴക്കമുള്ളതും ഏപ്പോൾ വേണമെങ്കിലും അപ്ഗ്രേഡ് ചെയ്യാൻ കഴിയുന്നവയുമാണ്. നിർമ്മാണ രീതിയിലുള്ള ലാളിത്യവും, പ്രതിപ്രവർത്തന ശേഷിയില്ലാത്ത ഹീലിയം ഇന്ധനമായി ഉപയോഗിക്കുന്നതും പരമ്പരാഗത വാർത്താവിനിമ ഉപഗ്രഹങ്ങളിൽനിന്നും സ്ട്രാറ്റലൈറ്റിനെ വേറിട്ടുനിർത്തുന്നു. ഭൗമോപരിതലത്തിൽനിന്നും 20 കിലോമീറ്റർ ഉയരത്തിലായതുകൊണ്ട് അന്തരീക്ഷത്തിന്റെ പ്രക്ഷുബ്ധതകൾ സ്ട്രാറ്റലൈറ്റിനെ ഗൗരവമായി ബാധിക്കില്ല. അതുകൊണ്ടുതന്നെ ബ്രോഡ്ബാൻഡ്, ഡിജിറ്റൽ ടെലിവിഷൻ, മൊബൈൽഫോൺ നെറ്റ്വർക്ക്, റേഡിയോ സിഗ്നലുകൾ എന്നിവ കുടുതൽ വിസ്തൃതമായ മേഖലകളിൽ തടസ്സമൊന്നും കൂടാതെ എത്തിക്കാൻ സ്ട്രാറ്റലൈറ്റിന്

കഴിയും. സ്ട്രാറ്റലൈറ്റുകളുടെ രണ്ട് മാതൃകകളാണ് ഇപ്പോൾ പരിഗണനയിലുള്ളത്. അൺമാൻഡ് ഏരിയൽ വെഹിക്കിൾ (UAV), ഹൈ ആൽട്ടിറ്റ്യൂഡ് എയർഷിപ് (HAA) എന്നിവയണിവ. ഇതിൽ ആദ്യത്തേത് സോളാർ സെല്ലുകളും ഇലക്ട്രിക് മോട്ടോറുകളും ഉപയോഗിച്ച് പ്രവർത്തിക്കുമ്പോൾ രണ്ടാമത്തേത് ഹീലിയം ഇന്ധനമായി ഉപയോഗിച്ചാണ് പ്രവർത്തിക്കുന്നത്.

1,85,000 ചതുരശ്ര കിലോമീറ്റർ ഭാഗം ഒരു സ്ട്രാറ്റലൈറ്റിന്റെ പ്രക്ഷേപണപരിധിയിൽ വരും, പ്രക്ഷേപണത്തിലുണ്ടാകുന്ന കാലവിളംബം 2000 മടങ്ങ് കുറയ്ക്കുന്നതിനും സ്ട്രാറ്റലൈറ്റിന് ശേഷിയുണ്ട്. കൂടാതെ ജി പി എസ് സാങ്കേതിക വിദ്യയും സ്ട്രാറ്റലൈറ്റ് സപ്പോർട്ട് ചെയ്യുന്നുണ്ട്.

ജർമ്മനിയിലെ സാൻസ്വയർ കമ്പനിയുടെ സ്ട്രാറ്റലൈറ്റ് മാതൃകയ്ക്ക് 200 അടി വ്യാസവും 245 അടി നീളവുമുണ്ട്. ഇന്ധനമായി ഉപയോഗിക്കുന്ന ഹീലിയം-നൈട്രജൻ മിശ്രിതത്തിന്റെ വ്യാപ്തം 13 ക്യൂബിക് അടിയാണ്. 2,500 കിലോഗ്രാം ഭാരമുള്ള പെലോഡുകൾവരെ ഈ മാതൃകയ്ക്ക് 8,000 അടിവരെ ഉയരത്തിലെത്തിക്കാൻ കഴിയും. നിർമ്മാണച്ചെലവ് ഗണ്യമായി കുറയ്ക്കാൻ കഴിയുന്നതും നിരവധി തവണ വിക്ഷേപിക്കാൻ കഴിയുന്നതും മറ്റ് വാർത്താവിനിമയ ഉപഗ്രഹങ്ങളെ അപേക്ഷിച്ച് സ്ട്രാറ്റലൈറ്റിനുള്ള മേന്മയാണ്. വേഗത നിയന്ത്രിക്കാൻ കഴിയുന്നത് കാലവിളംബം കുറയ്ക്കും. ഉയർന്ന ബാന്റ് വിഡ്ത്ത് സുഗമവും തടസ്സമില്ലാത്തതുമായ വാർത്താപ്രക്ഷേപണത്തിനും സഹായിക്കും. എന്നാൽ ഉയരം കുടുന്നതിനനുസരിച്ച് ഹീലിയം വാതകം വികസിക്കുന്നതും, സ്ട്രാറ്റോസ്ഫിയറിൽ അവിചാരിതമായി ഉണ്ടാകുന്ന വാതക പ്രവാഹവും സ്ട്രാറ്റലൈറ്റിന്റെ പ്രവർത്തനത്തെ പ്രതികൂലമായി ബാധിക്കുന്ന ഘടകങ്ങളാണ്. അതെന്തായാലും നാസ സ്ട്രാറ്റലൈറ്റ് പദ്ധതിയുമായി മുന്നോട്ടു പോവുകയാണ്. ഇന്നത്തെ വാർത്താവിനിമയ ഉപഗ്രഹങ്ങൾ സ്ട്രാറ്റലൈറ്റുകൾക്ക് വഴിമാറിക്കൊടുക്കും എന്നുതന്നെയണ് ഈ മേഖലയിലുള്ള വിദഗ്ദ്ധർ പറയുന്നത്.

തേർട്ടി മീറ്റർ ടെലസ്കോപ്പ്

ഹവായ് ദ്വീപിലെ മൗനകിയയിൽ സമുദ്രനിരപ്പിൽനിന്ന് 4050 മീറ്റർ ഉയരത്തിൽ നിർമ്മിക്കുന്ന ടി എം ടി (Thirty Meter Telescope-TMT) ലോകത്തിൽ ഇതുവരെ നിർമ്മിച്ചിട്ടുള്ള ഏറ്റവും വലിയ ദൂരദർശിനിയാണ്. 525 ഏക്കറിൽ പരന്ന് കിടക്കുന്ന ഈ ജ്യോതിശാസ്ത്ര വിസ്മയത്തിന്റെ ഡിസൈനിങ് പൂർത്തിയായി. 2014 ഏപ്രിൽ 1 ന് ആരംഭിക്കുന്ന 2000 ടൺ ഭാരമുള്ള ഈ ഭീമൻ ദൂരദർശിനിയുടെ നിർമ്മാണം 2018 ൽ പൂർത്തിയാകും. അൾട്രാവയലറ്റ്, ദൃശ്യപ്രകാശം, ഇൻഫ്രാറെഡ് എന്നിങ്ങനെ മൂന്ന് വ്യത്യസ്ത തരംഗദൈർഘ്യമുപയോഗിച്ച് വാനനിരീക്ഷണം നടത്തുന്ന ടി എം ടി നോക്കുന്നത് പ്രപഞ്ചോല്പത്തിയും കാലത്തിന്റെ തുടക്കത്തിലേക്കുമാണ്. ബഹിരാകാശ ദൂരദർശിനികൾ നല്കുന്നതിലും മികച്ച ആകാശ ചിത്രങ്ങൾ നിർമ്മിക്കാൻ കഴിയുന്ന ടി എം ടി ഇന്ന് നിലവിലുള്ള ഏറ്റവും മികച്ച ഭൂതല ദൂരദർശിനിയായ കെക്ക് ടെലസ്കോപ്പിനേക്കാൾ ഒമ്പത് മടങ്ങ് ശക്തമാണ്. ഹബിൾ സ്പേസ് ടെലസ്കോപ്പ് നല്കുന്ന പ്രപഞ്ച ചിത്രങ്ങളുടെ 12 മടങ്ങ് വ്യക്തതയുള്ള ആകാശക്കാഴ്ചകളായിരിക്കും ടി എം ടി വരയ്ക്കുന്നത്. ജ്യോതിശാസ്ത്ര ഗവേഷണങ്ങളിലും ആസ്ട്രോഫിസിക്സിലും നിരവധി പുതിയ കണ്ടെത്തലുകൾക്ക് ഇനി ചുക്കാൻ പിടിക്കുന്നത് ടി എം ടിയായിരിക്കും.

2003 ലാണ് ടി എം ടി പദ്ധതി ആരംഭിക്കുന്നത് നിരീക്ഷണ കേന്ദ്രത്തിന് അനുയോജ്യമായ സ്ഥലം കണ്ടെത്തൽ, ഡിസൈനിങ്, സാമ്പത്തിക സംഘാടനം എന്നിങ്ങനെ നിരവധി കടമ്പകൾ കടന്നാണ് 2013 ഏപ്രിൽ മാസത്തിൽ ദൂരദർശിനിയുടെ നിർമ്മാണം തത്ത്വത്തിൽ അംഗീകരിക്കപ്പെടുന്നത്. ടി എം ടി ഒരു പ്രതിഫലന ദൂരദർശിനിയാണ്. ഇതിന്റെ പ്രാഥമിക ദർപ്പണത്തിന്റെ വ്യാസം 30 മീറ്ററാണ്. ഇത്രയും

വലിയ ഒരു ദർപ്പണം ഒരൊറ്റ ഗ്ലാസ് ബ്ലോക്കുകൊണ്ട് നിർമ്മിക്കാൻ കഴിയില്ല. നിരവധി ചെറിയ ദർപ്പണങ്ങൾ കൃത്യമായി അടുക്കി പോളിഷ് ചെയ്താണ് ഇത് സാദ്ധ്യമാക്കുന്നത്. 492 ചെറിയ ദർപ്പണങ്ങളാണ് ഇതിനായി ഉപയോഗിക്കുന്നത്. മൗനകിയയിൽ തന്നെയുള്ള കെക്ക് വാനനിരീക്ഷണ കേന്ദ്രത്തിലെ ശാസ്ത്രജ്ഞരാണ് ദർപ്പണങ്ങൾ തയ്യാറാക്കി സംയോജിപ്പിക്കുന്നത്. 130 കോടി ഡോളർ ചെലവുവരുന്ന ഈ പദ്ധതിയുടെ പ്രാരംഭ മുതൽമുടക്ക് നിർവ്വഹിക്കുന്നത് കാനഡയിലെ ഗോർഡൻ ആന്റ് ബെറ്റിമോർ ഫൗണ്ടേഷനാണ്. 20 കോടി ഡോളറാണ് അവരുടെ വിഹിതം. കാലിഫോർണിയ ഇൻസ്റ്റിറ്റ്യൂട്ട് ഓഫ് ടെക്നോളജി (Caltech) പത്ത് കോടി ഡോളർ ഈ പദ്ധതിക്കായി ചെലവഴിക്കുന്നുണ്ട്. അതുകൂടാതെ യൂണിവേഴ്സിറ്റി ഓഫ് കാലിഫോർണിയ, അസോസിയേഷൻ ഓഫ് കനേഡിയൻ യൂണിവേഴ്സിറ്റിസ് ഫോർ റിസർച്ച് ഇൻ ആസ്ട്രോണമി എന്നീ സ്ഥാപനങ്ങളും ഇന്ത്യ, ജപ്പാൻ, ചൈന ഗവൺമെന്റുകളും ഈ പദ്ധതിയുടെ പിന്നിലുണ്ട്.

പ്രപഞ്ച ചരിത്രത്തിലെ ഇരുണ്ട കാലഘട്ടത്തിലേക്ക് തുറന്നുപിടിച്ച കണ്ണുകളാണ് ടി എം ടി. പ്രപഞ്ചോൽപ്പത്തിയുടെ ആദ്യനിമിഷങ്ങളും കാലത്തിന്റെ തുടക്കവും ടി എം ടിയുടെ ഭീമൻ കണ്ണുകൾ പിടിച്ചെടുക്കും. ശൈശവ പ്രപഞ്ചത്തിലെ ആദ്യ പ്രകാശസ്രോതസുകളുടെയും ഘനമൂലകങ്ങളുടെയും രൂപീകരണത്തെ കുറിച്ച് ഇന്നുവരെ ലഭിച്ചിട്ടുള്ള ഏറ്റവും വ്യക്തമായ ചിത്രമായിരിക്കും ടി എം ടി നല്കുന്നത്. 2017 ൽ വിക്ഷേപിക്കുന്ന നാസയുടെ ജെയിംസ് വെബ് സ്പേസ് ടെലസ്കോപ്പുമായി ചേർന്നുപ്രവർത്തിക്കാൻ കഴിയുന്ന ടി എം ടിക്ക് കോസ്മോളജിയിൽ നിലനില്ക്കുന്ന നിരവധി പ്രഹേളികകൾക്ക് ഉത്തരം നല്കാൻ കഴിയും. അതുകൂടാതെ...

ശ്യാമദ്രവ്യം, ശ്യാമ ഊർജം എന്നിവയെക്കുറിച്ചുള്ള പഠനങ്ങളും കണികാ ഭൗതികത്തിന്റെ മാനകമാതൃക പരീക്ഷച്ചറിയുന്നതും ടി എം ടിയുടെ പരിധിയിൽ വരും. ശൈശവ പ്രപഞ്ചത്തിന്റെ പ്രകൃതവും ആദ്യ നക്ഷത്രങ്ങളുടെയും ഗാലക്സികളുടെയും സവിശേഷതകളും കണ്ടുപിടിക്കുക, പ്രപഞ്ചോല്പത്തിക്കുശേഷം ഇന്നുവരെയുള്ള 1300 കോടി വർഷങ്ങളിലുണ്ടായ ഗാലക്സി രൂപീകരണം അപഗ്രഥിക്കുക, തമോഗർത്തങ്ങളും നക്ഷത്ര സമൂഹങ്ങളും തമ്മിലുള്ള ബന്ധം നിർവ്വചിക്കുക, 300 കോടി പ്രകാശവർഷങ്ങൾക്കുള്ളിലുള്ള ഗാലക്സികളിലെ നക്ഷത്രങ്ങളെക്കുറിച്ചുള്ള കൃത്യമായ വിവരശേഖരണം, നക്ഷത്ര, ഗ്രഹ രൂപീകരണത്തിന്റെ ഭൗതികം, അന്യഗ്രഹവേട്ടയും അവയുടെ വർഗ്ഗീകരണവും, കുയ്പർ ബെൽട്ടിന്റെ രാസഘടന കണ്ടെത്തൽ, സൗരകുടുംബാംഗങ്ങളുടെ അന്തരീക്ഷ ഘടനയെക്കുറിച്ചുള്ള പഠനം, ഭൗമേതര ജീവന്റെ അന്വേഷണം എന്നിവയെല്ലാം ടി എം ടിയുടെ നിരീക്ഷണ പരിധിയിൽവരും.

തമോഗർത്തങ്ങളുടെ സാന്നിദ്ധ്യവും നക്ഷത്ര സമൂഹങ്ങളുടെ സെൻട്രൽ ബൾജ് പ്രവേഗവും തമ്മിലുള്ള ബന്ധം ടി എം ടി ശാസ്ത്രജ്ഞരുടെ ഗവേഷണ വിഷയമാണ്. നക്ഷത്ര -ഗ്രഹരൂപീകരണം കൃത്യമായി കണ്ടുപിടിക്കുന്നതുകൂടാതെ എക്സോപ്ലാനറ്റുകളെ നേരിട്ടു നിരീക്ഷിക്കാൻ കഴിയുന്നത് ജ്യോതിശാസ്ത്രജ്ഞരെയും എക്സോബയോളജിസ്റ്റുകളെയും ഒരുപോലെ ആവേശഭരിതരാക്കുന്നുണ്ട്. ജ്യോതിശാസ്ത്ര ഗവേഷണ മേഖലയിൽ ഈ ദശാബ്ദത്തിലെ ഏറ്റവും വലിയ നേട്ടമാണ് ടി എം ടിയുടെ നിർമ്മാണം. ബാംഗ്ലൂരുവിലെ ഇന്ത്യൻ ഇൻസ്റ്റിറ്റ്യൂട്ട് ഓഫ് ആസ്ട്രോഫിസിക്സും പൂനെയിലെ ഇന്റർ യൂണിവേഴ്സിറ്റി സെന്റർ ഫോർ ആസ്ട്രോണമി ആന്റ് ആസ്ട്രോഫിസിക്സും ഈ പദ്ധതിയുമായി സഹകരിക്കുന്നുണ്ട്. അതുകൂടാതെ ഓസ്ട്രേലിയയിലും ദക്ഷിണാഫ്രിക്കയിലുമായി നിർമ്മിക്കുന്ന സ്ക്വയർ കിലോമീറ്റർ അറേ എന്ന റേഡിയോ ദൂരദർശിനിയുടെയും സാൾട്ടിന്റെയും നിർമ്മാണത്തിലും ഇന്ത്യ പങ്കാളിയാണ്. ടി എം ടിയിലും പങ്കാളിയാകുന്നതോടെ ജ്യോതിശാസ്ത്ര ഗവേഷണ മേഖലയിൽ ഇനി ഭാരതത്തിന്റെ സുവർണ്ണ കാലഘട്ടമാണ് വരാൻ പോകുന്നത്.

ഇ-എൽറ്റ്

ലോകത്തിന്നുവരെ നിർമ്മിച്ചിട്ടുള്ളതിൽവച്ച് ഏറ്റവും വലുതും ശക്തവും സംവേദനക്ഷമവുമായ ഒപ്ടിക്കൽ ടെലസ്കോപ്പ് നിർമ്മിക്കാൻ യൂറോപ്യൻ സതേൺ ഒബ്സർവേറ്ററി തയ്യാറെടുക്കുകയാണ്. യൂറോപ്പിലെ 15 രാജ്യങ്ങളുടെ സഹകരണത്തോടെ നിർമ്മിക്കുന്ന ഇ-എൽറ്റ് (European - Extremely Large Telescope: E-ELT) സ്ഥാപിക്കപ്പെടുന്നത് ചിലിയിലെ അറ്റക്കാമ മരുഭൂമിയിലുള്ള സെറോ അർമാസോൺ പർവ്വതത്തിന്റെ മുകളിലാണ്. സമുദ്ര നിരപ്പിൽനിന്ന് 3060 മീറ്റർ ഉയരത്തിൽ സ്ഥാപിക്കപ്പെടുന്ന ഈ ദൂരദർശിനിയുടെ പ്രവർത്തനത്തിന് അറ്റക്കാമ മരുഭൂമിയിലെ വരണ്ട കാലാവസ്ഥ തീർത്തും അനുയോജ്യമാണ്. യൂറോപ്യൻ സതേൺ ഒബ്സർവേറ്ററിയുടെ തന്നെ വെരി ലാർജ് ടെലസ്കോപ്പിന് (VLT) സമീപത്തു തന്നെയാണ് ഇ-എൽറ്റും നിർമ്മിക്കുന്നത്.

വളരെ വലുതും സംവേദനക്ഷമത കൂടിയതുമായ ദൂരദർശിനികൾ പൊതുവെ ദൃശ്യപ്രകാശത്തെ ആധാരമാക്കി പ്രവർത്തിക്കുന്നവയല്ല. ഭൗമാന്തരീക്ഷത്തിലെ പ്രക്ഷുബ്ദ്ധതകൾ നിരീക്ഷണത്തെ തടസ്സപ്പെടുത്താമെന്നതുകൊണ്ട് അത്തരം ദൂരദർശിനികൾ സാധാരണയായി എക്സ്-റേ, ഇൻഫ്രാറെഡ്, റേഡിയോ തരംഗദൈർഘ്യത്തിലാണ് പ്രവർത്തിക്കുന്നത്. സ്ക്വയർ കിലോമീറ്റർ അറേയും അൽമയും ടി എം ടി യുമെല്ലാം അത്തരത്തിലുള്ള ഭീമൻ ദൂരദർശിനികളാണ്. എന്നാൽ അഡാപ്റ്റീവ് ഒപ്റ്റിക്സ് എന്ന നൂതന സാങ്കേതിക വിദ്യയിൽ പ്രവർത്തിക്കുന്നതുകൊണ്ട് ഭൗമാന്തരീക്ഷത്തിന്റെ പ്രക്ഷുബ്ദ്ധതകൾ ഇ-എൽറ്റിനെ ബാധിക്കില്ല. 39.3 മീറ്ററാണ് ഈ ദൂരദർശിനിയുടെ പ്രൈമറി മീറ്ററിന്റെ വ്യാസം. നിലവിലുള്ള മറ്റേതു ദൂരദർശിനിയിലുള്ളതിലും വലിയ ദർപ്പണമായിരിക്കുമിത്. ദർപ്പണത്തിന്റെ വ്യാസം കൂടുന്നതിനനുസരിച്ച്

ദൂരദർശിനി സ്വീകരിക്കുന്ന പ്രകാശത്തിന്റെ അളവും വർദ്ധിക്കും. മനുഷ്യനേത്രം സ്വീകരിക്കുന്ന പ്രകാശത്തിന്റെ പത്തുകോടി മടങ്ങ് പ്രകാശ കണങ്ങളെ സ്വീകരിക്കാൻ ഇ-എൽറ്റിന്റെ കണ്ണുകൾക്ക് കഴിയും. ഗലീലിയോയുടെ ആദ്യ ദൂരദർശിനിയേക്കാൾ 80 ലക്ഷം മടങ്ങ് ശക്തമാണ് ഇ-എൽറ്റ്. നിലവിലുള്ള ഏറ്റവും വലിയ ഒപ്ടിക്കൽ ടെലസ്കോപ്പായ വി എൽ റ്റിയേക്കാൾ 26 മടങ്ങ് ശക്തമായിരിക്കും ഈ ദൂരദർശിനി. 978 ച.മീറ്റർ കളക്ടിങ് ഏരിയയുള്ള ഇ-എൽറ്റ് നല്കുന്ന ചിത്രങ്ങൾ ഹബിൾ സ്പേസ് ടെലസ്കോപ്പിൽ നിന്നു ലഭിക്കുന്ന ചിത്രങ്ങളേക്കാൾ 15 മടങ്ങ് വ്യക്തതയും സൂക്ഷ്മതയുള്ളതുമായിരിക്കും. 135 കോടി ഡോളർ നിർമ്മാണ ചെലവ് പ്രതീക്ഷിക്കുന്ന ഈ ഭീമൻ ദൂരദർശിനിയുടെ നിർമ്മാണം 2012 ജൂലൈ അവസാനത്തോടെ ആരംഭിക്കും. പത്തുവർഷമെങ്കിലുമെടുക്കുന്ന നിർമ്മാണ പ്രവർത്തനങ്ങൾക്കൊടുവിൽ 2022 ൽ ദൂരദർശിനി പൂർണ്ണമായും പ്രവർത്തനക്ഷമമാകും.

സൗരകുടുംബത്തിനു വെളിയിൽ മറ്റു നക്ഷത്രങ്ങളുടെ വാസയോഗ്യമേഖലയിലുള്ള ഭൗമസമാന ഗ്രഹങ്ങളെ നിരീക്ഷിക്കുകയാണ് ഇ-എൽറ്റിന്റെ പ്രഥമ ദൗത്യം. ഭൂമിക്കു വെളിയിലുള്ള എക്സോപ്ലാനറ്റുകളിൽ ജീവൻ കണ്ടെത്തുന്നതിന് നേരിട്ടുള്ള നിരീക്ഷണത്തിന് ശക്തമാണ് ഈ ദൂരദർശിനി. അതുകൂടാതെ ഗ്രഹരൂപീകരണത്തിന്റെ വിവിധ ഘട്ടങ്ങൾ അപഗ്രഥിക്കുകയും നക്ഷത്രാന്തര സ്പേസിലെ ജലബാഷ്പത്തെക്കുറിച്ചും ജൈവ ഘടകങ്ങളെക്കുറിച്ചും പഠനം നടത്തുകയും ചെയ്യും. പ്രപഞ്ചോല്പത്തിയെത്തുടർന്ന് ആദ്യ നക്ഷത്രങ്ങളുടെ രൂപീകരണവും തമോഗർത്തങ്ങളും നക്ഷത്ര സമൂഹങ്ങളുടെ പ്രവർത്തനവും തമ്മിലുള്ള ബന്ധം കണ്ടെത്തുന്നതും ഇ-എൽറ്റിന്റെ വിഷയമാണ്. ഗാലക്സികളുടെ പരിണാമവും രാസമൂലകങ്ങളുടെ രൂപീകരണവും പഠിക്കുന്ന ഇ-എൽറ്റ് പ്രപഞ്ച വികാസത്തെക്കുറിച്ചും അതിനു കാരണമാകുന്ന ശ്യാമ ഊർജ്ജത്തിന്റെ പ്രഭാവത്തെക്കുറിച്ചും പ്രപഞ്ചത്തില ദുരൂഹ പ്രതിഭാസമായ ശ്യാമദ്രവ്യത്തിന്റെ സാന്നിദ്ധ്യത്തെക്കുറിച്ചും കൂടുതൽ വ്യക്തതയുള്ള ചിത്രങ്ങൾ നല്കുമെന്നാണ് കണക്കാക്കപ്പെടുന്നത്.

798 ദർപ്പണങ്ങൾ സംയോജിപ്പിച്ചുകൊണ്ടാണ് ദൂരദർശിനിയുടെ 39.3 മീറ്റർ വ്യാസമുള്ള ഭീമാകാരമായ പ്രൈമറി മിറർ നിർമ്മിക്കുന്നത്. 1.45 മീറ്റർ വീതിയുള്ള ഈ ദർപ്പണങ്ങൾക്ക് 50 മില്ലിമീറ്റർ മാത്രമേ കട്ടിയുണ്ടാവുകയുള്ളൂ. ദർപ്പണങ്ങളെ കൃത്യമായി സംയോജിപ്പിക്കുന്നതിനു വേണ്ടിയാണ് അവയുടെ കട്ടി കുറച്ചിരിക്കുന്നത്. ദൂരദർശിനിയുടെ പ്രധാന ഘടകഭാഗങ്ങൾക്കെല്ലാം കൂടി 2800 ടൺ ഭാരമുണ്ടാകും. ഇ-എൽറ്റിന്റെ സെക്കന്ററി മിററിന്റെ വ്യാസമാകട്ടെ, യൂറോപ്പിലെ ഏറ്റവും വലിയ ദൂരദർശിനികളിലൊന്നായ വില്യം ഹെർഷൽ ടെലസ്കോപ്പിന്റെ പ്രാഥമിക ദർപ്പണത്തിന് തുല്യമാണ്. ഇത് 4.2 മീറ്റർ വരും.

ഇ-എൽറ്റ് കേവലമൊരു ദൂരദർശിനി മാത്രമല്ല. നിരവധി ശാസ്ത്രീയ

ഉപകരണങ്ങൾ അനുബന്ധമായി സജ്ജീകരിക്കുന്ന ഒരു വിവിധോദ്ദേശ്യ പര്യവേഷണ നിലയമാണത്. ദൂരദർശിനിയുടെ നിരീക്ഷണ മേഖലയിൽ നിമിഷങ്ങൾക്കുള്ളിൽ മാറ്റം വരുത്തുന്നതിനും നിരീക്ഷണത്തിന്റെ ആഴവും പരപ്പും വ്യത്യാസപ്പെടുത്തുന്നതിനും ഈ അനുബന്ധ ഉപകരണങ്ങൾക്കു കഴിയും. 8 അനുബന്ധ ഉപകരണങ്ങളാണ് ദൂരദർശി നിയുമായി കൂട്ടിയിണക്കുന്നത്. കോഡക്സ്, ഈഗിൾ, എപിക്സ്, ഹാർമണി, മെറ്റിസ്, മിക്കാഡോ, ഓപ്റ്റിമസ്, സിംപിൾ എന്നീ പേരുകളില റിയപ്പെടുന്ന സ്പെക്ട്രോ ഗ്രാഫുകളും ദൃശ്യപ്രകാശത്തിലും ഇൻഫ്രാ റെഡ് തരംഗദൈർഘ്യത്തിലും ഒരുപോലെ സംവേദനക്ഷമമായ ഹൈ–റെസല്യൂഷൻ ക്യാമറകളും അനുബന്ധ ഉപകരണങ്ങളിൽ പെടും. നിർമ്മാണത്തിന്റെ ആദ്യഘട്ടത്തിൽ തന്നെ ചെക്ക് റിപ്പബ്ലിക്ക്, ജർമ്മനി, ഹോളണ്ട്, സ്വീഡൻ, സ്വിറ്റ്സർലന്റ് എന്നീ രാജ്യങ്ങളുടെ പിന്തുണ ഈ പദ്ധതിക്കുണ്ട്. ഇ–എൽറ്റ് ഒരു ചരിത്ര സംഭവമാകും. ശാസ്ത്രസമൂഹം അതിനായി കാത്തിരിക്കുകയാണ്.

ഇനി ബഹിരാകാശ വിമാനങ്ങളുടെ കാലം

ഇനി സ്പേസ് പ്ലെയിനുകളുടെ കാലമാണ്. ആദ്യത്തെ ബഹിരാകാശ വിമാനം സ്കൈലോൺ അണിയറയിൽ ഒരുങ്ങുകയാണ്. ഏറ്റവും ചെലവുകുറഞ്ഞ രീതിയിൽ കൃത്രിമ ഉപഗ്രഹങ്ങളെ ഭ്രമണ പഥത്തിലെത്തിക്കുന്നതിനും ശബ്ദതരംഗങ്ങളുടെ അഞ്ചര മടങ്ങ് വേഗതയിൽ സഞ്ചരിക്കുന്ന യാത്രാവിമാനമായും ഒരേസമയം പ്രവർത്തിക്കാൻ കഴിയുന്ന വിപ്ലവകരമായ സാങ്കേതിക വിദ്യയാണ് സ്പേസ് പ്ലെയിനുകൾക്ക് പിന്നിലുള്ളത്. 2012 ഏപ്രിൽ മാസത്തിൽ പദ്ധതിയുടെ ഗവേഷണ നടപടികൾ പൂർത്തീകരിച്ചിരുന്നു. ഇപ്പോൾ വാഹനം നിർമ്മിക്കുന്നതിനുള്ള അനുമതി ബ്രിട്ടീഷ് ഗവൺമെന്റ് നല്കിയിറിക്കുകയാണ്. രാഷ്ട്രീയവും സാമ്പത്തികവുമായ കടമ്പകൾ മറികടന്ന് സ്പേസ് പ്ലെയിൻ പദ്ധതി അങ്ങനെ യാഥാർത്ഥ്യമാവുകയാണ്.

സ്കൈലോൺ ഒരു റോക്കറ്റോ ഒരു വിമാനമോ അല്ല. അല്ലെങ്കിൽ അത് രണ്ടുമാണുതാനും. പകുതി റോക്കറ്റെന്നും പകുതി വിമാനമെന്നും വേണമെങ്കിൽ സ്കൈലോണിനെ വിളിക്കാം. ബ്രിട്ടനിലെ റിയാക്ഷൻ എഞ്ചിൻ ലിമിറ്റഡാണ് സ്കൈലോണിന്റെ ഗവേഷണ നടപടികൾ പൂർത്തീകരിച്ചതും ഡിസൈനിങ് നടത്തിയതും. 200 തവണ പുനരുപയോഗ ശേഷിയുള്ള സ്പേസ് ഷട്ടിലായും ശബ്ദതരംഗങ്ങളുടെ അഞ്ചര മടങ്ങ് വേഗതയിൽ യാത്രികരെ വഹിച്ചുകൊണ്ടുപോകുന്ന സൂപ്പർ സോണിക് ജെറ്റ് വിമാനമായും സ്കൈലോണിന് പ്രവർത്തിക്കാൻ കഴിയും. സാധാരണ വിമാനങ്ങളെപ്പോലെതന്നെ സ്കൈലോണിന് പറന്നുയരുന്നതിനും തിരിച്ചിറങ്ങുന്നതിനും ഒരു റൺവേ ആവശ്യമാണ്. ശീതീകരിച്ച, ദ്രാവകാവസ്ഥയിലുള്ള ഓക്സിജനും ഹൈഡ്രജനുമാണ് ഇന്ധനമായി ഉപയോഗിക്കുന്നത്. വിമാനമായി പറക്കുമ്പോൾ അന്തരീക്ഷവായുവിലെ ഓക്സിജൻ ഇന്ധനമായി സ്വീകരിക്കുകയും 26

കിലോമീറ്ററിനു മുകളിലേക്ക് റോക്കറ്റായി സഞ്ചരിക്കുമ്പോൾ ഇന്ധന ടാങ്കിലെ ദ്രാവക ഓക്സിജൻ ഉപയോഗിക്കുകയും ചെയ്യുന്ന തരത്തിലാണ് സ്കൈലോൺ പ്രവർത്തിക്കുന്നത്.

സ്കൈലോണിൽ ഉപയോഗിക്കുന്ന സാബർ എഞ്ചിൻ നിരവധി സവിശേഷതകളുള്ളതാണ്. സാധാരണയായി റോക്കറ്റിൽ ഉപയോഗിക്കുന്ന ഹോട്ടോൾ എഞ്ചിനേക്കാൾ പ്രവർത്തനമികവും ഭാരക്കുറവുമുള്ളതുമാണ് സാബർ. റോക്കറ്റുകളിൽ നിന്ന് വിഭിന്നമായി സ്കൈലോണിന്റെ മദ്ധ്യഭാഗത്താണ് എഞ്ചിൻ ഘടിപ്പിച്ചിരിക്കുന്നത്. വിമാനംപോലെ റൺവേയിൽ ഇറങ്ങുന്നതിനും പറന്നുയരുന്നതിനും ഇത് സഹായിക്കും. ബ്രിട്ടീഷ് നാഷണൽ സ്പേസ് സെന്ററും യൂറോപ്യൻ സ്പേസ് ഏജൻസിയും ചേർന്നാണ് സ്കൈലോണിന്റെ നിർമ്മാണത്തിനാവശ്യമായ ധനസമാഹരണം നടത്തുന്നത്. 1200 കോടി ഡോളറാണ് പദ്ധതിയുടെ ആകെ ചെലവ് പ്രതീക്ഷിക്കുന്നത്. ഒരു സ്പേസ് പ്ലെയിനിന്റെ നിർമ്മാണ ച്ചെലവ് 21 കോടി ഡോളറും. കാർബൺ ഫൈബർ ഉപയോഗിച്ചു നിർമ്മിക്കുന്ന സ്കൈലോണിന്റെ ഫ്രെയിം ഭാരക്കുറവുള്ളതും അതേസമയം ദൃഢവുമായിരിക്കും. അലൂമിനിയം ഉയോഗിച്ചാണ് ഇന്ധനടാങ്ക് നിർമ്മിക്കുന്നത്. പേടകത്തിന്റെ റീ-എൻട്രി (ബഹിരാകാശ യാത്രയ്ക്കുശേഷം ഭൗമാന്തരീക്ഷത്തിലേക്ക് തിരികെ പ്രവേശിക്കുമ്പോൾ അന്തരീക്ഷ വായുവിന്റെ ഘർഷണം കാരണം അതിവേഗതയിൽ സഞ്ചരിക്കുന്ന പേടകത്തിന്റെ പുറംപാളികൾ സാധാരണയായി 20000 സെൽഷ്യസ് വരെ ചൂടാകാറുണ്ട്) സമയത്ത് ഘർഷണം വഴിയുണ്ടാകുന്ന താപവർദ്ധന തടയാൻ പേടകമൊന്നാകെ ഒരു സെറാമിക് സ്കിൻ ആവരണവും സ്കൈലോണിനുണ്ട്.

ഉടൻ നിർമ്മാണമാരംഭിക്കുന്ന സ്പേസ് വിമാനമായ സ്കൈലോൺ – സി 2 മോഡൽ ഒരു വലിയ വാഹനമാണ്.

82 മീറ്റർ നീളവും 6.3 മീറ്റർ വ്യാസവുമുള്ള ഈ മോഡലിന്റെ വിങ് സ്പാൻ 25.4 മീറ്ററാണ്. 53 ടൺ ആണ് സ്കൈലോണിന്റെ ഭാരം. 15 ടൺവരെ ഭാരമുള്ള കൃത്രിമ ഉപഗ്രഹങ്ങളെ 300 കിലോമീറ്ററും 11 ടൺ വരെ ഭാരമുള്ളവയെ 800 കിലോമീറ്റർ ഉയരത്തിലും എത്തിക്കുന്നതിന് സ്കൈലോണിന് സാധിക്കും. അതുകൂടാതെ 30 ബഹിരാകാശ സഞ്ചാരികൾക്ക് ഒരേസമയം യാത്ര ചെയ്യുന്നതിനും ഈ വാഹനത്തിൽ സൗകര്യമുണ്ടായിരിക്കും.

ബ്രിട്ടീഷ് ഗവൺമെന്റിനും യൂറോപ്യൻ സ്പേസ് ഏജൻസിക്കും മാത്രമല്ല നാസയ്ക്കും സ്കൈലോൺ പദ്ധതിയിൽ താല്പര്യമുണ്ട്. ഉപഗ്രഹ വിക്ഷേപണത്തിന്റെ ചെലവ് ഗണ്യമായി കുറയുമെന്നതുതന്നെ കാര്യം. ഇപ്പോഴത്തെ അവസ്ഥയിൽ കിലോഗ്രാമിന് 20,000 ഡോളർ എന്ന നിരക്കിലാണ് ഉപഗ്രഹ വിക്ഷേപണത്തിനാവശ്യമാകുന്ന ചെലവ്. സ്കൈലോൺ യാഥാർത്ഥ്യമാകുന്നതോടെ അത് കേവലം 900 ഡോളറായി കുറയും. പൂർണ്ണമായും റോബോട്ടുകൾ നിയന്ത്രിക്കുന്ന ഈ വാഹനത്തിന് ഒരു പൈലറ്റിന്റെ ആവശ്യമില്ല. ഗ്രൗണ്ട് സ്റ്റേഷനിൽ നിന്നുതന്നെയാണ് വാഹനത്തിന്റെ എല്ലാ നിയന്ത്രണവും നിർവ്വഹിക്കുന്നത്.

ബഹിരാകാശത്തേക്കും അന്തർവാഹിനി

ബഹിരാകാശത്തേക്ക് ഇനി അന്തർവാഹിനിയും. ഭൂമിക്കുവെളിയിൽ ദ്രാവക സാന്നിദ്ധ്യം സംശയാതീതമായി തെളിയിക്കപ്പെട്ട ഏക ഗോളമായ ടൈറ്റനിലേക്കാണ് നാസ അന്തർവാഹിനി അയയ്ക്കുന്നത്. ശനിയുടെ ഏറ്റവും വലിയ ഉപഗ്രഹമായ ടൈറ്റൻ, ചന്ദ്രനേക്കാളും ബുധനേക്കാളും വലുതാണ്. സൗരയൂഥത്തിലെ ഏറ്റവും വലിയ രണ്ടാമത്തെ ഉപഗ്രഹവും ടൈറ്റനാണ്. ഉപഗ്രഹത്തിന്റെ ഉത്തരധ്രുവ മേഖലയിലുള്ള 'ക്രാക്കൻ മറെ' എന്ന ഹൈഡ്രോകാർബൺ സമുദ്രത്തിലാണ് നാസയുടെ അന്തർവാഹിനി പര്യവേഷണം നടത്താൻ പോകുന്നത്. നാലു ലക്ഷം ച കി മീ വിസ്തൃതിയുള്ള 'ക്രാക്കൻ മറെ' സമുദ്രത്തിന് 300 മീറ്റർ വരെ ആഴവുമുണ്ട്. –179.5 ഡിഗ്രി സെൽഷ്യസാണ് ടൈറ്റനിലെ ശരാശരി താപനില. ഈ താപനിലയിൽ ജലം ദ്രാവകാവസ്ഥയിൽ നിലനില്ക്കില്ലെന്ന് ഉറപ്പാണ്. ദ്രാവകരൂപത്തിലുള്ള മീഥേയ്നും, ഈഥേയ്നുമാണ് ടൈറ്റൻ സമുദ്രങ്ങളിലുള്ളത്. 2040 ൽ സ്പേസ് പ്ലെയിൻ ഉപയോഗിച്ച് അന്തർവാഹിനി ടൈറ്റനിലെത്തിക്കുമെന്നാണ് ഗ്ലെൻ റിസർച്ച് സെന്ററിലെ കൊളാബറേറ്റീവ് മോഡലിങ് ഫോർ പാരാമെട്രിക് അസസ്മെന്റ് ഓഫ് സ്പേസ് സിസ്റ്റംസ് (COMPASS) ടീം പറയുന്നത്. ദ്രാവക ഹൈഡ്രോകാർബണുകൾ ജീവന്റെ ഗർഭഗൃഹമാണ്. ടൈറ്റനിലെ സമുദ്രങ്ങളിലും നാസ തിരയുന്നത് ജീവൻ തന്നെയാണ്.

രണ്ട് സ്റ്റെർലിങ് റേഡിയോ ഐസോടോപ് ജനറേറ്ററുകളാണ് ഈ അന്തർവാഹിനിക്ക് ഊർജ്ജം പകരുന്നത്. പ്ലൂട്ടോണിയം-238 ആണ് ജനറേറ്ററുകളിൽ ഉപയോഗിക്കുന്ന ഇന്ധനം. 1400 കിലോഗ്രാം ഭാരമുള്ള ഈ അന്തർവാഹിനിയിൽ സമുദ്രോപരിതലവും, അടിത്തട്ടും സർവ്വേ

നടത്തുന്നതിനുള്ള ഉപകരണങ്ങളുണ്ട്. കാലാവസ്ഥാ നിർണ്ണയ ഉപകരണങ്ങൾ, ലൈറ്റ് ആന്റ് ക്യാമറ സിസ്റ്റം, സൺ സെൻസറുകൾ, എക്കോ സൗണ്ടർ, സോണാർ അറകൾ, ആന്റിനകൾ തുടങ്ങിയ ശാസ്ത്രീയ ഉപകരണങ്ങൾ ടൈറ്റൻ സമുദ്രത്തെക്കുറിച്ചുള്ള വിവരങ്ങൾ അപ്പപ്പോൾ തന്നെ ഉപഗ്രഹത്തെ ഭ്രമണം ചെയ്തുകൊണ്ടിരിക്കുന്ന ഓർബിറ്ററിലേക്കും തുടർന്ന് ഗ്രൗണ്ട് സ്റ്റേഷനിലുമെത്തിക്കും. എട്ടു മണിക്കൂർ നേരം ഈ അന്തർവാഹിനി ക്രാക്കൻ മറെ സമുദ്രാടിത്തട്ടിൽ പര്യവേഷണം നടത്തും. 16 മണിക്കൂർ തീരദേശ സർവ്വേയും ഉദ്ദേശിക്കുന്നുണ്ട്.

നാസയുടെ കസീനി ബഹിരാകാശപേടകമാണ് ആദ്യമായി ടൈറ്റനിലെ ഹൈഡ്രോകാർബൺ സമുദ്രങ്ങൾ കണ്ടെത്തിയത്. കസീനിക്കൊപ്പമുണ്ടായിരുന്ന യൂറോപ്യൻ സ്പേസ് ഏജൻസിയുടെ പേടകമായ ഹൈഗൻസ് 2005 ജനുവരിയിൽ ടൈറ്റനിൽ ഇറങ്ങുകയും വിവരങ്ങൾ ശേഖരിക്കുകയും ചെയ്തിട്ടുണ്ട്. ഔട്ടർ സോളാർ സിസ്റ്റത്തിലുള്ള ഏതെങ്കിലുമൊരു ദ്രവ്യപിണ്ഡത്തിലിറങ്ങുന്ന ആദ്യ വാഹനമാണ് ഹൈഗൻസ്.

ഭൂമിയുമായി വളരെയടുത്ത സാദൃശ്യമുണ്ട് ടൈറ്റന്. കട്ടികൂടിയ അന്തരീക്ഷവും കാലാവസ്ഥാമാറ്റങ്ങളും കാറ്റും മഴയും പുഴകളും തടാകങ്ങളും കടലുകളും കുന്നുകളും സമതലങ്ങളുമെല്ലാം അവിടെയുമുണ്ട്. ഭൗമോപരിതലം രൂപാന്തരപ്പെടുത്തുന്നതിൽ ജലം വഹിക്കുന്ന പങ്കുതന്നെയാണ് ടൈറ്റന്റെ കാര്യത്തിൽ ദ്രാവക ഹൈഡ്രോ കാർബണുകൾ നിറഞ്ഞ പുഴകളും സമുദ്രങ്ങളും ചെയ്യുന്നത്. സമുദ്രങ്ങളുടെയും തടാകങ്ങളുടെയും ഏറിയപങ്കും ഈ ഉപഗ്രഹത്തിന്റെ ഉത്തരധ്രുവമേഖലയിലാണുള്ളത്. ഈ മേഖലയിലുള്ള ലിജിയ മറെ എന്ന സമുദ്രത്തിൽ ഏകദേശം 9000 ക്യുബിക് കിലോമീറ്റർ ദ്രാവക മീഥേയ്ൻ ഉണ്ടെന്നാണ് കരുതുന്നത്. ഭൗമാന്തർഭാഗത്തുള്ള പെട്രോളിയം ശേഖരത്തിന്റെ 40 മടങ്ങാണിത്. സൂര്യനിൽനിന്നും ഏകദേശം 150 കോടി കിലോമീറ്റർ ദൂരെയാണ് ടൈറ്റനുള്ളത്. 2014 ൽ കസീനി സ്പേസ്ക്രാഫ്റ്റ് ടൈറ്റനിൽ പ്ലാസ്റ്റിക് കണ്ടെത്തിയത് വലിയ വാർത്തയായിരുന്നു. ഗൃഹോപകരണ സാമഗ്രികൾ നിർമ്മിക്കുന്ന പ്ലാസ്റ്റിക്കിന്റെ അസംസ്കൃത വസ്തുവായ പ്രൊപൈലിനാണ് ടൈറ്റനിൽ കണ്ടെത്തിയത്. ഭൂമിക്കുവെളിയിൽ ഈ അസംസ്കൃത വസ്തു കണ്ടെത്തിയത് ആദ്യമായാണ്.

ശനി ഗ്രഹത്തിന്റെ ഏറ്റവും വലിയ ഉപഗ്രഹമാണ് ടൈറ്റൻ. സൗരയൂഥത്തിൽ ഏറ്റവും വലിയ രണ്ടാമത്തെ ഉപഗ്രഹവും ടൈറ്റനാണ്. വ്യാഴത്തിന്റെ ഉപഗ്രഹമായ ഗാനിമെഡെയെക്കാളും 100 കിലോമീറ്റർ മാത്രം വ്യാസത്തിൽ കുറവുള്ള ടൈറ്റൻ ബുധനേക്കാളും ചന്ദ്രനേക്കാളും വലുതാണ്. സൗരയൂഥത്തിൽ ഭൂമിക്കുവെളിയിൽ ദ്രാവക സാന്നിദ്ധ്യം അസന്ദിഗ്ദ്ധമായി തെളിയിക്കപ്പെട്ടിട്ടുള്ള ദ്രവ്യപിണ്ഡമാണ് ടൈറ്റൻ. ഭൂമിയുടെ അന്തരീക്ഷ മർദ്ദത്തിന്റെ 1.45 മടങ്ങാണ് ടൈറ്റന്റെ അന്തരീക്ഷ

മർദ്ദം. ഭൗമാന്തരീക്ഷത്തിന്റെ 1.19 മടങ്ങ് ഭാരക്കൂടുതലുമുണ്ട് ടൈറ്റന്റെ അന്തരീക്ഷത്തിന്. ടൈറ്റന്റെ അന്തരീക്ഷത്തിൽ 98.4 ശതമാനം നൈട്രജനും, 1.6 ശതമാനം മീഥേയ്നുമാണുള്ളത്. സൗരവികിരണങ്ങളിലുള്ള അൾട്രാവയലറ്റ് രശ്മികൾ മീഥേയ്ൻ വാതകത്തെ വിഘടിപ്പിക്കുകയും അതിന്റെ ഫലമായി ടൈറ്റനു ചുറ്റും ഓറഞ്ച് നിറത്തിലുള്ള കട്ടികൂടിയ ഒരു മറ സൃഷ്ടിക്കുകയും ചെയ്യുന്നുണ്ട്. ശനി ഗ്രഹത്തിന്റെ കാന്തിക ക്ഷേത്രത്തിനുള്ളിലാണ് ടൈറ്റൻ സഞ്ചരിക്കുന്നത്. വലിയ തടാകങ്ങളും, വിശാലമായ സമതലങ്ങളും, ചെറിയ കുന്നുകളും, ദ്രാവകാവസ്ഥയിലുള്ള ഹൈഡ്രോകാർബൺ സമുദ്രങ്ങളും നിറഞ്ഞ ഈ ഖഗോള പിണ്ഡത്തെ കണ്ടെത്തിയത് 1655 മാർച്ച് 25 ന് ഡച്ച് ജ്യോതിശാസ്ത്രജ്ഞനായ ക്രിസ്റ്റ്യൻ ഹൈഗൻസാണ്. സൗരയൂഥത്തിൽ ഭൂമിക്കുവെളിയിൽ ജീവസാന്നിദ്ധ്യം (Mocrobial Extraterrestrial Life) ഏറ്റവും അധികമുള്ളത് ടൈറ്റനിലാണ്. ടൈറ്റനിലെ കാറ്റും മഴയുമുള്ള കാലാവസ്ഥ ഭൗമസമാനമാണ്. എന്നാൽ മഴത്തുള്ളികൾ ജലകണങ്ങളല്ല ഭൂമിയിലെ ഭാഷയിൽ മദ്യമാണ് മഴയായി പെയ്യുന്നത്. മീഥേയ്നും ഈഥേയ്നും നിറഞ്ഞ തടാകങ്ങളും കടലുകളുമുണ്ട് ടൈറ്റനിൽ. മീഥേയ്ൻ വാതകത്തിന്റെ ഹരിതഗൃഹ പ്രഭാവവും ശനി ഗ്രഹത്തിന്റെ വേഗ ബലങ്ങളുമാണ് ഈ ഉപഗ്രഹത്തിന്റെ താപനില നിയന്ത്രിക്കുന്നത്. ശനിയുടെ ഇതുവരെ കണ്ടെത്തിയിട്ടുള്ള 53 ഉപഗ്രഹങ്ങളിൽ ഏറ്റവും വലിയ ഉപഗ്രഹമായ ടൈറ്റന്റെ ശരാശരി താപനില –179.5 ഡിഗ്രി സെൽഷ്യസാണ്.

വരുന്നു സൂപ്പർ സ്പേസ് ടെലസ്കോപ്പുകൾ

ചരിത്രത്തിൽ ഇടംനേടിയ ബഹിരാകാശ ദൂരദർശിനിയാണ് ഹബിൾ സ്പേസ് ടെലസ്കോപ്പ്. പ്രപഞ്ചത്തെക്കുറിച്ചുള്ള നമ്മുടെ ധാരണകൾ തിരുത്തിക്കുറിക്കാൻ ഈ ദൂരദർശിനിക്ക് സാധിച്ചു. ഇപ്പോഴും ബഹിരാകാശത്തുള്ള ഈ ദൂരദർശിനി 2030 വരെ നമുക്ക് വിസ്മയ കരമായ പ്രപഞ്ച ചിത്രങ്ങൾ സമ്മാനിച്ചുകൊണ്ടിരിക്കും. ഹബിളിനു ശേഷം എന്ത് എന്നചോദ്യം ഇപ്പോൾ പ്രസക്തമായിക്കൊണ്ടിരിക്കുക യാണ്. നാസയും യൂറോപ്യൻ സ്പേസ് ഏജൻസിയും ചേർന്ന് നിർമ്മിച്ച ജെയിംസ് വെബ് സ്പേസ് ടെലസ്കോപ്പ് 2021 ൽ വിക്ഷേപിക്കുമെങ്കിലും ശാസ്ത്രലോകത്തിന്റെ അന്വേഷണത്വര അടങ്ങുന്നില്ല. 2030 കളിൽ നാസ വിക്ഷേപിക്കുന്ന ചില സൂപ്പർ ടെലസ്കോപ്പുകളെ പരിചയപ്പെടാം.

ലവയർ (LUVIOR)

ഹബിൾ സ്പേസ് ടെലസ്കോപ്പിന്റെ യഥാർത്ഥ പിൻഗാമി എന്നു വിശേഷിപ്പിക്കാവുന്ന ബഹിരാകാശ ദൂരദർശിനിയാണ് ലവയർ (Large Utlra Violte Optical Intfrared Surveyor-LUVOIR). ഹബിൾ ദൂരദ ർശിനിയെപ്പോലെതന്നെ ദൃശ്യപ്രകാശത്തിലും അൾട്രാവയലറ്റ് ഇൻഫ്രാറെഡ് വേവ് ബാന്റിലും പ്രപഞ്ച ചിത്രങ്ങൾ നിർമ്മിക്കൻ ഈ ദൂരദർശിനിക്ക് കഴിയും. 15 മീറ്റർ വ്യാസമുള്ള ലവയറിന്റെ പ്രൈമറി മിററിന് ഹബിളിൽ ഉപയോഗിച്ചിട്ടുള്ള ദർപ്പണത്തെക്കാൾ ആറ് മടങ്ങ് വലിപ്പക്കൂടുതലുണ്ട്. അതിനർത്ഥം ഹബിൾ നിർമ്മിക്കുന്ന പ്രവഞ്ച ചിത്രങ്ങൾ ആറ് മടങ്ങ് അധികം റെസല്യൂഷനുള്ള ചിത്രങ്ങളെടുക്കാൻ ലവയറിന് കഴിയുമെന്നാണ്. ഹബിളിനേക്കാൾ 40 മടങ്ങധികം പ്രകാശം പ്രതിഫലിപ്പിക്കാൻ കഴിയുന്നതുകൊണ്ട് വളരെ ദൂരെയുള്ളതും ചെറുതും

മങ്ങിയതുമായ ഖഗോള പ്രതിഭാസങ്ങളെക്കുറിച്ച് പഠിക്കുന്നതിനും ഈ ദൂരദർശിനി സഹായിക്കും. നാസയുടെ സ്പേസ് ലോഞ്ച് സിസ്റ്റം (SLS) മെഗാ റോക്കറ്റിലായിരിക്കും ലവയറിന്റെ വിക്ഷേപണം നടത്തുക. ഓവാസയോഗ്യമായ അന്യഗ്രഹങ്ങൾ (Habitable Exoplanets), നക്ഷത്രങ്ങളുടെയും ഗാലക്സികളുടെയും രൂപീകരണവും പരിണാമവും പ്രപഞ്ചത്തിന്റെ ദ്രവ്യവിന്യാസത്തിന്റെ തോത്, സൗരയൂഥത്തിലെ വിവിധ പിണ്ഡങ്ങളുടെ ചിത്രീകരണം എന്നിവയെല്ലാമാണ് ലവയർ നോക്കി ക്കാണാൻ പോകുന്നത്.

ഹാബെക്സ് (HabEx)

തിളക്കംകൂടിയ നക്ഷത്രങ്ങൾക്ക് ചുറ്റുമുള്ള ഭൗമസമാനഗ്രഹങ്ങളെ കണ്ടെത്തുന്നതിനായി രൂപകല്പനചെയ്യുന്ന ബഹിരാകാശ ദൂരദർശി നിയാണ് ഹാബെക്സ്. (Habitable Exoplanet Imaging Mission-HabEx). സൂര്യനെപ്പോലെ ശോഭയുള്ള സക്ഷത്രങ്ങളെയാണ് ഹാബെക്സ് തിരയുന്നത്. അവയുടെ വാസയോഗ്യ മേഖലയിലുള്ള ഗ്രഹങ്ങളെയും ഇത്തരം ഗ്രഹങ്ങളിൽ ജലത്തിന്റെയും മീഥെയ്നിന്റെയും സാന്നിദ്ധ്യ മുണ്ടോ എന്നും പരിശോധിക്കും. ജലവും മീഥേയ്നും ജീവന്റെ അടയാള ങ്ങളാണ്. ജീവന്റെ അടിസ്ഥാനം ജലമാണ്. ജന്തുക്കൾ മരണമടഞ്ഞ് ചീയുമ്പോഴാണ് അന്തരീക്ഷത്തിലേക്ക് മീഥേയ്ൻ എത്തുന്നത്. ഇവയുടെ സാന്നിദ്ധ്യം കണ്ടെത്താൻ കഴിഞ്ഞാൽ അത്തരം ഗ്രഹങ്ങളിൽ ഭൗമേതര ജീവനുണ്ടെന്ന് അനുമാനിക്കാം. സൗരയൂഥത്തിന് വെളിയിലുള്ള ഒരു ഭൗമ സമാന ഗ്രഹത്തിന്റെ നേരിട്ടുള്ള ചിത്രീകരണം ആദ്യമായി നടത്തുന്നതും ഹാബെക്സ് ആയിരിക്കും. ഗ്രഹോപരിതലത്തിൽ ദ്രാവകാവസ്ഥയിൽ ജലം നിലനില്ക്കുന്നുണ്ടോ, ഉപരിതലം പാറകൾ നിറഞ്ഞതാണോ, മാതൃനക്ഷത്രത്തിന്റെ വാസയോഗ്യമേഖലയിലൂടെ മാത്രമാണോ ഗ്രഹത്തിന്റെ പരിക്രമണപഥം, ഉപരിതലത്തിലെയും അന്തരിക്ഷത്തിലെയും താപനില ജീവൻ നിലനില്ക്കുന്നതിന് അനുയോജ്യമാണോ എന്നെല്ലാം പരിശോധിക്കാൻ ഹാബെക്സിന് കഴിയും. ദൂരദർശിനിയും നക്ഷത്രവും അഭിമുഖമായി വരുമ്പോൾ നക്ഷത്ര ശോഭയുടെ തീവ്രത കാരണം മുന്നിലൂടെ കടന്നുപോവുന്ന ഗ്രഹങ്ങളെ കണ്ടുപിടിക്കാൻ പ്രയാസമാണ്. ഇത് പരിഹരിക്കുവാനും പ്രകാശ തീവ്രത കുറയ്ക്കുവാനുമായി ദൂരദർശിനിയുടെ മുഖ്യദർപ്പ ണത്തിന് മുന്നിലായി സൂര്യകാന്തി പുഷ്പത്തിന്റെ ആകൃതിയിൽ ഒരു മറ സജ്ജീകരിക്കുന്നുണ്ട്. സ്റ്റാർ ഷേഡ് എന്നാണ് ഈ മറയ്ക്ക് പറയുന്ന പേര്. 8 മീറ്ററാണ് ദൂരദർശിനിയുടെ ദർപ്പണത്തിന്റെ വ്യാസം. സ്റ്റാർ ഷേഡിന്റെ വ്യാസം 72 മീറ്ററും. ദൃശ്യപ്രകാശത്തോടൊപ്പം ഇൻഫ്രാറെഡ്, അൾട്രാവയലറ്റ് തരംഗദൈർഘ്യത്തിലും ഹാബെക്സ് പ്രവർത്തന ക്ഷമമാണ്. അന്യഗ്രഹവേട്ട മാത്രമല്ല ഹാബെക്സ് ലക്ഷ്യമിടുന്നത്. ഗ്യാലക്സിയുടെ മാപ്പിങ്, പ്രപഞ്ച വികസനത്തിന്റെ വേഗത നിർണ്ണയം,

ഡാർക്ക് മാറ്ററിനെക്കുറിച്ചുള്ള പഠനം എന്നിവയും ഹാബെക്സിന്റെ ശാസ്ത്രീയ ലക്ഷ്യങ്ങളിൽ ഉൾപ്പെടും

ലിങ്സ് (Lynx)

നാസയുടെ ബഹിരാകാശ ദൂരദർശിനിയായ ചന്ദ്ര എക്സ്-റെ ഒബ്സർവേറ്ററിയുടെ പിൻഗാമിയാണ് ലിങ്സ് എക്സ്-റേ ഒബ്സർവേറ്ററി. മനുഷ്യനേത്രങ്ങൾകൊണ്ട് കാണാൻ കഴിയാത്ത അദൃശ്യ പ്രപഞ്ചത്തെക്കുറിച്ചുള്ള പഠനമാണ് ലിങ്സ് നടത്തുക. തമോദ്വാരങ്ങൾ, സൂപ്പർ നോവ പോലെയുള്ള എക്സ്റേ സ്രോതസ്സുകളാണ് പ്രധാനമായും ലിങ്സിന്റെ നിരീക്ഷണ പരിധിയിൽ വരുക. ഇത്തരം പ്രതിഭാസങ്ങളുടെ രൂപീകരണവും പരിണാമവും തിരയുന്നതിനോടൊപ്പം ഗ്യാലക്സി രൂപീകരണ ഘടകങ്ങളെക്കുറിച്ചും ലിങ്സ് പരിശോധിക്കും. ആസ്ട്രോഫിസിക്സ് ഗവേഷകർക്ക് ലിങ്സിന്റെ സേവനം വിലമതിക്കാനാവാത്തതാവും. നക്ഷത്രങ്ങളുടെ ജനന മരണങ്ങളും വിസ്ഫോടനങ്ങളും ചിത്രീകരിക്കുന്നതിന് ബഹാരാകാശ ദൂരദർശിനിക്ക് സാധിക്കും. ചന്ദ്ര എക്സ്-റേ ഒബ്സർവേറ്ററി നല്കിയ പ്രപഞ്ച ചിത്രങ്ങളേക്കാൾ നൂറ് മടങ്ങധികം റെസല്യൂഷനുള്ള ചിത്രങ്ങൾ നിർമ്മിക്കാൻ ലിങ്സിന് കഴിയും. 16000 പ്രകാശവർഷം അകലെയുള്ള നക്ഷത്രങ്ങളെവരെ ലിങ്സിന് നിരീക്ഷിക്കാൻ കഴിയും. മൂന്ന് മീറ്ററാണ് ലിങ്സിന്റെ മുഖ്യദർപ്പണത്തിന്റെ വ്യാസം. ചന്ദ്ര ദൂരദർശിനിയിൽ ഇത് 1.2 മീറ്ററാണ്.

ഒറിജിൻസ് (Origins)

ഇൻഫ്രാറെഡ് തരംഗദൈർഘ്യത്തിൽ ആകാശ നിരീക്ഷണം നടത്തുന്ന ഒറിജിൻസ് സ്പേസ് ടെലസ്കോപ്പ് യൂറോപ്യൻ സ്പേസ് ഏജൻസി 2009 ൽ വിക്ഷേപിക്കുകയും 2013 ൽ പ്രവർത്തനം അവസാനിപ്പിക്കുകയും ചെയ്ത ഹെർഷൽ സ്പേസ് ഒബ്സർവേറ്ററിയുടെ പിൻഗാമിയെന്നാണ് നാസ വിളിക്കുന്നത്. പ്രപഞ്ചത്തിൽ ജീവൻ ഉത്ഭവിച്ചതിന്റെ പിന്നിലുള്ള ദുരൂഹതകൾ വെളിച്ചത്ത് കൊണ്ടുവരികയാണ് ഈ ദൂരദർശിനിയുടെ വിക്ഷേപണത്തിന് പിന്നിലുള്ള ഉദ്ദേശ്യം. പ്രപഞ്ചോല്പത്തിയെത്തുടർന്നുണ്ടായ ആദ്യ നക്ഷത്രങ്ങളിൽ ജീവൻ രൂപീകരിക്കപ്പെടുന്നതിനുള്ള ഘടകങ്ങൾ എങ്ങനെയുണ്ടായി എന്ന് മനസ്സിലാക്കാൻ ഒറിജിൻസ് സഹായിക്കുമെന്നാണ് ആസ്ട്രോബയോളജിസ്റ്റുകൾ പ്രതീക്ഷിക്കുന്നത്. ഇൻഫ്രാറെഡ് വേവ് ബാൻഡിൽ പ്രവർത്തിക്കുന്നതുകൊണ്ട് നക്ഷത്രാന്തര ധൂളിയുടെ തടസ്സമില്ലാത്ത നക്ഷത്ര രൂപീകരണം നടക്കുന്ന മേഖലകളിലുള്ള പുതിയ നക്ഷത്രങ്ങളുടെയും അവയ്ക്ക് ചുറ്റുമുള്ള ഗ്രഹങ്ങളുടെയും വ്യക്തമായ ചിത്രം നിർമ്മിക്കാൻ ഒറിജിൻസ് ടെലസ്കോപ്പിന് കഴിയും. 15 മീറ്ററാണ് ഈ ദൂരദർശിനിയുടെ മുഖ്യദർപ്പണത്തിന്റെ വ്യാസം. ഇത് ഹെർഷൽ ടെലസ്കോപ്പിന്റെ

നാലുമടങ്ങാണ്. ഒരു ക്രയോകൂളർ സംവിധാനവും ഈ ഒബ്സർവേറ്ററിയിൽ സജ്ജീകരിച്ചിരിക്കും. ഒബ്സർവേറ്ററിയിലെ ഉപകരണങ്ങളെ ചൂടിൽനിന്ന് സംരക്ഷിക്കുന്നതിനു വേണ്ടിയാണിത്. ഹെർഷൽ ഒബ്സർവേറ്ററിയിൽ ഉണ്ടായിരുന്ന സംവിധാനത്തിന് സമാനമാണിത്. ഇതുവരെ വിക്ഷേപിച്ചിട്ടുള്ള മറ്റേത് ഇൻഫ്രാറെഡ് സ്പേസ് ടെലസ്കോപ്പിനേക്കാളും നൂറ് മടങ്ങ് സംവേദന ക്ഷമതയുള്ള ടെലസ്കോപ്പാണ് ഒറിജിൻസ്.

ചന്ദ്രനിൽ ഖനനം

ആയിരത്തിത്തൊള്ളായിരത്തി അൻപത്തിനാലിൽ ആർതർ സി ക്ലാർക്ക് ആണ് ചന്ദ്രനിൽ ഒരു ഇടത്താവളമുണ്ടാക്കുന്നതിന്റെ സാദ്ധ്യതയെക്കുറിച്ച് ആദ്യമായി ചൂണ്ടിക്കാണിച്ചത്. പിന്നീട് 1969 മുതൽ 1972 വരെ നടന്ന മനുഷ്യന്റെ ചാന്ദ്രസന്ദർശനത്തെ തുടർന്ന് വൻശക്തികൾ ഇക്കാര്യത്തെക്കുറിച്ച് ഗൗരവമായി ആലോചിക്കാൻ തുടങ്ങിയിരുന്നു. ആശങ്കകൾക്ക് വിരാമിട്ടുകൊണ്ട് ഇപ്പോൾ നാസ ഇപ്പോൾ തങ്ങളുടെ ലൂണാർ ഔട്ട്പോസ്റ്റ് പദ്ധതിയുടെ വിശദാംശങ്ങൾ പുറത്തുവിട്ടിരിക്കുകയാണ്. 2020 മുതൽ 2030 വരെയുള്ള പത്ത് വർഷങ്ങളിൽ ചന്ദ്രനിൽ ഒന്നിലേറെ ഇടത്താവളങ്ങൾ നിർമ്മിക്കാൻ നാസ പദ്ധതിയിട്ടിരിക്കുകയാണ്. ഇതിൽ ആദ്യത്തേതിന്റെ നിർമ്മാണം 2022 ൽ ആരംഭിക്കും. ചാന്ദ്രശിലകളിൽ ഖനനം നടത്തുന്നതിനാണ് ഇടത്താവളങ്ങൾ നിർമ്മിക്കുന്നത്. നാസയ്ക്കു പുറമെ റഷ്യൻ ബഹിരാകാശ ഏജൻസിയും (റോസ്കോസ്മോസ്), ചൈനീസ് ബഹിരാകാശ ഏജൻസിയും (സി എൻ എസ് എ) ചന്ദ്രനിൽ ഇടത്താവളങ്ങൾ നിർമ്മിക്കാൻ ആലോചിക്കുന്നുണ്ട്.

2019–2024 കാലഘട്ടത്തിൽ ചന്ദ്രോപരിതലത്തിൽ ആദ്യത്തെ ഔട്ട്പോസ്റ്റ് നിർമ്മിക്കാൻ ബുഷ് ഭരണകൂടം അംഗീകാരം നല്കിയിരുന്നു. എന്നാൽ പിന്നീടുവന്ന ഒബാമ ഭരണകൂടം ഈ പദ്ധതി മരവിപ്പിക്കുകയും ചൊവ്വാദൗത്യവുമായി മുന്നോട്ട് പോവുകയുമാണുണ്ടായത്. എങ്കിലും 2014 ൽ നടന്ന നാസ വർക്ക്ഷോപ്പിൽ ലൂണാർ ഔട്ട്പോസ്റ്റ് സജീവ ചർച്ചയാവുകയും അമേരിക്കൻ സെനറ്റ് ഈ പദ്ധതി അംഗീകരിക്കുകയും ചെയ്തു. 10 ബില്യൺ ഡോളറാണ് 2022 ൽ ചന്ദ്രനിൽ നിർമ്മിക്കാനുദ്ദേശിക്കുന്ന ഔട്ട്പോസ്റ്റിന്റെ ചെലവ് പ്രതീക്ഷിക്കുന്നത്. യുറോപ്യൻ സ്പേസ് റിസർച്ച് ആന്റ് ടെക്നോളജി സെന്ററിന്റെ ആഭിമുഖ്യത്തിൽ

2015 ഡിസംബറിൽ നടത്തിയ മൂൺ 2022–2030 അന്താരാഷ്ട്ര സിംപോസിയത്തിൽ ലൂണാർ ഔട്ട്പോസ്റ്റുകളുടെ ശാസ്ത്രീയവും വ്യാവസായികവുമായ സാദ്ധ്യതകളെക്കുറിച്ച് വിശദമായ ചർച്ച നടന്നു. ന്യൂ സ്പേസ് ഇൻഡസ്ട്രി, അക്രിഡ് ആസ്ട്രോ നോട്ടിക്സ്, ലൂണാർ എക്സ്–പ്രൈസ് തുടങ്ങിയ സിലിക്കൺ വാലി സംരംഭകരും ലൂണാർ ഔട്ട്പോസ്റ്റ് പദ്ധതിയുമായി സഹകരിക്കാൻ സന്നദ്ധത കാണിക്കുന്നുണ്ട്. ചാന്ദ്രഖനനം തന്നെയാണ് ഇത്തരം ഔട്ട്പോസ്റ്റുകൾകൊണ്ട് മുഖ്യമായും ഉദ്ദേശിക്കുന്നത്.

അപ്പോളോ ദൗത്യങ്ങളുടെ ഭാഗമായി ഭൂമിയിലെത്തിച്ച ചാന്ദ്രശിലകൾ പരിശോധിച്ചതിൽ നിന്നും ചന്ദ്രോപരിതലം ധാതുക്കൾകൊണ്ട് സമ്പന്നമാണെന്ന് മനസ്സിലാക്കാൻ കഴിഞ്ഞിട്ടുണ്ട്. ചാന്ദ്ര ഗർത്തങ്ങളായ മരിയയിൽനിന്നു ശേഖരിച്ച ശിലകളിൽ 14.9 ശതമാനം അലുമിനിയം (Al_2O_3), 11.8 ശതമാനം കാത്സ്യം ഓക്സൈഡും, 14.1 ശതമാനം അയേൺ ഓക്സൈഡും, 9.2 ശതമാനം മഗ്നീഷ്യവും (MgO), 3.9 ശതമാനം ടൈറ്റാനിയം ഡയോക്സൈഡും (TiO_2), 0.62 ശതമാനം സോഡിയം ഓക്സൈഡും (Na_2O) അടങ്ങിയിട്ടുണ്ട്. ചന്ദ്രനിലെ ഉയർന്ന പ്രദേശങ്ങളിൽ നിന്ന് ശേഖരിച്ച ശിലകളിൽ 24 ശതമാനം അലുമിനിയവും, 15.9 ശതമാനം കാത്സ്യം ഓക്സൈഡും, 5.9 ശതമാനം അയേൺ ഓക്സൈഡും, 7.5 ശതമാനം മഗ്നീഷ്യവും, 0.6 ശതമാനം ടൈറ്റാനിയം ഡയോക്സൈഡും, സോഡിയം ഓക്സൈഡും അടങ്ങിയിട്ടുണ്ട്. കൂടാതെ ചാന്ദ്രശിലകളിൽ വലിയൊരു അളവിൽ ഓക്സിജനുമുണ്ട്. ഓക്സീകരിക്കപ്പെട്ട ധാതുക്കളുടെ രൂപത്തിലാണ് ഓക്സിജൻ ശേഖരമുള്ളത്. ഈ ഓക്സിജൻ വേർതിരിച്ചെടുക്കാനായാൽ ബഹിരാകാശ സഞ്ചാരികൾക്ക് ശ്വസിക്കുന്നതിനുള്ള ഓക്സിജൻ സംഭരിക്കുന്നതിനും, ജലം ഉല്പാദിപ്പിക്കുന്നതിനും, റോക്കറ്റിൽ ഇന്ധനമായി ഉപയോഗിക്കുന്നതിനും സാധിക്കും.

ഭൂമിയിൽ അപൂർവ്വമായി മാത്രം കാണപ്പെടുന്ന ലോഹങ്ങൾകൊണ്ട് (Rare Earth Metals) സമ്പന്നമാണ് ചന്ദ്രൻ. വ്യാവസായികമായി വളരെയധികം പ്രാധാന്യമുള്ളവയാണ് ഈ ലോഹങ്ങൾ. ഇലക്ട്രോണിക് ഉപകരണങ്ങളുടെ നിർമ്മാണത്തിനാണ് ഇവ കൂടുതലായി ഉപയോഗിക്കുന്നത്. ഇത്തരം അപൂർവ്വ ലോഹങ്ങളുടെ 90 ശതമാനം ശേഖരവും ഇപ്പോൾ ചൈനയിലാണുള്ളത്. ചാന്ദ്ര ധൂളിയായ റിഗോലിത്തിൽ അടങ്ങിയിട്ടുള്ള ഹൈഡ്രോക്സിൽ രൂപത്തിലുള്ള ജലശേഖരം വേർതിരിക്കാൻ കഴിഞ്ഞാൽ റോക്കറ്റ് ഇന്ധനമായും ഉപയോഗിക്കാൻ കഴിയും. ധ്രുവ മേഖലകളിലും, എപ്പോഴും നിഴലിലായ വലിയ ഗർത്തങ്ങളിലുമുള്ള റിഗോലിത്തിൽ 10 മുതൽ 1000 ppm (parts per million) വരെയാണ് ജലത്തിന്റെ സാന്ദ്രത. 2010 മാർച്ചിൽ ഇന്ത്യയുടെ ചാന്ദ്രദൗത്യമായ ചാന്ദ്രയാൻ–1 ലെ Mini-RF എന്ന ഉപകരണം ചന്ദ്രന്റെ ഉത്തരധ്രുവ പ്രദേശങ്ങളിലെ 40 വിള്ളലുകളിലായി ഏകദേശം 600 മില്യൺ മെട്രിക് ടണ്ണിലധികം ഐസ് പരലുകളുടെ സൂചന നല്കിയിട്ടുണ്ട്.

2009 നവംബറിൽ നാസയുടെ എൽക്രോസ് (LCROSS) ദൗത്യം ചന്ദ്രന്റെ ദക്ഷിണധ്രുവ മേഖലയിലും വലിയ തോതിലുള്ള ജലസാന്നിദ്ധ്യം കണ്ടെത്തിയിരുന്നു. ദക്ഷിണധ്രുവ മേഖലയിലെ ഷാക്കിൽട്ടൺ ഗർത്തത്തിലെ ധൂളിയുടെ 22 ശതമാനം ഹിമമാണെന്ന് 2012 ൽ നാസയുടെതന്നെ ലൂണാർ റെക്കണൈസൻസ് ഓർബിറ്റർ (LRO) കണ്ടെത്തിയിട്ടുണ്ട്. ജലസമ്പന്നമായ ധൂമകേതുക്കളും ഉൽക്കകളുമായുള്ള കൂട്ടിമുട്ടലുകളാണ് ചാന്ദ്രധൂളിയിൽ ഇത്രയധികം ജലമുണ്ടാകാൻ കാരണം. അന്തരീക്ഷമില്ലാത്തതുകൊണ്ട് ഇത്തരം ഉൽക്കാ പതനങ്ങൾ ചന്ദ്രനിൽ നിത്യസംഭവമാണ്. ഇതുകൂടാതെ സൗരവാതങ്ങളിലടങ്ങിയിട്ടുള്ള ഹൈഡ്രജൻ അയോണുകൾ ചാന്ദ്രധൂളിയിലെ ഓക്സിജൻ സമ്പന്നമായ ധാതുക്കളുമായി പ്രതിപ്രവർത്തനത്തിലേർപ്പെടുമ്പോഴും ജലമുണ്ടാകുന്നുണ്ട്. ഇതിലുമേറെ പ്രാധാന്യമുള്ളതാണ് ഹീലിയം-3 ആറ്റങ്ങൾ സൂര്യനിൽ നടക്കുന്ന അണുസംയോജന (Nuclear Fusion) പ്രവർത്തനങ്ങളുടെ ഉപോല്പന്നമായി സൃഷ്ടിക്കപ്പെടുന്ന ഹീലിയം-3 ചന്ദ്രധൂളിയിൽ ധാരാളമുണ്ട്. ഫ്യൂഷൻ റിയാക്ടറുകളിൽ ഇന്ധനമായി ഹീലിയം-3 ഉപയോഗിക്കാൻ കഴിയും.

ചാന്ദ്ര ഖനനത്തിന് ശാസ്ത്രീയമായും വ്യാവസായികമായും വലിയ പ്രാധാന്യമുണ്ട്. ചന്ദ്രനിൽ ഇടത്താവളമുണ്ടാക്കാനുള്ള പദ്ധതിക്ക് ഇത്തരം ഖനനങ്ങൾ വലിയ സഹായമാണ് ചെയ്യുന്നത്. ഔട്ട്പോസ്റ്റ് നിർമ്മാണത്തിനാവശ്യമായ അസംസ്കൃത വസ്തുക്കൾ ചന്ദ്രനിൽനിന്ന് കണ്ടെടുക്കാൻ കഴിഞ്ഞാൽ ഭൂമിയിൽനിന്ന് അവ കൊണ്ടുപോകുന്നതിനുള്ള ബുദ്ധിമുട്ടും ഭാരിച്ച ചെലവും വലിയൊരു ശതമാനംവരെ കുറയ്ക്കാൻ കഴിയും. ചന്ദ്രന്റെ ഗുരുത്വാകർഷണബലം ഭൂമിയുടെ ആറിൽ ഒന്ന് മാത്രമായതിനാൽ ഭൂമിയിൽ ഖനനം നടത്തുന്നതിലും അനായാസമായും ചെലവു കുറച്ചും ചന്ദ്രഖനനം നടത്തുവാൻ കഴിയും. ഇരുമ്പ് പോലെ വ്യാവസായിക പ്രാധാന്യമുള്ള ലോഹങ്ങൾകൊണ്ട് സമ്പന്നമാണ് ചാന്ദ്രശിലകൾ. അതുകൂടാതെ ഭാവിയിലെ ചൊവ്വാദൗത്യങ്ങൾക്കും ബുധൻ, ശുക്രൻ, യൂറോപ, ടൈറ്റൻ ദൗത്യങ്ങൾക്ക് ഇടത്താവളമൊരുക്കുന്നതിനും ചാന്ദ്രഖനനം ഗുണകരമാകും.

ചാന്ദ്ര ഖനനം അത്ര എളുപ്പമൊന്നുമല്ല. ചന്ദ്രോപരിതലത്തിലെ താപനിലയിലുള്ള ഏറ്റക്കുറിച്ചിൽ തന്നെയാണ് ഏറ്റവും മുഖ്യമായുളളത്. −173.15 ഡിഗ്രി സെൽഷ്യസ് മുതൽ 116.85 ഡിഗ്രി സെൽഷ്യസ് വരെയാണ് ചന്ദ്രനിലെ താപനില. നിഴലിൽ അതിശൈത്യമാകുമ്പോൾ വെളിച്ചമുള്ള പ്രദേശങ്ങളിൽ അത്യുഷ്ണമായിരിക്കും. അന്തരീക്ഷമില്ലാത്തതാണ് ഇതിന്റെ കാരണം. റേഡിയേഷനാണ് മറ്റൊരു പ്രശ്നം. അന്തരീക്ഷത്തിന്റെ അഭാവവും കാന്തികമണ്ഡലം ഇല്ലാത്തതും കാരണം സൂര്യനിൽ നിന്നും കോസ്മിക് കിരണങ്ങളിൽനിന്നുമുള്ള തീവ്രവികിരണങ്ങൾ ചന്ദ്രനിൽ നിർബ്ബാധമെത്തിച്ചേരും. അതിനാൽ ചന്ദ്രനിൽ ദീർഘകാലം താമസിക്കുന്നവർക്ക് ചാർജ്ജിത കണങ്ങളുടെ അക്രമണം നേരിടേണ്ടി

വരും. ചാന്ദ്രധൂളിയാണ് ഇനിയുള്ള പ്രശ്നം. കോടിക്കണക്കിന് വർഷങ്ങൾകൊണ്ട്, ഉൽക്കാപതനങ്ങളുടെ ഫലമായാണ് ചാന്ദ്രധൂളി രൂപം കൊണ്ടത്. സ്ഫടിക സമാനമായ ധൂളി വെടിമരുന്നിന്റെ ഗന്ധമുള്ള നേർത്ത ഹിമപാളി പോലെയാണ് കാണപ്പെടുന്നത്. കാറ്റോ മറ്റു കാലാവസ്ഥാ വ്യതിയാനങ്ങളോ ഇല്ലാത്ത ചന്ദ്രോപരിതലത്തിൽ എത്തിക്കുന്ന ഉപകരണങ്ങളിൽ ഒട്ടിപ്പിടിക്കുന്ന ധൂളി നീക്കംചെയ്യുന്നത് പ്രയാസമാണ്. ഇത് ഉപകരണങ്ങളുടെ പ്രവർത്തനത്തെ പ്രതികൂലമായി ബാധിക്കും. മനുഷ്യർക്കും ഇത് അപകടമുണ്ടാക്കും. ചന്ദ്രന്റെ കുറഞ്ഞ ഗുരുത്വാകർഷണ ബലവും വലിയൊരു പ്രശ്നമാണ്. ദീർഘകാലം ചന്ദ്രോപരിതലത്തിൽ താമസിച്ചാൽ അത് ബഹിരാകാശ സഞ്ചാരികളുടെ ആരോഗ്യത്തിന് ഹാനികരമാകും. ആന്തരാവയവങ്ങളുടെ പ്രവർത്തനവും രോഗപ്രതിരോധസംവിധാനവും താറുമാറാവുകയും അസ്ഥികളുടെ കട്ടികുറഞ്ഞ് എളുപ്പത്തിൽ പൊട്ടലുണ്ടാകുകയും പേശികൾ ദുർബ്ബലമാവുകയും ചെയ്യും. അപകടസാദ്ധ്യത മുന്നിൽ കണ്ടുകൊണ്ട് ചാന്ദ്രഖനനത്തിനു റോബോട്ടുകളെ ഉപയോഗിക്കാനാണ് നാസ ഉദ്ദേശിക്കുന്നത്.

ഭൗമേതര ജീവൻ കൈയെത്തും ദൂരത്തുതന്നെ

ഭൗമേതര ജീവൻ കൈയെത്തും ദൂരത്തുതന്നെയുണ്ടെന്നുള്ളതിന്റെ സൂചനയുമായി ശാസ്ത്രലോകത്തുനിന്നുള്ള അമ്പരപ്പിക്കുന്ന പുതിയ കണ്ടെത്തൽ. ഭൂമിയിൽനിന്നും 40 പ്രകാശവർഷം അകലെയുള്ള ട്രാപ്പിസ്റ്റ്-1 (TRAPPIST-1) എന്ന കുള്ളൻ നക്ഷത്രത്തിനു ചുറ്റും ഏഴ് ഭൗമ സമാന ഗ്രഹങ്ങളാണ് കണ്ടെത്തിയിരിക്കുന്നത്. ട്രാപ്പിസ്റ്റ്-1b മുതൽ ട്രാപ്പിസ്റ്റ്-1h വരെയാണ് തൽക്കാലം ഈ ഗ്രഹങ്ങൾക്ക് പേരിട്ടിരിക്കുന്നത്. ഈ ഗ്രഹങ്ങളിലെ ഉപരിതല താപനില പരിശോധിച്ച ശാസ്ത്രജ്ഞർക്ക് ഇവയിലെല്ലാം ജലസാന്നിദ്ധ്യമുണ്ടാകുമെന്ന് ബോദ്ധ്യമായിട്ടുണ്ട്. ഭൂമിക്ക് വെളിയിൽ ജീവൻ ഉത്ഭവിക്കാനും വികസിക്കാനും ഇത്രയേറെ അനുകൂല സാഹചര്യങ്ങളുള്ള അന്യഗ്രഹങ്ങളെ ഇതിനു മുമ്പ് കണ്ടെത്തിയിട്ടില്ല എന്നതാണ് ഈ കണ്ടുപിടുത്തത്തിന് ശാസ്ത്രലോകം നല്കുന്ന പ്രാധാന്യം. ഈ ഗ്രഹങ്ങളിൽ ട്രാപ്പിസ്റ്റ്-1e, ട്രാപ്പിസ്റ്റ്-1f, ട്രാപ്പിസ്റ്റ്-1g എന്നീ മൂന്ന് ഗ്രഹങ്ങളുടെ ഉപരിതലത്തിൽ സമുദ്രങ്ങളുണ്ടെന്നും സംശയിക്കുന്നു. ഇതിൽ ജീവന് ഏറ്റവും അനുകൂല സാഹചര്യമുള്ളത് ട്രാപ്പിസ്റ്റ്-1f ൽ ആണ്.

ഊർജ്ജവും പ്രകാശവും നന്നേ കുറഞ്ഞ ഒരു കുള്ളൻ നക്ഷത്രമാണ് ട്രാപ്പിസ്റ്റ്-1. മാതൃനക്ഷത്രത്തിനോട് വളരെ അടുത്താണ് ഇപ്പോൾ കണ്ടെത്തിയിരിക്കുന്ന ഏഴ് ഗ്രഹങ്ങളുടേയും ഭ്രമണപഥം. വളരെ അടുത്ത് എന്ന് പറഞ്ഞാൽ സൂര്യനും ബുധനും ഇടയിലുള്ള ദൂരത്തിന്റെ അഞ്ചിലൊന്നുമാത്രം. മാതൃനക്ഷത്രത്തോട് ചേർന്ന് നില്ക്കുന്നതുകൊണ്ട് ഈ ഉപഗ്രഹങ്ങളെ കുറിച്ചുള്ള പഠനം താരതമ്യേന എളുപ്പമാണ്. സൂര്യനിൽ നിന്ന് ഭൂമിക്കു ലഭിക്കുന്ന പ്രകാശത്തിന്റെ 200 ൽ ഒന്ന് മാത്രം പ്രകാശമേ ഈ ഗ്രഹങ്ങൾക്ക് മാതൃനക്ഷത്തിൽ നിന്ന് ലഭിക്കുന്നുള്ളൂ. എന്നാൽ നക്ഷത്രത്തോട് അടുത്ത് നില്ക്കുന്നതുകൊണ്ട് ഗ്രഹാന്തരീഷം ഭൗമസ

മാനമായ താപനിലയിൽ നിലനില്ക്കുന്നതിനുള്ള ഊർജ്ജം ലഭിക്കുന്നുണ്ടുതാനും. ഈ ഗ്രഹങ്ങളിലൊന്നിൽ നിന്ന് നോക്കിയാൽ മറ്റ് ആറ് ഗ്രഹങ്ങളും ചന്ദ്രന്റെ വലിപ്പത്തിലോ അതിന്റെ ഇരട്ടി വലിപ്പത്തിലോ ആകാശത്ത് കാണാൻകഴിയും. ട്രാപ്പിസ്റ്റ്–1f എന്ന ഗ്രഹത്തിൽനിന്ന് നോക്കിയാൽ മാതൃനക്ഷത്രത്തെ സൂര്യന്റെ മൂന്ന് മടങ്ങ് വലിപ്പത്തിൽ കാണുവാൻ കഴിയും. ഈ ഗ്രഹങ്ങളെല്ലാം ഒരേ സമയത്ത് രൂപീകരിക്കപ്പെട്ടതാണെന്നാണ് കരുതുന്നത്. ഭൂമിയും ചന്ദ്രനുമെന്നതുപോലെ ഈ ഗ്രഹങ്ങളെല്ലാം മാതൃനക്ഷത്രവുമായി 'ടൈഡലി ലോക്ക്ഡ്' ആണ്. അതായത് ഗ്രഹങ്ങളുടെ ഒരുവശം മാത്രം എപ്പോഴും മാതൃനക്ഷത്രത്തിന് അഭിമുഖമായിരിക്കും. അതുകൊണ്ട് ഗ്രഹങ്ങളുടെ ഒരു പകുതിയിൽ എപ്പോഴും പകലും മറ്റേ പകുതിയിൽ എപ്പോഴും രാത്രിയുമായിരിക്കും.

ഭൂമിയിൽനിന്നും 40 പ്രകാശവർഷം അകലെയുള്ള ഒരു കുള്ളൻ നക്ഷത്രമാണ് ട്രാപ്പിസ്റ്റ്–1. നമ്മുടെ മാതൃഗാലക്സി ആയ ക്ഷീരപഥത്തിൽ ഇത്തരം നിരവധി കുള്ളൻ നക്ഷത്രങ്ങളുണ്ട്. ട്രാപ്പിസ്റ്റ് ദൂരദർശിനി (TRAnsiting Planets and PlanetesImals Small Telescope – TRAPPIST) ഉപയോഗിച്ച് കണ്ടെത്തിയതുകൊണ്ടാണ് ഈ നക്ഷത്രത്തിന് ട്രാപ്പിസ്റ്റ്–1 എന്ന് പേരിട്ടിരിക്കുന്നത്. സൂര്യന്റെ താപനിലയുടെ പകുതി മാത്രമാണ് ഈ നക്ഷത്രത്തിനുള്ളത്. സൗരപിണ്ഡത്തിന്റെ പത്തിലൊന്നാണ് ഈ മങ്ങിയ, ചുമന്ന കുള്ളൻ നക്ഷത്രത്തിന്റെ പിണ്ഡം. നമ്മുടെ വ്യാഴത്തേക്കാൾ അൽപ്പംകൂടെ വലുത്. 2016 ജൂലൈ മാസത്തിൽ ട്രാപ്പിസ്റ്റ് ദൂരദർശിനി ഉപയോഗിച്ച് നടത്തിയ നിരീക്ഷണത്തിൽ ഈ നക്ഷത്രത്തെയും 2 ഗ്രഹങ്ങളെയും കണ്ടെത്തിയിരുന്നു. തുടർന്ന് സ്പിറ്റ്സർ ബഹിരാകാശ ദൂരദർശിനിയുമായി ചേർന്നുനടത്തിയ സംയുക്ത നിരീക്ഷണമാണ് ഏഴ് ഗ്രഹങ്ങളുടെ അത്ഭുതലോകം കാട്ടിത്തന്നത്. ഇനി ഗ്രഹങ്ങളെക്കൂടി അടുത്തറിയാം.

ഏറ്റവും അടുത്തുള്ള ഗ്രഹമായ ട്രാപ്പിസ്റ്റ്–1 യ്ക്ക് മാതൃനക്ഷത്രത്തിൽ നിന്നുള്ള അകലം 0.011 ആസ്ട്രോണമിക്കൽ യൂണിറ്റാണ്. ഭൂമിക്കും സൂര്യനും ഇടയിലുള്ള ശരാശരി ദൂരമാണ് ഒരു ആസ്ട്രോണമിക്കൽ യൂണിറ്റ്. ഏകദേശം 15 കോടി കിലോമീറ്ററാണ് ഒരു ആസ്ട്രോണമിക്കൽ യൂണിറ്റ്. ട്രാപ്പിസ്റ്റ്–1b യുടെ പരിക്രമണകാലം 1.51 ഭൗമദിനങ്ങളാണ്. അതായത് 1.51 ദിവസങ്ങൾകൊണ്ട് ഗ്രഹം ഒരുതവണ മാതൃനക്ഷത്രത്തെ പ്രദക്ഷിണം ചെയ്യും. ഭൂമിയുടെ കാര്യത്തിലാണെങ്കിൽ ഇത് 365 ദിവസങ്ങളാണ്. ഗ്രഹത്തിന്റെ വ്യാസാർദ്ധം ഭൂമിയുടെ വ്യാസാർദ്ധത്തിന്റെ 1.09 മടങ്ങാണ്. ഏറെക്കുറേ ഭൂമിയുടെ തന്നെ വലിപ്പം എന്ന് പറയാം. പിണ്ഡമാകട്ടെ ഭൂമിയുടെ പിണ്ഡത്തിന്റെ 0.85 മടങ്ങും. അതും ഭൂമിയുമായി വളരെ സാമ്യമുണ്ട്. ട്രാപ്പിസ്റ്റ്–1c യുടെ പ്രദക്ഷിണകാലം 2.42 ഭൗമദിനങ്ങളാണ്. മാതൃനക്ഷത്രത്തിൽനിന്നുള്ള അകലം 0.015 ആസ്ട്രോണമിക്കൽ യൂണിറ്റാണ്. ഭൂമിയുടെ വ്യാസാർദ്ധത്തിന്റെ 1.06 മടങ്ങാണ് ഈ ഗ്രഹത്തിന്റെ വ്യാസാർദ്ധം. ഭൗമപിണ്ഡത്തിന്റെ 1.38 മടങ്ങ് പിണ്ഡവുമുണ്ട് ഈ ഗ്രഹത്തിന്. ട്രാപ്പിസ്റ്റ്–1d യുടെ പ്രദക്ഷിണകാലം 4.05 ഭൗമദിനങ്ങളാണ്. നക്ഷത്രത്തിൽനിന്നുള്ള

അകലം 0.021 ആസ്ട്രോണമിക്കൽ യൂണിറ്റും വ്യാസാർദ്ധം ഭൂമിയുടെ വ്യാസാർദ്ധത്തിന്റെ 0.77 മടങ്ങും, പിണ്ഡം ഭൗമപിണ്ഡത്തിന്റെ 0.41 മടങ്ങുമാണ്. ട്രാപ്പിസ്റ്റ്–1e യുടെ പരിക്രമണകാലം 6.10 ഭൗമദിനങ്ങളും നക്ഷത്രത്തിലേക്കുള്ള ദൂരം 0.028 ആസ്ട്രോണമിക്കൽ യൂണിറ്റും വ്യാസാർദ്ധം ഭൂമിയുടെ വ്യാസാർദ്ധത്തിന്റെ 0.92 മടങ്ങും, പിണ്ഡം ഭൂമിയുടെ പിണ്ഡത്തിന്റെ 0.62 മടങ്ങുമാണ്. ഏറെക്കുറെ ഭൂമിതന്നെ എന്നു പറയാൻകഴിയുന്ന ട്രാപ്പിസ്റ്റ്–1f ന്റെ പിണ്ഡം ഭൂമിയുടെ പിണ്ഡത്തിന്റെ 0.68 മടങ്ങും വ്യാസാർദ്ധം ഭൂമിയുടെ വ്യാസാർദ്ധത്തിന്റെ 1.04 മടങ്ങുമാണ്. മാതൃനക്ഷത്രത്തിലേക്കുള്ള ദൂരം 0.037 ആസ്ട്രോണമിക്കൽ യൂണിറ്റാണ്. 9.21 ഭൗമദിനങ്ങൾ കൊണ്ട് ഈ ഗ്രഹം മാതൃനക്ഷത്രത്തെ ഒരു തവണ പ്രദക്ഷിണം ചെയ്യും. ആറാമത്തെ ഭൗമസമാന ഗ്രഹമായ ട്രാപ്പിസ്റ്റ്–1g യുടെ പ്രദക്ഷിണകാലം 12.35 ഭൗമദിനങ്ങളാണ്. നക്ഷത്രത്തിലേക്കുള്ള ദൂരം 0.045 ആസ്ട്രോണമിക്കൽ യൂണിറ്റും വ്യാസാർദ്ധം ഭൂമിയുടെ വ്യാസാർദ്ധത്തിന്റെ 1.13 മടങ്ങുമാണ്. ഗ്രഹത്തിന്റെ പിണ്ഡം ഭൂമിയുടെ പിണ്ഡത്തിന്റെ 1.34 മടങ്ങാണ്. ട്രാപ്പിസ്റ്റ്–1h എന്ന ഏഴാമത്തെ ഗ്രഹത്തിന്റെ പ്രദക്ഷിണകാലം 20 ഭൗമദിനങ്ങളാണ്. മാതൃനക്ഷത്രത്തിൽനിന്നുള്ള അകലം ഏകദേശം 0.06 ആസ്ട്രോണമിക്കൽ യൂണിറ്റും വ്യാസാർദ്ധം ഭൂമിയുടെ വ്യാസാർദ്ധത്തിന്റെ 0.76 മടങ്ങുമാണ്. ഗ്രഹത്തിന്റെ പിണ്ഡം കൃത്യമായി കണക്കുകൂട്ടാൻ കഴിഞ്ഞിട്ടില്ല. ഈ ഗ്രഹങ്ങൾക്കെല്ലാം അന്തരീക്ഷമുണ്ടെന്നും ശാസ്ത്രജ്ഞർ കണ്ടെത്തിയിട്ടുണ്ട്. അന്തരീക്ഷത്തിലെ വാതകങ്ങളുടെ ഘടന പരിശോധിച്ചാൽ ജീവന്റെ സാന്നിദ്ധ്യം ഉറപ്പുവരുത്തുവാൻ കഴിയും.

ഒരു ദശാബ്ദത്തിനുള്ളിൽ ഈ ഗ്രഹങ്ങളുടെയെല്ലാം അന്തരീക്ഷഘടന അപഗ്രഥിക്കാൻ കഴിയുമെന്നാണ് പ്രതീക്ഷിക്കുന്നത്. ഒഴുകുന്ന ജലമുണ്ടോ, ജീവനുണ്ടോ എന്നെല്ലാം അതിലൂടെ മനസ്സിലാക്കാൻ കഴിയും. 40 പ്രകാശവർഷം എന്ന ദൂരം ജ്യോതിശാസ്ത്രജ്ഞരെ സംബന്ധിച്ചെടുത്തോളം അത്രവലിയ ദൂരമല്ല. 2018 ൽ നാസ വിക്ഷേപിക്കുന്ന ജെയിംസ് വെബ് സ്പേസ് ടെലസ്കോപ്പ് ഭൂമിയിൽ നിന്നും 15 ലക്ഷം കിലോമീറ്റർ അകലെ ബഹിരാകാശത്താണ് സ്ഥാപിക്കുന്നത്. ഇത്തരം ഭൗമസമാന ഗ്രഹങ്ങളെക്കുറിച്ചുള്ള കൃത്യമായ വിവരങ്ങൾ, ഒരുപക്ഷേ, ഏറെ അമ്പരപ്പിക്കുന്ന വിവരങ്ങൾ നല്കാൻ ഈ ദൂരദർശിനിക്ക് കഴിയും. എന്നാൽ ഇപ്പോൾ കണ്ടെത്തിയ ഭൗമസമാന ഗ്രഹങ്ങളിലേക്ക് ഒരു ബഹിരാകാശ പേടകത്തെ അയയ്ക്കാൻ കഴിയുമെന്ന് കരുതേണ്ട. നിലവിലുള്ള സാങ്കേതിക വിദ്യയിൽ ഇത്തരമൊരു യാത്രയ്ക്ക് ദശലക്ഷക്കണക്കിന് വർഷങ്ങൾതന്നെ വേണ്ടിവരും. ബഹിരാകാശ ദൂരദർശിനികൾക്കൊപ്പം ഭൂതല ദർശിനികൾ ഉപയോഗിച്ചും അന്യഗ്രഹവേട്ട നടത്തുന്നതിനുള്ള പരിശ്രമങ്ങൾ നടന്നുകൊണ്ടിരിക്കുകയാണ്. ചിലിയിലുള്ള നാല് ദൂരദർശിനികൾ ഒരുമിച്ച് ചേർത്തുകൊണ്ടുള്ള സ്പെക്കുലൂസ് (Search for habitable Planets EClipsing ULtra-cOOl Stars – SPECULOOS) ഇത്തരമൊരു സംരഭമാണ്.

www.ingramcontent.com/pod-product-compliance
Lightning Source LLC
LaVergne TN
LVHW060117051026
849517LV00007B/2329
* 9 7 8 9 3 9 3 4 6 8 0 2 4 *

கண்மணியே என் கண்ணம்மா

2021

AF762358

நந்தினி சுகுமாரன்

ISBN 979-888555162-5

கண்மணியே என் கண்ணம்மா

சுயவெளியீடு நாவல்

Nandhini Sugumaran'S Self Publishing

Enter Caption

பொருளடக்கம்

முகவுரை

வணக்கம் வாசக தோழமைகளே..

நான் நந்தினி சுகுமாரன். இது எனது புனைப்பெயர். நந்தினி என்ற பெயரின் மீது ஏற்பட்ட ஈர்ப்பால் அதனோடு எனது தந்தையின் பெயரை இணைத்து, புனைப்பெயரில் எழுதி வருகிறேன்.

நேரம் கடத்துவதற்காக வாசிக்க துவங்கி, பின் அதுவே என் முழுநேர சுவாசமாகிப் போனது. வாசித்த கதைகளின் தாக்கத்தால் எனக்குள்ளும் கற்பனைகள் வளரத் துவங்கின. நான்காண்டுகள் வாசகியாக மட்டுமே இருந்த நான், 2018 ஆண்டு செப்டம்பர் மாதம் எனது எழுத்துப் பயணத்தைத் துவக்கினேன். இதுவரை 2 குறுநாவல், 15 முழுநாவல்கள், சில சிறுகதைகள் எழுதியுள்ளேன.

நோஷன் பிரஸ் என்ற இணையதள வெளியீட்டின் மூலம் எனது சொந்த முயற்சியில் ஏழு நாவல்கள் புத்தகங்களாக வெளிவந்துள்ளன. முகநூல் வாசகர்களுக்கும் சற்று அறிமுகமான நபர்தான்.

நந்தினி சுகுமாரன் என்ற பெயரைப் பின்தொடர்ந்து, எனது தொடர்கதைகளை வாசிக்கலாம். வாசகர்கள் தரும் கருத்துக்களே மிகப்பெரும் அங்கீகாரம் எழுத்தாளருக்கு.

nandhinisugumarannovels@gmail.com என்ற மின்னஞ்சல் முகவரியில் எனது எழுத்தைப் பற்றிய தங்களின் கருத்துக்களைப் பகிர்ந்து கொள்ளுங்கள்.

என்றும் உங்கள்..

நந்தினி சுகுமாரன்.

ஆசிரியரின் பிற நூல்கள்

புத்தகமாய்வெளிவந்தவை:

- காத்திருக்கிறேன் மான்விழியே!
- கை சேர்ந்த கவிதை!
- மயங்குவதேனோ மதுரவனே..!
- கனிந்த மனம்
- தேனும் தமிழும் (கனிந்த மனம் இரண்டாம் பாகம்) பகுதி 1 & பகுதி 2
- வானவில் பூக்கள் (கனிந்த மனம் மூன்றாம் பாகம்)
- ரகசியமாய் சுவாசிக்கிறேன் உனையே! (AD Publication)
- கண்மணியே என் கண்ணம்மா!

அச்சில்:

- சகியே [சகாயனே] நின்னடிமை யாகவா?
- தேன்மழைச் சாரலாய்!
- உயிர் தந்தாயே உறவே
- எனதழகே[கா]
- பிழையாய் நான் திருத்தமாய் நீ!
- ஈன்றகடன்
- பாண்டியம்மை
- வீரா
- தேடல் நீயே மாறனே!

எழுத்தில்:

- உயிர்க்கிறேனடா உந்தன் காதலில்
- அருவதப்பதுமை

கண்மணியே என் கண்ணம்மா

~~~~~~~~~~~~~~~~~~~~~~~~~~~~~~~~~

◆ அத்தியாயம் 1

முக்குளிச்சு நான் எடுத்த முத்துச்சிப்பி நீதானே..
முத்தெடுத்து நெஞ்சுக்குள்ளே பத்திரமா வச்சேனே..
வச்சது இப்ப காணாம, நானே தேடுறேன்..
ராத்திரியில் தூங்காம ராகம் பாடுறேன்..
நான் படிக்கும் மோகனமே, நான் படைச்ச சீதனமே..
தேன் வடிச்ச பாத்திரமே, தென் மதுரப் பூச்சரமே..
கண்டது என்னாச்சு, கண்ணீரில் நின்னாச்சு..
காத்திருந்து காத்திருந்து காலங்கள் போகுதடி..
பூத்திருந்து பூத்திருந்து பூவிழி நோகுதடி...

அதிகாலை ஏழுமணியளவில் ஊரின் மையப்பகுதியிலிருந்து பாடல் ஒலித்துக்கொண்டிருக்க, "எவன்டா அது? காலங்காத்தால மூக்க சீந்துறவன், யேன் ஓம்பொஞ்சாதி விட்டுட்டு ஓடிட்டாளா என்னா?" என்ற ராமுத்தாயின் குரலில், அடுத்தநொடி பாடலின் ஒலி அடங்கியிருந்தது.

"இந்தா.. ஏய் ராக்காயி, பாத்துப்பாத்து சாணிக்கு உடம்புல நோவு வந்துபோகப் போவுது? சட்புட்டுனு எருவாட்டிய தட்டிட்டு உள்ள வாடி. என்னமோ புதுப் பொண்ணாட்டம் தொட்டுத் தொட்டு பாத்துக்கிட்டு கெடக்கா!" என்றவாறு ராமு (ராமுத்தாய்) வீட்டின் பின்பக்க வழியாய் உள்ளே நுழைய, ராக்காயி தன்வேலையில் வேகத்தைக் கூட்டினாள்.
~~~~~~~~~~~~~~~~~~~~~~~~~~~~~~~~~

நேராய் பூஜையறைக்குச் சென்றவர் விளக்கை ஏற்றி.. சாம்பிராணி புகையிட்டு வழிபாட்டில் ஈடுபட, "ஆத்தா.." என்ற முனியனின் குரலில் வாயிலை எட்டிப்பார்த்தவர் பார்வையாலேயே அவனுக்குக் கட்டளையிட, வேகமாய்த் தலையசைத்தவன் வெளித் திண்ணையில் அமர்ந்து கொண்டான்.

"தனம் தரும் கல்வி தரும்
ஒரு நாளும் தளர்வு அறியா மனம் தரும்
தெய்வ வடிவும் தரும்
நெஞ்சில் வஞ்சம் இல்லா இனம் தரும்
நல்லன எல்லாம் தரும்
அன்பர் என்பவர்க்கே
கனம் தரும் பூங்குழலாள்
அபிராமி கடைக்கண்களே...!"

என அபிராமி அந்தாதியை தன் வெண்கலக்குரலில் பாடி, தீப ஆராதணையை முடித்துவிட்டு ஒருரூபாய் அளவிலான செந்தூரத்தை இருஅடர்ந்த புருவங்களுக்கு மத்தியில் இட்டவாறு வெளியேவந்த ராமுத்தாயிக்கு வயது எழுபது.

சித்தக்குளம் பெரியவீட்டின் எஜமானி. ஊராரின் மரியாதைக்குரிய நாச்சிமுத்துவின் இல்லாள். வயதை, உருவத்திலும் செயல்களிலும் காட்டிடாது இன்றும் இளமையாகவே தோன்றும் மஞ்சளரசி.

"வெளிய இருடான்னே எங்கன போனியான் இவன்?" என்றவாறு முனியனை வீட்டுவாயிலில் தேடிவிட்டு, உள்ளே திரும்ப எத்தனித்த நொடியில் அதைக்கண்டார் ராமு.

வெள்ளைநிற வேட்டிச் சட்டையில் செம்மண்ணும், சேறும் சகதியும், அழுக்குகளும் தன்ஓவியத்தைத் தீட்டியிருக்க, திண்ணையின் மூலையில் முகத்தை மறைத்தபடி கவிழ்ந்து படுத்திருந்தான் அவன்.

"ஏய் யாரது? இந்தா எந்திரி ப்பா" என ராமு குரல் கொடுக்க அவனிடம் எந்த அசைவுமில்லை.

'எவன்டா இது?' எண்ணியவாறே அவனை நோக்கி குனிய, படுத்திருந்தவனின் இடக்கையில் இருந்த தங்கக்காப்பு கண்ணில்பட்டு, திடுக்கிட்டார் பெரியவர்.

"யாத்தே எஞ்சாமி, எங்குல மவராசா.. இப்டி வந்து படுத்துக் கெடக்கியே? எந்திரிய்யா மருது எந்திரி. எப்டியெல்லாம் வளத்தேன், இப்டி வந்து கெடக்கியே? ஆத்தானு ஒத்த சத்தம் குடுத்திருக்கக்கூடாது? என்னய்யா, என்னாச்சு ஒனக்கு? உடுப்பெல்லாம் இப்டியிருக்கு?" என்றவரின் கண்களில் நீர்நிறைந்து வழிய, தான் பெறாத மகனைத் தூக்க முயன்றார் ராமு.

பெரியவரின் இவ்வளவு பேச்சிற்கும் அவனிடமிருந்து பதில் வரவில்லை.

அவரும் அதை எதிர்பார்க்காமல், "ஏலேய் முனியா, எங்கடா போய்த் தொலைஞ்ச?" என்றவரின் உரத்த குரலுக்கு, "பீடிய ஒரு இழுவை இழுக்கலாம்னு போனேன் ஆத்தா.." என்றவாறே அடுத்த இரண்டாவது நொடி அங்கு வந்துசேர்ந்தான் அவன்.

"புள்ளைய புடிடா, பொறக்காலக் கூட்டிட்டு வா! பொறவு ஓஞ்சோலியப் பாரு!" எனக் கட்டளையிட்டவர், அவசர அவசரமாய்ப் பின்பக்க வாயிலுக்கு விரைந்தார்.

"ஏய் ராக்காயி கெணத்துல தண்ணி சேந்துடி வெரசா!" என்றதும், தான் பார்த்துக்கொண்டிருந்த வேலையை அப்படியே போட்டுவிட்டு, எஜமானியின் கட்டளையை நிறைவேற்றினாள் அவள்.

முனியன் அங்கிருந்த கல்திட்டில் அவனை அமரவைக்க, நான்கு குடம் நீருக்கும் மேலாய் ஊற்றி உடையிலிருந்த அழுக்கையெல்லாம் தேய்த்துச் சுத்தம் செய்த ராமு, ஆடவனின் மேல்சட்டையைக் கழற்றி உடலையும் அழுந்த தேய்த்துவிட்டார்.

"ஆத்தா தேங்காநாரு தரட்டா?" என்ற ராக்காயியை முறைத்து, "அதை நீயே தேய்யிடி, எம்புள்ளைக்கு மேலு (உடல்) எரியும்!" என்றவர், "போயி அந்தச் சேவலோட கழுத்தை திருகிவை!" என உத்தரவு இட்டுவிட்டு, ஒரு பூந்-

துவாலையை அவனது கையில் கொடுத்து, "தொடைச்சிக்கய்யா" என்றார்.

"ஆத்தா வயக்காட்டுக்கு போறேன். எதுனா வேலையிருக்கா?" என முனியன் வினவ, "நீ வெரசா போயிட்டு, அய்யாவ வரச்சொல்லு!" என்றவர், "வாய்யா உள்ளார போவலாம்" என அவனை அழைத்துச் சென்றார்.

"பெரியவுக துணிதேன் இருக்கு. இப்பத்தைக்கு இத போட்டுக்க, சாயங்காலமா புதுஉடுப்பு வாங்கிக்கிடலாம்" என்றவரை கண்களில் நீரோடு பார்த்தான் அவன்.

"என்ராசா ஏன்யா அழுவுற?" எனத் தவிப்புடன் கேட்டவரிடம், "நானு இங்கனயே இருந்துக்கட்டுமா ஆத்தா? அந்தவூட்டுல யென்னால இருக்க முடியல. அம்மா நெனைப்பாவே இருக்கு. ஒத்தவாய் சோறுகூடத் தொண்டையில இறங்க மாட்டிக்கிது. நானு தூங்கியே மாசக்கணக்கு ஆச்சு ஆத்தா.." என அவரது காலடியில் சரிந்து கதறியவனை, கண்களில் நீரோடு கேசம் கோதி அணைத்துக் கொண்டார் ராமு.

"நானு அன்னிக்கே வந்திடுனு கூப்டனே ராசா? நீதேன் வரமாட்டேனுட்ட! சேரி போனது போவட்டும், செத்த உட்காரு. நான் போயி குழம்பக் கொதிக்க வச்சுட்டு வாரேன்" என அவசரமாய்ச் சமையலறைக்குள் நுழைந்தார் ராமு.

ராக்காயி மசாலாவை அம்மியில் அரைத்துத் தயாராய் வைத்திருக்க, மகனுக்கான சமையல் வேலையில் இறங்கினார்.

பத்துநிமிட இடைவெளியில் வீட்டிற்குள் நுழைந்த நாச்சிமுத்துக் கண்டது, நடுக்கூடத்திலிருந்த ஊஞ்சலில் படுத்திருந்த அவரது தம்பி மகனைத்தான்.

அந்த ஊஞ்சல் நாச்சிக்கும் ராமுவிற்கும் மட்டுமே உரிமையானது. வேறு எவருக்கும் அதன் அருகில் செல்லக்கூட அனுமதி இல்லை. நாச்சியின் தம்பி மகன் மட்டும் அதற்கு விதிவிலக்கானவன்.

பிள்ளை வரமே கிடைக்காத அந்த மூத்த தம்பதியருக்கும் அவர்களின் குலத்திற்கும்.. வாரிசு, அவன் ஒருவன்

மட்டுமே. இருபத்தைந்து வயதான மருதரசன்.

வீட்டினருக்கு அவன் மருது, நண்பர்களுக்கும் ஊராருக்கும் அரசு. அவளுக்கு மட்டும் 'மாமா'.

அவள், அவனின் கண்ணம்மா. இன்றோடு அவளைக் கண்டு ஏழுமாதங்கள் கடந்துவிட்டது.

எங்கிருக்கிறாள் என்று தெரியவில்லை. 'நானுதேன் அனுப்புனேன்!' என்ற தாயின் சொல்லை ஏற்று அவன் அமைதிக் காக்க, அவள் சென்றிருக்கும் இடத்தைக்கூடக் கூறாமலேயே இறைவனடி சேர்ந்துவிட்டார் மருதனை ஈன்ற தங்கம்மாள்.

அவள் சென்றபோது காரணமின்றியே துடித்தவன், தாயினது இறப்பிற்குப்பின் முற்றிலுமாய்த் துவண்டு போனான். அப்படியே மூன்று மாதங்கள் கடந்துவிட்டது.

இதுவே பழைய மருதனாக இருந்தால், இந்நேரம் அவன் இருப்பது தேவியின் வீடாகத்தான் இருக்கும். இரவு பகல் என்று வேறுபாடெல்லாம் அவன் பார்ப்பதில்லை, மது மற்றும் மாதுவின் தேவைக்கு.

ஆனால் தற்போதெல்லாம் அந்த எண்ணம் வருவதில்லை. அவன் வாழ்வினில் கண்ட மிகப்பெரும் இழப்பான தாய் தங்கம்மாளின் மறைவு.. மருதனின் சுயத்தைப் பறித்துக் கொண்டு, விதியின் சுழலில் சிக்கவைத்து விட்டது.

அவளின் நினைவு மட்டும் மனதிற்குள் தீராத தாபமாய்ச் சுழன்று கொண்டிருந்தது. அதைவிட அவளின் மீதான சினம். இன்னும் அதன் தாக்கம் குறையாமல் உள்ளுக்குள் நீருபூத்த நெருப்பாய்க் கனன்றது.

ஊருக்கே சண்டியனாய் இருந்தவன்.. இன்று கண்ணீர் சிந்தும் குழந்தையாய் மாறி, பெரியவீட்டில் தஞ்சம் அடைந்திருந்தான்.

"அய்யா மருது" என்ற நாச்சியின் குரலுக்கு இமைகளைப் பிரித்தவன் அவரை நேருக்குநேர் எதிர்கொள்ள இயலாது, அவசரமாய் எழுந்து தலைகுனிந்து நின்றான்.

புன்னகையுடன் உள்ளே வந்தவர் ஊஞ்சலில் அமர்ந்து, "உட்காருய்யா" எனக்கூற, "இல்லங்கய்பா இருக்கட்டும்"

என்றவாறு பெரியவருக்கு ஊஞ்சலை ஆட்டிவிட்டான்.

நாச்சிக்கு பழைய நினைவுகள் கண்முன்னே விரிந்தன. ஏழுவயது வரை இப்படித்தான் அவனது அய்யாவையும் ஆத்தாவையும் அமரவைத்து ஊஞ்சல் ஆட்டிவிடுவான். என்றும் திரும்பக் கிடைக்காது எண்ணிய அந்த நாட்களை, இன்று பெரியவருக்குப் பரிசளித்துக் கொண்டிருந்தான் மருதன்.

எப்போதுமே அவன் உரிமையுடன் பேசுவது, சலுகை எடுத்துக்கொள்வது, கொஞ்சுவது, மிஞ்சுவது, குழைவது அனைத்தும் ஈன்ற தாய் தங்கம்மாளிடமும், ஈன்றெடுக்காத அன்னை ராமுத்தாயிடமும் தான். வைராக்கியத்தாற்காகவே வாழ்ந்து கொண்டிருக்கும் நாச்சிமுத்துவிடம், அன்பைக் காட்டிலும் மரியாதையும் பயமுமே அதிகம் அவனுக்கு.

"இந்தா, என்னாதிது புள்ளைய வேல வாங்கிட்டிருக்கீக? நீயி இங்குட்டு வா ராசா. நகருங்க அந்தப்பக்கம். உட்காருய்யா, நல்லெண்ணெய் ஊத்தி சாறு கொண்டாந்திருக்கேன். சூடாக்குடி மேலுநோவு காணாம போயிடும்!" என்ற ராமு, மருதனை அமர வைத்துக் குடிகலத்தில் (கிண்ணம்) இருந்த குழம்பைக் கொடுக்க, தாயின் சொல்லை ஏற்று அதை அருந்தினான்.

குடித்து முடித்தவனின் கண்கள் கலங்கியிருக்க, "என்னய்யா?" என்று வினவியவரிடம் பதில்சொல்ல முடியாது அவன் பார்க்க.. மகன் வைத்த மிச்சத்தைத் தன்வாயில் சாய்த்துக்கொண்ட நாச்சி, "ஹஹார்ர்ர் ஹர்ரர் யேன்தாயி எத்தினி மொளகாய அரச்சு ஊத்துன? வூட்டுல இருந்தது எல்லாம் காலியா போச்சா? இத குடிச்சா புள்ளைக்கு மேலு நோவு போவுதோ இல்லியோ, வயித்துக்கு நோவு வந்துப்புடும்!"

"செத்த சும்மாயிருங்க, யேன் ராசா காரமாவா இருந்திச்சு?" என ராமு மருதனிடம் வினவ, அவனோ வாயைத் திறக்காது அமர்ந்திருந்தான்.

"சும்மா, நெசத்த சொல்லுயா!" என்று நாச்சி எடுத்துக் கொடுக்க, "அதெல்லாம் இல்ல ஆத்தா. நல்லா ருசியாத்-

தான் இருந்துச்சி!" என்றான்.

கணவனைப் பார்வையாலேயே கண்டித்து, "ஒங்கள பொறமேலு பேசிக்கிடுறேன்!" எனக் கழுத்தை வெட்டிக்கொண்டு அவர் செல்ல, மனையாளை பொய்யான பயத்துடன் பார்வையாலேயே பின்தொடர்ந்தார் நாச்சி. இருவரது நடவடிக்கையையும் கண்ட மருதனுக்கு, தன்னைப் பெற்றவர்களது நினைவு வந்தது.

சித்தக்குளத்தில் மூத்த தம்பதிகள் என்றால் நாச்சியும் ராமுவும் தான். பெரியவருக்கு எண்பத்துநான்கு வயது, ஆறு மாதங்களுக்கு முன்பு நிறைவடைந்திருக்க.. ஆத்தாவிற்கு எழுபதைக் கடந்திருந்தது.

அவர்களுக்கென்று ஒரு குழந்தை பிறந்திருந்தால், இந்நேரம் பெயரன் பெயர்த்திக்குத் திருமணம் முடித்துச் சதாபிஷேக வைபவம் நடந்திருக்கும். குழந்தை இல்லாததாலோ என்னவோ, அதற்குக் கொடுக்க வேண்டிய அன்பையும் சேர்த்து கணவன் மனைவிக்குள்ளேயே பகிர்ந்து கொண்டனர்.

ஆனால் தங்கம்மாளின் வாழ்வில் இதுபோல் எந்தவித மகிழ்ச்சியும் அவருக்குக் கிட்டவில்லை. அவரது மொத்த வாழ்வும் மகன் மருதனுக்காக மட்டுமே வாழ்ந்து, உயிரையும் விட்டுவிட்டார்.

பெயர் மட்டுமே தங்கமென இருக்க, அவருக்குக் கிட்டியதென்னவோ துருப்பிடித்த வாழ்வுதான். சின்னநாச்சி தன்னவளுக்கான கணவனாய் இருந்ததை விட.. ஊரிலிருக்கும் மற்ற பெண்களுக்காக உரிமையாய் வருத்தம் கொள்ளும் பெண்ணாசை கொண்டவராகத்தான் இருந்தார். தந்தையின் உயிரணுவில் அல்லவா மருதனும் பிறந்து வந்திருக்கிறான், தகப்பனுக்குத் தப்பாமல்..!

* * *

"ஐயா ஐயா" என்ற குரலில் இல்லத்தின் வாயிலுக்கு விரைந்தாள் ஜென்சி.

"யாருங்க, என்ன வேணும் உங்களுக்கு?" என வாயிலிலிருந்த புதுமனிதனிடம் அவள் வினவ, "யூசப் டாக்டரு

வூடு தானுங்களே?"

"ஆமா"

"அவுகளைக் கொஞ்சம் பார்க்கணுங்களே, வூட்டுல இருக்காகளா?"

"உள்ள வாங்க" எனச் சிந்தனையுடனே அவரை அழைத்துச் சென்றாள்.

"யூசப்!" எனக் குரல் கொடுக்க வெள்ளை நிறத்தில் மேல்சட்டையும் கால்சராயுமாக வெளியே வந்தான். அவனது கனிவான பார்வையும் புன்னகைத்த முகமும், கண்ட நொடி-யிலேயே யூசப்பிடம் மரியாதையையும் தோழமை உணர்வை-யும் கொடுக்கும்.

"உட்காருங்க" என்று வந்தவரை வரவேற்றவன்.. மனை-வியை ஒருபார்வைப் பார்க்க, கூடத்தில் விளையாடிக் கொண்டிருந்த ஒருவயது மகன் யாகிலை தூக்கிக்கொண்டு உள்ளே சென்றாள் ஜென்சி.

"சொல்லுங்கய்யா, நீங்க யாரு?"

"வணக்கமுங்க, நானு சின்னப்பாண்டி. பண்ணைவூட்டு தங்கம்மா எங்கிட்டக்க அவுக நிலத்த குத்தகைக்கு வுட்டு-ருந்தாக. ஒரு வருஷம் முடிஞ்சுப்போச்சு. வருஷா வருஷம் குத்தகைக் காச உங்ககிட்டக்கக் குடுக்கச் சொல்லியிருந்தாக. அதேன் குடுத்துப்புட்டுப் போவலாம்னு வந்தேன்!" என மஞ்-சள்பையில் சுற்றி வைத்திருந்த பணத்தை எடுத்து நீட்டினார்.

அவரைக் கண்டு புன்னகைத்தவன், "ஜென்" எனக் குரல் கொடுத்தான்.

அவள் குழந்தையுடன் வெளியேவர.. இருகுவளை தேநீருடன் அவ்வீட்டில் பணிபுரியும் பஞ்சவர்ணம், பின்தொ-டர்ந்து வந்தாள்.

"பணத்தை வாங்கிக்கோ!" என மனைவிக்குக் கட்டளை-யிட, பாண்டியிடம் பெற்றுக் கொண்டாள்.

பஞ்சு தேநீரை நீட்ட.. தயக்கத்துடன் பார்த்தவரைக் கண்டு புன்னகைத்தவன், "என்னங்கய்யா வேற மதத்துக்கா-ரவங்க வீட்டுல எப்டி சாப்பிடுறதுனு யோசிக்கிறீங்களா?"

அவர் நினைப்பதை யூசப் கண்டு கொண்டதை எண்ணி சற்றே திடுக்கிட்டாலும்.. அதைச் சமாளிக்க வலிந்த முறுவ-லொன்றை உதிர்த்து, "இல்லிங்கய்யா வாரப்பத்தேன் காபித்-தண்ணிய தொண்டைல ஊத்திக்கிட்டு வந்தேன்!" எனச் சமாதானமாய் உரைக்கத் தனக்குள்ளே சிரித்துக் கொண்-டான்.

ஜென்சிக்கு அவரது நடவடிக்கை ஒருவித எரிச்ச-லைத்தர.. அதை முகத்தில் காட்டாதிருக்க முயன்று, அதில் வெற்றியும் பெற்றாள்.

"சேரி நானு கெளம்புறேங்க" என எழுந்தவர், "ஒரு சமாச்சாரம்.."

இருவரும் கேள்வியாய்ப் பார்க்க, "அறுவட செஞ்ச மொத நெல்ல சாமி கும்புட்டுட்டு வழக்கமா அத நிலத்-துக்காரவுக்கிட்ட தேன் கடுப்போம்.! காச ஓங்கக்கிட்ட தர சொன்னவுக, இதப்பத்தி ஒண்ணுஞ்சொல்லல. அவுக இருந்-துருந்தா தங்கம்மாக்கிட்டயே குடுத்திருப்பேன். குத்தகைக்கு வுட்டதை எவருக்கும் சொல்ல வேணாமுனு கேட்டுக்கிட்-டாக. அதுனால இத நானு பெரியவூட்டுலக்கூடக் குடுக்க முடியாது! இத என்னா செய்யிறது?" என அவர் மஞ்சள் பையிலிருந்த ஒருபடி நெல்லைக் காட்ட, ஜென்சியும் யூசப்-பும் ஒருவரை ஒருவர் பார்த்துக் கொண்டனர்.

ஒருநொடி நிதானித்தவன், "போய் மினிய கூட்டிக்கிட்டு வாங்கமா" எனப் பஞ்சுவை அனுப்பினான்.

அடுத்த இரண்டாவது நிமிடம் எட்டுமாத மேடிட்ட வயிற்றோடு வெளியே வந்தாள் மினி.

சின்னப்பாண்டி புரியாமல் பார்க்க, "இது என் தங்-கச்சிதான். இவக்கிட்ட கொடுங்க" என்றவனின் சொல்லை அவரால் ஏற்க முடியாவிட்டாலும், கர்ப்பிணி பெண்ணிடம் கொடுத்தால் அவள் வயிற்றிலிருக்கும் பிள்ளை வளர்வது போல், தன்குடும்பமும் நல்முறையில் மென்மேலும் வளரும் என்ற நம்பிக்கையில் அதற்குச் சம்மதித்தார்.

"ஓஞ்சீல முந்திய காட்டுமா!" எனச் சின்னப்பாண்டி கூற, தன்புடவை தலைப்பை எடுத்து நீட்டினாள்.

தன்னிடமிருந்த மொத்த நெல்லையும் அவளது மடியில் கொட்டிவிட்டு, அதிலிருந்து ஒருபிடியளவு கையில் அள்ளி தன்னிடம் வைத்துக் கொண்டவர், "வாரேன்மா" என அவளிடமும், யூசப் மற்றும் ஜென்சியிடம் தலையசைப்புடனும் விடைபெற்றுக் கிளம்பினார்.

மினி கண்களில் நீருடன், "அண்ணே இது?" எனத் தயக்கத்துடன் வினவ, "இது உனக்கானது மா" என்றான்.

"இதுக்கு உரிமையானவ நானில்ல அண்ணே" எனக் குரல் கமற கூறியவளைப் பார்த்து புன்னகைத்த யூசப், கனிவுடன் அவளின் தலையை வருடிவிட்டுச் சென்றான்.

அடுத்த ஐந்தாவது நிமிடம், "ஜென்!" எனக் குரல் கொடுக்க, கணவனுக்குத் தேவையானதை கவனிக்கச் சென்றாள் ஜென்சி.

இருவரும் தங்களது பணியை முடித்துக் கொண்டு தயாராகிவர, பஞ்சவர்ணமும் மினியும் அவர்களுக்காகக் காத்திருந்தனர்.

யாகிலின் கன்னத்தில் இதழ் ஒற்றிய ஜென்சி.. மகனை பஞ்சுவிடம் கொடுத்துவிட்டு முன்னே செல்ல, மினியிடம் வந்தான் யூசப்.

"இன்னும் ரெண்டு நாள்ல உனக்கு எக்ஸாம் இருக்கு. தேவையில்லாதத மனசில போட்டுக் குழப்பிக்காம, படிக்கிற வேலையை மட்டும் செய்!" என்றவன் பஞ்சுவிடம், "குழந்தையையும் மினியையும் கவனமா பார்த்துக்கோங்கமா. ஜென் மதியம் வந்திடுவா" என்றுவிட்டு.. வீட்டு வாயிலை நோக்கி விரைய, மகிழுந்துவை இயக்கி கணவனுக்காகக் காத்திருந்தாள் ஜென்சி.

ஓட்டுனர் இருக்கைக்கு அருகிலிருந்த இருக்கையில் யூசப் அமர்ந்து கொள்ள, அவர்களின் மருத்துவமனையை நோக்கிப் பயணமாயினர் அந்த மருத்துவத்தம்பதி.

◆ அத்தியாயம் 2

"ஏன்யா, யென்னத்துக்கு நீயி போற? அதேன் முனியன் இருக்கியான்ல, அவன அனுப்பிவுடலாம்!" என்ற ராமுவைப் பார்த்து சிரித்த மருதன், "பதினோரு மணிக்குமேல வந்திடு-றேன் ஆத்தா. அதுக்குப் பொறவு முனியன் போனா, விடி-யிற வரைக்கும் இருந்து பாத்துகிடுவான்ல?"

"ஏனுங்க நீங்களாது அவன்கிட்டக்கச் சொல்லக்கூ-டாதா? யென்னத்துக்கு இப்ப இந்த வேல?"

நாச்சி, "யேன் தாயி, அவன்தான் போயிட்டுவாரேனு சொல்லுறாம்ல செய்யட்டும். அவனுக்கும் பொறுப்பு வர வேணாமா? இப்பவே யெல்லாத்தையும் பழகிக்கிட்டாத்தான, நமக்குப் பொறவு இருக்க நெலம் நீச்ச பாக்க முடியும். இனி எத்தினி நாளுக்குதேன் ஓம்மவன பொத்திப் பொத்தி வைப்ப?" என வினவியவருக்குப் பதில் சொல்லத் தெரியாது முகம் சுருக்கி நின்றார் ராமுத்தாயி.

பெரியவரின் அருகே வந்த மருதன், அவரின் தோளில் கையிட்டு, "ஆத்தா என்னத்துக்கு இப்படி நீ விசனப்படுற? நானு ஒண்ணும் சின்னப்புள்ள இல்ல!"

"நீயி வளந்துட்டதான் ராசா, நான் இல்லைனு சொல்லல! இன்னிக்கு பௌர்ணிமி கண்ணு, எல்லச்சாமி ராசுத்து (இரவு ஊர்வலம்) வரும். யெங்களுக்குனு இருக்-கது, நீயி ஒத்தப்புள்ள ராசா. நீயும் எதுக்க, எது வந்தாலும் ஒதுங்கணும்னு நெனைக்க மாட்ட, மல்லுக்கு நிப்ப. அதேன் ராசா மனசுக்குச் சங்கடமாயிருக்கு"

"எல்லச்சாமி எதுக்க வந்தா, ஒனக்காக ஒதுங்கிப் போயிடுறேன் ஆத்தா போதுமா?" என வினவியவாறே தனக்கான அறைக்குள் சென்றான் மருதன்.

பத்து நிமிடங்களில் மேல்சட்டை அணிந்து தயாராகி வந்தவனிடம், "இந்தாய்யா மோட்டார் ரூமு சாவி" எனத் திறவுகோளைக் கொடுத்த நாச்சி, "ரூமுக்குள்ளார டார்ச் லைட்டும் எங்கம்பும் இருக்கு, அத எடுத்துக்க. நெம்ப நேரம் அங்கன இருக்காத, தூக்கம் வந்துச்சுனா உடனே வந்துப்-புடு.

செத்த கண்ணசந்தாலும் எவனாவது நுழஞ்சுப் புடுவி-யான். காட்டுலயிருக்கப் பூச்சிப்பொட்டு எதுனா உடம்புல ஏறிப்புடுச்சினா, பொறவு நெம்பச் சிரமமா போவும். யெங்க-ளுக்கு உனைய தவுர வேறெதுவும் பெரிசில்ல ராசா!" என்ற பெரியதந்தையிடம் தலையசைத்துவிட்டு கிளம்பிச் சென்-றான்.

ஊருக்குள் சமீப காலமாக.. இரவு நேரங்களில் வயலி-லும், தோப்பிலும்.. காய்களும், பழங்களும் திருடுபோய்க் கொண்டிருந்தது. அதன் காரணமாக, தங்களது தோட்டத்தின் காவலுக்காக, தற்போது மருதன் கிளம்பிச் செல்கிறான்.

இதற்கு முன்பு இது போன்ற வேலையெல்லாம் செய்-ததில்லை அவன். பெரியவீட்டுக்கு வந்தபின், கடந்த சில தினங்களாகத்தான் நாச்சியுடன் வயலுக்குச் சென்று வருகி-றான்.

முதன்முறையாக இரவுநேர காவலுக்குச் செல்கிறான். அதனால்தான் ராமுத்தாய் மகனை எண்ணி, இத்தனை தூரம் வருத்தம் கொள்கிறார்.

மருதனின் தாயார் தங்கம்மாள் உயிரோடிருந்த காலத்-தில் வீட்டிற்குத் தேவையான பொருட்களும், ஆடவனின் கைசெலவிற்கும் பணம் வீடுதேடி வந்துவிடும்.

நாச்சி.. பெரியவீட்டிற்குப் பொருட்கள் வாங்கும்போது, பண்ணைவீட்டிற்கும் சேர்த்தே வாங்கிக் கொடுத்து விடுவார். முனியனின் மூலம் பணமும் கைசேர்ந்து விடும்.

அப்பொழுதெல்லாம் மருதன் வீட்டிற்குச் செல்வதென்பது உண்பதற்கு மட்டுமே. ஆம், தன் தாயைத்தவிர வேறு எவர் சமைப்பதையும் உண்ணமாட்டான். இந்த விசயத்திலும் அவன் தன்தந்தையைப் போலத்தான்.

சின்னநாச்சியின் நாவின் தேவைக்கு என்றைக்குமே தங்கத்தின் கைப்பக்குவம்தான். ஏனோ உடல் தேவைக்கு, மனையாள் மட்டும் போதுமானதாகத் தோன்றவில்லை போலும்!

மருதன் ஆத்தாவின் கையால் ஏழுவயதிற்கு முன்பு உண்டது. அதன்பிறகு குடும்பத்திலும் உறவிலும் ஏற்பட்ட

பிரச்சனைகளினாலும் விரிசல்களாலும், அவன் பெரியவீட்டிற்கு வருவதையே தவிர்த்துவிட்டான்.

தவிர்த்தான் என்பதைவிட அவனது தந்தை தடுத்தார் என்பதுதான் சரியாய் இருக்கும். தன் கௌரவத்தை விட மனமின்றி, தங்கத்தின் மனதையும் வேதனைப்படுத்த விரும்பாது, தனக்கான மரியாதையையும் காப்பாற்றிக் கொள்ளும் பொருட்டு, நாச்சிமுத்து பண்ணைவீட்டிற்குச் செல்லாமலேயே இருந்துவிட்டார்.

கணவனது மனதை அறிந்து, ராமுத்தாயும் இன்றுவரை அந்தவீட்டின் வாயிலை மிதிக்கவில்லை.

பொது இடங்களில் எங்கேனும் மருதனைக் காணும்போது, பெரியவர்கள் தங்களது அன்பை பரிமாறிக் கொண்டனர். தந்தை சின்னநாச்சியின் இறப்பிற்குப்பின்.. பெரியவீட்டிற்கு வரத்துவங்கிய மருதனின் தேவை, வெறும் பணம் மட்டுமே!

வளர்ந்து நின்றவனைக் கண்டிக்கும் வழியறியாது நாச்சியும் அமைதியாக இருந்துவிட, விதியானது தங்கத்தின் உயிரைப் பறித்து, மருதனை பெரியவர்களின் வசம் ஒப்படைத்து விட்டது.

மகன் செல்லும் வழியையே பார்த்துக் கொண்டு ராமு வெளியே நிற்க, மனையாளைப் பார்த்தவாறு கூடத்திலிருந்த ஊஞ்சலில் படுத்திருந்தார் நாச்சி. அனுமதி எதுவும் கேட்காமல் பழைய நினைவுகள் ஆழ்மனதிலிருந்து மேலெழும்பி, அவரின் விழியோரம் கசிந்து வெளியேறத் துடித்தது.

ஊரில் பாதிக்கு மேலும்.. வயலும் தோட்டமும் இருக்க, இல்லையென்ற சொல்லேயே அறியாமலும், எவரிடமும் கூறாமலும் வளர்ந்தவர் நாச்சியின் தந்தை. வாரிக்கொடுப்பதில் கர்ணனுக்கு இணையெனப் பெயர் பெற்றவர். மற்றவர்களுக்குக் கொடுப்பதற்காகவே கடுமையாக உழைத்து சொத்தையும் சேர்ப்பார் அந்தப்பெரும் மனிதர்.

சித்தக்குளத்தின் புகழ்பெற்ற ஜோதிட வல்லுநர். வெளியூர்களில் இருந்தெல்லாம், இவரிடம் வந்து ஜோதிடம் பார்த்துச்செல்வர். அவர் உதிர்க்கும் ஒவ்வொரு சொல்லும் நூற்-

றுக்கு இருநூறு சதவிகிதம் உண்மையாயிருக்கும் என்பது ஜோதிடம் பார்த்து சென்றவர்களின் வாக்கு.

பணத்திற்காக என்றில்லாமல், ஜோதிடக்கலையின் மீதிருந்த அளப்பரிய ஆர்வத்தினால் அதைக்கற்று, இலவசமாக மற்றவர்களுக்கு ஜோதிடம் பார்த்தார். தன் சொந்த மாமன் மகளையே விரும்பி திருமணம் செய்து கொண்டவருக்கு, அடுத்த ஓராண்டில் பிறந்தவர்தான் நாச்சிமுத்து.

மூத்த மகனான அவர், அப்படியே தந்தையின் அச்சு. உருவத்தில், பேச்சில், நடத்தையில், உழைப்பதில், மற்றவருக்கு உதவுவதில், கனிவான குணத்தில், மனைவிடம் கொண்டுள்ள அன்பில் எனத் தந்தையைப் போலவே நாச்சி.

அவர் பிறந்து இருபது வருடங்களுக்குப்பின் பிறந்தவர் சின்னநாச்சி. இளையவரது பிறப்பின் போது நாச்சியின் தாயார் இறந்துவிட, தந்தையோ மனைவியை இழந்த துக்கத்தில் ஒடுங்கிப்போனார்.

குடும்பத்தைக் கவனிப்பதிலிருந்து, கைக்குழந்தையான தம்பியை பார்த்துக்கொள்வது வரை அனைத்து பொறுப்புகளும் இருபத்தோரு வயது நாச்சியின் தலையில் விழுந்தது. அனைத்தையும் திறம்படக் கவனித்துக் கொண்டவருக்கு, 'பிறந்து சிலமாதங்களே ஆன குழந்தையை எப்படிக் கையாள்வது?' என்று தெரியவில்லை.

தம்பியைக் கவனிப்பதற்காக உறவுக்காரப் பெண்ணான ராமுத்தாயை திருமணம் செய்துகொண்டார் நாச்சி.

ராமு சற்றே கடுமையான குணம் கொண்டவர். தோற்றம், பேச்சு, செயல், உழைப்பு என அனைத்திலும் ஆண்மையின் சாயல் இருக்கும். ஆனால் அன்பு காட்டுவதில் அவருக்கு இணை எவருமில்லை. தான் பெறாவிட்டாலும் மருதனிடம் அவர் நடந்து கொள்ளும் விதமே அதற்குச் சாட்சி.

நாச்சியின் அமைதியும் அழுத்தமும், ராமுவின் அதிரடியும் ஓங்கிய குரலும் ஒன்றுக்கொன்று பொருந்தாமல் சற்றே முரண்பாடாக மற்றவர்களுக்குத் தெரிந்தாலும், அந்த வேறுபட்ட குணங்களே இருவருக்கும் இடையான குடும்ப வாழ்க்-

கைக்கு அடித்தளமாய் இருந்தது.

மனையாளின் கட்டளையான குரலுக்கு நாச்சி மறு-சிந்தனை இன்றித் தலையசைப்பார் என்றால், கணவனது அழுத்தமான பார்வைக்கு ராமு சட்டென்று வாயை மூடிக்-கொள்வார்.

கணவரின் உடன்பிறந்த தம்பியை தன் சொந்த மகனா-கவே ஏற்றுக்கொண்டார் ராமு. இரண்டாண்டுகளுக்குப் பின் நாச்சியின் தந்தை இறந்துவிட, கணவன் மனைவி இருவ-ருக்கும் சின்னநாச்சி மட்டுமே உலகமானார்.

மதினி(அண்ணி) உறவானாலும் இளையவருக்கு ஒரு தாயாகத்தான் இருந்தார் ராமு. கையில் குழந்தை என்ற ஒன்று இருந்ததாலோ என்னவோ, நாச்சிக்கும் ராமுவிற்கும் தங்களுக்கென ஒருகுழந்தை இல்லையே என்ற எண்ணமும் ஏக்கமும் வந்ததே இல்லை. சின்னநாச்சி மட்டுமே பெரிய-வீட்டு குடும்பத்தின் ஒரேவாரிசு என்றானார்.

"தாயி, எம்புட்டு நேரந்தேன் வெளியவே நிப்ப? உள்ளார வந்து செத்த உக்காரு!" என நாச்சி அழைக்க, கணவனது சொல்லுக்குத் தலையசைத்து அரைமனதோடு வீட்டிற்குள் வந்தார் ராமு.

தரையில் அமரப்போனவரிடம், "மேல உக்காரு தாயி" என்றவாறு ஊஞ்சலில் இருந்து அவர் எழ, "நீங்க படுங்-கய்யா, யெனக்கு அடுப்படியில கொஞ்சம் வேலை கெடக்கு. பாத்துட்டு வாரேன்" என நகர்ந்தார்.

மருதனின் இருசக்கர வாகனம் அந்தக் காரைவீட்டின் முன்பு நின்றது. வெளியேயிருந்த இரும்புக் கதவை சங்கி-லியால் பிணைத்துப் பூட்டியிருக்க, அதைத் தொட்டுப்பார்த்-தான்.

இடைவேட்டியில் பாதுகாப்பாய் வைத்திருந்த திறவு-கோலை எடுத்து, பூட்டைத்திறந்து உள்ளே சென்றவனை இருளே வரவேற்றது.

சிலநொடி இடைவெளியில் சாளரத்தின் வழியே வெண்-ணிலவனின் பால்வெளிச்சம் உட்புறம் நுழைந்து, காய்ந்த மல்லிகை மாலையுடன் சுவற்றை நிறைத்திருந்த தங்கத்தின்

புகைப்படத்தில் பட்டு எதிரொலித்தது.

புன்னகை ததும்பும் முகத்துடன், "என்னய்யா?" என்று தங்கம் கேட்பது போன்று செவியினில் ஒலிக்க, இமைகள் உவர்நீரை உற்பத்தி செய்யத்தயாராகின.

"அம்மா!" என அவனது நாவும் இதழ்களும் இணைந்து உச்சரித்தது அடித்தொண்டையிலேயே நின்று கொள்ள, அங்கு அடங்கியதை விழிகள் வெளியேற்றின கண்ணீராய்!

காய்ந்து போன மாலையை அகற்றிய மருதன்.. தன்தோளில் போட்டிருந்த துணியால் புகைப்படத்தைத் துடைத்து, தான் வாங்கி வந்திருந்த புதுமாலையை அணிவித்தான். இல்லத்தில் கண்களைச் சுழலவிட்டவனின் பார்வை இடப்பக்கம் இருந்த அறையில் நிலைத்து நிற்க, கால்கள் தானாக அதனை நோக்கிச் சென்றது.

அது அவளது அறை, அவனது கண்ணம்மாவின் உடைமை. இருவருக்குமான தனிமையான தருணங்களை அளித்து, அதன் நினைவுகளைச் சுமந்து நிற்கும் இடம்.

இன்னுமே 'அவளிடம் தனக்கு இருப்பது என்ன மாதிரியான உணர்வு?' என்று அவனுக்குப் புரியவில்லை. ஆனால் பெண்மையின் தொடுகைக்கும் அருகாமைக்கும், அவனது தேகமும் மனமும் ஏங்கியது. வலக்கை தானாய் உயர்ந்து வலப்புற கன்னத்தை வருடிக் கொண்டது.

அவள் அளித்த இதழ் ஒற்றல்களின் எண்ணிக்கையும் 'மாமா' என்ற அழைப்பும் கணக்கில் அடங்காதவை.

இமைகள் கவிழ்ந்து கருவிழிகளைத் தனக்குள் பதுக்கிக்கொள்ள.. தாய் தங்கத்தின் முகம் விழித்திரையில் நிழலாட, மறுநொடியே அவளுடனான மொத்த உணர்வுகளும் அறுந்து போயின. முகத்திலிருந்த வலியின் ரேகை தொலைந்து, கடுமையும் சினமும் பரவ.. சட்டென்று அங்கிருந்து வெளியேறினான் மருதன்.

வீட்டைப் பூட்டிவிட்டு ஆத்தாவிற்குக் கொடுத்த வாக்கின்படி.. எல்லைச்சாமிக் கோவிலைத் தவிர்த்து, தோட்டத்திற்குச் செல்லும் மாற்றுப்பாதையில் தன்வாகனத்தைச் செலுத்தினான்.

இயந்திர அறையிலிருந்த கை மின்விளக்கை (டார்ச் லைட்) எடுத்துக் கொண்ட மருதன், அதை இயக்கி தோட்டத்தை இருமுறை சுற்றி வந்துவிட்டு கிணற்றினருகே அமர்ந்தான்.

சிலநிமிடங்கள் கடந்திருந்த வேளையில் சாரைப் பாம்பு ஒன்று அவனருகே ஊர்ந்து செல்ல, கையிலிருந்த கம்பின் மூலம் அதைத் தூக்கிச் சென்று.. சுற்று வேலிக்கு வெளியே விட்டுவிட்டு திரும்பிய நொடி, மெலிதான வளையொலி சப்தம் செவிப்புலனைத் தீண்டியது.

சில்வண்டுகளின் ஒலியின் இடையே தனித்துக்கேட்ட அந்தச் சப்தம்.. ஆடவனின் கண்களையும், செவிகளையும், மூளையையும் கூர்தீட்டியது. அடுத்த நான்காவது நிமிடம் அந்த இடத்தைக் கண்டறிந்து, அவளது கையைத் தனது இறுக்கமான பிடிக்குள் கொண்டு வந்திருந்தான் மருதன்.

ஆடவனின் தொடுகையில் தப்பிச்செல்ல எண்ணாமல்.. அவனது கைக்குள் அடங்கி அவள் அமைதியாய் இருக்க, "யாரு நீயி? ஏத்தமெடுத்த காவாலிப் பைய எவனோ, யெல்லாரு தோப்புக்குள்ளையும் நுழஞ்சு திருடிட்டுப் போறானு நெனைச்சா, ஒரு பொட்டப் புள்ளையா இந்த வேலய செய்யிறது?" என்றவாறே கையிலிருந்த மின்விளக்கின் ஒளியினால் அவளைக் கண்ட மருதன் அதிர்ந்தான்.

அவனது பிடியின் அழுத்தம் தானாய் தளர்ந்து அவளது கையைவிட.. இதழ்களோ அனிச்சையாய், "தேவி!" என உதிர்த்தது.

முகத்தில் இருந்த வலியும் குற்ற உணர்ச்சியும் மறைந்து.. இதழ்கள் தானாய் மலர, "மருது நீயி தானா? ஏங்கைய பிடிச்சப்பவே தோணுச்சு. ஆனா நீயி காட்டுப்பக்கம் யெல்லாம் வரமாட்டியே, வேற யார்கிட்டயோ நல்லா மாட்டிக்கிட்டோம்னு நெனச்சேன்!" எனச் சின்னதாய் சிரித்தவளை புதியதாய் பார்த்தான்.

தேவியின் அழகே, சற்றே பூசிய உடல்வாகுதான். கன்னங்களும் நன்கு உப்பி, பந்து போன்றிருக்கும். எவருக்கும் பார்த்தவுடன் கிள்ளிப் பார்க்கத் தோன்றும் கன்னம்

அவளுக்கு. கண்கள் மிகமிகச் சிறியதாய் இருக்கும். அதைப் பளிச்சென்று காட்டுவதற்காக மையிட்டுக் கொள்வாள். அப்படியிருந்தும் அது கன்னத்திற்கு உள்ளே புதைந்தது போல்தான் தெரியும்.

இன்றும் அப்படித்தான் இருந்தது, கண்கள் உள்ளே போய். ஆனால் மாற்றாகக் கன்னமும் அமுங்கி, கண்களைச் சுற்றி கருவளையம் தோன்றியிருந்தது. நிறமும்கூடச் சற்றே மங்கி, உடலும் மெலிந்திருந்தாள்.

கிட்டத்தட்ட ஒரு வருடத்திற்குப் பின் அவளைப் பார்க்கிறான் மருதன். தன் கண்களையே நம்பமுடியாமல், எதிரில் நிற்பவளை குழப்பத்தோடு நோக்கினான்.

"என்னாச்சு மருது? என்னத்துக்கு இப்டிப் பாக்குற, இதுக்கு முன்னுக்க நீயி பாக்காததா என்ன?" என்று அவள் கேலியாய் வினவ, "நீயி ஏன்டி இப்டி ஆயிட்ட?" என மறுவினா தொடுத்தவனின் குரலில் உண்மையான வருத்தம் தெரிந்தது.

"உடம்பு போயிடுச்சு மருது. ஓங்கூட்டாளிக கூட எவனும் வூட்டுப்பக்கம் எட்டிப் பாக்குறதில்ல. கையில இருந்த காசும் கரைஞ்சுப் போச்சு. பசி..! பொறுத்தமட்டும் பொறுத்துப் பாத்தேன், முடியல. டவுன்ல இருக்க நாலஞ்சு கடைல வேல கூடக் கேட்டுப் பாத்தேன். எனைய மாதிரி ஒருத்திக்கு வேல தரமாட்டாங்களாம். அங்கன இருக்க ஆம்பளைங்க மனசை கெடுத்திடுவேனாம்!" என்றவளின் கண்கள் மெலிதாய்க் கலங்கியிருந்தது.

மூச்சை உள்ளிழுத்து கண்ணீரை இமைக்கரையை விட்டு வெளியேறாமல் அணைக்கட்டி நிறுத்தியவள், "எத்தினி நாளிக்குத்தான் பட்டினி கெடக்கிறது மருது? வேலயும் கெடைக்கல, அடுத்தவன் வூட்டுக்குப் போய் நிக்கவும் விருப்பமில்ல. இந்தூருல இருக்கப் பாதி ஆம்பளைகளுக்கு மேல, ஏ வூட்டு வாசல்ல நின்னவனுங்க! யார்கிட்டையும் வாய்விட்டுக் கேட்க மனசுவரல. அதேன் ராவுல யார் தோட்டத்துலயாவது நுழஞ்சு, கைக்குச் சிக்குறத கொண்டுபோய்ச் சாப்ட்டு உசுர புடிச்சு வச்சுக்கிட்டு இருக்கேன்?"

என்று மெலிதாய் புன்னகைத்தாள்.

ஏனோ மருதனிற்கு அவளைக் காணவே மனமெல்லாம் வலித்தது. இதுவே முன்பானால் கண்ட நொடியினில், அவனது கைகளுக்குள் இறுகிய அணைப்பில் இருந்திருப்பாள் தேவி.

'வேணாம்யா இந்தச் சகவாசம். நம்ம வம்சத்தையே அழிச்சுப்புடும். பழிவந்து சேர்ந்துபுடும் ராசா. அம்மாவோட கடைசி ஆசைய்யா, இனிமே எவ வீட்டுக்கும் போகமாட்டேனு சத்தியம் செஞ்சுக்குடு!' எனத் தங்கம்.. அவரது இறுதி நொடியினில் வாங்கிக்கொண்ட வாக்கானது, அவனை இத்தனை மாதங்களாய்க் கட்டுக்குள் நிறுத்தி வைத்துக் கொண்டிருக்கிறது.

இதுவரை மட்டுமல்ல, அவனது ஆயுள்வரை நிறுத்தி வைக்கும் வல்லமை பெற்றது அது!

"சேரி வா, வூட்டுக்குப் போவலாம்!" என்ற மருதனை வியப்புடன் ஏறிட்டவள், "நெசமாவா?" என்றிட.. சின்னதாய் சிரித்து 'ஆம்' என்பது போல் மேலும் கீழுமாகத் தலையசைத்தான்.

புடவை முந்தானையில் அவள் ஒளித்து வைத்திருந்த ஒன்றிரண்டு காய்கறிகளை, உடையைப் பற்றியிழுத்து கீழே சிதறவிட்டான்.

வேதனையோடு அவனைப் பார்த்த தேவி, "இதை மட்டும் கொண்டு போறேனே?" எனக் கெஞ்சலாய் வினவ, "நானு ஓனக்கு சாப்பாடு வாங்கித்தாரேன். இந்தத் திருட்டுப்புத்தி வேணாம்!" என அழைத்துச் சென்றான்.

தேவியின் வீட்டிற்குச் செல்லும் வழியிலிருந்த உணவு விடுதியில், அவளுக்கான உணவை வாங்க.. உள்ளிருந்தவர்களின் கண்களோ வாயிலில் நின்றிருந்தவளை மேய்ந்தது. ஒருசிலரின் பார்வை அவனையும் துளைக்க, எதையும் சட்டை செய்யாது அவளுடன் கிளம்பிச்சென்றான் மருதன்.

தேவி உண்டு முடிக்கும்வரை அவளது வீட்டிலேயே இருந்தவன், "இந்தா செலவுக்கு வச்சிக்க!" எனப் பணத்தைக் கொடுத்தான்.

ஆடவனது கையிலிருந்த மதிப்பான காகிதங்களையும் அவனது முகத்தையும் பார்த்தவள், "இன்னைக்கு ராவு இங்கன இருந்துட்டு போறியா மருது?"

"இல்ல தேவி, ஆத்தா யெனக்காகக் காத்துக் கெடக்கும். நானு வூட்டுக்கு போனதுக்குப் பொறவுதான், அது தூங்கவே போவும்!"

"அப்ப யெனக்கு இந்தக் காசு வேணாம்!"

"ஏன்டி?"

"நானு நேத்து வரிக்கும் தே*** , திருடியாத்தான் இருந்தேன். இப்ப இந்தக் காச வாங்குனா பிச்சக்காரியா ஆயிடுவேன் மருது. நீயி இங்கன இருக்கதுனா காச வாங்கிக்கிறேன், இல்லயினா வேணாம்!" எனத் தொண்டை அடைக்கக் கூறியவளைப் பார்த்து புன்னகைத்தவன், அவளது கையைப் பற்றிப் பணத்தை உள்ளங்கையில் திணித்தான்.

தனது கரத்தை விடுவித்துக் கொள்ள முயன்றவளிடம், "இத நானு ஒனக்குக் கடனாத்தான் தாரேன். அத எப்ப, எப்டி திருப்பித் தாரதுனு நீதேன் முடிவெடுக்கணும்! வட்டியில்லாத கடனா வச்சிக்க, நாளைக்கு வந்து ஒனைய பாக்குறேன். கதவப் பூட்டிக்கிட்டு நிம்மதியா தூங்கு!" என்றவன் திரும்பிப் பாராமல் அங்கிருந்து கிளம்பினான்.

வீட்டு வாயிலிலிருந்து சற்றுத்தள்ளி.. அவர்கள் இருவரையும் பார்த்தபடி நின்றிருந்த மணியனைக் கண்ட தேவி, முகத்தில் வெறுப்பைக் காட்டி வாயில்கதவை உட்புறமாகத் தாளிட்டுக் கொண்டாள்.

* * *

தனது நான்குமாத பெண் குழந்தையைப் பஞ்சவர்ணத்தின் கையில் கொடுத்துவிட்டு, தவிப்போடு நின்றிருந்தாள் மினி.

தயாராகி வந்த யூசப், "என்னமா ரெடியா, கிளம்பலாமா?"

"அண்ணா குழந்தை எப்படி நா.. நானில்லாம தனியா.." எனத் திணறலுடன் மொழிந்தவளை அன்போடு பார்த்தவன், பஞ்சு அம்மா இருங்காங்க மினி, அவங்க குழந்தையைப்

பாத்துப்பாங்க. நீ கிளம்பு, காலேஜ்க்கு டைமாச்சு"

அவள் தயக்கத்துடன் நகராமல் அதே இடத்தில் நிற்க.. வெளியே வந்த ஜென்சி, "இன்னும் எவ்வளவு நேரம் இப்படியே நிக்கிறதா உத்தேசம்? நான் யாகில டெலிவரியான ஒருமாசத்துலயே வீட்டுல விட்டுட்டு ஹாஸ்பிடல் போனேன். உன் மகளுக்கு நாலுமாசம் ஆச்சு, நீ என்னனா வீட்டுல இருக்கதுக்குக் காரணம் தேடிக்கிட்டு இருக்க? சீக்கிரம் வா, உன்னைக் காலேஜ்ல டிராப் பண்ணிட்டு, நானும் யூசப்பும் ஹாஸ்பிடல் போகணும்!" என அதட்டலாய் உரைத்தாள்.

பின் பஞ்சவர்ணத்திடம் குரல் தாழ்த்தி, "யாகிக்கு பால் கொடுத்து தூங்க வச்சிருக்கேன்மா. பாத்துக்கோங்க" என்றவள் அவரது கையிலிருந்து மினியின் குழந்தையிடம், "வீணா அழாம சமத்தா நல்லப்பொண்ணா இருக்கணும்!" என அக்கறையும் கட்டளையுமாய் மொழிந்துவிட்டு வெளியேறினாள்.

மினியும் பின்தொடர்ந்து சென்று, வாகனத்தின் பின்புறம் ஏறிக்கொண்டாள்.

குழந்தை புன்னகைக்க, பெற்றவளின் முகத்தில் இருந்த குழப்பம் மறைந்து தெளிவு பிறந்தது. மகளிடம் கையசைத்துவிட்டு, செவிலியர் பணிக்காக.. தான் பயிலும் கல்லூரியை நோக்கிப் பயணமானாள் மினி.

◆ அத்தியாயம் 3

"தேவி" என்ற அழைப்பொலியில் வெளியே வந்தாள் அவள். வீட்டின் பக்கவாட்டில் இருந்த திண்ணையில் இரண்டுபேர் பொருட்களை வைத்துவிட்டு நிமிர, அவர்களுக்கான பணத்தைக் கொடுத்தான் மருதன்.

புரியாமல் பார்த்தவள், "என்னா மருது இது?"

"வூட்டுக்கு சாமான்!"

பணத்தைப் பெற்றுக்கொண்டு நகர்ந்த வேலையாட்களை, "இந்தாப்பா தம்பிங்களா!" என அழைத்த தேவி, "இதெல்-

லாம் எடுத்துட்டுப் போயி கடையிலயே திருப்பிக் கொடுத்து-ருங்க"

புரியாது பார்த்த மருது, "ஏய் என்னத்துக்குத் திரும்பவும் கொண்டு போவ சொல்லுற?"

"யெனக்கு இதெல்லாம் வேணாம் மருது!"

"வேற என்னா செய்யிவ, அதான் எவனும் வேலையும் தரமாட்டிறானுவனு சொன்னியே?"

மெலிதாய் புன்னகைத்தவள், "இங்க இருக்க யெல்-லாத்தையும் குடுத்தனிப்பீட்டு, நீயி உள்ளார வா சொல்லு-றேன்!" என்றவள் வீட்டினுள் செல்ல, மருதனும் அவர்களை அனுப்பிவிட்டு தேவியைப் பின்தொடர்ந்தான்.

"நெம்ப மாறிட்ட போல!" எனக் கேட்டு சிரித்தவளைப் புதியதாய் பார்த்தான்.

"நானு என்னா மாறுனேன், அப்படியேத்தேன் இருக்-கேன்!" என்றவனைப் பார்த்து அவள் மேலும் சிரிக்க, "ஏய் இந்தா இப்ப என்னத்துக்கு இப்டி சிரிச்சிட்டிருக்க?"

"அந்தப்புள்ள நெம்ப அழகா இருப்பாளா மருது?"

"யார கேக்குற நீயி?"

"அதான் ஓ வூட்டுல இருந்தாளே, ஒங்கம்மா கூட்டி-யாந்த பொண்ணு. பேருக்கூடக் க.. கண்.. ஏதோ கண்ணுனு வருமே?" என்று அவள் சிந்திக்க.. மருதன் சிரித்து, "கண்-ணம்மா!"

"ஹான், ஏய் இல்ல இல்ல வேற ஏதோ பேரு.." எனச் சிலநொடிகள் இடைவெளிவிட்டு, "கண்மணி!" எனச் சரி-யாக நினைவு கூர்ந்தாள்.

"ஒனக்கு எப்டி தெரியும்?"

"ஓங்கூட்டாளிகதேன் சொன்னாங்கே, நீயி யேன் இங்கன வாரதில்லனு கேட்டேன்! அவன் வூட்டுக்குள்ளயே ஒருத்திக்கூடக் குடும்பம் நடத்திக்கிட்டு இருக்கியான். இனி வரமாட்டியானு சொன்னான் மணி"

தேவியின் பேச்சிற்கு முகத்தில் எந்தப் பிரதிபலிப்பையும் அவன் காட்டாதிருக்க, "அந்தப்பொண்ணு யேன் போச்சு மருது?"

"தெரியல" என்றவனின் குரல் வெறுமையாய் ஒலித்தது.

"ஒனைய பத்தி தெரிஞ்சிருச்சா, அதேன் போயிட்டாளா?"

மறுத்து தலையசைத்தவன், "அவளுக்கு எனைய மட்டுமில்ல உனைய பத்தியும் தெரியும்!"

சற்றே திகைத்த தேவி, "என்னா சொல்லுற, தெரிஞ்சும் எப்டி ஓங்கூடப் பழகுச்சு?"

"அதுவும் தெரியல. யேன் வந்தா? யென்னத்துக்கு எம்மேல அம்புட்டு பிரியமா இருந்தா? நானு சொல்லுற யெல்லாத்துக்கும் யேன் தலையாட்டுனா? யேன் அம்புட்டுப் புடிவாதம் புடிச்சா? யேன் போனா? இது எதுவுமே தெரியல. இத்தினி நாளா இம்புட்டு கேள்வியும், வலியும் மனசவிட்டு போவ மாட்டிக்கிது. அவமேல இருக்க ஆசையும், அடங்க மாட்டிது. ஆனா அத்தனைக்கும் மேல கோவமும் இருக்கு. அவளை யென்னைக்குப் பாக்குறனோ, அந்த நிமுசமே கழுத்த நெறிச்சிடுவேன்!" எனக் கண்கள் சிவக்க கூறியவனைக் கண்டு, தேவிக்குச் சற்று பயமாகக்கூட இருந்தது.

"நீயி இம்புட்டுத் தூரம் கோவப்படுற அளவுக்கு, அப்டி என்ன செஞ்சா?"

"ப்ச்ச் அதவுடு, நீயி யேன் சாமானெல்லாம் வேணானு சொன்ன?"

"நானு ஊரவுட்டு போறேன் மருது!"

மெலிதான அதிர்வுடன் அவளைப் பார்த்தவன், "யேன் இப்டி ஒரு முடிவெடுத்த? ஒனக்கு யாரத் தெரியும், எங்கன போவ..?"

"இங்க வாரப்ப மட்டும் யெனக்கு யாரத் தெரியும் மருது. கிழிஞ்ச துணிமாதிரி நடுரோட்டுல போட்டுட்டுப் போயிட்டானுங்க. சாகக்கெடந்தவள காப்பாத்துறேன்ல பேர்ல கூட்டியாந்த மணி, மொத்தமா இந்தச் சாக்கடைக்குள்ளயே எனைய தள்ளிட்டான். நானும் இத்தினி நாளா வெளியவர நெனைக்கல.

நேத்து நீயி கடனா வச்சிக்கனு காச கொடுத்தப்ப தான், அதை எப்டி திருப்பித்தாரதுனு யோசன வந்துச்சு. இங்கன

இருந்தா தரமுடியாது மருது. அதேன் ஊரவிட்டு போவலாம்னு முடிவு பண்ணிட்டேன். எனையப்பத்தி யாருக்கும் தெரியாத ஊருக்குப் போனா, வூட்டு வேலையாவது செஞ்சு பொழச்சுக்குவேன்" என்றவளை வலியோடு பார்த்தான்.

"நீயி இப்டி ஆனதுக்கு நானும் ஒரு காரணம்" எனக் குரல் கமற கூறியவனின் கையைப் பற்றியவள், "நானு இப்டியானதுக்கு நா மட்டுந்தான் காரணம். பெத்தவங்க சொல்லுப் பேச்ச கேட்டுக்கிட்டு ஒழுங்கா வூட்டோட இருந்திருந்தா, இப்டி சீரழிஞ்சிருக்க மாட்டேன்.

நெம்பக் கண்டிஷன் பண்ணுறாக, கோவப்படுறாக, திட்டுறாகனு.. அறியாத வயசுல வூட்டவுட்டு வெளியவந்து நானே இந்த வாழ்க்கைய தேடிக்கிட்டேன். இதெல்லாம் இப்பத்தேன் புரியிது, ஆனா சரி செஞ்சுக்கத்தான் வழியில்ல. இனிமேயாவது உருப்படியா இருந்துட்டுப் போறேனே!" எனப் புன்னகைத்தவளின் தலையை ஆதூரமாய் வருடிவிட்டான்.

"சேரி நீயி கௌம்பு, இங்கன நெம்ப நேரம் இருந்தா பெரியவுக காதுக்குச் சேதி போயிடும். பொறவு வீணா அய்யாவுக்கும் ஆத்தாவுக்கும் மனசு சங்கடம்!" எனத் தேவி கூற, மறுமொழி எதுவும் உரைக்காது தலையசைத்துவிட்டுக் கிளம்பினான் மருது.

தனக்கான உடைகளையும், மிக அவசியமான சிலபொருட்களையும் எடுத்துக் கொண்டு வீட்டிலிருந்து வெளியேற, அவளை நோக்கி வந்தான் மணியன்.

"என்னா தேவி, எங்கனயோ கௌம்பீட்ட போல?" என்றவனைச் சலனமின்றிப் பார்த்தவள், "இந்தா ஒ வூட்டுச் சாவி" எனக் கொடுத்தாள்.

அவன் கேள்வியாய்ப் பார்க்க, "நானு ஊரவுட்டு போறேன் மணி, யெனக்கு இங்கன இருக்கது பிடிக்கல"

"இத்தினி வருஷம் கழிச்சு இப்ப என்னா புதுசா?"

"இதுநா வரைக்கும் தோணல, இப்ப தோணுது!"

"இனிமேலுக்கு அரசு (மருதரசன்) வரமாட்டியானு இந்த முடிவாக்கும்?"

அவன் கேட்பது உண்மைதான் என்றபோதும், ஏனோ அதை வெளிப்படையாய் ஒத்துக்கொள்ள மனமில்லை தேவிக்கு. அவள் இதுவரை பழகிய ஆண்களிலேயே, மருதன் மட்டுமே பெண்மையின் உடலையும் கடந்து மனதைத் தொட்டவன்.

முன்தினமும் இன்றும் அவனிடம் பேசியதை வைத்து, மருதனுக்குள் ஏற்பட்டிருக்கும் மாற்றங்களைத் தெரிந்து கொண்டாள். என்னதான் அவன் கண்மணியிடம் சினம் கொண்டிருப்பதாய் உரைத்தாலும்.. அதையும் கடந்து அவனுக்கு, அவளிடமிருக்கும் நேசத்தையும் உணர்ந்தாள்.

ஒருவேளை அவனுக்குப் பிற்காலத்தில் நல்வாழ்வு அமையும் பட்சத்தில், ஒரே ஊரில் இருந்துக்கொண்டு அதனைக்கண்டு இயல்பாய் கடந்துவிடும் பெண்ணல்ல அவள். மனம் ஊமையாய் அழும்.

அவனுக்காக மகிழ்ச்சியும் கொள்ள இயலாது, தனக்காக வருந்தவும் இயலாது தவிப்பதைவிட, எங்கேனும் மருதனை காணா அளவிற்கு வெகுதூரம் சென்றுவிட வேண்டுமென்றே இந்த முடிவினை எடுத்தாள் தேவி.

மருதனிடம் கொண்டிருக்கும் நேசத்தை வெளிப்படுத்தவும், அவனுடனான ஒரு வாழ்விற்கு விருப்பம் கொள்ளவும்.. பெண்மகள் கடந்து வந்த தவறான பாதை முட்டைக்கட்டை இட்டுவிட்டது.

இதுவே ஒருசாதாரணப் பெண்ணாக இருந்திருந்தால், அவனிடம் துணிந்து தன்அன்பை கூறியிருப்பாள் தேவி. அசாதாரணமான வாழ்க்கைக்குள் சுழன்ற அவளால், உணர்வுகளைக்கூட வெளிப்படுத்த இயலாது, மனதிற்குள்ளேயே புதைத்துக் கொண்டாள்.

"சேரி நானு போறேன்!" என நகர்ந்தவளின் கைப்பற்றி நிறுத்திய மணியன், "ஒனக்கு எப்படியோ தெரியாது, யெனக்கு என்னைக்கும் ஓ நெனப்பு மனசவிட்டுப் போகாது. நீயி அரசுக்கிட்டக்கப் பேசுனதக் கேட்டுக்கிட்டுதேன் இருந்தேன்! ஓ வாழ்க்க இப்டி ஆனதுக்கு நாந்தேன் காரணம்!

அன்னைக்கான ஏ ஆசைக்கு.. உடம்பு மட்டுந்தான் நெனவுல வந்திச்சே தவுர, மனசப்பத்தின யோசன செய்யல நானு. அப்பவும் ஓம்மேல பிரியம் இருந்திச்சு, இப்பவும் இருக்கு. இனிமேலுக்கு இருக்குமானு கேட்டா தெரியல. ஆனா ஓ நெனப்பு மனசுல இருந்து யென்னைக்கும் போவாது. இந்த வூடு ஒனக்காகனு கொடுத்ததுதேன்!" எனத் திறவுகோலை அவளிடம் திருப்பிக் கொடுத்தான்.

அவள் இமைக்க மறந்து பார்க்க, "ஒனக்கு வரணும்னு தோணிச்சினா வா. இந்த ஊரவிட்டு நானு எங்கனயும் போகமாட்டேன். யெனக்குக் கல்யாணம் கட்டிக்கிடுற நெனப்பெல்லாம் இல்ல. ஒருவேள.. நீயி திரும்ப வந்தா, அதப்பத்தி யோசிக்கலாம்!" எனப் புன்னகைத்தவன், "சூதானமா பொழச்சிக்க" என்றான்.

தேவிக்கு அவன் உதிர்த்த சொற்கள் பெரும் அதிர்ச்சியைத்தர, எதிரே இருப்பவனைப் பற்றிப் புரிந்து கொள்ள முடியாமல் திணறினாள். ஏனோ அவன் கூறுவதை ஏற்கவும் முடியவில்லை, உதறித்தள்ளவும் இயலவில்லை.

அவளின் கையிலிருந்த பையை வாங்கிக்கொண்ட மணியன், "வா ஒனைய பஸ்ஸுல ஏத்தி வுடுறேன்" என முன்னே நடக்க, இயந்திரப் பாவையாய் பின்தொடர்ந்தாள் தேவி.

தங்களது ஊரிலிருந்து நகரத்திற்குச் செல்லும் சிற்றுந்துவில் அவளை ஏற்றிவிட்டவன், "எங்கன போற?" என வினவ, சொல்லமாட்டேன் என்பது போல் தலையசைத்துப் புன்னகைத்தாள்.

"டிரைவர் அண்ணே ஒத்த நிமுஷம் பொறுங்க!" என்றவன், அவசரமாய்த் தன் சட்டைப் பையிலிருந்த பணத்தை எடுத்து, தேவியின் புடவை முந்தானையில் வைத்து முடிந்துவிட்டான்.

அவள் மறுப்பதற்கான நேரத்தைக்கூடக் கொடாமல் அடுத்தநொடியே பேருந்தின் பாகத்தில் ஓங்கி அடித்து, "போலாம் போலாம்.. ரைட் ரைட்!" எனக் குரல் கொடுத்தவாறே அவளுக்குக் கையசைக்க, நகரும் பேருந்திலிருந்து

கண்களில் நீரும் வியப்புமாய் மணியனது பிம்பத்தை உள்வாங்கியவாறே சென்றாள் தேவி.

பேருந்து கண்ணிலிருந்து மறையும்வரை காத்திருந்தவன், தன்வேட்டியை மடித்துக் கட்டிக் கொண்டு எல்லைச்சாமி கோவிலை நோக்கிச் சென்றான். பின்புறத்தில் கேட்ட பேச்சுக் குரலில் அவ்விடத்தை அடைந்தவனை.. ரவியும், முருகனும் வரவேற்றனர்.

ரவி கேலியாய், "என்னா மணியா? ஆச நாயகிய வழியனுப்பி வச்சிட்டியா?"

நண்பனை முறைத்தவாறே, "இருக்கச்சொல்லிக் கேட்டேன் முடியாதுனுட்டா"

முருகன், "அவ போறதுக்கே நீதானடா காரணம். பொறவு என்னா கவலைப்படுற மாதிரி நடிக்கிற?"

"நடிக்கிறனா?" என இன்னதென்று புரியாத குரலில் உரைத்து மெலிதாய்ப் புன்னகைத்தவன், "வேற என்னா செய்யிறது. அவ அரசுமேல ஆசப்பட்டு, எனைய ஒதுக்குனா. அவள இங்கன கூட்டியாந்ததே நானுதேன். யென்னால அத ஏத்துக்கிட முடியல, அதேன் கண்மணியப்பத்தி அவக்கிட்டக்கச் சொல்லிட்டு, இங்கன அரசுவையும் அவளையும் பிரிச்சுவிட்டேன்!"

"நாங்களும் தானடா தேவிக்கூடப் பழகுனோம், யெங்க வாழ்க்கையிலயும் விளையாண்டுறாதடா!" எனச் சற்றே கேலியும் பயமுமாய் முருகன் கூற, "அதேன் ஒருவருஷமா உங்களையும் சேர்த்து, அவ வூட்டுக்கு எவனையும் போவ வுடாம நிப்பாட்டி வச்சிட்டனே! ஒங்க வாழ்க்கைல வெளையாடி என்னா கிடைக்கப் போவுது யெனக்கு? அதேன் அவளே ஊரைவிட்டுப் போயிட்டாளே!

யாரும் போவலைனா, எந்த வேலையும் கெடைக்காட்டினா காசுக்காக எனையத்தேடி வருவானு நெனச்சேன். ரோஷக்காரி, திருடுற அளவுக்குப் போயிட்டா. நேத்து ராவு அரசு, அவ வூட்டுக்குப் போனதைப் பாத்ததுமே அம்புட்டுக் கோவம். அடிச்சுப் போட்டுடலாம்னுதேன் போனேன். ஆனா உள்ளார அவுக பேசுனதக் கேட்டதும், மனசு மாறீடுச்சு.

இன்னிக்கு காலேலதேன் தெரிஞ்சிக்கிட்டேன் அரசு மனசுல இருக்கது தேவியில்ல, அந்த வெளியூர்க்கார பொண்ணுனு!" எனப் பெருமூச்சுவிட்டான் மணியன்.

ரவி, "அரசு அந்தப்புள்ளைய நெனச்சு நெம்பச் சங்கடப்படுறான்டா, நாம கண்மணியப் பாத்ததை அவன்கிட்ட சொல்லிடலாமா மணி?"

"ம்ம், ஆயிரந்தேன் இருந்தாலும் அவனும் நம்ம கூட்டாளிதேன். உங்கள்ல எவனாது ஒருத்தன் சொல்லிப்புடுங்க, நானு வரல!" என அங்கு நிறுத்தி வைத்திருந்த தன் இருசக்கர வாகனத்தை எடுத்துக் கொண்டு கிளம்பினான்.

* * *

வீட்டின் பின்புறத்தில் துணிதுவைக்கும் கல்லில் அமர்ந்து இரவுதேவன் வெண்ணிலவனை வெறித்துக் கொண்டிருந்தான் மருதன். அன்றோடு தங்கம்மாள் இறந்து ஒருவருடம் கடந்திருந்தது.

நாச்சியின் சொல்படி இராமேஸ்வரம் சென்று.. ஈன்றவருக்குக் காலையே திதி கொடுத்துவிட்டு, சற்று முன்தான் வீடுவந்து சேர்ந்தான். இன்னும் உணவருந்தவில்லை, விரதத்தில் இருக்கிறான். ஆத்தா சமையல் வேலையில் ஈடுபட்டிருந்தார்.

"மருதய்யா, வாயா வந்து சாப்புடு" என ராமு குரல் கொடுக்க, எழுந்து சென்றான்.

இரு தலைவாழை இலைகள் போடப்பட்டு உணவு பரிமாறப்பட.. ஒன்றின் முன் அமர்ந்தவன், "இது யாருக்கு ஆத்தா?" என்றிட, அதற்கான விடையாய் நாச்சி வந்தமர்ந்தார்.

கேள்வியாய் பார்த்தவன், "என்னங்கய்யா இந்த நேரத்துக்குச் சாப்புடுறீக?"

"நீனு மட்டும் விரதம் விட்டா போதுமா? பொறவு நாங்க பட்டினி கெடக்கதா?" என்ற பெரியவரைப் புரியாமல் பார்த்தான்.

"தாயி அதேன் பரிமாறிட்டேல, நீயும் உக்காரு சேந்தே சாப்புடுவோம்!" என மனையாளையும் நாச்சி அழைக்க,

"நீயி சாப்புடாம இருக்கப்ப நாங்க மட்டும் எப்டியா சாப்புடு-றது? தங்கம் ஒனக்கு அம்மானா, யெங்களுக்கு மக மாதிரி!" என மகனது குழப்பமான பார்வைக்குப் பதிலளித்த ராமு, தானும் உண்ணத் துவங்கினார்.

தாயின் நினைவில் அவனது கண்கள் கலங்க.. அதைப் பெரியவர்கள் அறியாமல் மறைத்துக் கொண்டவன், உணவை முடித்துவிட்டு தனக்காக ஒதுக்கப்பட்டியிருந்த அறைக்குச் சென்றான்.

படுக்கையில் விழுந்தவனது மனம் முழுக்கத் தாயின் நினைவே நிறைந்திருந்தது. தங்கத்தின் இறுதி நொடிகளில் அவருடன் இருந்தது, மருதனும் பெரியவர்களும் மட்டுமே!

மூவரின் கண்முன்னேதான் உயிரைவிட்டார் தங்கம். மகனுக்குத் தான் சொல்ல வேண்டிய அறிவுரைகளை.. வாக்காகப் பெற்றுக் கொண்டு, பெரியவர்களிடம் தன்தேவை-யைக் கட்டளையாய் பிறப்பித்துவிட்டு இறைவனிடம் தஞ்ச-மடைந்தார்.

* * *

முதல்நாள் மாலை நகரப்பேருந்தில் சென்ற போது, முருகனை சந்தித்திருந்தான் மருதன். இருவர் அமரும் இருக்கையில் அவன் மட்டுமிருக்க, அருகினில் வந்தமர்ந்-தான் முருகன்.

மருதன் பெயருக்கு புன்னகைத்து வைக்க, "எப்டி இருக்க அரசு?"

"ம்ம், நல்லாருக்கேன்" என்றவனது பதில் வாய்மொழிச் சொல்லாய் மட்டுமிருக்க, "யெங்க மேல இன்னமும் கோவமா இருக்கியா?"

"சேச்சே அதெல்லாம் இல்ல"

"பொறவு யேன் எல்லச்சாமி கோயிலுக்கு நீயி வாரதே-யில்ல?"

"ஒனக்குதேன் தெரியுமே, வூட்டுல துக்கம் நடந்தா மூணு மாசத்துக்குக் கோயிலுக்குள்ளார வரக்கூடாது. நானு வூட்-டுலயேத்தான் இருந்தேன். பொறவு மனசு தாங்கல, அதேன் பெரியவூட்டுக்குப் போயிட்டேன். அங்கன போன பொறவு,

சும்மா உக்காந்து சாப்புட மனசு உறுத்துச்சு. அதேன் பெரியவுகளுக்கு ஒத்தாசையா வயக்காட்டுக்குப் போறேன். அதுனால ஓங்களப் பாக்க வாரதுக்கு நேரம் கெடைக்கல" என விளக்கம் அளித்தாலும், தங்களைத் தவிர்ப்பதற்காகவே அவன் வயலுக்குச் செல்கிறான் என உணர்ந்து கொண்டான் முருகன்.

மருதனுக்குத் தங்களது மீதான சினம் இன்னும் இருப்பதாய் எண்ணியவன், "ஓங்கிட்டக்க ஒரு சமாச்சாரம் சொல்லணும் அரசு"

என்ன என்பது போல் பார்த்தவனிடம், "கொஞ்ச நாளைக்கு முன்னுக்க, அந்தக் கண்மணி பொண்ண டவுன்ல இருக்க ஆஸ்பத்திரியில பாத்தேன்"

அவன் குழப்பத்துடன் பார்க்க, "நெசமாத்தேன் அரசு, பொய்யெதுவும் சொல்லல" என்றவன், அடுத்த நிறுத்தத்தில் இறங்கி சென்றான்.

மருதனுக்குத் தோன்றிய முதல்கேள்வி, 'அம்மா எங்கிட்டக்கப் பொய்யி சொல்லுவாங்களா?' என்பது தான்.

'முருகே சொன்னது நெசம்னா, அம்மா சொன்னது பொய்யினு ஆகிப்போவுமே? இல்ல இல்ல.. இவன் வேற ஏதோ புள்ளைய பாத்துட்டு, அத கண்ணம்மானு நெனச்சிருப்பான்!' என அப்போதே அந்த விசயத்தை ஒதுக்கித் தள்ளியிருந்தான்.

அழையா விருந்தினராய் இன்று அவளது நினைவுகள் ஆடவனின் மனதில் வந்தமர்ந்து கொண்டது.

* * *

ஒரு மாதமாகவே மருதனால் கண்மணியிடம் பேச முடியவில்லை. எப்போதும் அத்தை தங்கத்துடனே இருந்தாள் அவள். அவன் கண்மணியைத் தனியே சந்திக்க முயற்சிப்பதும், அந்த முயற்சி வெற்றியடையாமலும் நாட்கள் நகர்ந்தன.

ஒருவாரம் கடந்த நிலையில், ஒரே வீட்டிலிருந்தும் அவள் மருதனின் பார்வையில் கூடப் படவில்லை. அன்று மட்டும் அல்ல, தொடர்ந்த நாட்களும் அப்படித்தான்.

செய்துவிட்ட தவறினால் அதுவரை தாயிடம் கண்மணியைப் பற்றிக்கேட்க தயக்கம் கொண்டிருந்தவன், அன்று துணிந்து கேட்டுவிட்டான்.

"அம்மா, கண்ணம்மா எங்கன? கண்ணுலயும் படமாட்டிக்கிறா, வூட்டுல அவ பேச்சு சத்தமும் கேட்க மாட்டிக்கிதே?" என வினவ.. அவரோ நிதானமாய், "அவள நானு ஊருக்கு அனுப்பிட்டேன் மருது"

சற்றே அதிர்ந்தவன், "ஏம்மா எங்கிட்டக்கச் சொல்லல?"

"நானெதுக்கு ஓங்கிட்டக்கச் சொல்லணும்? அவள கூட்டியாந்தது நானு, இப்ப அவளோட சொந்தக்காரங்க நாங்க பாத்துக்கிடுறோம்னு சொன்னாக, அதேன் அனுப்பிட்டேன்!"

"ஏம்மா அனுப்புனீக, அவ இங்கனயே இருந்திப்பா இல்ல?"

"ஒரு வயசுப்புள்ளைய எத்தினி நாளைக்குத்தேன் நம்மவூட்டுல வச்சிருக்கது? ஊர்வாயி சும்மாபிருக்காது, கண்ணு, காது, மூக்கு வச்சு பேசிப் புடுவாங்கே! வாழ வேண்டிய பொண்ணு, நம்மனால அந்தப் புள்ளைக்கு எந்தப் பிரச்சனையும் வந்துறக்கூடாது அதேன்!" என்றவரிடம் குற்ற உணர்ச்சியினால் மேலும் பேச இயலாது அமைதியாகிவிட்டான் மருதன்.

அதற்கடுத்த நான்காம் மாதம், மாடிப்படிகளில் ஏறிக்கொண்டிருந்த தங்கம்மாள்.. எவரும் எதிர்பாராத விதமாய்த் தடுமாறி கீழே விழுந்தார்.

அந்த விபத்தில் தலையில் அடிபட்டு அதிகப்படியான குருதி வெளியேற.. சிகிச்சைக்காக மருத்துவமனைக்கு அழைத்துச் செல்லும் வழியிலேயே, மருதனுக்கு அதிர்ச்சியைப் பரிசளித்து இறந்துபோனார்.

◆ அத்தியாயம் 4

அதிகாலையே வயலுக்கு வந்துவிட்ட மருதன் காலை உணவிற்காக ஒன்பது மணியளவில் வீட்டிற்குச் சென்று

கொண்டிருந்தான்.

குறுகிய ஒற்றையடி பாதையில் இருசக்கர வாகனத்தில் வந்தவனது எதிர்புறம் பசுமாடு ஒன்று ஓடிவர, வாகனத்தைச் சற்றே ஓரமாக நிறுத்தி அதற்கு வழிவிட்டான்.

"அண்ணே அண்ணே மாட்டைப் புடிண்ணே" என்ற குரலில் ஊற்றுநோக்க, பசுவிற்குப் பின்னே ஓடிவந்தான் முனியன்.

தன்னைக் கடந்து செல்ல முயன்ற பசுவின் கொம்பை பிடித்து மருதன் நிறுத்த, அதுவோ அவனது பிடியிலிருந்து விடுபட முயன்று கொண்டிருந்தது.

சிலநொடி இடைவெளியில் பசுவின் முயற்சி வெற்றியடைந்து, மருதனிடமிருந்து தப்பிச்செல்ல அடுத்த நொடியே சுதாரித்தவன்.. தன் முழுபலத்தையும் திரட்டி அதனை நிறுத்தி வைக்கப்பார்த்தான். பசுத் திமிறியதில் அதன் கூரான கொம்புகளில் ஒன்று, மருதனின் வலக்கையைப் பதம் பார்த்தது.

அதற்குள் அவனை நெருங்கிவிட்ட முனியன், "அண்ணே ரெத்தம்?" என்று பதற, "அதெல்லாம் ஒண்ணுமில்ல, செத்த நேரத்துல சரியாப்போவும். என்னத்துக்கு இப்டி ஓடியாந்துச்சு?"

"மூக்கணாங்கயிறு போடுறதுக்கு அமுக்கிப் புடுச்சிட்டிருந்தோம் அண்ணே! ஒருத்தனோட புடி கொஞ்சம் தளந்துப்போச்சு, மத்தவங்களையும் எத்தி தள்ளிட்டு ஓடியாந்திருச்சு"

"புது ஆளுங்கள வுட்டுப் புடிக்கச் சொன்னா அப்டித்தேன். பழக்கமான ஆளுங்க யாரும் கெடைக்கலையா?"

அவன் அமைதியாய் நிற்க, "சேரி வா, நானு புடிக்கிறேன்!" என முன்வந்தான் மருதன்.

"இல்லண்ணே வேணாம், ஏற்கனயே கையில காயமா இருக்கு" என்றவனது சொல்லை ஏற்காது தன் தோளில் இருந்த துண்டை கைக்காயத்தில் சுற்றிக்கொண்ட மருதன், "மாட்ட இழுத்துக்கிட்டு முன்னுக்கப் போ!" என்றான்.

சிறிது நேரத்தில் மற்றவர்களுடன் இணைந்து வேலையை முடித்த பொழுது, மருது சுற்றியிருந்த துணியிலும், காயத்-

தின் குருதியானது தன் செவ்வண்ணத்தின் தடத்தைப் பதித்-திருந்தது.

அதைப் பார்த்த முனியன், "அண்ணே நெம்ப ரெத்தம் வருது போல, டாக்டருக்கிட்ட காட்டிப் புடலாம்ண்ணே"

"சேரி அதை நானு பாத்துக்கிடுறேன். நீயி இங்கன மாட்டைப் பாத்துக்க!" என்றவன் தொடர்ந்து "பெரியவுகட்ட சொல்லிப்புடாத! சங்கடப்படுவாக" எனக் கட்டளையாய் மொழிந்துவிட்டுக் கிளம்பினான்.

வழியில் நீரோட்டத்தில் கையைச் சுத்தம் செய்தபோதும் குருதி நிற்காமலிருக்க, நகரத்திலிருக்கும் மருத்துவமனைக்-குச் சென்றான்.

* * *

"தாயி" என அழைத்தவாறே வீட்டிற்குள் நுழைந்த நாச்சி, கூடத்தில் அமர்ந்திருந்த ஜோசியரை சிந்தனையுடன் பார்த்தார்.

பெரியவரைப் பார்த்ததும் அனிச்சையாய் எழுந்து, "வணக்கமுங்க" என்றவர் அப்படியே நின்றிருக்கக் குவளை-யில் தேநீரோடு வந்த ராமுத்தாயி, "என்னத்துக்கு நிக்கிறீக, உக்காருங்க!" என்றார் கணவரை ஓரக்கண்ணால் பார்த்த-வாறே!

நாச்சி மனைவியை விடுத்து, "என்னங்கய்யா வெவகா-ரம், வூட்டுக்கு வந்துருக்கீக?"

தன் புடவை முந்தானையில் துடைத்துவிட்டு ஒருசிறிய நோட்டினை நீட்டிய ராமு, "இந்தாங்கய்யா மருதனோட சாதகம். எம்மவனுக்கு எப்ப கண்ணால யோகம் கூடிவ-ருமுனு சொல்லுங்கய்யா. அப்டியே எந்தத் தெசைலிருந்து (திசை) வரும்னு சொல்லிட்டீகனா, நானு தரகருக்கிட்ட பாக்கச் சொல்லிப்புடுவேன்!"

ஜோசியர் நாச்சியைத் தயக்கத்துடன் பார்க்க.. அவரோ மனைவியிடம், "ஏந்தாயி நானுதேன் சொன்னேனில்ல நேரம் வரட்டுமுனு, நீயி என்னத்துக்கு இப்டி தவதாயப்படுற?"

"இப்டியேத்தான் ஒன்னரை வருஷமா சொல்லிட்டு இருக்கீக. யெனக்கு என்னமோ, ஒங்களுக்கு நம்ம புள்-

ளைக்குக் கண்ணாலம் செய்யிறதுல இஷ்டமில்லியோனு தோணுது. அதேன் நானே பாத்துக்கிடலாமுனு முடிவு செஞ்சிட்டேன்!"

"தாயி, தங்கம் சாவுறப்ப என்னா சொல்லுச்சுனு மறந்துட்டியா?"

"எம்புள்ளய பாத்துக்கிடுங்க மதினினு யெங்கிட்டக்கத்தான சொல்லுச்சு. ஓங்களுக்குத்தேன் மறந்துப்போச்சு! அது நெனவிருந்தா, யெனக்கென்னானு இப்டி இருப்பியளா?"

நாச்சி மெலிதாய்ச் சிரித்து, "எம்புள்ள எனைய தவுத்து வேற யாரு கையாலயும் சாப்புட மாட்டான், அவனோட வயித்த மட்டும் வாடவுடாம பாத்துக்கிடுங்க. அவன் வாழ்க்கய அந்தச் சாமி பாத்துக்கிடுமுனு சொல்லுச்சுல?"

"சரித்தேன்! சாமி பாத்துக்கிடுமுனா, அது என்னா நேர்ல வந்து பொண்ண அவங்கையில புடுச்சுக்குடுக்குமா என்னா? நாமதான அதுக்கான வழி செய்யணும்!"

"இங்கன சாமியா இருக்கவ, மருதன பெத்தவ. அவளுக்குத் தெரியாதா அவ புள்ளய பாத்துக்கிட!" என்றவாறே துண்டைத் தட்டி தோளில் போட்டுக் கொண்டவர் எழுந்து நின்றார்.

"இவுகளுக்கு வேற வேலயில்ல, என்னத்தையாவது பேசிக்கிட்டு!" என்ற ராமு ஜோசியரிடம், "நீங்க பாருங்கய்யா"

அவரது பார்வை நாச்சியிடம் அனுமதியை வேண்ட, சின்னதாய் தலையசைத்தவர் உள்ளறைக்குச் சென்றார்.

உடனே ஜாதகத்தைப் பார்க்கத் துவங்கிய ஜோசியர்.. இரண்டு நிமிடங்களில் அதை முழுமையாய் ஆராய்ந்து விரல்நீட்டி எதையோ கணக்கிட்டு, ஜாதகத்தை மூடி கீழே வைத்தார்.

"நீங்க சங்கடப்படாதிய ஆத்தா, வூட்டுக்கு மருமவளும் வாரிசும் வார நேரம் வந்துடுச்சு. ஓங்க மவனோட கையப் புடுச்சுக்கிட்டு சீக்கிரமே வந்து சேருவாக!" என்றவரின் சொல்லைக் கேட்டு முகமும் அகமும் மலர்ந்த ராமுத்தாயி.. அவருக்கான பணத்தைவிட, சற்று அதிகமாகவே கொடுத்-

தனுப்பினார்.

* * *

மருத்துவமனைக்குள் நுழைந்தான் மருதன். ஏற்கனவே சிலர் அங்குச் சிகிச்சைக்காக வந்திருக்க, அவர்களிடம் விசாரித்துவிட்டு தன் பெயரை பதிவு செய்வதற்காகச் செவி-லியப்பெண் அமர்ந்திருந்த இடம் நோக்கிச் சென்றான்.

"நர்ஸம்மா கையில அடிப்பட்ருச்சு, டாக்டர பாக்கணும்" எனப் பார்வையைத் தன்கையில் பதித்தவாறே கூற, "உங்க பேரு?" என்றவளின் குரலில் திடுக்கிட்டு நிமிர்ந்தான்.

வெள்ளைநிற சீருடையில் செவிலியராக அவனெதிரே அமர்ந்திருந்தது, மருதனின் கண்ணம்மா தான்.

இதழ்கள் தானாய், "கண்ணம்மா!" என்று அழைக்க.. அவளோ முகத்தில் எந்தச் சலனத்தையும் காட்டாது, "எப்டி அடிபட்டுச்சு?" என வினவியவாறே, காயத்தைத் தூய்மை செய்து, தனது கடமையை நிறைவேற்றிக் கொண்டிருந்தாள்.

சிலநொடிகளில் வரவேற்பறையில் சலசலப்பு ஏற்பட, அவள் நிமிர்ந்து வாயிலைப் பார்த்தாள்.

யூசப் வேக எட்டுக்களில் உள்ளே நுழைய.. அவனை நோக்கிச் சென்றவளிடம், "பேஷண்ட்ஸ் வந்துட்டாங்களா மினி?"

"எஸ் டாக்டர், ஆறு பேர் வந்திருக்காங்க"

"சரி ஓகே, டோக்கன் படி உள்ள அனுப்பு" என நகர்ந்-தவனிடம், "டாக்டர் இவங்க.." என்று மருதனைக் கைக்-காட்டினாள்.

நொடிக்கும் அதிகமாய்க் கூர்ந்து பார்த்த யூசப்.. அவனது உடலையும் ஆராய்ந்துவிட்டு மெலிதான புன்ன-கையுடன், "சரி இவர முதல அனுப்பிவிடு, நான் செக் பண்-ணிடுறேன்!" என்றுவிட்டு தனக்கான அறைக்குள் நுழைந்-தான்.

"நீங்க போங்க சார்" என அனுப்பிவிட்ட மினியை சந்-தேகத்துடன் பார்த்தவாறே சென்றான் மருதன்.

அவனறிந்த கண்ணம்மாவிற்கும், தற்போது காணும் மினி என்பவளுக்கும் அத்தனை வேறுபாடுகள்.

மருதனைக் கண்டதும் உரிமையுடனும் காதலுடனும் நோக்கும் விழிகள் அவளுடையது. இவளோ அந்நியனாய் விலக்கினாள்.

நெற்றி நிறைந்த பொட்டும், கழுத்தை உரசும் தொங்கட்டானும், இரட்டை ஜடை பின்னலுமாய் இருப்பவள் அவனின் கண்ணம்மா. வெற்று நெற்றியிடனும், பார்வைக்கே புலப்படாத சிறுஅளவிளான காதணியுமாய் இருந்தாள் மினி.

உருவம் மட்டும்தான் ஒன்றுபோல் இருந்ததே தவிர.. பார்வை, பேச்சு, செயல் அனைத்தும் வேறாய் இருந்தது.

'அவள்தானா இவள்?' என்பதை உறுதியாகத் தெரிந்து கொள்ள.. அவனது பார்வை பாவையின் கழுத்திற்குச்-செல்ல, அதுவோ சீருடையில் மொத்தமாய் மறைந்திருந்தது.

அன்று முருகன் கூறியதைப் பற்றிச் சிந்தித்துக் கொண்டே.. மருத்துவரின் எதிரில் அமர்ந்த மருதனிடம், "எப்டி அடிபட்டுச்சு?" என யூசப் வினவ, எந்தப் பதிலும் அவனிடம் இருந்து வரவில்லை.

"மருது, மிஸ்டர் மருதரசன்!" என அழுத்தமாய்க் குரல் ஒலிக்க, துயிலிலிருந்து விழிப்பது போல் தெளிந்து, "ம்ம் என்னா டாக்டர்?"

"காயம் எப்டி ஆச்சு?"

"மாட்டோட கொம்பு கீறிடுச்சு. ஆழமெல்லாம் இல்ல, லேசாதான்" என அவனே கூற.. மெலிதாய் புன்னகைத்த மருத்துவன், "சரி, திரும்புங்க! ஒரு டிடி மட்டும் போட்டுவிடுறேன்"

"அப்டினா?" என அவன் புரியாமல் வினவ, அதற்கான விளக்கத்தைக் கொடுத்துக் கொண்டே ஊசியையும் மருதனுக்குப் போட்டுவிட்டான்.

"நீங்க போகலாம்" என்ற யூசப், "நெக்ஸ்ட்!" எனக் குரல் கொடுத்துவிட்டு அதற்கான மணியையும் அழுத்த, மருதனோ நகரமால் இருந்தான்.

அவனைப் பார்த்தவன், "என்னாச்சு, உடம்புல வேற ஏதாவது பிராப்ளம் இருக்கா?"

"ஒடம்புல யெல்லாம் எந்த வெவகாரமும் இல்ல, யெனக்கொரு சந்தேகம்"

"என்ன சந்தேகம்?"

"வெளிய இருங்காகளே அந்த நர்ஸ், அவுங்க?" என மருதன் பாதியிலேயே நிறுத்த, "மினி, என்னோட சிஸ்டர்" என்றான் யூசப்.

அவன் புரியாமல் விழிக்க, "என்னோட தங்கச்சி" எனப் புன்னகைத்தபடி உதிர்த்த மருத்துவனின் பதிலில் முகம் வாடியவன், "சேரி டாக்டர், எம்புட்டு காசு?"

"வெளிய சிஸ்டர்க்கிட்ட கேட்டுக்கோங்க" என்றிட, தலையசைத்துவிட்டு வெளியேறினான்.

மினி அமர்ந்திருந்த மேஜையின் அருகே சென்றவனை, வெற்று இருக்கையே வரவேற்றது. வரவேற்பறையில் பார்வையைச் சுழற்ற, ஆடவனின் கண்களில் விழுந்தனர் அவ்விருவரும்.

இரண்டரை வயது யாகில் ஒரு இருக்கையின் பின்னே ஒளிந்து கொள்ள.. மினியின் ஒன்றரை வயது மகள், "அண்ணா காணும்!" என்று கூறியவாறே அவனைத் தேடிக் கொண்டிருந்தாள்.

இரண்டுமுறை சுற்றி வந்தவள் ஒருவழியாய் அவனைக் கண்டறிந்ததும், "அண்ணா பாச்சு.. அண்ணா பாச்சு" எனக் கைதட்டிக் குதித்துச் சிரிக்க, "சூ!" என்ற கட்டளையில் சட்டென்று அமைதியானாள்.

குழந்தையின் பார்வை சென்ற திசையை அவனது கண்களும் நோக்க, ஜென்சி அவளை முறைத்தபடி நின்றிருந்தாள்.

மினி மெலிதான புன்னகையுடன் தன்மகளை நோக்க.. அவளோ வாயில் கைவைத்து தன் அத்தையைப் போலவே, "சூ!" என்றாள்.

"கொஞ்சமாவது பயம் இருக்கானு பாரு, உன்பொண்ணுக்கு?" என மகளது செயலுக்கான பரிசை அன்னைக்குக் கொடுத்த ஜென்சி, "ஏய் குட்டி இங்க வா!"

அருகிலிருந்த யாகிலின் கையையும் பிடித்து இழுத்து, "வாணா" என்றவாறே அத்தையின் எதிரே போய் நின்றாள்.

"இங்க விளையாடக் கூடாது. பேஷண்ட்ஸ்க்கு டிஸ்டர்பா இருக்கும்ல, உள்ளப் போங்க!" என ஜென்சி கூறியதும், மருத்துவமனையில் அவர்களுக்காக ஒதுக்கப்பட்ட அறைக்குச் சென்றனர் இருவரும்.

மருதனை கடந்து செல்லும் போது குழந்தையின் தலை அவனது வலக்கையை இடித்துவிட.. வலியில் அனிச்சையாய், "ஸ்ஸ்" என்றிட.. குரல்கேட்டு திரும்பிய குழந்தை அவனது கையில் அடிபட்டிருப்பதைப் பார்த்து, தன்காலை முடிந்தளவு எக்கி உயரத்தை சற்று அதிகப்படுத்திக் கொண்டு மருதனின் கையைப் பற்றி, "உஸ் உஸ்" என ஊதியது.

அவளது செயலில் ஈர்க்கப்பட்டவன் குழந்தையைத் தூக்கிக்கொள்ள.. யாகில் குதித்து, "பாப்பா வுடு.. பாப்பா வுடு!" என்று கத்தினான்.

அனைவரது கவனமும் இவர்களிடம் திரும்ப, மருதனோ எதையும் கண்டுகொள்ளாது அடிபட்ட கையில் யாகிலையும் தூக்கிக்கொண்டான்.

ஒரேஉயரத்தில் இருவரும் பார்த்துக் கொள்ளும்படி இருக்க, குழந்தைகள் ஒருவர் மாற்றி ஒருவர் சிரித்துக் கொண்டனர்.

அவனெதிரே வந்த ஜென்சி, "அடிபட்ட கையில ஏன் குழந்தையைத் தூக்கி வச்சிருக்கீங்க?" என வினவி, "யாகி இறங்கு!" என்றதும், தாயின் சொல்லைக்கேட்டு அடுத்தநொடி கீழிறங்கிக் கொண்டான் அவன்.

தன்மகனது கையைப் பற்றிக் கொண்டு ஜென்சி உள்ளே செல்ல.. மருதனின் எதிரே வந்த மினி, தனது குழந்தைக்காகக் கைநீட்டினாள்.

"ஆள்தான் மாறிட்டனு நெனச்சேன், ஆனா மதமும் மாறிட்ட போல? கண்மணி மினியாகிடுச்சு!" என அவன் ஏளனமாய் வினவியதில் திடுக்கிட்டாள் மினி.

"யென்னோட பொண்ணைத் தெரிஞ்சிக்க முடியாதளவுக்கு நானு ஒன்னும் முட்டாள் இல்ல! சாயங்காலம் ரெடியா இரு, நம்ம வூட்டுக்குப் போவணும்!" எனக் கட்டளையாய் மொழிந்துவிட்டு குழந்தையுடன் அங்கிருந்து வெளியேறினான்.

புதியதாய் ஒருவன் தன்னைத் தூக்கிச் செல்வதை உணர்ந்து குழந்தை வீறிட்டு அழ, மினி பதற்றத்துடன் அவனைக் கடந்து சென்று வழிமறித்தாள்.

"குழந்தை அழுது பாரு, குடு!" என முகத்தில் வியர்வைத் துளிகள் உற்பத்தியாகி வாய் குழற கேட்டாள்.

ஏனோ அவளை அப்படிக் காண சகியாதவன், குழந்தையைக் கொடுத்துவிட்டு நகர்ந்தான்.

மினிக்கு விழிகளில் நீர்நிறைந்து வழிய.. எவரும் அதைப் பார்த்து விடாதவாறு வேகமாய்ச் சென்று யூசப்பின் அறைக்குள் புகுந்து கொண்டாள்.

தான் பார்த்துக் கொண்டிருந்த நோயாளியை அனுப்பி வைத்தவன், "என்னாச்சு மா, ஏன் அழற?" எனத் தங்கையின் அருகே வந்து வினவ, "அவன்.. அவன் என்னைக் கண்டுபிடிச்சிட்டான் அண்ணே!" என்றாள் தேம்பியவாறே.

"மருதன் ரொம்பச் சார்ப் தான். அவன் முதல கண்டுபிடிச்சது உன்னையில்ல, அவனோட பொண்ணைத்தான்!" என ஜென்சி கூற, இயலாமையுடன் பார்த்தாள் மினி.

யூசப் ஒருபணியாளரை அழைத்துக் குழந்தைகளைக் கவனித்துக் கொள்ளுமாறு கட்டளையிட, அழைத்துச்சென்றார் அவர்.

தங்கம்மாளின் சாயலை உரித்து வைத்தாற் போல் பிறந்திருக்கும் தன்மகளை, கலங்கிய கண்களோடு பார்த்தவாறே தவிக்கும் மனதுடன் நின்றிருந்தாள் மினி.

யூசப், "மருது ஏதாவது சொன்னானா?"

ஆம் எனத் தலையசைத்தவள், "சாயங்காலம் வீட்டுக்கு போகலாம்னு சொன்னான்"

ஜென்சி, "அப்ப ரெடியாயிடு!"

"அண்ணி!" என அவள் தவிப்போடு பார்க்க, "இப்டியே எத்தனை நாளைக்கு இருக்கமுடியும் கண்மணி. நாளைக்கு உன்பொண்ணு வளந்து, அப்பா யாருனு கேட்டா என்ன பதில் சொல்லுவ நீ? செத்துட்டா.."

அவள் பேச்சை முடிக்கும் முன்னே, "ஜென்!" என மனைவியின் பேச்சை நிறுத்தினான் யூசப்.

மினி அவளை வெறித்துப் பார்க்க, "நாம டாக்டர்ஸ் ஜென், நம்ம வாயில இருந்து அப்டி ஒருவார்த்தை வரலாமா? சாகப் போற உயிரா இருந்தாலும் கடைசி நொடி-வரை, காப்பாத்த முயற்சி பண்ணனும். அதுதான் நம்ம தொழில்! தர்மமும் கூட!" என்றவனைப் பார்த்து கேலியாய் சிரித்த ஜென்சி.. மினியிடம் திரும்பி, "செத்துட்டானு சொன்-னாலும், குழந்தையோட இன்ஷியலுக்கான பெயரைக் கேட்-பாங்க!" எனக் கூறிவிட்டு நகர்ந்தாள்.

மினி என்ன செய்வது என்று புரியாமல் தவிப்புடன் இருக்க, யூசப் இந்தச் சூழலை எப்படி எதிர்கொள்வது என்ற சிந்தனையில் இறங்கினான்.

* * *

மருத்துவமனை இருக்கும் சாலையிலேயே, சற்றுத் தொலைவிலிருந்த தேநீர் விடுதியில் அமர்ந்திருந்தான் மரு-தன். இன்னதென்று உணரமுடியாத மனநிலையில் உழன்று கொண்டிருந்தது ஆடவனின் மனம்.

'தன்வாழ்வில் என்ன நடக்கிறது? தான் அதை எப்படி உணர்கிறோம்..?' என்றே புரியவில்லை மருதனுக்கு.

எங்கோ கண்களுக்கு எட்டாத் தொலைவிற்கு அவள் சென்றுவிட்டதாக நினைத்திருக்க.. தற்போது கண்களுக்கு மட்டுமல்லாது, கைத்தொடும் தூரத்தில் இருக்கிறாள்.

தன்தாயே தன்னிடம் பொய் உரைத்ததை எண்ணி துடித்துப் போனான். தானும் அவரை ஏமாற்றியிருப்பதை.. அந்தநொடி, தன்னைப் பற்றி மட்டுமே சிந்திக்கும் மனம் மறந்துவிட்டது போலும்!

என்னதான் தன்குடும்பத்தாரிடமும் சுற்றத்தாரிடம்.. அன்பும் அக்கறையும், எவருக்கும் தீங்கிழைக்கக் கூடாது

என்ற கொள்கையினையும் ஒருமனிதன் கொண்டிருந்தாலும்.. அவனின் மனமும் ஏதேனும் ஒருதருணத்தில், சுயநலமாய்ச் சிந்தித்திருக்கும் தானே!

மருதனுக்கு எப்போதுமே சுயநலம் சற்று அதிகம்தான். அறிந்தே செய்த தவறை ஒதுக்கி.. தாயின் செயலில் வருத்தமும், வலியும் கொண்டான். தான் அடைந்த ஏமாற்றம், கண்மணியின் மேல் கோபமாய் உருமாறியது.

இதுநாள்வரை ‘தன்னிடம் சொல்லாமலும், தன்தாய் செய்த உதவிக்கு எவ்வித பிரதிபலிப்பையும் காட்டாது எப்படி அவளால் செல்ல முடிந்தது?’ என்று சினத்தில் இருந்தவனுக்கு, தற்போது அவள் நன்றி கெட்ட உயிராகத் தெரிந்தாள்.

‘இத்தனை அருகிலேயே இருந்து கொண்டு, தனது அன்னையின் இறப்பிற்குக்கூட வராமல் போனாளே?’ என்று எண்ணியவனுக்குக் கல் மனதுக்காரியாகவும், அவளது செயலில் சீற்றமும் தோன்றியது.

அடுத்த நொடியே தங்கத்தின் சாயலில் இருந்த தன்மகளை நினைத்து.. கோபம் தணிந்து மனம் மகிழ்ச்சியில் கூத்தாட, உடலானது மெலிதாய் சிலிர்த்து அடங்கியது.

மருதனே அறியாமல் அவனுக்கு ஒரு பெண்குழந்தை. அதுவும் அவன் உலகிலேயே அதிகமாய் நேசிக்கும் தாயைப்போன்றே! அந்த ஒற்றைக் காரணத்திற்காகவே, மினியின் மீதான தனது கோபத்தைச் சற்றே குறைத்துக் கொண்டான்.

* * *

மருதன் சொல்லிச் சென்றதையே நினைத்திருந்த மினிக்கு வேலையில் கவனம் பதியவில்லை. அதைக் கவனித்த ஜென்சி அவளை வீட்டிற்கு அனுப்பிவிட, யாகில் மற்றும் தன் குழந்தையுடன் வீடுவந்து சேர்ந்தாள்.

விழா ஒன்றிற்குச் சென்றிருந்த பஞ்சவர்ணமும் அந்நேரம் வேலைக்காக யூசப்பின் வீட்டிற்கு வந்துவிட, குழந்தைகளை அவரிடம் ஒப்படைத்தவள் தன்னறைக்குள் புகுந்து கொண்டாள்.

'மருதன் சொல்லிவிட்டு சென்றதை எந்தளவுக்குச் செயல்படுத்துவான், அன்றி மினியை காயப்படுத்துவதற்காக அப்படிக் கூறினானா?' எனக் குழப்பத்திலிருந்த யூசப்.. மாலை நான்கு மணியளவில் வீட்டிற்குக் கிளம்ப, ஜென்சியும் கணவனுடன் இணைந்து வந்தாள்.

இல்லத்தில் இயல்புக்கு மாறாக ஒருவித இறுக்கம் குடி-கொள்ள.. எதைப்பற்றியும் கவலை கொள்ளத் தெரியாத குழந்தைகள் இருவரும், தங்களது முக்கியப் பணியான விளையாட்டில் முனைப்புடன் ஈடுபட்டிருந்தனர்.

ஆரம்ப நாட்களிலிருந்தே மினியின் மகள் பஞ்சவர்-ணத்திடம் வளர்வதால், தனது அன்னையைக்கூடத் தேடாது அவரிடமே இருந்து கொண்டாள் குழந்தை.

மாலை ஐந்தரை மணிக்கு.. சொல்லியது போல், மருத்-துவரின் வீட்டிற்கு வந்தான் மருதன்.

அவனை முதலில் எதிர்கொண்ட யூசப், "என்ன விஷ-யமா வந்தீங்க?"

"யேன், நீங்க தத்தெடுத்த ஓங்க தங்கச்சி எதுவுஞ் சொல்லலியா?"

"அவ என்ன சொல்லணும்?" என அறியாதவன் போல் வினவ, "ஓங்க தங்கச்சியோட புருஷனை பாக்கலாமுனு வந்தேன்!" எனச் சற்றே அழுத்தமாய் உரைத்தான் மருதன்.

ஜென்சி இருவர் பேசுவதையும் மூன்றாம் மனிதியாய் பார்த்துக் கொண்டு நிற்க, அறைக்குள் இருந்த கண்மணி எதிர்பக்கச் சுவற்றை வெறித்தவாறு அமர்ந்திருந்தாள்.

◆ அத்தியாயம் 5

மருதனின் சொல்லில் திகைத்த யூசப் தன்னவளைப் பார்க்க, ஜென்சியோ தோளைக் குலுக்கிக்கொண்டு அங்கி-ருந்த இருக்கையில் அமர்ந்தாள்.

மருத்துவனுக்குத் தன்மனையாளின் மனமும் சிந்தனை-யும் நன்றாகவே தெரியும் என்பதால், எதுவும் பேசமுடியாது

நின்றான்.

கதவு திறக்கப்படும் சப்தம் கேட்க, மூவரது கவனமும் அங்குச் சென்றது.

மருதனை நேருக்குநேர் பார்த்த மினி, "ரெடியாயிரு வீட்டுக்கு போலாம்னுதான சொன்ன, எதுக்கு இப்ப தேவை இல்லாததை எல்லாம் பேசிட்டு இருக்க?"

யூசப், "மினி, எதுக்கு இவ்வளவு அவசரப்படுற? எனக்கு உன்னை இவரோட அனுப்புறதுல இஷ்டமில்ல, எதுன்னாலும் நிதானமா பேசி முடிவெடுத்துக்கலாம்!"

மருது, "நானு ஒங்களுக்கு விருப்பமா? பேசுவோமா? அப்டியெதுவும் கேக்கவே இல்லியே டாக்டரு.? அவளைக் கூட்டிக்கிட்டு போறேனுதான சொன்னேன்!" என அழுத்தமாய்க் கூற, "பஞ்சு அம்மா, பாப்பாவ தூக்கிட்டு வாங்க!" எனக் குரல் கொடுத்தாள் கண்மணி.

"மினி!" என அழுத்தமாய் அழைத்து அடுத்து நடக்கவிருக்கும் நிகழ்வுகளை ஒத்திவைக்க நினைத்து, தங்கையிடம் பேசுவதற்காக அவளை நோக்கிச் சென்றான் யூசப்.

"ஏன் வந்ததுல இருந்து நின்னுக்கிட்டே இருக்கீங்க? உட்காருங்க" என உபசரித்த ஜென்சி, மருதனுக்கு அருந்துவதற்காகத் தேநீர் தயாரித்துக் கொடுத்தாள்.

"உள்ள வா மினி, உன்கிட்ட பேசணும்!" எனச் சொல்லிக் கொண்டிருந்த யூசப், திரும்பி தன் மனைவியிடம் பார்வையாலேயே கண்டிப்பைக் காட்டிவிட்டு, தங்கையை அறைக்குள் அழைத்து வந்தான்.

"அவன் தன்னோட தப்பைப் புரிஞ்சிக்கிட்டு, உன்னை அழைச்சிட்டுப் போக வரல மினிமா. இன்னும் அவனுக்கு உன்மேல இருக்க ஆசையும், ஈர்ப்பும் குறையல. அதுக்காகத்தான் இப்ப வந்திருக்கான்!" என அவளுக்குப் புரியவைக்க முயன்றான்.

"அவன் செஞ்சது தப்புனா, இவ செஞ்சதுக்குப் பேரு என்ன?" என வினவியவாறே அவர்களின் அருகில் வந்தாள் ஜென்சி.

மினி எதுவும் பேசாது அமைதி காக்க.. யூசப் "இவ என்ன பண்ணா?"

"அவனை விரும்பாமலா அவனோட பழகினா? ஒரு பெண்ணும் ஆணும் இணையிறப்ப, அங்க புதுஉயிர் உரு-வாகும்னு தெரியாத அளவுக்கு.. மினி ஒண்ணும் தெரியாதவ இல்ல யூசப். இப்ப இவளுக்கு இருபது வயசு. இரண்டரை வருஷத்துக்கு முன்னாடி, நிச்சயமா அவளுக்கு ஒரு ஆணுக்கும் பெண்ணுக்கும் இடையேயான உறவைப்பத்தி ஓரளவுக்குத் தெரிஞ்சிருக்கும்!"

அவன் தங்கைக்காகப் பரிந்து, "அவ.. அப்ப சின்னப்-பொண்ணு ஜென்சி. அவன்தான் ஏதேதோ பேசி மினியோட மனசைக் கலைச்சுட்டான்!"

"ஓஹோ, சின்னப்பொண்ணுனா அதுக்காக எதுனாலும் செய்யலாமா? ஒரு செகண்ட்கூட அவளுக்குத் தான் செய்-யிறது தப்புனு தோணவே இல்லையாமா?

பெண்களுக்கு இயல்பாவே எச்சரிக்கை உணர்வு அதிகம் யூசப். ஓரளவு விவரம் தெரிஞ்சதுக்கு அப்புறம் அவங்க-ளுக்குக் குட்டச் பேட்டச் சொல்லிக் கொடுக்க வேண்டிய அவசியம்கூட இல்ல. ஏனா இந்தத் தொடுகை சரியானது, இது தவறானதுனு ஒருபொண்ணால யாரோட வழிநடத்தலும் இல்லாமையே இயற்கையாகவே உணர முடியும்!

குழந்தைங்க விஷயம் அதுவேற. அவங்களைப் பொறுத்தவரை தன்னைவிடப் பெரியவங்க எல்லாரையுமே அண்ணா, அப்பா, பெரியப்பா, சித்தப்பா, மாமா, தாத்தா அப்படிங்கிற உறவுமேல இருக்க நம்பிக்கையால உரிமை-யோட பழகுறாங்க. சில கேடுகெட்டவனுங்க, அதைத் தன்-னோட தேவைக்கு யூஸ் பண்ணிக்கிறானுங்க.

ஆனா இவ அப்படியா? அவனோட வீட்டுல மூனு வருஷம் இருந்திருக்கா. மருதனைப்பத்தி எல்லாமும் தெரி-யும்தான? நம்மளோட ஸ்கூல் டேஸ்லயே எக்ஸ் எக்ஸ், எக்ஸ் ஒய்னு சொல்லிக் கொடுத்து நமக்கு மறைமுகமா புரிய வச்சிட்டாங்க யூசப்.

இதுவரைக்கும் ஒரு தடவைக்கூட அவன் தன்னை ஏமாத்திட்டானு, இவ சொன்னதேயில்ல. அதேமாதிரி, தான் ஏமாந்துட்டதாவும் சொல்லல. இவளுக்கு எல்லாம் தெரிஞ்சே, இவளோட சம்மதத்தோடதான் அவன் நெருக்கமா பழகியிருக்கான். எங்க இவளை இல்லனு சொல்லச் சொல்லு பாப்போம்!" என ஜென்சி தன்மனதில் இத்தனை நாள் மினியைப்பற்றி இருந்த எண்ணங்களைச் சொற்களாய் இறைத்தாள்.

இருவரும் அமைதிக் காக்க, "இப்ப அவன் தப்பானவன், அவனோட எண்ணங்கள் தப்புனு சொல்லுறது அபத்தமா தெரியல..? அப்ப மினிமட்டும் சரியா? என்ன நடந்திருந்தாலும் சரி, அதுல இவளுக்குச் சரிபங்கு இருக்கு! இரண்டு பக்கமும் யோசிச்சுப் போதுவா பேசணும் யூசப். உன் தங்கச்சிக்காக நீ ஒருதலை பட்சமா யோசிக்கிறதை என்னால ஏத்துக்க முடியல!" எனக் கூற, அவனோ சிறியவளை வலியோடு நோக்கினான்.

அனைத்தையும் கேட்டு, மினி கீழுதட்டைக் கடித்து வந்த அழுகையைக் கட்டுப்படுத்திக் கொண்டிருந்தாள். அவளால் ஜென்சியின் ஒரு சொல்லைக்கூட இல்லையென மறுத்துக்கூற இயலவில்லை.

அத்தனையும் உண்மையெனும் பட்சத்தில் எங்கனம் இல்லை என்பது. பொய்க்கூற நா எழவில்லை.

ஆம், கண்மணியாகிய மினிக்கு மருதனைத் தெரியும். அவனது மூச்சு, பேச்சு, செயல், மனம், அதில் தோன்றும் எண்ணம், உடலில் ஏற்படும் ரசாயன மாற்றம் வரை அறிந்தவள்.

அவனாகவா கண்மணியிடம் வந்தான்?

"மாமா! மாமா!" எனக் குட்டிப்போட்ட பூனையாய், ஆடவனின் கால்களைச் சுற்றியவள் அவளல்லவா?

அவன் அவளை 'வேண்டாம்' என மறுக்கவில்லை எனினும், 'வேண்டும்' என நெருங்கிடவும் இல்லை. பெண்மகளின் உணர்வுகளுக்கு மதிப்பளித்துப் டன்னகையுடனே விலகிச் சென்றவனை, அவளல்லவா நெருங்கி தன்வசமாக்-

கிக் கொண்டாள்.

அறியாமல் செய்த தவறென்று கூறி, மொத்த பழியையும் அவன்மேல் சுமத்தி தப்பித்துக் கொள்ள விரும்பவில்லை அவள். அனைத்தும் அறிந்தே செய்தது. அவனுக்கு மற்ற பெண்களுடன் இருக்கும் உறவையும், அந்தப் பெண்களின் எண்ணிக்கையும் அறிவாள் மினி.

பருவவயதும், அவளுள் உற்பத்தியாகிய இயக்குநீரும் (ஹார்மோன்).. எது சரி, எது தவறு எற மூளையைச் சிந்திக்கவிடாமல் தடுத்துவிட்டன. மனதில் உருவான உணர்வுகளும் உடலில் ஏற்பட்ட மாற்றங்களுமே பிரதானமாய் ஆனது கண்மணிக்கு.

கணவன் மனைவி உறவை ஊராருக்கு தெரியும்படி உறுதி செய்திடும், நம்நாட்டின் தாலிகட்டும் சடங்கு நடைபெறாமலேயே அவனின் சரிபாதியானாள் மினி. அதன் விளைவு.. மருதனின் குழந்தைக்கு, இன்று தாயாகி நிற்கிறாள்!

"தப்பு, தப்புதான் யூசப்! அதுல ஆண் பெண் வேறுபாடு கிடையாது. அவனோட நடத்தைக்குப் பொறுப்பேத்துக்க வந்துட்டான். இவளும் செஞ்ச தப்பைச் சரிபண்ண முயற்சிக்கணும்ல..? இவங்க ரெண்டுபேரும் தடம்மாறி போனதுக்கான தண்டனையை, குழந்தை ஏன் அனுபவிக்கணும்?

கழுத்துல தாலியில்லாம வயித்துல குழந்தையோட வந்தவளை.. மத்தவங்க தப்பா பேசிடக்கூடாதுனு, உன்னோட தங்கச்சினு ஒரு அடையாளத்தைக் கொடுத்தோம். கண்மணியா இருந்தவளை, மினியாக்கி இங்க தங்க வச்சோம்.

எத்தனை நாளுக்கு இதைச் செய்ய முடியும்னு நினைக்கிற யூசப்? இதோ இன்னைக்கு மருதன் வந்துட்டான்! நாளைக்குப் பெரிய வீட்டுகாரவங்க வரமாட்டாங்கனு என்ன நிச்சயம்?

அப்டி வந்து ஏன் எங்கட்ட சொல்லலனு கேட்டா, சொல்றதுக்கு உன்கிட்ட பதில் இருக்கா யூசப்? இவ மட்டும் என்ன, இதையெல்லாம் யோசிக்காமலா இப்டி ரெடியா நிப்பா?" என மினியைப் ஆழ்ந்துப் பார்த்து ஜென்சி கூற,

தலைக்குனிந்து நின்றிருந்தாள் அவள்.

தமையனின் மனைவி சொல்வது உண்மைதான். அனைத்தையும் சிந்தித்துதான் துணிவோடு மருதனோடு செல்லும் முடிவெடுத்திருந்தாள் மினி.

அவளுக்குத் தெரியும்.. அவன், மனதார அவளை அழைத்துச்செல்ல வரவில்லை என்று.

மருதனுக்கான முதல்காரணம் தாயின் சாயலில் இருக்கும் அவனது மகள். இரண்டாவது, கண்ணம்மா என்பவளிடம் இன்னமும் அவனுக்கு இருக்கும் மோகம். மூன்றாவது தன்தாயைப் பற்றிக்கூடச் சிந்திக்காமல்.. சொல்லாமல் கொல்லாமல் சென்றவளுக்கான தண்டனையை வழங்க வேண்டும்.

ஆடவனைப் போலவே பெண்மகளுக்கும் காரணங்கள் இருந்தன. அவள் ஈன்றெடுத்த பெண்குழந்தையின் எதிர்காலம் பற்றிய கவலை முதன்மையாய் இருக்க, அத்தை தங்கம்மாவிற்கு அவள் அளித்த வாக்கு மினியை துணிந்து இந்த முடிவை எடுக்க வைத்தது. மூன்றாவதாய் ஒருகாரணமும் இருக்கத்தான் செய்தது. அதைப் பெண்மகளின் மனம் மட்டுமே அறியும்!

இரண்டரை ஆண்டுகளாய் எவரும் அறிந்திடாமல் தனக்குள் மறைத்திருந்த அந்த ரகசியத்தை, காலம் வரும்வரை ரகசியமாகவே வைத்திருக்க முடிவெடுத்தாள் மினி. மருதனைப்பற்றி நன்றாய் அறிந்திருந்தவள், அவனைக் கையாள்வதற்கான மனதிடத்தையும் தனக்குத்தானே உருவாக்கிக் கொண்டாள்.

"நீங்க சொல்றதெல்லாம் உண்மைதான் அண்ணி. தப்புக்கான தண்டனை நிச்சயம் கிடைச்சுதான் ஆகணும்! அண்ணா நீங்க கவலைப் படாதீங்க, நான் சமாளிச்சுக்குவேன். என்னை ஆசிர்வாதம் பண்ணி அனுப்பி வைங்க" என யூசப்பின் காலில் விழுந்தாள் மினி.

கலங்கிய கண்களுடன் அவளைத் தூக்கி நிறுத்தியவன், "நீ எந்தக் குறையும் இல்லாம இருக்கணும் மினி. நீ என்கூடப் பிறக்காம இருந்தாலும், உன்னைச் சொந்த தங்கச்-

சியாத்தான் நினைச்சிட்டு இருக்கேன். எப்பவும் உனக்காக இந்த அண்ணன் இருக்கேன்றதை மறந்துடாத! இந்த வீட்டுக்கு உரிமையோட நீ எப்ப வேணாலும் வரலாம்" என அவளது தலையை வருடிக் கொடுத்தான் யூசப்.

மூவரும் ஓரளவு சமாதானமாகி வெளியே வர, மருதனின் எதிரே நின்றிருந்தாள் அவனது மகள்.

அவன் ஆசையாய், "வா.." என்று அழைக்க.. குழந்தையோ கீழுதட்டைப் பிதுக்கி, 'முடியாது!' எனத் தலையசைத்துக் கொண்டிருந்தது.

தந்தைக்கும் மகளுக்கும் இடையே தயக்கத்துடன் கூடிய மௌனப் பேச்சுவார்த்தையில் இடைநுழைந்த யூசப், "மினியை எங்க கூட்டிட்டுப் போகப் போறீங்க மருது?"

குரல் வந்த திசையில் திரும்பியவன், "யேன் இந்தக் கேள்வி?"

"பெரியவருக்கும் அவர் மனைவிக்கும் இந்த விஷயம் தெரியுமா? திடீர்னு ஒரு பொண்ணை, குழந்தையோட கூட்டிட்டுப் போனா ஏத்துப்பாங்களா அவங்க? ஒருவேளை அவங்கக்கிட்ட.. நீங்க இதைச் சொல்லியிருந்தா, உங்களை இப்டி தனியா அனுப்பியிருக்க மாட்டாங்க. இல்லைனா யார் என்னனு கேட்டு இந்நேரம் வீட்டுக்கு வந்திருப்பாங்க. பெரிய பிரச்சனை ஆகியிருக்கும்!" என்றான் யூசப்.

தனக்குள் உண்டான கேள்விகளையும், மருதன் செய்ய நினைக்கும் செயலுக்கான பின்விளைவுகள் எப்படியிருக்கும் என்றும் மறைமுகமாக உரைத்து.. அதற்கான பதிலையும் அவன் கேட்க, "நெசத்த சொல்லணும்னா, பெரியவுகக்கிட்ட நானு சொல்லல. அதுக்கான தகிரியமும் யெனக்கில்ல. நானு இப்ப இருக்கது பெரிய வூட்டுலதேன். அதுனால அங்கதேன் கூட்டிட்டுப் போவேன். நேர்லயே பாத்து தெரிஞ்சிக்கிடட்டும்!" என ஒரு பெருமூச்சுவிட்டான் மருதன்.

யூசப் அடுத்து ஏதோ கேட்பதற்கு வாயெடுக்க.. அதற்குள் முந்திக்கொண்டவன், "அவுக என்னா சொன்னாலும் நானு மாற மாட்டேன். இவுக ரெண்டு பேத்தையும் விட்டுடவும் மாட்டேன். நீங்க நெனக்கிற அளவுக்கெல்லாம் நானு

கெட்டவனில்ல!" என்றவன்.. நடப்பது ஒன்றும் புரியாமல் வேடிக்கை பார்த்துக் கொண்டிருந்த தன்மகளை, தூக்கிக் கொண்டான்.

அதுவரை அமைதியாய் இருந்த மினி, "நீ கூப்டதும் நான் வரேன்ல, அதேமாதிரி எனக்கும் சிலது வேணும்"

மருதன் புரியாமல் என்ன என்பது போல் பார்க்க, "நான் நர்ஸிங் படிச்சிருக்கேன். என்னால வேலைய விடமுடியாது. நீ போகாதன்னு சொல்லவும் கூடாது. நான் வேலைக்கு வந்துப்போற டைம்ல, குழந்தையை நீதான் பாத்துக்கணும்!" என அழுத்தமாய் உரைத்தாள்.

ஒருநொடி அவளை ஆழ்ந்து பார்த்துவிட்டு.. மெலிதாய் புன்னகைத்து சரியென்ற தலையாட்டலோடு, "நானு எப்டி ஒத்துக்கிட்டேனோ.. அதேமாதிரி, நீயும் நானு சொல்லுறத கேட்டு நடந்துக்கணும். கவலைப்படாத நெம்ப எல்லாம் சிரமம் கொடுக்க மாட்டேன்!" என்றான்.

ஏனோ அவனது பார்வையும் சொற்களும் மனதிற்குள் மிகச்சிறிய அளவிலான வலியைக் கொடுக்க, கலங்கிய கண்களுக்கு உத்திரவிட்டு உவர்நீரை உள்ளிழுத்தாள் கண்மணி.

யூசப் தன்னிடமிருந்த பணத்தை நீட்டி, 'இந்தா மா"

அந்த நொடியே மருதன் சினத்தில், "எனைய என்னா கஞ்சி ஊத்த வக்கில்லாதவனு நெனச்சுட்டீகளா டாக்டரு?" எனக் குரல் உயர்த்தி வினவ, "அது என்னோடது இல்ல, மினியோடது!' என்று நிதானமாய்ப் பதிலளித்தான் யூசப்.

அவன் புரியாமல் பார்க்க, "மினி நாலு மாசமா என்னோட ஹாஸ்பிடல்ல நர்ஸ்ஸா வேலப் பாக்குறா. ஆனா இதுவரைக்கும் அதுக்கான சம்பளத்தை வாங்கிக்கிட்டது இல்ல" என்றவன்.. மேலும் சிறிது பணத்தைக் கொடுத்து, "இது உனக்காக அண்ணன் கொடுக்குறது. எந்தச் சூழ்நிலையும்.. நீ யாரோட கையையும் எதிர்பாத்து நிக்கக்கூடாது. எதுன்னாலும் என்கிட்ட உரிமையா கேளு! என்ன சரியா?" என்று மினியை அவனது தோளில் சாய்த்துக் கொள்ள.. மருதன் இருவரையும் பார்வையாலேயே எரித்-

தான்.

ஜென்சி நடப்பது அனைத்தும் பார்த்தும் பார்க்காதது போல் இருக்க, "நேரமாவுது!" என்றான்.

தமையனிடமிருந்து விலகி, "சரிண்ணே நான் கிளம்பு-றேன்" என்றவள் ஜென்சியிடம் தலையசைக்க, "உன்னை-யும் குழந்தையையும் கவனுச்சுக்கோ!" என்றவளின் குரலில் உண்மையான அக்கறை தெரிந்தது.

"சரி அண்ணி" என்றவள், தன் உடமைகளை வைத்தி-ருந்த பையை எடுக்க, "செத்த இரு" என்ற மருது, குழந்-தையை ஜென்சியிடம் கொடுத்துவிட்டு எவரும் எதிர்பாராத அந்தச் செயலைச் செய்தான்.

சட்டைப்பையில் வைத்திருந்த மஞ்சள் கயிற்றை எடுத்து மினியின் கழுத்தில் கட்டியவன், "ஊர்காரனுங்க ஒன்னை-யும், எம்புள்ளையையும் தப்பா பேசுறத யென்னால ஏத்துக்-கிட முடியாது. அதுக்குத்தேன் இது! எவன் எது சொன்னா-லும், கேட்டாலும்.. நானு மருதனோட பொஞ்சாதி, தகிரிய-மிருந்தா ஏ புருஷன்கிட்ட பேசிக்கிடுங்கடானு சொல்லிடு!

பொறவு நீயி மதம் மாறியிருந்தாலும் பேர் மாறிப் போனாலும், யெனக்கு எப்பவும் அதே கண்ணம்மாதேன். அதுனாலதேன் தாலியக் கட்டுனேன், மோதிரம் போடாம!" என்றவன், குழந்தையைத் தன்வசம் மாற்றி.. தயாராய் வைத்திருந்த மினியின் உடமைப் பையையும் எடுத்துக் கொண்டு முன்னே நடந்தான்.

யூசப், மனதிலிருந்த பெரும்பாரம் இறங்கியதைப் போல் உணர்ந்தான். ஜென்சி மினியின் தோளில் தட்டிக் கொடுத்து புன்னகைக்க, முயன்றும் முடியாமல் அதுவரை அடக்கி-வைத்த அழுகையைக் கதறலாய் வெளியிட்டாள், சற்றுமுன் மருதனின் மனைவி என்ற இடத்தைப் பெற்றவள்.

மினியின் முகம்பற்றித் தன்னைக் காணச் செய்த ஜென்சி, "இங்கப்பாரு, இப்ப அழுகிறதுக்கான நேரமில்ல. அவர் சொல்லிட்டுப் போறது உண்மைதான். நீ பிரக்-னெண்டா இருந்தப்பவே.. யார், என்ன, ஏது, கழுத்துல தாலி எங்கனு ஏகப்பட்ட கேள்வி. அதுக்குப் பதில் சொல்லத்

தெரியாமதான், உன்னை மினியா மாத்துனோம். இனிமேல் அந்த முகமூடி தேவையில்ல.

உனக்கு நான் சொல்ல வேண்டியது இல்ல. உன்னோட வாழ்க்கை, உன் கையிலதான் இருக்கு. கொஞ்சம் முயற்சி பண்ணா.. அதை அழகா மாத்திக்கலாம், என்ன புரியிதா?" என வினவ, 'புரிந்து கொண்டேன்' என்பதைப் போல் தலையசைத்து விட்டு வீட்டிலிருந்து வெளியே வந்தாள் மினி.

யூசப்பும் ஜென்சியும் பின்னோடு வந்து அவளை வழியனுப்பி வைக்க, வாயிலில் நின்றிருந்த ஜீப்பில் அமர்ந்திருந்தான் மருதன். ஓட்டுநர் இருக்கையில் அமர்ந்து குழந்தையுடன் வண்டி ஓட்டுவது போல் விளையாடிக் கொண்டிருக்க, அதுவும் தந்தையுடன் ஓரளவிற்கு இயல்பாகிவிட்டது.

வாகனத்தில் ஏறாமல் நின்றிருந்த மினியைக் கேள்வியாய் பார்க்க.. அங்கேயிருந்த மிதிவண்டியைக் காட்டி, "நான் சம்பாதிச்சு வாங்குனது" என்றாள்.

குழந்தையை ஓட்டுநர் இருக்கையில் அமரவைத்து, "பாப்பா நீங்க வண்டி ஓட்டுங்க, அப்பா இப்ப வந்திடுறேன்" எனக் கூறி, மினியின் மிதிவண்டியைக் வாகனத்தின் பின்புறம் தூக்கி வைத்துவிட்டு, "ஏறு!" எனக் கட்டளையாய் மொழிந்தவன், வண்டியை இயக்கினான்.

பயணம் துவங்கிய ஒன்பதாவது நிமிடம் தன் மௌனத்தைக் கலைத்த மருதன், "குழந்தையோட பேரு என்னா?"

"தங்கமீனா" என்ற மினியின் பதிலில், ஆடவனின் பார்வை சாலையிலிருந்து அவள்புறம் திரும்பியது.

"என்னோட பேர் கண்மணிதான்! அண்ணனும் அண்ணியும் மட்டும், ஒருகாரணத்துக்காக மினினு கூப்பிடுவாங்க" என அவன் கேட்காத வினாவிற்கும் விடையளிக்க, அதற்கான காரணத்தையும் உணர்ந்து கொண்டான் மருதன்.

அவனுக்கு மனம் வலித்தது, இருந்தும் அவளிடம் அதே அளவிற்குச் சினமும் துளிர்த்தது. அதை வாகனத்தின் வேகத்தில் காட்டி, அடுத்த ஐந்தாவது நிமிடம் பெரியவீட்டின் முன் நின்றான் .

கூடத்தில் அமர்ந்திருந்த ராமுத்தாயி, "ஏ ராக்காயி, போயி என்னா சத்தமுனு பாரு!" எனக் கட்டளையிட.. பார்த்துவிட்டு வேகமாய் ஓடிவந்த அவள், "ஆத்தா ஆத்தா சின்னவுக சின்னவுக.." எனக் கூறமுடியாமல் மூச்சுவாங்கித் திணறினாள்.

"யென்னத்துக்குடி இப்டி ஓடியாற?" என ராமு கேட்டுக் கொண்டிருக்க.. ஊஞ்சலில் அமர்ந்திருந்த நாச்சி எழுந்து வாயிலுக்குச் சென்றார்.

வெற்றிலையில் சுண்ணாம்பு தேய்த்து பாக்கு வைத்து மடித்தவாறே வந்த ராமு, "ஏங்க இந்தாங்க" எனக் கணவனிடம் நீட்ட, அவர் எவ்வித அசைவுமின்றி நின்றார்.

'யென்னாச்சு இவுகளுக்கு?' என எண்ணியவாறே வாயிலுக்குத் திரும்பியவர்.. வாயிலில் நின்றிருந்த மருதனது மனைவியையும், குழந்தையையும் பெரும் அதிர்வோடு பார்த்தார்.

◆ அத்தியாயம் 6

மருதனையும் கண்மணியையும் கண்டதுமே அவர்களுக்கு இடையேயான உறவினைப் புரிந்து கொண்ட ராமுத்தாயிக்கு அத்தனை கோபம்.

வீட்டு வாயிலில் நின்று சொற்களைச் சிதறவிட்டு ஊராரின் வாய்க்கு அவலாக விரும்பாமல், விருட்டென்று உள்ளே சென்றார்.

நாச்சி தனது மனையாளின் மனம் புரிந்து பேசுவதற்காகப் பின்தொடர, மருதனும் செல்ல முயன்றான்.

அவனைத் தடுத்த ராக்காயி, "தம்பி ஒருநிமுசம் நில்லுங்க, பொஞ்சாதி புள்ளையோட வந்திட்டு இப்டியா போவீக?" என்றவரைப் பார்த்து அவன் புரியாமல் விழிக்க, அடுத்த நிமிடம் மூவருக்கும் ஆலம் சுற்றினார்.

குழந்தையைத் தூக்கிக் கொண்ட மருதன், "உள்ளார வா!" என்றவாறே முன்னே செல்ல, "வான்னு கூப்புடாத-

வங்க வீட்டுக்குள்ள நான் வரமாட்டேன்!" என அழுத்தமாய் மொழிந்தாள் கண்மணி.

அவன் கேள்வியாய்ப் பார்க்க, கைநீட்டி தன்குழந்தையையும் வாங்கிக் கொண்டாள்.

அறையினுள் நாச்சி, "தாயி என்னத்துக்கு இம்புட்டுக் கோவம்? வந்த புள்ளைகள.. வானு ஒத்த வார்த்தக்கூடச் சொல்லாம, இப்டி வந்துட்ட? அவுக மனசு சங்கடப்படுமில்ல?"

"இதுக்குத்தேன் மருதனோட கண்ணாலப் பேச்ச யெடுக்கும் போதெல்லாம் நேரம் வரட்டுமுனு சொன்னீகளா? அப்ப ஒங்களுக்கு முன்னமே தெரிஞ்சுருக்கு அப்டித்தான?" என அவர் அடக்கப்பட்ட வலியுடன் வினவ, மௌனமாய்த் தலையசைத்த நாச்சி ஒரு பெருமூச்சுடன், "ம்ம்.." என்றார்.

"ஏங்க இப்டி செஞ்சீக, என்கிட்டக்க ஒத்தச்சொல்லு சொல்லலீல? அந்தப் பொண்ணு யாரோ எவரோ, அதோட சாதி சனமெல்லாம் எங்கன இருக்காகளோ? நாளப்பின்ன எவனாவது வந்து.. நம்ம வூட்டு வாசல்ல நாக்குமேல பல்லப்போட்டு பேசுனா, இத்தினி வருஷமா நாம வாழ்ந்ததுக்கு என்னா அர்த்தமுனு கேக்கேன்!" என்றவரைப் பார்த்து, "எதையும் நெனச்சு சங்கடப்படாத தாயி.." என ராமுவின் தலையை வருடிவிட்டார் நாச்சி.

"அந்தப் பொண்ணு கண்மணி தாயி. தங்கத்தோட அண்ணே பொண்ணு.." என விபரம் சொல்ல.. ராமு திகைத்து, "அப்பனா ஊர்காரவுக பேசுனது நெசந்தானா?"

"ம்ம், ரெண்டு பேருக்குள்ள எப்டி பழக்கமாச்சுனு தெரியல. தங்கத்துக்கும் இந்த வெவரம் தெரியும், அதேன் உசுருபோற கடைசி நிமுசத்துலக்கூடத் தன்புள்ள வாழ்க்கைய அந்தச்சாமி பாத்துக்கிடும்னு சொல்லிட்டுப் போச்சு.."

"இருந்தாலும் மனசு ஆறமாட்டிக்கிது" என ராமு வலியோடு சொற்களை உதிர்க்க, "சேரி நீயி இங்கனயே இரு, நானு பேசிட்டு வாரேன்" என வெளியே வந்தவரின் செவியில், கண்மணி உதிர்த்த சொற்கள் விழுந்தன.

வெளித்திண்ணையில் குழந்தையோடு அமர்ந்திருந்தவளைக் கண்டு புன்னகைத்தவர், "முனியா.." என உரத்துக் குரல் கொடுத்தார்.

அவன் வரவும், "போயி தோட்டத்து வூட்ட சுத்தம் செஞ்சு வையி!" என்றவர் மருதனிடம், "அங்கன கூட்டிக்கிட்டு போ!" எனக் கட்டளையாய் மொழிந்துவிட்டு வீட்டினுள் சென்றார்.

கணவரின் பேச்சு ராமுவின் செவியினில் விழுந்தாலும், எதுவும் பேசவில்லை அவர்.

முனியனுடன் ராக்காயியும் சென்று அந்த வீட்டைத் தூய்மை செய்ய, குழந்தைக்காக ஏற்கனவே தான் வாங்கி வந்திருந்த ரொட்டிகளை ஊட்டிவிட்டு உறங்க வைத்தாள் கண்மணி.

மருதன் தோட்ட வீட்டில் அவர்களை விட்டுவிட்டு, தன்னை ஈன்றெடுக்காத தாயை காணச் சென்றான்.

வீட்டு வேலை முடிந்ததும் முனியனிடம், "மளிகை சாமானெல்லாம் வேணும் அண்ணே, கொஞ்சம் வாங்கித் தர்றீங்களா..?" என்றிட, தலையசைத்து விட்டு நடந்தான்.

"அண்ணே காசு!" எனக் குரல் கொடுக்க.. திரும்பியவன், "கடையில பெரிய வீட்டுக்குனு சொன்னாலே தருவாக ம்மா.."

"அந்த வீட்டுக்கும் எனக்கும் சம்பந்தமில்ல. இந்தக் காசுல வாங்கித் தர்றதா இருந்த வாங்கிட்டு வாங்க! இல்லயினா வேணாம்.!" எனப் பணத்தை நீட்டி அழுத்தமாய் உரைத்தவளின் உறுதியில் மறுசொல் உதிர்க்காமல் வாங்கிச் சென்றான் முனியன்.

பொருட்கள் இல்லத்தை அடைந்தவுடனே இரவுக்கான சமையல் பணியினைத் துவங்கி.. ராக்காயி முனியன் இருவருக்கும் உணவைப் பரிமாறி, அவர்கள் செய்த வேலைக்கான கூலியையும் கொடுத்தாள் கண்மணி.

மருதன் வராததால்.. ராக்காயி அவளுக்குத் துணையாக அங்கேயே இருக்க, முனியன் மட்டும் கிளம்பத் தயாரானான்.

வாயிலைக் கடந்தவனை அழைத்தவள், "அண்ணே பாப்பாக்கு தொட்டிக் கட்டணும், கயித்த மட்டும் மாட்டி வுட்டுட்டுப் போறீங்களா?"

"இந்தா வாரேன்மா" என்றவன்.. அந்த வேலையை முடித்துவிட்டு, "புள்ளய நானு ஒருதடம் தூக்கட்டுமா?"

"ஏண்ணே இப்டி கேக்குறீங்க?" என்று சிரித்தவள், ஏற்கனவே கண்விழித்து விளையாடிக் கொண்டிருந்த மீனாவை அவனது கையில் கொடுத்தாள்.

கண்மணிக்கு.. ராக்காயியும், முனியனும் முன்னரே அறிமுகம் ஆனவர்கள். மருதனின் அன்னை உயிரோடு இருந்த போது, இருவரும் அவரிடம் தான் பணிபுரிந்தனர். தங்கத்திடம், முனியன் அறியாத ரகசியம் என்று எதுவும் கிடையாது. கண்மணியைப் பற்றி நாச்சிமுத்து அறிந்து கொண்டதே, அவனின் வாயிலாகத்தான்.

"இல்லமா, நீயி எங்கிட்டக்க முன்னமாதிரி சரியாப் பேசலியா, அதேன் எப்டி கேக்கதுனு!" என அவன் தயக்கமும் குழப்பமுமாய் வினவினான்.

"ம்ம்.." எனத் தலையசைத்தவள், "அத்த இருந்த பண்ணைவீடு எப்டி இருக்கு?"

"பூட்டிதேன் கெடக்குமா, எவரும் போறதில்ல. தம்பி மட்டும் அப்பப்பப் போயிப் பாத்துட்டு வரும்" எனப் பதிலளித்தார் ராக்காயி.

"சரிக்கா, ரெண்டு பேரும் பிள்ளைய கொஞ்சம் பாத்துக்கோங்க. நான் இப்ப வந்திடுறேன்" என வீட்டின் பின்புறம் நீராடுவதற்காகச் சென்றாள்.

சற்று முன்னர் வரை இல்லத்தில் செய்த வேலைகள்.. அவளுக்கு அதிகப்படியான வியர்வை வாசத்தைப் பரிசளித்திருக்க, மீனாவிற்குத் தாய்ப்பால் புகட்டுவதற்காகத் தன்னைத் தூய்மை செய்துகொண்டு வந்தாள் கண்மணி.

ஆத்தாவிடம் பேசிப்பார்க்க முயன்று, அவரது பாராமுகத்தை.. திருமணப் பரிசாகப் பெற்றுக் கொண்டும், அய்யாவின் வறுத்த முறுவலையும் ஆறுதலான தலைவருடலையும் ஏற்று.. தன்னைச் சமாளித்துக் கொண்டு பெரிய வீட்டிலி-

ருந்து கிளம்பினான் மருதன்.

"குடுத்தனம் பண்ணத் தேவையான பொருளெல்லாம் வாங்கிட்டுப் போ!" என்று பெரியவர் உரைத்து அனுப்பியிருக்க.. 'எது அவசியம்?' என்றே அறியாதவன், "கண்மணியிடம் கேட்டு வாங்கிக் கொள்ளலாம்!" என முடிவெடுத்து, மூவருக்கும் பாய் படுக்கையோடு.. வீடு வந்து சேர்ந்தான்.

அவனை வாயிலில் கண்டதுமே.. முனியனும் ராக்காயியும் சொல்லிவிட்டுக் கிளம்ப, கண்மணி உள்ளறையில் குழந்தைக்குப் பால் புகட்டி உறங்க வைத்துக் கொண்டிருந்தாள்.

உள்ளே நுழைந்த மருதனுக்கு வீட்டைக் கண்டதும் பெரும் வியப்பு. அத்தனை வேகத்தில் சுத்தமாகவும் அத்தோடு தேவையான பொருட்களையும் அவன் எதிர்பார்க்கவில்லை.

'பாத்திரம் பண்டமெல்லாம் அதுக்குள்ள எப்படி வந்துச்சு..? அத்தனையும் புதுசு மாதிரி தெரியிதே..? நமக்கு முன்னாடி, இவ இம்புட்டு வேகமா வேல பாத்திருக்கா..?' எனச் சிந்தித்தவாறே மனைவியைத் தேடி உள்ளே செல்ல, "நான் சாப்டுட்டேன், ஒனக்கு எதுவும் செய்யல கடையில சாப்டுக்கோ" என்றாள் கண்மணி.

மருதன் புரியாமல் பார்க்க, "ஒனக்கு சோறு ஆக்கிப்போட நான் இங்க வரல. அதுனால என்னைக்கும் என்கிட்ட அதை எதிர்பாக்காத!" என்றவளைக் கண்டு மெலிதாய்ச் சினம் துளிர்த்தது.

அவனது பார்வையை நேருக்குநேர் எதிர்கொண்டவள்.. கணவன் என்ற உறவில் இருப்பவனை அசட்டை செய்து, தான் கொண்டு வந்திருந்த படுக்கையை விரித்துப் படுத்துக் கொண்டாள்.

மருதனுக்கு வெளியே சென்று உணவு உண்ண மனமில்லை. அவனுக்கு அதில் பிடித்தமும் இல்லை. அவளும் அதை அறிவாள்.

'வேண்டுமென்றே தன்னை உணர்வுகளால் வதைக்கிறாள்!' என்று அறிந்து, அவனும் பதிலுக்குப் பெண்மகளின்

விருப்பத்தைக் கேளாமல் இரவில் கணவனாய் தன் உரிமையை எடுத்துக் கொண்டான் கண்மணியிடம் இருந்து.

முழுதாய் இரண்டரை வருடங்களுக்குப் பின்பான, அவன் ஏங்கிய அவளது ஸ்பரிசம். பெண்மையைத் தீண்டத் தீண்ட.. அதுவரை ஆண்மையிடத்தில் நிலைத்திருந்த ஏதோ ஒரு வெற்றிடம் மனையாளின் நெருக்கத்தில் நிறைவதாய்த் தோன்றியது.

மற்றவற்றைப் பற்றி அவனுக்குக் கவலையில்லை, சிந்திக்கவும் தோன்றவில்லை.

'கண்ணம்மா தனது மனைவி, இனி காலம் முழுவதும் தன்னோடுதான், தனக்கு மட்டுமே உரிமையானவள்!' என்ற எண்ணமே மருதனுக்குப் போதுமானதாய் இருந்தது.

'தான், தனக்கு!' என்று மட்டுமே சிந்தித்தவனுக்கு.. பெண்மைக்கும் மனமுண்டு, அதன் உள்ளும் உணர்வுகளுண்டு என்று தோன்றவில்லை போலும்.

கணவனது தீண்டலுக்கு எந்த எதிர்ப்பையும் காட்டாது மருதனின் கைகளுக்குள் அடங்கிய கண்மணி, மனதிற்குள்ளேயே கண்ணீர் வடித்துவிட்டு உறக்கத்தில் ஆழ்ந்தாள்.

வெய்யோன் தன்கடமையைச் செயலாற்ற கீழ்வானத்தில் உதயமாகிவிட, சமையலறையில் முனைப்புடன் பணியில் ஈடுபட்டிருந்தாள் பெண்ணவள்.

கண்விழித்த மருதன் தன்னருகே இருந்தவளைக் காணாது தேடி.. பார்வையில் பட்டதும், இரவில் அயர்ச்சியினால் விட்ட மிச்சத்தைத் தொடர முயல.. முகத்தில் எதையும் காட்டாது அவனை விலக்கி நிறுத்தினாள் கண்மணி.

அவன் கேள்வியாய், "என்னடி..?"

"ராத்திரிக்கு மட்டும்தான் உனக்கு அனுமதி, மத்தநேரம் எனக்கானது. என் பக்கத்துல வராத!"

"ஏய்.." என்றவனைப் பேச அனுமதியாது இடைநுழைந்தவள், "அதுக்கூட எதுக்குத் தெரியுமா..? இதோ.. இதுக்காகத்தான்! கடமைன்னு ஒன்னு இருக்கே!" எனக் கழுத்தில் இருந்த மஞ்சள் கயிற்றைத் தூக்கிக்காட்டினாள்.

கண்மணியின் சொற்களில் சினம் ஏற, "ஏய் எனைய என்னன்னு டி நெனச்ச?" என அவளது கழுத்தை நெறிக்க.. அசட்டையாய் பார்த்தவள், "பெரியவருக்கு வெரம் தெரிஞ்சா, என்னாகும்னு யோசிச்சியா?"

"ச்சை!" என இயலாமையுடன் மருதன் தன் கையை விலக்கிக் கொள்ள.. அவனை ஒரு பார்வைப் பார்த்துவிட்டு, மாற்றுடையோடு குளியலறைக்குள் சென்றாள்.

குழந்தை விழித்துவிட்ட சப்தம் கேட்க, மகளின் புறம் நகர்ந்தான் மருதன்.

மீனாவின் சிரிப்பில் தன்னையே மறந்தவனுக்கு.. மனைவியின் சொற்களால் உண்டான சினமும், மனவலியும் எங்கோ இடம் தெரியாமல் மாயமாய் மறைந்துதான் போனது.

தயாராகி வந்த கண்மணி.. குழந்தையையும் தயார்செய்து பாலைப் புகட்டி மருதனின் கையில் கொடுத்துவிட்டு, தன் மிதிவண்டியில் மருத்துவமனைக்குச் செல்லத் தயாரானாள்.

அவளாக எதுவும் பேச முனையவில்லை. அவன் ஏதேனும் பேச முயற்சித்தாலும் அதற்கு வாய்ப்பளிக்காது, தனது பணிகளிலேயே கவனமாய் இருந்தாள். 'மருதன் என்ற ஒருவன் உடன் இருக்கிறான்!' என்ற எண்ணமே இல்லாது, தனது கடமைகளில் மூழ்கிப் போனாள்.

"டாட்டா மீனுக்குட்டி" எனக் கண்மணி கையசைக்க.. முதலில் புன்னகைத்த குழந்தை பின், "பா.. பாத்தி.." என அழத் துவங்கினாள்.

பிறந்த நான்கு மாதத்தில் இருந்தே.. யுசப் வீட்டில் பணிபுரியும் பஞ்சவர்ணத்திடம் விட்டுச் சென்று பழகியதால், அந்த நினைவில் அவரைத் தேடினாள் மீனா.

"பாட்டி இங்க இல்ல குட்டி, டவுன்ல மாமா வீட்டுல இருக்காங்க. நானு நாளைக்குக் கூட்டிட்டுப் போறேன்!" எனக் கண்மணி குழந்தையைச் சமாதானம் செய்ய முயல, "பாட்டிக்கிட்ட தான.? நானு, ஒனைய கூட்டிட்டுப் போறேன்!" என்ற மருதன்.. மீனாவை அவளிடம் கொடுத்துவிட்டு நகர்ந்தான்.

மேல்சட்டையை அணிந்து வந்தவனைக் கண்மணி புரியாமல் பார்க்க, "பெரிய வீட்டுக்குத் தூக்கிட்டு போறேன்" என்றவனின் பதிலுக்கு எந்தப் பிரதிபலிப்பும் காட்டாது கிளம்பினாள்.

சற்றுதூரம் சென்றிருந்தவளை, "கண்ணம்மா!"

திரும்பி கேள்வியாய்ப் பார்த்தவளை நோக்கிச் சென்ற மருதன், "ஒரு முத்தம் கொடுத்துட்டுப் போ!" எனக் கன்னத்தைக் காட்ட.. இரவில் அவனது தொடுகையை ஏற்றுக் கொண்டவளால், ஏனோ இதை ஏற்க இயலவில்லை.

அனிச்சையாய் கண்கள் கலங்க.. மறுப்புக் கூறவோ, எதிர்த்துப் பேசவோ மனதில் திராணி இல்லாது, கணவனின் வார்த்தைக்காக உணர்வற்று இதழ்களை ஒற்றி விலகினாள்.

தன்கையால் கன்னத்தைத் தொட்டுப் பார்த்த மருதன், "என்னடி இது, உசுரே இல்லாம இருக்கு? யெனக்கு முன்ன நீயி கொடுக்குற மாதிரி வேணும்!" என்றவனை எதிர்கொள்ள முடியாமல், "எனக்கு லேட்டாச்சு!" எனக்கூறி, அவசரமாய் அங்கிருந்து நகர்ந்தாள்.

மிதிவண்டியை அழுத்தி மருத்துவமனையை நோக்கி சென்றவளின் விழிகள்.. உவர்நீரை வெளியேற்ற, அவனுக்கு அவள் அளித்த முதல் முத்தம் மனதில் நிழலாடியது.

◆ அத்தியாயம் 7

அன்று கண்மணிக்கு பதினாறாவது பிறந்தநாள். தங்கம்மாவின் வீட்டிற்கு அவள் வந்து இரண்டு வருடங்கள் கடந்திருந்தது.

மருதனின் அன்னையினது ஒன்றுவிட்ட தமையனின் மகள்தான் கண்மணி. ஒருவிபத்தில் அவள், தனது பெற்றோருடன் சிக்கிக்கொள்ள.. விவரம் அறிந்து சென்ற, தங்கம்மாவிற்குப் பெரும் அதிர்ச்சி.

பதினான்கு வயது பாவையைத் தனியாய் விட்டுவிட்டு, அவளை ஈன்றவர்கள் இறைவனடி சேர்ந்திருந்தனர்.

யாருமற்று அநாதரவாய் நின்ற மருமகளை, தங்கம் தன்னோடு அழைத்து வந்தார். அன்றிலிருந்து அவளுக்குத் தாய், தந்தை, அத்தை என அனைத்தும் அவர்தான்.

தனது கணவனது தவறான நடவடிக்கைகளாலும், சந்தேகப் பார்வையினாலும்.. பொதுவாக எவரது வீட்டிற்கும் செல்லமாட்டார் தங்கம். அதேபோல் உறவுகளையும் தனது வீட்டிற்குள் அனுமதிக்க மாட்டார்.

அதனால் புதிதாய் ஒரு பெண்ணைத் தங்களது இல்லத்தில் பார்த்த மருதனுக்கு வியப்புடன் கலந்த பெரும் அதிர்ச்சி!

அவளைப் பற்றி அன்னையிடம் விசாரித்து அறிந்தவன்.. அறியாத உறவுகளின் இறப்பிற்குப் பெயருக்கென்று வருத்தம் தெரிவித்துவிட்டு, அவர்களின் மகளைப் பற்றிக் கேட்டுத் தெரிந்து கொண்டான்.

வெறும் பார்வையோடு மட்டுமே கடந்து கொண்டிருந்த மருதன்.. அவளது பெயரை அறிந்ததும், "என்னாதிது பேரு, கண்மணி குண்டுமணினுட்டு? அதெல்லாம் நல்லாயில்ல, இனிமேலுக்கு நீ கண்ணம்மாதான்!" எனத் தனக்கு விருப்பமான பெயரைச் சூட்டினான்.

'கண்ணம்மா!' என்பது கண்மணியினது தந்தையின் அழைப்பு. முதன்முதலாய் என்னவென்றே புரியாத வயதில்.. மருதனிடம் அவளுக்கு ஈர்ப்பு ஏற்பட்டது, அவனது 'கண்ணம்மா' என்ற அழைப்பில்தான்.

ஒரே வீட்டில் இருந்தாலும் பொதுவாக இருவரும் அதிகம் பேசிக்கொள்ள மாட்டார்கள். பின்னே அவன் வீட்டிற்கு வருவதே.. உண்பதற்கும், பகல்நேர உறக்கத்திற்கும் மட்டும்தான்.

இரவு நேரங்களில் அவனுக்குப் பெண்துணை வேண்டும், அதனால் பொதுவாகவே வீட்டிற்கு வரமாட்டான் மருதன்.

அன்று காலை உணவிற்காக வந்தபோது தான் அந்தக் காட்சியைக் கண்டான். பட்டுப்பாவாடை தாவணி அணிந்து வேகமாய் ஓடிவந்த கண்மணி, தனது அத்தையின் கன்னத்தில் முத்தமிட்டாள்.

உண்மையில் தனது தாயினது முகத்தில், அத்தனை மலர்ச்சியை அன்றுதான் கண்டான் மருதன்.

ஈன்றவரிடம் பேரன்பு கொண்டவன், "என்னமா ரொம்பச் சந்தோஷமா இருக்கீங்க போல?"

"இன்னிக்கு நம்ம கண்மணிக்கு பொறந்தநாளு ராசா, அதேன். அதுமட்டும் இல்லாம அவதான் சமைச்சா" என அவர், அருகே நின்றிருந்த மருமகளின் தாடையைப் பிடித்துக் கொஞ்சினார்.

"அப்பனா நீங்க சமைக்கலையா? சேரி நானு கௌம்புறேன்" என எழுந்தவனைத் தடுத்தவர், "புள்ள ஆசையா செஞ்சிருக்கு, ஒருவாய் சாப்புட்டுப் போ ராசா"

"அம்மா ஒங்களுக்குதேன் தெரியுமே.. நானு ஒங்களைத் தவுத்து, வேற யாரு கையாலையும் சாப்புட மாட்டேனு!"

"பொறவு வேற எங்கனப் போயி சாப்புட போற, பட்டினியாவா கெடப்ப?" என்றவாறு அவரே மகனுக்குப் பரிமாற, கண்மணி அவனையே பார்த்திருந்தாள்.

தாயின் சொல்லை தட்ட இயலாது உண்டு முடித்தவன்.. அவளை ஓரக்கண்ணால் பார்த்துவிட்டு, "பரவாயில்லியே, கண்ணம்மாக்கூட ஒங்களை மாதிரியே சமைச்சிருக்கா!" எனப் பாராட்டுப் பத்திரம் வாசிக்க, "நாதான்டா சொல்லிக் குடுத்தேன்" என்றார் பெரியவர்.

சிரித்துத் தலையாட்டியவன், மலர்ந்த முகத்தோடு நின்றிருந்த கண்மணியை.. அதுவரை இல்லாத அளவிற்கு நொடி அதிகமாய்ப் பார்வையால் வருடிவிட்டுச் சென்றான்.

அன்று மாலையே திரும்பி வந்தவன், சுடிதார் ஒன்றை அவளது பிறந்தநாள் பரிசாக அளித்தான்.

மகிழ்ச்சியில் மலர்ந்தவள், "தேங்ஸ் மாமா" என்றிட.. அவனோ, "இந்தத் தேங்க்ஸ் எல்லாம் யெனக்கு வேணாம்!"

குழப்பத்துடன் பார்த்தவள், "வேணாமா.? அப்ப தேங்க்ஸ் பதிலா வேற என்ன சொல்லுறதுனு தெரியலயே..?"

"நீ எதுவும் சொல்ல வேணாம், நான் சொல்லுறதைச் செய்யிறியா..?"

"என்ன செய்யணும்..?'

"அம்மாக்கு காலேல கொடுத்த மாதிரி முத்தம் கொடு!"

அவள் கலக்கத்துடன் பார்க்க, "யேன்.. ஓ அத்தைக்கும், பக்கத்துவூட்டு சின்னப்புள்ளைக்கும் தான் தருவியா? யெனக்குத் தரமாட்டியா?" என்றான் மருதன்.

'என்ன செய்வது?' என்று புரியாது நின்றிருந்த பருவ மங்கையிடம், "நீ என்ன இம்புட்டு யோசிக்கிற.?" என்று சலித்துக் கொண்டு அங்கிருந்து நகர்ந்தான் மருதன்.

"மாமா!" என ஆடவனை நிறுத்திய கண்மணி, தயக்கம் கலந்த வெட்கத்துடன் அவனது கன்னத்தில் இதழ்பதித்தாள்.

அந்த இதழ் ஒற்றல் அன்றோடு நிற்காமல், இருவ-ருக்கும் இடையே அவ்வப்போது ரகசியமாய்த் தொடர்ந்து கொண்டிருந்தது. ஆனால் அது ஒருவழிப் பாதையாய் அவளிடமிருந்து மட்டுமே நடந்தேறியது.

அதற்குமேல் மருதன் அவளிடம் எதையும் கேட்டதில்ல. அதேபோல் தன் எல்லையைக் கடக்க முயன்றதும் இல்லை. ஆனால், பாவையின் மனமோ மெல்ல மெல்ல ஆடவனின்-பால் சாயத் துவங்கியது.

கடந்த கால நினைவில் விழிகளில் நீர்நிறைய அதை மறைத்தபடியே மருத்துவமனையை அடைந்து, தனது வேலையில் கவனத்தைச் செலுத்தினாள் கண்மணி.

யூசப்பும் ஜென்சியும்.. அவளது புதுவாழ்வைப் பற்றியும், மருதனது நடவடிக்கையைப் பற்றியும் விசாரிக்க.. எவ்வித பிரச்சனையும் இல்லை என்றவள், எப்போதும் போல் பேசி, தன்னை இயல்பாகவே காட்டிக் கொண்டாள்.

* * *

"ஆத்தா" என்றவனின் குரலுக்கு ராமு எட்டிப்பார்க்க.. மகளை இறக்கிவிட்டவன், "பாட்டிய கேட்டீல, அந்தா இருக்காகப் பாரு. இவுக ஒனக்குப் புதுப்பாட்டி. போ!" என்-றிட, மீனாவோ கோலிக்குண்டு கண்களை உருட்டி திருதிரு-வென விழித்தாள்.

பின் மறுத்து தலையசைத்து, "போமா.. (போக மாட்-டேன்)" என்றவாறே தந்தையின் வேட்டியைப் பற்றிக் கொள்ள, "ஏய் குட்டி இங்கன வா!" என அதட்டினார்

ராமு.

பெரியவளின் உரத்தக்குரலில், "ஆஆஆ.." என்று அது வாயைத்திறக்க, "ஆத்தா.. யேன் இப்டி புள்ளய பயங்காட்டுற?" என்ற மருதன் மகளைச் சமாதானம் செய்யும் முயற்சியில் இறங்கினான்.

"ஆத்தி என்னடா.? குட்டி.. இந்தக் கத்துக் கத்துது, இவ ஆத்தா எப்டி? அவளும் இப்டித்தானா?' எனத் தாடையில் கைவைத்து வினவ, சிரித்தான் மருதன்.

"சேரி ஆத்தா! இந்தா புள்ளயப்புடி, நானு போயி குளிச்சிட்டு வாரேன். சாப்புட எதுனா எடுத்துவை" எனக் கூறிச் சென்றவனைப் புரியாமல் பார்த்தபடி நின்றிருந்தார்.

கணவன் மனைவிக்குள் ஏதோ விவகாரம் என உணர்ந்தவர் அதைக் கேட்டறிய விரும்பாது.. அமைதியாக இருக்க, தயாராகி வந்தான் மருதன்.

பின்புறம் பணிசெய்து கொண்டிருந்த ராக்காயியைக் கண்டதும் மீனா.. முதல்நாள் அவருடன் விளையாடிய நினைவில், "பாத்தி.. பாத்தி.. ஆ.. ஆ.. வெதா" (பாட்டி வா.. விளையாடுவோம்) என அவருடன் ஒட்டிக் கொள்ள, தகப்பனானவனும் ராமுவும் அதைக் கண்டு சிரித்தவாறே உள்ளே வந்தனர்.

மகனுக்கு உணவைப் பரிமாறியவர், "ஓம் பொஞ்சாதி எங்கன?" என மறைமுகமாய் வினவ, "வேலைக்குப் போயிருக்கா" என்ற மருதன், அவளது படிப்பைப் பற்றிக் கூறினான். அதன்பின்பு ராமு எதுவும் கேட்டுக் கொள்ளவில்லை.

நாச்சிமுத்து அனைத்தையும் அறிந்திருந்தாலும், கண்டும் காணாமல் இருந்தார்.

* * *

கண்மணியின் வருகையும், மருதனுக்கும் அவளுக்குமான உறவும் ஊருக்குள் அரசல் புரசலாகப் பேசப்பட்டது.

பெரியவீட்டின் விசயத்தைப்பற்றி வெளிப்படையாய் பேச எவருக்கும் தைரியம் இல்லாததால், பெரிதாய் எந்தப் பிரச்சனையும் எழவில்லை.

வம்பு பேசுபவர்கள் மட்டும் அவ்வப்போது வாய் வார்த்தையாய் பேசிச் செல்ல.. நாச்சிமுத்துவின் குடும்பத்தார் அனைவருமே, தங்களது செவியினில் விழுவதைக் கண்டுகொள்ளாது இருந்துவிட்டனர்.

கண்மணி தனக்கும் குழந்தைக்குமான தேவைகளைத் தனது வருமானத்திலேயே பார்த்துக் கொண்டாள். கணவனிடம் இருந்து எதையும் எதிர்பாராதவள்.. அதேபோல் கணவனுக்காக என்று சிறு துரும்பைக்கூட அசைக்கவும் நினையவில்லை, இரவுநேர அவனது தேடல்களைத் தவிர!

அதற்கும் அமைதி காத்தாளே ஒழிய, இசையவில்லை. தேவையை மட்டும் தேடிக் கொண்டவனுக்கு, மனைவியின் இசைவு என்பது அவசியமானதாய்த் தோன்றவில்லை.

ஒரு நிலைக்கு மேல் வாயை மூடியபடியே தொடர முடியாத மருதன், "யேன் இப்டி செய்யிற? நானு ஓ புருஷந்தான, ஏங்கிட்டக்கக் காசு வாங்கக் கூடாதா?" என வினவ, "எனக்கு இஷ்டமில்ல!" என்றதோடு நிறுத்திக் கொண்டாள் கண்மணி.

அவ்வப்போது இது சம்மந்தமாக இருவருக்கும் வாக்குவாதம் ஏற்படத் துவங்கியது.

ஆரம்பத்தில் அமைதியாய் இருந்தவள்.. பின் அதுபோன்ற சமயங்களில், "இத்தன நாளா நீதான் பாத்தியா?" எனக்கேட்டு கணவனாய் இருந்தவனின் வாயை அடைத்தாள்.

மறுமொழி உரைத்திட மருதனுக்கும் நா துடிக்கும். ஆனால் அவனுள் இருந்த ஏதோ ஒன்று, அதற்கு முட்டுக்கட்டை இட்டது.

நாட்கள் எவ்வித மாற்றமும் இல்லாது நகர்ந்தது. குளிப்பது, உணவு உண்பது உட்பட.. பகல்பொழுது முழுவதும் பெரியவீட்டிலும், வயலிலும் கழிந்தது ஆடவனுக்கு.

மீனா.. ராமுத்தாயிடமும் நாச்சிமுத்துவிடமும் நன்றாக ஒட்டிக்கொள்ள, இரவு நேரத்தில் தான் தந்தையும் மகளும் வீட்டிற்கே திரும்புவர்.

இரவுகள்.. அவனது தேகத் தேவைகளோடும், தேடல்களோடும்.. அவளது இறுக்கத்தோடும், உணர்வு மாற்றமின்றி நகர்ந்தன. மாதவிலக்கு நாட்களைத் தவிர்த்து, மற்ற தினங்கள் யாவும் மருதனின் கைவசம் கண்மணி.

இருவருக்கும் திருமணம் முடிந்து ஆறு மாதங்களுக்கு மேல் கடந்திருந்தது. வழக்கமாக ஏழு மணிக்கெல்லாம் வீட்டிற்கு வந்துவிடும் கண்மணியை, அன்று ஒன்பதுமணி ஆனபின்பும் காணவில்லை. மேலும் அரைமணி நேரம் காத்திருந்து பார்த்த மருதன், பின் மீனாவை ராமுவிடம் ஒப்படைத்துவிட்டு.. நகர மருத்துவமனைக்குச் சென்றான்.

மனையாளை அங்குக் காணாது, ஜென்சியிடம் சென்று விசாரிக்க.. நோயாளிகளின் பிரிவில் இருந்த ஒரு அறைக்கு அழைத்துச் சென்றாள்.

படுக்கையில் மயக்கத்திலிருந்த மனைவியைக் கண்டு திடுக்கிட்டவன், "என்னாச்சு டாக்டரு, என்னத்துக்கு இப்டிச் சரடு மாதிரி படுத்துக் கெடக்கா..?"

அவள் குழப்பமும் தயக்கமுமாய், "உங்களுக்குத் தெரியாதா..?"

"என்ன தெரியாதா..? உடம்புக்கு முடியலியா, ஏதும் விவகாரமா.? அவ என்கிட்டக்க எதுவும் சொல்லலியே..?"

"ஓ.." என்றவள் குரலைத் திடப்படுத்திக் கொண்டு, "மினிக்குக் கருகலைப்புச் செஞ்சிருக்கு மருதன்!"

ஜென்சியின் பதிலில் பெரிதும் அதிர்ந்தவன்.. கட்டுக்கடங்காத ஆத்திரத்துடன், "யாரைக் கேட்டு செஞ்சீங்க?" என வினவ, "மினிதான் பண்ண சொன்னா, எதுன்னாலும் அவக்கிட்டக் கேட்டுக்கோங்க!" என்றவள், அவனது முகத்தில் தோன்றிய வலியின் ரேகைகளைக் கண்டும்.. காணாதது போல் அறையிலிருந்து வெளியேறினாள்.

படுத்திருந்தவளை எழுப்பி அவளின் கன்னத்தில் நான்கு அறை அறைந்து, 'ஏன்டி இப்டிச் செஞ்ச.?' எனக் கேட்கத் துடித்த மனதையும், நாவையும்.. சூழல் சாதமாகமாய் இல்லாததாலும், மருத்துவமனை என்பதாலும் பெரும்பாடு பட்டு அடக்கிக் கொண்டான் மருதன்.

தன்னிலையில் இல்லாதவன், 'என்ன செய்வது? அவள் ஏன் இப்படிச் செய்தாள்..?' என்று ஒன்றும் புரியாது, சிறிது-நேரம் அங்கேயே அமர்ந்தான்.

கண்மணியைப் பார்க்க வந்த ஜென்சி.. அவளைப் பரி-சோதனை செய்துவிட்டு, மருதனிடம், "என்ன இங்கேயே உட்காந்துட்டீங்க..?"

"சும்மா இருக்க மாட்டாம.. இந்தா, மரம் மாதிரி படுத்-துக் கிடக்குறவளுக்குத் தாலியை வேற கட்டித் தொலச்-சிட்டேனே..? எப்டி யாரோ மாதிரி அப்டியே விட்டுட்டுப் போறது..?"

அவனது ஆதங்கமான சொற்களைப் புதுமையும் வியப்-புமாய் உள்வாங்கியவள், "மீனா எங்க..?"

"ஆத்தா கிட்டக்க இருக்குது பிள்ள, பெரியவங்க பாத்-துக்கிடுவாங்க!"

"உங்களைக் காணோம்னு தேட மாட்டாங்களா..? ரெண்டு பேருமே இல்லேனா மீனாவும் அழுவாளே..?"

ஒரு பெருமூச்சை வெளிவிட்டவன், "சரி.. நான் ஊருக்-குப் போயிட்டு வந்திடுறேன்!" எனக் கிளம்பிட, ஒரு செவி-லியரை அழைத்துக் கண்மணிக்குத் துணை வைத்தாள் ஜென்சி.

சித்தக்குளம் சென்ற மருதன்.. குழந்தையுடன் பொய்-யாய்ச் சிரித்து விளையாடி, பணியாளர்களின் மூலம் உணவூட்டி.. தூங்க வைத்து, ராமுத்தாயிடம் ஒப்படைத்தான்.

நாச்சிமுத்து, "இன்னுமா அந்தப்பிள்ள வீடு வந்து சேரல..?" எனக் கண்மணியைப் பற்றி வினவ, 'குழந்தை வரமே கிடைக்காத பெரியவர்களிடம், கண்ணம்மா கருவை அழித்ததைப் பற்றி உரைத்தால் தாங்கிக் கொள்ள மாட்-டார்கள்!' என்று முழுவிவரத்தையும் கூறாமல், "அவளுக்குக் கொஞ்சம் உடம்பு முடியலங்க அய்யா. ஆஸ்பத்திரியில இருக்கா!" என்றான்.

"என்ன மருது இப்டி அசால்டா சொல்லுற.? பிள்ள அங்க தனியா இருக்குதே, வா.. நாம போவோம்!" எனக் கிளம்ப, "அய்யா ஒன்னுமில்ல. சாதாரணக் காச்சலுதான்.

வீட்டுக்கு வந்தா பிள்ளைக்கும் உடம்பு முடியாம போயிடும்னு தான் ஆஸ்பத்திரியில இருக்கா. அவளை, நான் போய்ப் பார்த்துக்கிறேன். நாளைக்கு வூட்டுக்கு வந்துடுவோம்!" எனச் சமாதானம் உரைத்துவிட்டு அங்கிருந்து கிளம்பினான்.

மீண்டும் மருத்துவமனையை வந்தடைந்தவன்.. ஜென்சியிடம் உரைத்து அங்கிருந்த செவிலியரை அனுப்பிவிட்டு, இரவில்.. தான் தங்கிக் கொண்டான் மனையாளுக்குத் துணையாக!

◆ அத்தியாயம் 8

மருதனுக்குக் கண்மணியிடம் எந்த அளவிற்குச் சினம் இருந்ததோ அதே அளவிற்கு மனம் வலிக்கவும் செய்தது.

அவனறிந்த கண்ணம்மா, படுக்கையில் இருப்பவள் அல்ல. அவனது ஒற்றைப் பார்வைக்கே சிவந்து போகிறவள், ஆடவனை ஓரக்கண்ணால் மட்டுமே கண்டு ரசிப்பவள், எந்நேரமும் மாறாத புன்னகையைச் சிந்துபவள்.

காலையில் காணும் போது அன்றலர்ந்த மலராய் இருந்தவள், தற்போது வாடி வதங்கி இருப்பதைக் கண்டு மனம் சோர்ந்தது.

சிலநொடிகளுக்கு முன்புதான் ஜென்சியிடம் விசாரித்துவிட்டு வந்தான். ஐந்துமாத கருவாம், சற்றே அதிர்ச்சி அவனுக்கு.

'இத்தனை நாட்கள் ஏன் தன் பார்வையில் படவில்லை?' என்று. காலையில் அவன் பார்த்தப் பொழுதுகூட இயல்பாகவே இருந்தாள், வயிற்றிலும் எந்த மாற்றமும் தெரியவில்லை.

தனது குழப்பத்தை ஜென்சியிடம் தெரிவிக்க, "அவ முதல் தடவை மாசமா இருந்தப்பவும் அப்டிதான் இருந்தா. எட்டு மாசத்துக்கு அப்புறம் தான் வயிறே தெரிய ஆரம்பிச்சுச்சு! எனக்கே சிலநேரம் டவுட் வரும், இவ கர்ப்பமாதான்

இருக்காளான்னு.? ரொம்பச் சாதாரணமா இருந்தா. வாந்தி, மயக்கம், சோர்வுனு இதுமாதரி எந்தச் சிம்டம்ஸூம் மினிக்கு இருந்ததில்ல.!" என்றாள்.

'முன்னபின்ன செத்திருந்தா தானா சுடுகாடுத் தெரியும்?' என ஒரு வழக்குச்சொல் உண்டு. தற்போது மருதனின் நிலையும் அதுதான்.

முதல் குழந்தை பிறந்ததே அவனுக்குத் தெரியாது எனும் போது, கண்மணியிடம் தெரிந்த மசக்கைக்கான மாற்றங்களை மட்டும் அறிந்திருக்கவா போகிறான்.?

கருகலைப்பும், அதன் வலியும் பிரசவத்திற்குச் சமம் என்றாள் ஜென்சி. உடல் வேதனை அவ்வளவு தூரம் படுத்தி எடுக்குமாம்.

'என்ன காரணம்?' என்று கேட்டதற்கு.. முன்பளித்த அதே பதிலான, 'உன் மனைவியிடம் கேள்!' என்றுவிட்டாள்.

நீண்ட பெருமூச்சுவிட்டான் மருதன். இனி எதுவாயினும் அவனுக்குப் பதிலளிப்பவள் கண்மணி மட்டுமே. காத்திருந்தான், அவளின் மயக்கம் தெளிவதற்காக.

ஏன் எதற்கு என்று காரணம் தெரியவில்லை. ஆனால் மனம் வெகுவாய் வலித்தது. கண்களை மூடி இருக்கையில் சாய்ந்து கொண்டான்.

நள்ளிரவில் திடீரென விழிப்பு ஏற்பட இமைகளைப் பிரித்தவன், கண்மணி படுக்கையில் இருந்து இறங்குவதைக் கண்டான்.

கால்களைத் தரையில் ஊன்றும் திராணியில்லாது, சோர்ந்த உடலை நகர்த்துவதற்கே சிரமப்பட்டாள். உடலில் இன்னும் மெலிதான நடுக்கம் இருந்தது. வலியானது பெண்மையின் பாதியை கொன்றுவிட, எவரையும் அழைக்கக்கூடத் தோன்றவில்லை அவளுக்கு.

இன்னும் மருதனைப் பார்க்கவில்லை அவள். அப்படியே அவளின் பார்வையில் அவன் விழுந்திருந்தாலும், நிச்சயமாய் உதவிக்கு அழைத்திருக்க மாட்டாள்.

தடுமாறி கீழே விழப் போனவளை ஓடிவந்து தாங்கிக் கொண்டு, "என்னா செய்யிற நீயி?" என உயர்த்திய குரலில் கேட்டவனுக்கு, பதிலளிக்க விருப்பமில்லை கண்மணிக்கு.

இதழ்களைக் கடித்து அவள் வலியினைப் பொறுத்துக்-கொள்ள, "என்னத்துக்கு இப்ப நீயி, கீழ இறங்குன?" என்-றான் மருதன்.

அதற்குமேல் கட்டுப்படுத்திக் கொள்ள இயலாதவள், "ரெஸ்ட்ரூம் போகணும்!"

அவன் புரியாது விழித்திட, அதற்கான பொருளை உரைத்தாள். மனையாளை அழைத்துச் சென்று உதவியவன், மீண்டும் அவளைப் படுக்க வைத்தான்.

சாய்ந்து படுத்தவளின் விழியோரம் நீர்துளி வெளியேற.. இதழ்கள் தானாய், "ரொம்ப வலிக்கிது" என உதிர்த்தது.

பற்றியிருந்த அவளது கையைச் சட்டென்று விட்டவன், "நல்லா வலிக்கட்டும்டி, இன்னுங்கூட வலிக்கணும்! நீயெல்-லாம் என்னா பொம்பளடி, வயித்துல இருந்த உசுர கொன்-னுட்டு வந்து நிக்கிற? நீயி, என்னா யோக்கியமானு கேக்-காத! நானு நல்லவனில்லதான், ஆனா ஒனைய மாதிரி கொலகாரனும் இல்ல!" என ஆத்திரத்துடன் கத்தியவனைக் கண்டு மெலிதாய் புன்னகைத்தாள்.

அது.. அவனது சினத்தை மேலும் தூண்டிவிட, கண்-மணி இருக்கும் நிலையையும் மறந்து இரண்டு அறைகளை-யும் கொடுத்திருந்தான் மருதன்.

சப்தம் கேட்டு வந்த யூசப்.. அவனை இழுத்துக் கொண்டு வெளியே செல்ல, ஜென்சி கண்மணியைப் பரி-சோதிக்கத் துவங்கினாள்.

"யோவ் விடுயா, டாக்டருனு கூடப் பாக்கமாட்டேன். அருவால எடுத்து ஒந்தலைய சீவணும் போல, அத்தினி ஆத்திரம் வருது. நீயெல்லாம் என்னா மனுஷன்யா?" எனத் தொண்டை வறண்டு கத்தியவனைக் கண்டு புன்னகைத்தான் யூசப்.

"ஏன் மருதன் உங்க இரத்தம்ன்றதுனால இவ்வளவு துடிக்கிதா? உங்களுக்கு இப்பதான் தெரியும், ஆனா அஞ்சு

மாசமா தனக்குள்ள வளத்திருக்கா மினி. அவளுக்கு எவ்வளவு தூரம் வலியிருக்கும். இனிமே வாழ்க்கைனு ஒண்ணு இருக்கா இல்லையானு தெரியாதப்பவே, மீனாவைப் பெத்துக்கிட்டா மினி. இப்பப்போய் ஒருகுழந்தையை அழிப்பாளா? உங்கமேல கோபம் இருந்தாலும் கூட..?"

அவனைப் புரியாது பார்த்த மருதன், "அப்புறம் யேன் இப்டி?"

"அஞ்சு மாசத்துக்கான சரியான வளர்ச்சியில்ல குழந்தைக்கு. இத்தனை மாசத்துல முதுகெலும்பு, லைட்டா தலை எல்லாம் வந்திருக்கணும். ஆனா மினியோட கருவுக்கு இதயத்துடிப்புத் தவிர வேறெதுவும் இல்ல.

மூணாவது மாசம் பாத்த ஸ்கேன்லயே வித்தியாசம் தெரிஞ்சது. அந்த டைம்ல இருந்தே மினி டிரீட்மெண்ட் எடுத்துக்கிட்டா. ஆனா எந்த மாற்றமும் இல்ல. நேத்து செக் பண்ணிப் பார்த்தப்ப, அந்த இதயத்துடிப்பும் இல்ல. கிட்டத்தட்ட அவ வயித்துல இருந்தது களிமண் உருண்டை மாதிரிதான். அதை அப்படியே விடுறது, மினியோட உயிருக்கு ஆபத்தா ஆகிடும். அதான் ரிமூவ் பண்ணிட்டோம்" என நடந்ததைக்கூறி பெருமூச்சு விட்டான் யூசப்.

மருதனுக்கு எதுவும் பேசத் தோன்றவில்லை. சிலையென அமர்ந்திருந்தான்.

வெளியே வந்த ஜென்சி கணவனிடம், மினி நன்றாகவே இருக்கிறாள்! எனப் பார்வையில் பரிமாற்றம் செய்ய.. இருவரும் மருதனை ஒருமுறை பார்த்துவிட்டு, அங்கிருந்து நகர்ந்தனர்.

அரைமணி நேரம் கடந்து கண்மணியைக் காணச் சென்றான் அவன்.

பக்கவாட்டு சுவற்றில் பார்வையை வெறித்திருந்தவளை நெருங்கியவன், "ஏன்டி எங்கிட்டக்கச் சொல்லல?"

அவனிடம் பார்வையைத் திருப்பி, "நீ தொடும்போது என்னைக் கேட்டாத் தொட்ட? அது உன்னோட உரிமைனா, இது என்னோட உரிமை. குழந்தைக்குக் காரணமானவன் நீயா இருந்தாலும், அது உருவானது எனக்குள்ள. அதுனால

எனக்குத்தான் முதல் உரிமை. என்னைப் பொறுத்தவரைக்கும் நீ மூணாவது மனுஷன்தான்!" என்றவளின் பதிலில் சற்றே ஆடிப்போனான் மருதன்.

நேரம் நகர்ந்தது, இருவரும் எதுவும் பேசிக் கொள்ளவில்லை. அவளுக்குப் பேச வேண்டிய அவசியமில்லை. அவனுக்கோ அதற்கான துணிவு இல்லை!

நண்பகலுக்குப்பின் கண்மணியை வீட்டிற்கு அழைத்து வந்தான் மருதன். பெரிய வீட்டிற்குச் சென்று மீனாவைப் பார்த்துவிட்டு, மனைவிக்கான உணவை கடையிலிருந்து வாங்கி வந்தான்.

"கண்ணம்மா எந்திரிச்சு, ஒருவாய் சாப்புடு"

"எனக்கு வேணாம்!"

"யேன் பசிக்கலையா?"

"நீ வாங்கிட்டு வந்தது வேணாம்!"

"பொறவு?"

"நானே செஞ்சுச் சாப்டுக்கிறேன்!"

"இதென்னா புடிவாதம், மேலுக்குச் சொகமில்லாம இருக்கப்ப? சொல்லு பேச்சு கேளுடி!"

"நான் வேணாம்னு சொன்னா, நீ கேக்க மாட்டியா?"

"கண்ணம்மா.. வீணாவுல, ஏ ஆத்திரத்த கெளப்பாத! முடியாம இருக்க, கைய நீட்ட வேணாமுனு பாக்குறேன்!" என்றவனை முறைத்துவிட்டு, வீட்டிலிருந்து வெளியேறினாள்.

பின்னோடு வந்தவன், "ஏய் எங்கடி போற?" என அவளது கையைப் பிடித்து நிறுத்த, "அரிசி காலியாப் போச்சு, வாங்கணும்!"

அவளைப் பார்வையால் எரித்தவன், "இம்புட்டு வீம்பு ஆவாதுடி, இரு.. நானு போயி வாங்கியாறேன்!"

"இந்தா காசு!" என நீட்ட, அதற்கு மேலும் கட்டுப்படுத்திக் கொள்ள இயலாது கண்மணியின் முடியைக் கொத்தாய் பிடித்துத் தனது முகத்தைப் பார்க்க வைத்தான் மருதன்.

"என்னடி பிரச்சன ஒனக்கு?" என அடிக்குரலில் சீற.. வலித்தாலும் அதை முகத்தில் காட்டாமல் அவனை உறுத்து விழித்தவள், "எனக்கு உன்னோட ஒத்தப்பைசா கூட வேணாம். அதுல ஒரு மடக்கு தண்ணிக் குடிச்சாலும், கடைசில என்கட்டை வேகாம போயிடும்!"

"அப்டி என்னடி எங்கிட்டக்க ரோஷம் ஒனக்கு, நானென்ன தீட்டானவனா?"

"ஆமா நீ தீட்டானவன்தான்!" என அவள் அழுத்தமாய்க் கூற, "கண்ணம்மா!" என்றவனது குரல் ஓங்கி ஒலிக்க, அவளோ அசராது எதிர்பார்வைப் பார்த்தாள்.

"நானு தீட்டானவன்னா, அப்ப நீ யாருடி? யென்னோட ரெண்டு புள்ளைகள ஓ வயித்துல சுமந்திருக்க, அப்ப நீ யாரு சொல்லுடி சொல்லு!" என்றவனது பிடி இறுகியது.

"நான் உன்னத்தவிர வேற எவனையும் ஏறெடுத்துக்கூடப் பாத்ததில்ல. ஆனா நீ அப்டியா? பால்ல தண்ணிய கலந்தாலும், பால் எப்பவும் பால்தான். தன்னோட குணத்தையும் நிறத்தையும் மாத்திக்காது!"

"நீ பால், நான் தண்ணியா?" என ஏளனமாய்ச் சிரித்தவன், "எனைய பத்தி ஒனக்கு இப்பத்தேன் தெரியிதா? எங்கூடப் பழகும்போது நெனவு வரலியோ?"

"தெரிஞ்சு தான் பழகுனேன், அதுக்குத்தான இப்ப அனுபவிக்கிறேன்! ஓங்கூடப் பழகுனவளுக வீட்டுக்கு மளிகைசாமானும், அவங்களுக்குச் சாப்பாடும் வாங்கிக் கொடுத்த தான? நீ ஒவ்வொரு தடவையும் ஏதாவது வாங்கிட்டு வந்து தரும்போது, நானும் அவளுங்க மாதி.."

பேச்சை முடிக்கும் முன்பே, கண்மணி தரையில் கிடந்தாள். மருதனின் கைவிரல்கள், பெண்மையின் இரு கன்னங்களிலும் தன் தடத்தினை அழுத்தமாய்ப் பதிந்திருந்தது.

"ச்சீ ஏன்டி இப்டி அசிங்கமா பேசுற? அப்ப இம்புட்டு நாளா, மனசுல இந்த நெனப்போடதேன் இருந்தியா? ஏன்டி ஓம்புத்தி இப்டி சின்னத்தனமா யோசிக்கிது? நீயும் அவங்களும் ஒன்னா..?"

"சரி சொல்லு, நான் யாரு?"

"நீயி ஏ பொஞ்சாதிடி, என்னோட கண்ணம்மா!"

"அப்ப அவங்க?" என்றவளின் கேள்விக்கு, விடையளிக்க முடியாமல் தலைக்குனிந்து நின்றான்.

"என்ன ஒண்ணுமே சொல்ல மாட்டிக்கிற? பதில் இல்லையா? இல்ல.. உனக்குத் தெரியலபா..?" என விடாது வினவ.. எதிரே இருந்தவளின் முகத்தைக்கூடக் காண இயலாது, இறுகிய முகத்தோடு அங்கிருந்து நகர்ந்தான் மருதன்.

உடலிலும் மனதிலும் இருந்த மொத்த வலிமையும் வடிந்துவிட, எழக்கூடத் தோன்றாது வீட்டு வாயிலிலேயே அமர்ந்தாள் கண்மணி.

செல்பவனையே பார்த்திருந்தவளின் விழியோரம், இருதுளி நீர் வெளியேறியது.

மருதனின் மனைவிக்கு உடல்நிலை சரியில்லாததால்.. ராமுத்தாயி உதவிக்காக ராக்காயியை அனுப்பி வைத்தார்.

வாயிலில் சரிந்திருந்தவளைக் கண்டதும் அவசரமாய் ஓடிவந்தவர், "முடியலினா வூட்டுக்குள்ளாரயே இருக்கது தான? என்னத்துக்குத் தாயி வெளிய வந்த? நெம்ப முடியலியா?" என்றவாறே அவளை அழைத்துக் கொண்டு உள்ளே சென்றார்.

சோர்வுடன் படுத்தவள்.. அவரிடம் பணத்தைக் கொடுத்து, தேவையானதை வாங்கிவரச் சொன்னாள். தானே அனைத்து பணிகளையும் செய்து முடித்து, கண்மணிக்குக் கஞ்சி வைத்துக் கொடுத்தார்.

அன்றிரவு ராக்காயி அவளுக்குத் துணையாய் இருக்க, மருதனும் மீனாவும் பெரிய வீட்டிலேயே தங்கிக் கொண்டனர்.

மறுநாள் வழக்கம்போல் பணிக்குச் செல்ல தயாரானவள், ராக்காயியுடன் பெரியவீட்டிற்குச் சென்றாள்.

அவர் தனது வேலையைக் கவனிக்கச் செல்ல.. வாயிலிலேயே நின்று கொண்ட கண்மணி, "ஆத்தா"

வெளியே வந்த ராமு.. அவளது சோர்ந்த முகத்தைக் கண்டு பரிவுடன், "உள்ளார வா" என அழைக்க.. மெலிதாய்

புன்னகைத்தவள், "மீனா முழிச்சிட்டாளா ஆத்தா?"

"ம்ம், ஏய் குட்டி இங்கன வா!" எனக் குரல் கொடுக்க.. ஓடிவந்த மீனா தாயைக் கண்டதும், கண்மணியின் கால்களைக் கட்டிக் கொண்டாள்.

"ம்மா.. தூத் தூத்.." என்ற குழந்தையைத் தூக்கி அணைத்து முத்தமிட்டவள், "சாப்டியா செல்லம்?" என விசாரிக்க, தாயின் கேள்விகளுக்குப் புன்னகையுடன் பதிலளித்தாள் மீனு.

"சரி இன்னைக்கு மட்டும் இங்க இரு, சாய்ந்தரம் வந்து அம்மா உன்னைக் கூட்டிட்டுப் போறேன்" எனக் குழந்தையை இறக்கிவிட்டு, "நான் வரேன் ஆத்தா" எனக் கிளம்பினாள்.

"மேலுக்கு இப்ப எப்டி இருக்குது?" எனக் கேட்டு, அவளை நிறுத்தினார் ராமு.

"நல்லாருக்கேன் ஆத்தா"

"ஒனக்கும், ஓம்புருஷனுக்கும் எதனா வெவகாரமா?"

மெலிதாய்ப் புன்னகைத்தவள், "ஏன்.. உங்க மகன் சொன்னாங்களா?"

பதிலுக்குப் புன்னகைத்து, "அப்ப நீயும் சொல்லமாட்ட? சேரி, மேல்ல (உடல்) பாத்துக்க" என்றவரிடம் தலையசைத்துவிட்டு கிளம்பினாள் கண்மணி.

"ரோஷக்காரிதேன் அன்னிக்கு கூப்புடலைனு வராதவ, இன்னிக்கு கூப்புட்டும் வூட்டுக்குள்ள வராமையே போயிட்டாளே!" எனச் சிரித்தவாறே உள்ளே சென்றார் பெரியவர்.

வழியில் எல்லைச்சாமி கோவிலின் சுற்றுச்சுவற்றில் படுத்திருந்த மருதனைக் கண்ட கண்மணிக்கு, பழைய நினைவுகள் வர.. அதனுடனே மருத்துவமனைக்குப் பயணித்தாள்.

* * *

வாடிய முகத்தோடு அமர்ந்திருந்த அத்தையிடம் வந்தாள் பதினேழு வயது கண்மணி. தனக்குத் தங்கம் என்றொரு அத்தை இருப்பதையே, பெற்றோரை இழந்த பின்புதான் அறிந்து கொண்டாள் அவள்.

கணவரின் தவறான நடவடிக்கைகளால் சொந்தங்களை முற்றிலுமாய்த் தவிர்த்து வந்த தங்கம், தன் ஒன்றுவிட்ட தமையனின் விபத்து செய்தியை அறிந்துதான், மீண்டும் அவர்களைக் காணச் சென்றார்.

கணவன் மனைவி இருவரும் இறந்திருக்க.. உயிருக்குப் போராடிய கண்மணிக்கு, தன் இரத்தத்தைப் பகிர்ந்தளித்து, எம தர்மனிடமிருந்து மீட்டெடுத்தார்.

பதினான்கு வயது சிறுமியை மற்ற உறவுகள் தங்களுடன் அழைத்துச் செல்லத் தயங்க.. அவளைத் தனியேவிட மனமின்றி, தன்னுடன் அழைத்து வந்தார் தங்கம். அன்றி-லிருந்து கண்மணிக்கு எல்லாமே அவர்தான்.

"ஏன் அத்த, ஒருமாதிரி இருக்கீங்க?"

மெலிதாய் புன்னகைத்தவர், "ஒண்ணுல்ல ராஜாத்தி"

"இல்ல பொய் சொல்றீங்க, சாமி கும்புடுறப்ப நீங்க அழுததை நான் பாத்தேன்! ஏன் அழுதீங்க?"

"வேற என்னத்துக்கு அழப்போறேன்? மருதனை நெனச்-சுதான்!"

"ஏன் மாமாக்கு என்ன, நல்லாதான இருக்காங்க?"

"ம்ம், அவங்க அப்பார மாதிரியே இருக்கான். எங்கன அவராட்டமே இவனும் சீரழிஞ்சு போயிடுவானோனு பயமா-யிருக்கு" எனப் பெருமூச்சு விட்டார்.

"பெரிய மாமா எப்டி இறந்தாங்க அத்த?"

"பொல்லாத வியாதி வந்து செத்துப் போனாரு. அவருக்-கிட்ட இருந்து யெனக்கு அந்த வியாதி வராம இருந்ததே ஒலக அதிசயந்தான். அவர கட்டிக்கிட்டு வாரப்ப, ஏ வாழ்க்க இப்டி பாதியிலயே நின்னுப் போவும்னு நானு நெனைக்கல"

கண்மணி அவரையே பார்த்திருக்க, "கண்ணாலத்தப்ப யெனக்கு பதினாலு வயசு, அவுகளுக்கு இருவத்தேழு. நிறையப் பொம்பளைகளோட அவருக்குப் பழக்கம் இருந்-திச்சு. ஆரம்பத்துல நல்லாதான் பாத்துக்கிட்டாக. மத்த பொம்பளைக கூடப் பழகாதிங்கனு சொன்னேன், அங்கன ஆரம்பிச்சிச்சு பிரச்சன.

அவுக சொன்னதக் கேக்காட்டினா, எதுத்துப் பேசுனா அடி, ஒதைதான். ஏ மண்டயை ஒடைஞ்சது யெல்லாம் கணக்குலயே வச்சுக்க முடியாது. மேலு சரியாகி எந்திரிச்ச அடுத்த நாளே, வேற எதாவது காரணத்துக்காக அடிவிழும். ஆனா எங்கன போனாலும், சாப்புடுறதுக்கு வூட்டுக்கு வந்-துடுவாக. அதே குணம்தான் மருதனுக்கும்!

அவுகளுக்கு நல்லா காரசாரமா நாக்குக்கு ருசியா, நாலஞ்சு வகையில வேணும். ஏதாவது ஒண்ணு ரெண்டு கூடக்குறைய இருந்தா, ஒடனே தட்டுப்ப றக்கும். ரெண்டு தடவ ஏ கழுத்தக் கிழிச்சிருக்கு" எனச் சிரித்தார் அவர்.

கண்மணி கலங்கிய கண்களுடன், "அத்த, பெரிய மாமா அவ்வளவு மோசமானவங்களா..? நிறைய அடிப்பாங்களா உங்கள.? அச்சோ.. எப்டி அத்த சமாளிச்சீங்க..?"

"சேச்சே.. நீயி யேன் ராஜாத்தி கண்ணு கலங்குற..?" என அவளின் கன்னத்தைத் துடைத்து விட்டவர், "அதெல்-லாம் எட்டு வருஷத்துக்கு முன்னுக்கதேன். அப்பெல்லாம் ஆத்தாவும் அய்யாவும்தேன் எனைய பாத்துக்கிட்டாக"

"ம்ம்..! அப்ப எல்லாருமே ஒரேவீட்டுல தான் இருந்தீங்-களா அத்த?"

"இல்ல கண்ணு, கண்ணாலம் முடிஞ்சதுமே இங்கன வந்துட்டோம். அப்பப்ப பெரியவுக வந்து பாத்துட்டுப் போவாக"

"இப்ப ஏன் அத்த அவங்க வரதில்ல?"

"யெல்லாம் ஏ புருஷனாலதான்!" என்றவரின் குரல் மெலிந்து, கண்கள் கலங்கியது.

"ஓ பெரிய மாமா.. போற வார இடத்துக்கெல்லாம் மருதனையும் கூட்டிப்போவ ஆரம்பிச்சாக. நானு சொல்லி சொல்லிப் பாத்தேன், அவுக கேக்கல. இனி ஏம்புள்ளய ஒங்களோட அனுப்பமாட்டேன், எனைய பெத்தவுக வூட்-டுக்கு போறேனு சண்டப் போட்டேன். எதுத்தா பேசுறனு.. தேக்கு கட்டிலு இருக்கு இல்ல, அதைத் தூக்கி ஏந்தலை-யில போட்டுட்டாரு"

கண்மணி திடுக்கிட்டு, "எது, உங்க ரூம்ல இருக்கக் கட்-டிலா?"

தங்கம் 'ஆம்' எனத் தலையசைக்க, "ரெண்டு பேரு சேந்தாலும், அத நகத்தவே முடியாதே அத்த?"

"அதெல்லாம் ஓ மாமா உடம்ட வலுவானவுகதேன். அதுவும் குடிச்சுட்டாகனா, நாலு ஆளுக்குச் சமம். மண்டை ரெண்டா பொளந்துக் கிடுச்சு, பொழைக்க மாட்டேனு நெனச்சேன். எந்தசாமி புண்ணியமோ, உசுரு ஒடம்போட ஒட்டிக்கிச்சு. அந்த வெவகாரத்துல பெரியவுகளுக்குக் கோவம் வந்து, மருதனோட அப்பார கூப்புட்டு கண்டிச்சாக"

"நீயி என்னத்துக்குப் பேசுற? ஓம்பொஞ்சாதிக்குப் புள்ள பொறக்கலைனு, ஏம்பொஞ்சாதிக் கிட்டக்கனு.." எனப் பீறிட்டு வந்த அழுகையை, வாயைமூடி அடக்கிக் கொண்-டார் தங்கம்.

"அத்த ப்ளீஸ் அழாதீங்க, கஷ்டமா இருக்கு!" எனக் கண்மணி அவரது தோளில் சாய்ந்து அணைத்துக் கொள்ள, "ரொம்ப அசிங்கமா பேசிட்டாக. அவுக யெனக்கு.. ஆத்தா, அப்பனாட்டம். அவுகளும் எனைய மவளாட்டந்தேன் நெனச்சாக. இவுக பேசுனதுல நெம்ட ரணப்பட்டுட்டாக. அன்னிலிருந்து பெரியவுகளும், ஆத்தாவும் இந்த வூட்டுக்-கும் வாரதில்ல. எங்கக்கூடப் பேசுறதும் இல்ல.

மருதனோட அப்பாரு எட்டு வருஷத்துக்கு முன்னுக்க.. வியாதி வந்து படுக்கைல விழுந்து, ரெண்டு வருஷம் கழிச்சு இறந்துட்டாக. அப்பக்கூட வூட்டுக்குள்ளார வராம வாசப்ப-டியிலயே நின்னுக்கிட்டாக ஆத்தாவும், பெரியவுகளும்.

ஓ பெரிய மாமாவோடயே சுத்தி, கடைசில அவுக புத்-தியே ஒட்டிக்கிச்சு மருதனுக்கு. நானும் அவனத் திருத்திப் புடலாம்னு பாக்குறேன், முடியமாட்டிக்கிது. அம்மா.. அம்-மானு பாசமா பேசுறவனுட்ட, இதப்பத்தி பேசுனம்னா மட்டும் பதிலே வராது. எனைய, ஏ வழிக்கே வுட்டுடுமானுட்டு போயிடுவான்!" என மகன் மற்றும் கணவனைப் பற்றி உரைத்து, பெருமூச்சு ஒன்றை விட்டார் தங்கம்.

"வருத்தப்படாதிங்க அத்த, மாமா மாறிடுவாங்க" என அவள் ஆறுதல் கூற.. மெலிதாய் புன்னகைத்துத் தலையசைத்தவர், "மாறணும், அவனும் பொஞ்சாதி புள்ளைகனு சந்தோஷமா இருக்கணும். நானு அனுபவிச்ச வலிய, ஏ மருமவ அனுபவிக்கக் கூடாது. எனைய மாதி இல்லாம.. நெம்பப் புள்ளக்குட்டி பெத்து, ரெண்டு பேரும் ஆயுசுக்கும் ஒண்ணாவே இருக்கணும்" எனத் தன் ஆசையைக்கூற, "நடக்கும் அத்த!" என்று ஆருடம் கூறினாள் கண்மணி.

அதன் பின்பான நாட்களில்தான் அவளது கவனம், மொத்தமும் மருதனிடம் திரும்பியது. ஏற்கனவே இருந்த மெல்லிய ஈர்ப்பு.. அவன் கேட்டதும் முத்தமிடும் அளவிற்கு, அவளை ஆட்டுவித்திருந்தது.

தங்கத்திடம் பேசியபின்பு.. 'மாமனின் குணத்தை எப்படியேனும் மாற்றிவிட வேண்டும்!' என்ற உறுதியைத் தனக்குள் விதைத்துக் கொண்டாள் கண்மணி.

அன்று விதைத்ததை மூன்று ஆண்டுகளுக்குப் பின்.. மருதனின் மனைவியாய் உருமாறி, அறுவடை செய்து கொண்டிருக்கிறாள் தங்கம்மாளின் மருமகள்.

◆ *அத்தியாயம் 9*

அன்று பணிமுடிந்து கண்மணி வீட்டிற்கு வரும்பொழுது, மருதனும் மீனாவும் வெளித் திண்ணையில் அமர்ந்து விளையாடிக் கொண்டிருந்தனர்.

வழக்கமாய் அவள் வந்த பின்புதான் இருவருமே பெரியவீட்டிலிருந்து வருவர். வழக்கத்திற்கு மாறாய் முன்னரே வந்திருந்தவர்களை அவள் சிந்தனையுடன் பார்க்க, தாயைக் கண்டதும் ஓடிவந்து, "அம்மா" என்று கட்டிக்கொண்டாள் மீனா.

குழந்தையைத் தூக்கி அவளிடம் பேச்சுக் கொடுத்தவாறே கண்மணி கணவனைப் பார்க்க, அவனோ எதையும் கண்டுகொள்ளாது தோட்டத்திற்குள் சென்றான்.

மருதனுக்கு இரவு நேரத்தில் குளிக்கும் பழக்கம் உண்டு. அதன்பின்பு உணவருந்திவிட்டு, பெரிய வீட்டிலிருந்து மகளோடு வருபவனின் இரவுப்பொழுது தோட்ட வீட்டில்!

அதேபோல் அன்றும்.. தோட்டத்தில் நீர்பாசனத்திற்காகக் கட்டிவைத்த தொட்டியில் நிரம்பியிருந்த நீரில் குளித்தவன், அழுக்கு உடைகளையும் தூய்மை செய்து உலரப் போட்டு-விட்டு, மாற்றுடை அணிந்து கொண்டு வந்தான்.

இரவு உணவை தயார் செய்த கண்மணி, மகளுக்கு உணவூட்டி கதைச் சொல்லி உறங்க வைத்தாள்.

வீட்டு சுவற்றில் மாட்டியிருந்த கடவுளின் புகைப்படத்-திற்கு எதிரே வந்து நின்றவன்.. சிலநொடிகள் கண்மூடி வணங்கிவிட்டு, அருகேயிருந்த அலமாரியில் கையிலிருந்த பணத்தை வைத்துவிட்டு வெளியேறினான்.

மருதனின் தந்தையார் உயிரோடிருந்த போதே, இருந்த சொத்துக்கள் அனைத்தையும் அழித்துவிட.. இன்றளவும் அவனுக்கு உதவுவது நாச்சிமுத்துதான்.

பெரியவீட்டிற்கு வந்தபின்பு, அவரோடு வயலுக்குச் சென்று வேலைகளைக் கவனித்து வந்தவனுக்கு.. நண்பர்-களோடும் பழக்கம் இல்லாததால் பெரிதாய் பணத்தேவை என்று எதுவும் இருக்கவில்லை.

திருமணத்திற்குப்பின் மகனுக்கென்று வருமானம் வேண்-டும் என எண்ணிய நாச்சி.. பத்து ஏக்கர் நிலத்தைக் கொடுத்து, அவனை அதற்குப் பொறுப்பாக்கினார்.

பெரியதந்தை சொன்னதைச் செய்தவன், அதன் கணக்கு வழக்கை அவரிடமே ஒப்படைத்துவிட்டு, தன் உழைப்பிற்-கான ஊதியத்தை மட்டும் பெற்றுக் கொள்வான்.

முதலில் பெரியவருக்கு அவனது செயல் வியப்பைக் கொடுத்தாலும், கையில் பணம் புழக்கம் குறைவாக இருந்-தால் மருதன் தவறான வழிக்கு செல்லமாட்டான் என ஏற்-றுக்கொண்டார்.

அலமாரியில் வைத்தது, அவனது ஊதியம் தான். கண்-மணி அதை மறுத்ததால், சுவாமி படத்தின் முன்பு வைத்து-விட்டுச் சென்றான்.

நேரம் நகர்ந்து, பத்துமணியைக் கடந்தது. மருதனைக் காணாமல் வெளியே வந்த கண்மணி, வெளித் திண்ணையில் அவன் படுத்திருப்பதைக் கண்டு குழம்பினாள்.

சற்றுத்தள்ளி காகிதத்தில் சுற்றப்பட்டிருந்த இலையிலிருந்த மிச்சத்தை.. வீதியில் சுற்றித் திரியும் நன்றியுள்ள ஜீவன் ஒன்று உண்பதைப் பார்த்து, மருதன் உண்டுவிட்டதை உணர்ந்து வீட்டினுள் சென்றாள்.

இடது முழங்கையால் முகத்தை மறைத்தபடி படுத்திருந்த மருதன், தனது கையை விலக்கி கண்மணி உள்ளே செல்வதைப் பார்த்தான். காலையில் அவள் உதிர்த்த சொற்கள்.. செவியில் ஒலித்து, மனம் கனத்தது.

"எம்புட்டு பெரிய வார்த்தயச் சொல்லிப்புட்டா? அம்மா மட்டும் உயிரோட இருந்து இதைக் கேட்டுருந்தாங்கனா, அந்த நிமுஷமே உசுர விட்டுருப்பாங்க. இவள எப்டியெல்லாம் பாத்துக்கிட்டாங்க. இப்டி நெனச்சுதான், வூட்டவுட்டுப் போனாளா? இல்லியே.. அம்மா இல்ல அனுப்பிவுட்டதா சொன்னாங்க..? ஏம்மேல கோவமா? யேன் கோவம், நானு எதுவுஞ் செய்யலியே? அவளாத்தான மாமா உங்கள கட்டிக்கிறேனு சொன்னா?" என எண்ணியவனின் மனம் குழப்பத்தில் தவித்தது.

நினைவுகள் இரண்டரை ஆண்டிற்குப் பின்னே செல்ல, இருவருக்குமான உறவு நினைவு வந்தது மருதனுக்கு.

* * *

கண்மணியின் பிறந்தநாளுக்கு அவன் பரிசளித்ததில் இருந்து இருவருக்குமான நெருக்கம் அதிகரித்திருந்தது.

வீட்டிற்குள் நுழைபவன், "அம்மா சாப்பாடு போடுங்க" என்று உரைத்தால், "ஏன், நாங்கெல்லாம் பரிமாறுனா சாப்பிட மாட்டிங்களா?" என வம்பு செய்வாள்.

அத்தருணம் கண்மணி.. வீட்டில் இருந்தபடியே பனிரெண்டாம் வகுப்புப் படித்துக் கொண்டிருந்தாள்.

சித்தக்குளத்தில் மேல்நிலைப் பள்ளி இல்லாததால், தொலைதூரக் கல்விக்கு ஏற்பாடு செய்திருந்தார் தங்கம்மா. அதன் விவரங்களை விசாரித்து வந்து, கண்மணியையும்

அழைத்துச் சென்று புத்தகங்கள் எல்லாம் வாங்கிக் கொடுத்தது கூட மருதன்தான்.

அவனுக்குப் படிப்பில் அவ்வளவாக நாட்டமில்லை. விருப்பம் இல்லை என்பதைவிட, சின்னநாச்சி அவனைப் பள்ளிக்கே அனுப்பவில்லை என்று கூறுவதுதான் சரியாய் இருக்கும்.

சீட்டு விளையாடச் செல்லும் பொழுது உடன் அழைத்துச் செல்வது, மதுவிற்காகவும் சுருட்டிற்காகவும் அவனைக் கடைக்கு அனுப்புவது, தான் செல்லும் பெண்களின் வீட்டிற்கு ஏதேனும் தேவைப்பட்டால்.. வாங்கி வருமாறு அவனைப் பணிப்பது என்று தன்னுடனே வைத்துக் கொண்டார் மருதனின் தந்தை.

தந்தையின் தவறான வழிநடத்தலே அவனது வாழ்வின் திசையையும் மாற்றிவிட்டது.

தங்கம் கணவனைப் பலமுறை தடுக்க முயன்று, கணக்கிலடங்கா பல பரிசுகளைத் தன் தேகந்தனில் பெற்றுக்கொண்டார்.

அதையெல்லாம் நேரில் காணும் மருதனுக்கு, தன்தாய் வலியில் துடிப்பதைப் பார்த்து கண்ணீரே வந்துவிடும். அதனாலேயே தங்கத்தின் மீது மிகுந்த அன்பு கொண்டிருந்தான். அன்னைக்கு அடிவிழாமல் இருக்க வேண்டும் என்பதற்காகவே.. தந்தை உரைக்கும் பணிகள் அனைத்தையும், மறுக்காமல் செய்வான்.

தனது தாயின் முகத்தில்.. அவன், சிரிப்பென்ற ஒன்றைக் கண்டதே, கண்மணியின் வருகைக்குப் பின்புதான்.

வீட்டிற்கு வந்த ஆரம்ப நாட்களில் அழுது கொண்டிருந்தவள், சிலமாத இடைவெளியில் இயல்பாகிவிட்டாள். தூங்கும் நேரம் தவிர மற்ற நேரங்கள் முழுவதும், அத்தையை வால்பிடித்தபடியே சுற்றிக் கொண்டிருப்பாள் அவள். இவை எல்லாம் அவன் அந்நாட்களில் அவளைக் கவனித்தபோது, அறிந்தது.

இருவரும் இயல்பாகப் பேசத் துவங்கியதும், "அவுங்க யென்னோட அம்மா, நீயென்னா எப்பவும் அவங்களோடயே

இருக்க?" என்று மருதன் வம்பு பேச, "ஹான் என்னோட அத்தையாக்கும்!" என இதழ்களைச் சுளிப்பாள் அவள்.

வாரத்திற்கு நான்கு முறையாவது, இந்தப் பொய்ச்-சண்டை அவர்களுக்குள் அரங்கேறும்.

பத்து பதினைந்து நிமிடங்கள் நீளும் அந்த வாக்குவா-தத்தைக் கண்டு, தங்கம் கண்களில் நீர்வரும் அளவிற்குச் சிரிப்பார். அதனாலேயே மருதனுக்குக் கண்மணியை மிகவும் பிடிக்கும். அவளை நெருங்கவும் அதுவே காரணமாயிற்று.

அன்று தங்கம் கோவிலுக்குச் சென்றுவிட்டு வீட்டிற்குத் திரும்ப எத்தனித்த தருணம்.. லேசான சாரலாய்த் துவங்கிய மழை, நேரத்தின் நகர்வில் கனமழையாய் மாற்றம் பெற்றது. அதனால் தொடர்ந்து நடக்க இயலாது, பாதி வழியிலேயே நின்று கொண்டார்.

அத்தையைக் காணாது வாசலுக்கும் வீட்டிற்கும் நடந்த கண்மணியைக் கண்டு மருதனுக்குச் சிரிப்புதான் வந்தது.

"ஏய், என்னத்துக்கு இப்டி நடந்திட்டு இருக்க? தர தேஞ்சுப் போவப் போவுது!" என அவன் வருத்தம் கொள்ள, அவளோ முறைத்தாள்.

அதைக் கண்டுகொள்ளாதவன், "அம்மா ஒண்ணும் சின்னப்புள்ள இல்ல. மழை நின்னதும் வந்துருவாக" என்றவாறே வெளியே எட்டிப் பார்த்தான்.

"வெளியப் போலாமுனா இப்டி மழைப் பெய்யிது?" என அவன் தனக்குத்தானே கூற, "எங்கப் போகப் போறீங்க மாமா?" என்றாள் கண்மணி.

"ஒனக்கு என்னத்துக்கு அந்த வெவரம், பேசாம உள்ள போ!" என்றவாறே அவன் வெளியே ஓர்அடி எடுத்துவைக்க, "எனக்குத் தெரியும் மாமா, நீங்க எங்க போறீங்கனு!"

அவன் புரியாமல் விழிக்க, "அந்தத் தேவி வீட்டுக்குத்-தான?"

"ஒனக்கு யாரு சொன்னா?"

"அத்தை புலம்புறப்ப சொல்லுவாங்க. ஏன் மாமா அங்-கெல்லாம் போறீங்க, வேணாம் மாமா!"

மெலிதாய் புன்னகைத்தவன், "நீயி சின்னப்பொண்ணு, ஒனக்குப் புரியாது!"

"ஏன் அப்டிச் சொல்றீங்க?"

"அது பழகீடுச்சு கண்ணம்மா, யெனக்கு ராவுல துணை-யில்லாம தூக்கம் வராது!" என்றவன் வெளியேறினான்.

பின்னோடு வந்து அவனது கைகளைப் பற்றி நிறுத்-தியவள், "வேணாம் மாமா போகாதீங்க, அத்த எவ்வளவு வருத்தப்படுறாங்கனு தெரியுமா? வேணாமே!" எனக் கேட்ட-வளிடம் என்ன பதில் சொல்வதென்று புரியாமல், இயலா-மையுடன் பார்த்தான் மருதன்.

இல்லத்தின் வாயிலைக் கடந்து நின்றிருந்ததால், அடைமழையில் இருவரும் நனைந்து உடலையும் உடை-யையும் வருணனிடம் தாரை வார்த்திருந்தனர்.

பெண்மகளின் ஈர தேகம்.. அவனது பார்வையில் மாற்-றத்தைக் கொண்டுவர, "மேலுக்குச் சேராம போகப் போவுது, உள்ளாரப்போ கண்ணம்மா!" என்றவன் அவளது பிடியிலி-ருந்து தன்கையை விடுவித்துக் கொண்டு சென்றான்.

"மாமா" என்றவளின் உரத்த குரலில் திரும்பி பார்க்க, அவளது கண்கள் கண்ணீரில் சிவந்திருந்தது.

"ப்ளீஸ் மாமா, அத்தைக்காக!" என உரைத்தவளின் குரல் தழுதழுத்தது.

"வெளிய நிக்காத, வீட்டுக்குள்ளார போய் இரு..!" என அவளின் முகம் பாராது உரைத்துவிட்டு, அந்நொடியே அங்கிருந்து கிளம்பினான்.

தேவியின் இல்லத்தை நோக்கிச் சென்று கொண்டிருந்-தவனுக்குக் கண்மணியின் கலங்கிய முகமே.. நினைவில் தோன்றி மனதை வாட்ட, மீண்டும் வீட்டிற்குத் திரும்பினான்.

உடையைக்கூட மாற்றாமல் வெளித் திண்ணையில் அமர்ந்திருந்தவளைக் கண்டவன்.. அவசரமாய்ச் சென்று, "கிறுக்கி இப்டியா உக்காந்திருப்ப, போயி துணிய மாத்து!"

அவனை வியப்போடு பார்த்தவள், "அப்ப நீங்க போக-லையா மாமா?" என வினவ, அவளது தலையில் தட்டிச்

சிரித்தான் மருதன்.

முகம் மலர்ந்து சிரித்து உள்ளே சென்றவள், உடையை மாற்றிவிட்டு அவனுக்காகத் தேநீர் தயாரித்துக் கொண்டு வந்தாள்.

மழையைப் பார்த்தவாறே இருமிடறு அருந்தியவனிடம், "மாமா பேசாம நீங்க கல்யாணம் பண்ணிக்கோங்க. அப்பதான் இனிமே தப்பு பண்ணமாட்டீங்க?" என்ற கண்மணியின் சொற்களில் அவனுக்குப் புரையேறிவிட்டது.

"அச்சோ மாமா, என்னாச்சு?" என அவள் தலையைத் தட்டிவிட, அவளைப்பார்த்து அடக்கமாட்டாமல் சிரித்தான்.

"ஏன் சிரிக்கிறீங்க?"

"நீயி.. யேன் இப்டியெல்லாம் புதுசுபுதுசா பேசுற?"

"தோணுச்சு"

"இனிமேலுக்கு இதப்பத்திப் பேசாத கண்ணம்மா!"

"ஏன் மாமா?"

"ஒனக்கு அதப்பத்தித் தெரியவும் தெரியாது, அதுக்கான வயசுமில்ல!"

"சரி அதவிடுங்க, கல்யாணம் பண்ணிக்கிறீங்களா?" என அத்தை தங்கத்திற்கு இருக்கும், மகனின் வாழ்கைக்கான விருப்பத்தை.. மனதில் வைத்து வினவினாள்.

"கண்ணாலமா? எங்கம்மா அனுபவிச்சதே போதும். நானு ஒண்ணும் நல்லவனில்ல கண்ணம்மா, எனைய கட்டிக்கிடுறவள நல்லா பாத்துக்கவும் முடியாது!"

"இவ்வளவு தெளிவா பேசுறீங்க, அப்புறம் ஏன் உங்களை மாத்திக்கக் கூடாது?"

"மாத்திக்க முடியாது, யேன்னா ஏ ஒடம்புல ஓடுற ரெத்தம் அப்டி!"

"அப்ப கல்யாணம்?"

"யெனக்கு இந்தூருல யாரும் பொண்ணுத்தர மாட்டாங்க!'

கண்மணி என்ன பேசுவதென்று புரியாது அமைதி காக்க, சிலநொடிகள் மழையின் சப்தம் மட்டுமே அங்கு நிறைந்திருந்தது.

"வேற யாரும் பொண்ணு தரலேனா போறாங்க. நான் உங்களைக் கல்யாணம் பண்ணிக்கிறேன் மாமா!" என்றவளின் திடீர் சொற்களில் அதிர்ச்சியுடன் நோக்கினான் மருதன்.

அவள் அவனையே பார்த்திருக்க, "வூட்டுக்குள்ளாரப் போ!" என்றவன், திரும்பியும் பாராது தனது வாகனத்தை எடுத்துக் கொண்டு கிளம்பினான்.

ஏனோ மருதனால் கண்மணியிடம் இயல்பாகப் பேச முடியவில்லை. அவனுக்குத் தன்னை நினைத்தே, பயம் வந்தது.

சற்றுமுன்னர் அவளது தோற்றத்தில் கண்கள் ஒருநொடி தடுமாறியதும், தற்போது அவளது வினாவும் இணைந்து.. ஆடவனின் உடலையும் மனதையும் இம்சித்தது.

அருவியாய் கருமேகங்கள் கொட்டிக் கொண்டிருக்க, தன்னுள் தகிக்கும் உணர்வுகளுக்கு வடிகாலைத்தேடி தேவியின் வீட்டிற்குச் சென்றான்.

அந்தத் தெருவின் முனையில் ரவியும் மணியனும் நின்றிருப்பதைக் கண்டவன், அவர்களை நோக்கிச் செல்ல.. இருவர் பேசுவதும் செவியில் விழுந்தது.

"யேன்டா என்னத்துக்கு இப்டிச் செய்யிற? முன்ன மாதிரி இல்லியே நீயி? முருகன போட்டு அந்த அடி அடிச்சிருக்க, யென்னாச்சு ஒனக்கு?" என ரவி வினவ, "தேவியப் பத்தி அசிங்கமா பேசிட்டான்டா அவன், அத தாங்கிக்கிட முடியல. அதேன் பட்டுனு கைய நீட்டிப்புட்டேன்!"

"அவன் ஒண்ணும் இல்லாதத பேசலியே, அவ செய்யிற வேலயத்தான சொன்னியான்?"

"இருந்துட்டு போவட்டும், அதுக்காக அப்டி தே*** பேசச் சொல்லுதா?"

"மணியா?"

"அவ எப்டினாலும் இருக்கட்டும், இனிமேலுக்கு அவளப் பத்தி பேசவும் கூடாது. அவ வூட்டுக்குப் போகவும் கூடாது!"

"என்னடா யென்னென்னமோ பேசுற?"

"ஆமாடா!" என்றவன் அங்கிருந்து நகர.. மருதனுக்கு, மணியன் தேவியின் உடலைத் தாண்டி மனதையும் விரும்புவது புரிந்தது.

'இதற்குமேல் அவளது வீட்டிற்கு, தான் செல்லக்கூடாது!' எனத் தனக்குள் முடிவெடுத்துக் கொண்டு, நண்பர்களைக் கூடக் காணாது கிளம்பினான்.

சோர்வோடு வீட்டிற்குத் திரும்பியவனின் செவிகளில்.. கண்மணியின் அறையிலிருந்து சப்தம் கேட்க, உள்ளே சென்றான். மழையில் நனைந்ததால், நடுக்கத்தோடு படுத்திருந்தாள்.

உடலைத் தொட்டுப்பார்க்க சில்லென்று இருந்தது. போர்வையை அவள்மேல் போர்த்தி விட்டவன்.. தனது உடையை மாற்றுவதற்காக அங்கிருந்து நகர, அவனது கையை எட்டிப்பிடித்தாள் கண்மணி.

"என்மேல கோவமா மாமா?"

"நானெதுக்கு ஓம்மேல கோவப்படப் போறேன்?"

"நிஜமா?"

"நெசமாத்தேன்!"

"அப்புறம் ஏன், எதுவுமே பேசாம போனீங்க?" என்றவளின் விழிகளில் நீர் திரையிட, "ப்ச்ச் என்னத்துக்கு.. இப்ப நீயி அழுவுற?" எனக் கண்களைத் துடைத்து விட்டவனை, அணைத்துக் கொண்டாள் கண்மணி.

"ஏதோ தோணுச்சு, கேட்டேன் மாமா. உங்களுக்கு இஷ்டமில்லேனா, முடியாதுன்னு சொல்லீட்டுப் போங்க. அதை விட்டுட்டு.. இப்டி மூஞ்சியைத் திருப்பிட்டுப் போனா, கஷ்டமா இருக்கு! எனக்குன்னு இருக்கிறது அத்தையும், நீங்களும் தான..? நீங்க இப்டி நடந்துக்கிட்டா, நான் என்ன செய்வேன் மாமா..?" என்றவள் அவனை மேலும் இறுக்கிக் கொண்டாள்.

மருதன் விலகத் தோன்றாது அப்படியே இருக்க.. நேரம் நகர நகர ஆடவனுக்குள் அடக்கி வைத்திருந்த உணர்வுகள், தன் ஆட்டத்தைத் துவக்கின. அணைப்பின் அடுத்தக் கட்டத்திற்கு, உள்ளிருந்த ஹார்மோன்கள் அவனை முன்-

னேற்றின.

மருதனின் தேவை, பெண் என்பவளின் உடல் மட்டுமே! அது தேவியோ கண்மணியோ, இருவருமே அவனுக்கு ஒன்றுதான்!

கண்மணியின் நிலையோ வேறுவிதமாய் இருந்தது. முதன்முதலான ஓர்ஆணின் ஸ்பரிசம்.. அவளது பெண்மையை உயிர்ப்பிக்க, மூளையானது தன் செயல்பாட்டை நிறுத்திக் கொண்டது.

பின்விளைவுகளையும், அந்த உறவின் எதிர்காலத்தையும் சிந்திக்கத் தோன்றாது.. உடல் அவனது தொடுகையைப் புதுவிதமாய் உணர, மனமும் அதனோடு இணைந்து, மருதனின் கைகளில் தன்னை முழுமையாய் ஒப்படைத்தது.

தேகத்தில் ஊற்றெடுத்த சுரப்பிகளும், இயக்குநீரின் மாற்றங்களும் இருவரையுமே தன்னிலை மறக்கச் செய்தது.

கோபமும் காமமும் எப்பொழுதுமே தன்னைப்பற்றி மட்டுமே சிந்திக்கும். அடுத்தவரின் சூழலோ, உணர்வுகளோ, அதனால் ஏற்படப் போகும் பாதிப்பைப் பற்றியோ, அதற்குத் துளியும் கவலையில்லை.

சுழலுக்குள் சிக்கிவிட்ட பின்பு.. அதன் இயக்கத்திற்குத்தான் நாம் இயங்க வேண்டுமே தவிர, அதனை நம் விருப்பத்திற்கு ஆட்டுவிக்க இயலாது.

கண்மணியின் நிலையும் தற்போது அதுதான். வாழ்க்கையெனும் நீரோடை இழுத்துச் சென்ற பக்கம், தனது பாதையினை அமைத்துக் கொண்டாள்.

மருதன் தீண்டிடும் போது தோன்றாத பயம், 'தங்கத்திற்கு விசயம் தெரிந்தால் என்னவாகும்?' என மனம் எண்ணிய ஒரு நொடியில் அவளை உயிரோடு சிதைத்தது. ஒவ்வொரு நொடியும் அச்சத்துடன், மனதிற்குள் போராட்டம் நடத்திக் கொண்டிருந்தாள்.

கிட்டத்தட்ட மருதனுக்கும் அதேநிலை தான். கண்மணியிடம் எல்லை மீறியது அவனுக்குத் தவறாய்த் தோன்றவில்லை. மாறாகத் 'தனது அன்னையை எவ்வாறு எதிர்கொள்வது?' என்ற தயக்கத்துடனே வலம் வந்தான்.

நடந்துவிட்ட நிகழ்வை மாற்றும் வல்லமை இல்லாததால், அதைச் சரி செய்வதற்கான வழியாய் ஒரு முடிவை எடுத்-தான்.

மறுநாளே கண்மணியிடம் அவளைத் திருமணம் செய்து கொள்வதாய் வாக்களித்தவன், தங்கத்திடம் அதைப்பற்றிப் பேசும் சந்தர்ப்பத்தை எதிர்நோக்கி காத்திருந்தான். ஆனால் இறுதிவரை மருதனுக்கு அந்த வாய்ப்பு கைவசப் படாமல், கண்மணியை நழுவவிட்டான்.

கடந்தகால நிகழ்வுகளில் மூழ்கி, உறக்கத்தில் தன்னை மெல்லத் தொலைத்தான் ஆடவன்.

* * *

அன்றைய பொழுதை தன்வசமாக்கி, இருளை அகற்றி உதயமானான் கதிரவன். வழக்கமான பணிகளை முடித்து-விட்டு மருத்துவமனைக்குச் செல்லத் தயாரானாள் கண்மணி.

முன்தினம் நடந்த விவாதமும், அதற்கு மனையாள் அளித்த பதிலும்.. மருதனுக்குள் ஒருவிதத் தாக்கத்தை ஏற்-படுத்தியிருக்க.. அவளைக் கண்டதும் சற்றே தயக்கத்துடன், "ஒடம்பு இன்னமும் சரியாவலயே, கொஞ்ச நாளு கழிச்சு வேலைக்குப் போவலாம்ல?" என்று வினவ, மெலிதாய்ப் புன்னகைத்துவிட்டு நகர்ந்தாள்.

மிதிவண்டியை இயக்கிச் செல்லும் அளவிற்குப் பலமில்-லாததால் பேருந்து நிலையத்தை நோக்கி நடந்தவளிடம், "கண்ணம்மா நானு ஜீப்புல இறக்கி வுடட்டா?" என வினவ, "வேணாம்!" என்ற ஒற்றைச் சொல்லோடு நிறுத்திக் கொண்-டாள்.

பேருந்திற்காகக் காத்திருந்தவளின் செவியை, "கண்-மணி" என்ற அழைப்புத் தீண்ட, திரும்பியவள் அங்கே நின்-றிருந்த மணியனை கேள்வியாய்ப் பார்த்தாள்.

"நானு மணி.." எனப் பேச வாயெடுத்தவனிடம், "தெரி-யும், சொல்லுங்க என்ன விஷயம்?" என நேரடியாய் கேட்-டாள்.

"ரெண்டு நாளைக்கு முன்னுக்க அரசு ஒனைய அடிச்-சதையும், நீயி பதில் பேசுனதையும் பாத்தேன்! மனசுக்குச்

சங்கடமா போச்சு!"

அது எங்களுக்குள்ள இருக்கிற பிரச்சன, நீங்க அதைப் பத்திப் பேசுறதுல எனக்கு விருப்பமில்லை என அவனது பேச்சிற்கு முற்றுப்புள்ளி வைக்க முயல, தப்பா நினைக்காத! பேசி ஆக வேண்டிய கட்டாயம்.! கொஞ்சம் பொறுத்துக்க.. என்றவன் தன் மனதில் இருந்த வினாவை அவளிடம் வினவினான்.

"ரெண்டரை வருஷத்துக்கு முன்னுக்க நானு பேசுனத மனசுல வச்சிக்கிட்டுதேன், அரசுட்ட அப்டி சொன்னியா கண்மணி?"

அவனைக் குழப்பத்துடன் பார்த்தவள், "என்ன சொல்றீங்க, புரியல.?"

"தேவி, அரசுவ நெனச்சுக்கிட்டு எனைய விலக்குனா. அந்தக் கோபத்துல, அன்னைக்கு நானு வேணுனேதான்.. ஒன்னோட காதுல விழுகுற மாதிரி ஒனைய பத்தித் தப்பாப் பேசுனேன். அது வெறும் வாய் வார்த்தையா சொன்னதுதான். மனசுல இருந்து பேசுனது இல்ல.

ஒங்களுக்குள்ள என்னா பிரச்சனைனு தெரியல. ஒருவேளை.. அன்னிக்கு நானு பேசுனதுதேன் காரணமுனா, மன்னிப்புக் கேட்டுக்கிடுறேன். முடிஞ்சா மன்னிச்சு மறந்துடுமா" என்றவனைப் பார்த்து மெலிதாய்ப் புன்னகைத்தவள், அந்நேரம் சரியாக வந்து நின்ற பேருந்தில் ஏறிக்கொண்டாள்.

‘மனையாள் பத்திரமாகப் பேருந்தில் ஏறிவிட்டாளா?’ எனக் காண்பதற்காக வந்த மருதுவின் கண்களில், மணியன் அவளிடம் பேசிக் கொண்டிருந்தது பட.. கண்மணி சென்ற அடுத்தநொடியே தன் முன்னாள் நண்பனின் சட்டையைப் பிடித்திருந்தான்.

"ஒனையத்தான் இனிமேலுக்கு ஏ வாழ்க்கைல தலையிடாத, ஏ முன்னுக்கவே வராதனு சொன்னேலடா? பொறவு என்னத்துக்கு இப்டிச் சின்னத்தனமா நடந்துக்குற? ஏ கண்ணம்மாட்ட யென்னடா சொன்ன? அன்னிக்கி எங்கிட்டக்கப் பேசுன மாதிரி அவக்கிட்டக்கையும் பேசுனியா?" எனச்

சினத்தில் கண்கள் சிவக்க கேட்டவனைக் கண்டு, அடிபட்ட பார்வை பார்த்தான் மணியன்.

தன் சட்டையிலிருந்த மருதனின் கைகளைத் தன்கைகளால் பற்றிக் கொண்டவன், "எனைய மன்னிச்சிடு அரசு" என்றிட, அவனோ புரியாமல் பார்த்தான்.

பொது இடமாக இருந்ததாலும், மணியனே முன்வந்து மன்னிப்புக் கேட்டதாலும்.. மருதன் தனது சினத்தைக் கட்டுப்படுத்தி, அவனது உடையில் இருந்த தன் கைகளைக் கீழே இறக்கினான்.

முன்னாள் நண்பன் சற்று நிதானத்திற்கு வந்ததை உணர்ந்த மணியன்.. நடந்த அனைத்தையும் கூற நினைத்து, "நாம கடைசியா பேசுன அன்னிக்கி, கண்மணி ஒனைய பாக்க வந்திருந்துச்சு"

மருதன் திகைத்து, "யென்னடா சொல்லுற?"

"ஆமா அரசு. ஆனா, என்னத்துக்கு ஒனைய பாக்க வந்துச்சுனு தெரியல. தேவி ஓம்மேல பிரியம் வச்சிருக்குனு தெரிஞ்சதுல இருந்து, ஒனைய எப்டியும் பழிவாங்கிப்புடனும்னு நெனச்சிட்டு இருந்தேன். அதேன் கண்மணி காதுல விழுகுறமாதிரி, 'எப்ப எங்க யெல்லாருக்கும் அவளைக் காட்டப்போற? எப்பவும் எதுனாலும் நாம நாலுபேரும் தான பிரிச்சுக்குவோம், இப்ப நீயி மட்டும் அவள அனுபவி..' அப்படின்னு பேசி..." என அதற்குமேல் பேச முடியாது பாதியிலேயே நிறுத்திக் கொண்டான்.

மருதன் அதிர்ந்து குரல் கமற, "நீயி தேவிய ஆசைப்படுறது தெரிஞ்சதும், இனிமேலுக்கு அவளைப் பாக்கவே கூடாதுனு முடிவெடுத்தேன்டா. ஆனா நீயி..?"

இம்முறை மணியன் அதிர்ந்து, "அப்ப உனக்கு நானு அவளை ஆசைப்பட்டது தெரியுமா..? எனக்காகவா தேவி வீட்டுக்குப் போறதையே நிப்பாட்டுன..? கண்மணிக்காக இல்லியா.?" என்றிட, மறுமொழியாய் எதுவும் உரைக்காது, வெற்றுப் பார்வைப் பார்த்துவிட்டுக் கால்களை நகர்த்தினான்.

மற்றவனின் மனம் கனக்க இயலாமையுடன், "அரசு!" என அவனின் தோளைத் தொட.. "கைய எடு மணியா.?"

"நீயி சொன்னது நெசமாடா..?"

"அது நெசமா இருந்தா என்ன, இல்ல பொய்யா இருந்தாலுந்தான்.. நீயோ நானோ இனிமேலுக்கு என்ன செய்ய முடியும்..? நீயி செஞ்சதும் இல்லைனு ஆகிடாது! நானு இப்ப அனுபவிக்கிற வலியையும் மாத்த முடியாது..!" என முகத்தில் வெறுப்பைக் காட்டி அங்கிருந்து நடந்தான் மருதன்.

எதைப் பற்றியும் சிந்திக்காது.. தனது உணர்வுகளை மட்டுமே மையப்படுத்தி, நிதானம் தவறி செய்துவிட்ட செயலை எண்ணி, காலம் கடந்து வருத்தம் கொண்டான் மணியன்.

கால்கள் தன்போக்கில் பயணிக்க, மருதனின் மனம் சற்றுமுன்னர் மணியன் கூறியதையே அசைபோட்டது,

'அப்ப கண்ணம்மா ஆஸ்பத்திரில இருந்து வந்த அன்னைக்கு அப்டி பேசுனதுக்கும், முன்னாடி யாருக்கிட்டயும் சொல்லாம ஊர வுட்டுப் போனதுக்கும் இதுதேன் காரணமா?' எனத் தன்னைத்தானே வினவிக்கொண்டான்.

'அப்பனா அம்மா யேன் அப்டி சொல்லணும்? ஒருவேள அவங்களுக்கு நடந்ததெல்லாம் தெருஞ்சுப் போச்சா, அதேன் கண்ணாம்மாவ ஊருக்கு அனுப்பிவுட்டாங்களா?' என எண்ணியவனுக்கு ஒருநொடி மூச்சு நின்றுபோனது.

'பொறவு எப்டி அவ டாக்டரு வூட்டுக்கு வந்தா?' என அடுத்தச் சந்தேகம் தோன்ற, குழப்பத்தின் உச்சத்தில் தவித்தான் மருதன்.

◆ அத்தியாயம் 10

கண்மணி பணிக்குக் கிளம்பியதும், மீனாவை ராமுத்தாயிடம் விட்டுவிட்டு யூசப்பின் வீட்டிற்கு வந்திருந்தான் மருதன். மருத்துவமனைக்குச் செல்ல தயாராகியிருந்த தம்பதியர், அவனைக்கண்டதும் ஒருநொடி நிதானித்தனர்.

ஜென்சி, "வாங்க" என வரவேற்க.. யூசப், "என்னாச்சு மருதன், காலைலயே வந்திருக்கீங்க? ஏதாவது முக்கியமான

விஷயமா?"

"ஓங்கக்கிட்டக்கக் கொஞ்சம் பேசணும் டாக்டரு. ஒரு பத்துநிமுசம் போதும்" என்றவனின் குரல் வழக்கத்திற்கு மாறாய் கரகரப்பாய் இருக்க, "சரி வாங்க, உட்காருங்க" என்றவன் மனைவியைப் பார்க்க, அவள் உள்ளே சென்றாள்.

சிலநொடிகளில் தேநீருடன் வந்தவளிடம், "தப்பா நெனைக்காதிங்க, யெனக்கு எதுவும் வேணாம். கொஞ்சம் தண்ணி மட்டும் கொடுங்க!" என வாங்கி அருந்தியவன், "டாக்டரு கண்ணம்மா எப்டி ஓங்கக்கிட்டக்க வந்தா? டாக்டரம்மா மீனா வயித்துல இருந்தப்பவும் இப்டித்தான் இருந்தானு சொன்னாங்க. அப்பனா அவ எங்கவூட்டுல இருந்து, நேரா இங்கனதான் வந்தாளா? அப்பவே மாசமா இருந்தாளா..?" என வரிசையாய் வினாக்களை அடுக்க.. மெலிதாய்ப் புன்னகைத்த யூசப், "அவளா வரல மருதன், தூக்கிட்டு வந்தாங்க!"

"என்ன சொல்லுறீங்க? புரியல.."

"மினி கிணத்துல குதிச்சு தற்கொலைக்கு முயற்சி பண்ணியிருக்கா. அவளைக் காப்பாத்தி டிரீட்மெண்ட்டுக்காக ஹாஸ்பிடல் தூக்கிட்டு வந்தாங்க. அந்த டைம்ல ரெண்டு உயிரையும் காப்பாத்துறது ரொம்பக் கஷ்டமா போச்சு" என வலியுடன் உரைத்தான்.

அவன் சொன்ன செய்தியில் உறைத்து போனவன் நாக்கு வறண்டு, "த.. தற்.. தற்கொலையா யேன்?"

"தெரியல, இப்ப வரைக்கும் அவ காரணம் சொல்லல" என்றாள் ஜென்சி.

"ஆனா.. அம்மா அவள சொந்தக்காரங்க வூட்டுக்கு அனுப்பியிருக்கேனுல சொன்னாங்க?"

யூசப், "இதுக்கான பதிலை உங்கம்மா தான் சொல்லணும்!"

மருதன் வறுத்த முறுவலொன்றை உதிர்த்து, "அவங்க கண்ணம்மாவப் பத்தி நானு தெரிஞ்சிக்கக் கூடாதுனு நெனச்சிருக்காங்க. அதான் சொல்லல! இல்லியினா அப்-

பவே சொல்லி இருப்பாங்க!" என உரைத்தவனை, இருவரும் கனிவுடன் பார்த்தனர்.

ஜென்சி, "மருதன் மினிய விரும்புறீங்களா?"

அவன் கேள்வியாய்ப் பார்த்து, "இது யென்னா கேள்வி? அவ என் பொஞ்சாதி, ஏ புள்ளைய பெத்தவ. அவமேல எப்டி விருப்பமில்லாமப் போவும்?"

"இல்ல மருதன்! உங்க மனைவியா, உங்க குழந்தைக்குத் தாயா இல்லாத கண்மணியை உங்களால விரும்பமுடியுமா? மனைவின்ற இடத்துல அவளுக்கான கடமைகளைத் தவிர்த்து, உடல் தேவைகளை விலக்கி.. அவளோட மனசை மட்டும் உங்களால நேசிக்க முடியுமா?"

"நீங்க என்னா கேக்குறீங்கனே யெனக்குப் புரியல" என்றவனைப் பார்த்துப் புன்னகைத்த ஜென்சி, "மினிக்கிட்ட பேசுங்க மருதன்"

"அப்ப அவ, இங்கனதேன் இருந்தாளா? அப்டியிருந்தும் யேன் அம்மா இறந்த போனப்ப வரல. அம்மா அவமேல எம்புட்டுப் பிரியம் வச்சிருந்தாங்கனு தெரியுமா? தன்னோட ரெத்தத்தக் குடுத்து, அவளோட உசுரக் காப்பாத்தி கூட்டியாந்தாக. ஆனா அவ, இந்தளவுக்குக் கல்லு மனசுக் காரியா இருப்பானு நானு நெனைக்கவே இல்ல" என்றவனின் சொற்களில் மிதமிஞ்சிய வலி தெரிந்தது.

"உங்களோட எல்லாக் கேள்விக்கும் மினிக்கிட்ட பதில் இருக்கும் மருதன். நான் வேண்டாம்னு சொல்லியும், உங்களோட கிளம்பி வந்தா. அதுக்கான காரணத்தையும் கேட்டுத் தெரிஞ்சிக்கோங்க. இருக்கிறது ஒரு வாழ்க்கை, அதை உண்மையா வாழ முயற்சி பண்ணுங்க!" என நிதானமாய்க் கூறிப் புன்னகைத்தான் யூசப்.

உண்மையில் மருதனுக்கு எதுவும் புரியவில்லை. மையமாய்த் தலையசைத்துவிட்டு அங்கிருந்து கிளம்பினான்.

மருத்துவமனைக்கு வந்ததும் ஜென்சி, மினியிடம் மருதன் வந்து சென்றதைப் பற்றிக்கூற.. முகத்தில் எந்தச் சலனத்தையும் காட்டாது, "சரிங்க அண்ணி" என்றதோடு நகர்ந்துவிட்டாள்.

வீட்டிற்கு வந்த மருதனின் மனம் முழுவதும் குழப்பங்களும், வினாக்களுமே நிறைந்திருந்தன.

"நான் யாரு, அவங்க யாரு?" என்ற கண்மணியின் கேள்விக்கும், "உடல் தேவையத் தாண்டி மனசை மட்டும் நேசிக்க முடியுமா?" என ஜென்சி கேட்டதும், அவனின் சிந்தனையைத் தூண்டியது.

எதையும் அவளிடம் கேட்பதற்கோ சொல்வதற்கோ தோன்றவில்லை.

'கேட்டாலும் பதில் உரைக்கமாட்டாள்!' என ஆடவனின் உள்மனம் அறிவுறுத்த, தானாய் இறங்கிச் சென்று அவளிடம் பேசுவதற்கு ஆண் என்ற எண்ணம் முட்டுக்கட்டை இட்டது.

நாட்கள் அதன் வேகத்திற்கு நகர்ந்தது. மருதன் மறந்தும் கண்மணியை நெருங்க முயற்சிக்கவில்லை. ஆனால் தினம்தினம் தன் உடலிலும், மனதிலும் ஏற்படும் உணர்வுகளுடன் போராட்டம் நடத்திக் கொண்டிருந்தான்.

பொதுவாக மருதன் தன் உணர்வுகளைக் கட்டுக்குள் வைப்பவன் அல்ல. அவனுக்குக் கண்மணி தேவை என்றால், நொடி சிந்தனையின்றி எடுத்துக்கொள்வான்.

முன்பு.. தனது தாய்க்குக் கொடுத்த வாக்கிற்காக எப்படித் தன்னைக் கட்டுப்படுத்திக் கொண்டானோ, அதேபோல் இன்று கண்மணி 'தான் யார்?' என்று கேட்ட ஒற்றைச் சொல்லிற்காகவே விலகி நின்றான்.

ஏனோ, மருதன் பழகிய மற்ற பெண்களுடன் அவள் தன்னை ஒப்பிட்டதை அவனால் ஏற்றுக்கொள்ள இயலவில்லை.

மருதன் தன் குழந்தைக்காக என்பதைத்தவிரக் கண்மணியிடம் எதுவும் பேசுவதில்லை, அவளும் அப்படித்தான். ஆனால் பாவையானவள் கணவனின் மாற்றங்களைக் கவனித்துக் கொண்டிருந்ததைப் போல், அவனும் மனையாளை தள்ளி நின்றே கவனிக்கத் துவங்கினான்.

ஜென்சியின் வினாவிற்குப் பதிலறிய முடியாமல் போனவனுக்கு, கண்மணியின் கேள்விக்கு விடை கிடைத்தது.

அவனைப் பொறுத்தவரை 'கண்ணம்மா என்பவளும், தான் முன்பு பழகிய பெண்களும் ஒன்றல்ல!' என்ற முடிவிற்கு வந்துவிட்டான்.

ஆம்! உரிமையுடன் கண்ணம்மாவை மட்டுமே அவனால் அடிக்க முடிந்தது. சண்டையிட முடிந்தது. அவள் கொடுத்த மீனாவை, தயக்கமின்றி மகளாக ஏற்க முடிந்தது. இரண்டரை வருடப் பிரிவிற்குப் பின்பும், பாவையைக் கண்ட நொடிதனில் 'அவள் தனக்கு மட்டுமே!' என நினைக்க முடிந்தது.

'இடைப்பட்ட காலத்தில் அவளுக்கென்று தனியாய் ஒருவாழ்க்கை இருக்குமோ, வேறு எவரையேனும் அவள் விரும்புவாளோ?' என்ற எண்ணம் துளிக்கூட அவனுள் எழவில்லை.

'தான் திருமணம் செய்து கொள்கிறேன் என்று வாக்களித்திருந்த போதும், வீட்டைவிட்டுச் சென்றுவிட்டாளே.?' என்ற வலி மட்டுமே அவளிடம் அவனுக்கிருந்த சினத்தின் காரணம்.

அவளைப் பழிவாங்க நினைத்ததெல்லாம், கண்மணியைத் தன்னுடனே இருத்திக் கொள்ள அவனாகவே போட்டுக் கொண்ட முகமூடி.

தேவியையும் அவனுக்குப் பிடிக்கும்தான். அவளைவிட்டு விலகிய மருதனால், கண்ணம்மாவை தன் நினைவிலிருந்து கூட விலக்க முடியாது போனது.

உறங்கும் நேரந்தனிலும் கண்ணம்மா என்பவள் அவனுள் நிறைந்தே இருந்தாள். அவனால் அவளை மறக்கவும் இயலவில்லை, விலக்கவும் தோன்றவில்லை, விலகவும் முடியவில்லை.

பெரிய தந்தையுடன் இணைந்து வயலையும் தோப்பையும் கவனிப்பது, மீனாவின் பொறுப்பை முழுவதுமாய்த் தானே பார்த்துக் கொள்வது எனத் தன் நாட்களை நகர்த்தினான் மருதன்.

ஆடியில் காற்றடித்தால் ஐப்பசியில் மழைபெய்யும் என்பது முன்னோர் கணித்துக் கூறிய நிதர்சனம். அந்த ஆண்டு

ஆடிக்காற்றில் ஊரிலிருந்த பலமரங்கள் வேறோடு சாய்ந்திருக்க, அக்காற்றிற்கு ஈடுசெய்யும் விதமாய் மழை கொட்டித் தீர்த்தது, சித்தக்குளத்திலும் அதைச் சுற்றியுள்ள கிராமங்களிலும்.

மருதனின் தோட்டவீடு.. ஓர்அறை, சமையலறை மட்டுமே கொண்ட சிறியவீடு. பின்பக்கமிருந்த இடத்தில் குளியலறையும், கழிப்பறையும் தனியே அமைத்திருந்தனர்.

கண்மணி.. மருதனின் இரண்டாம் குழந்தையை இழந்ததற்குப் பின், ஆடவனின் இருப்பிடம் வெளித்திண்ணை தான். அவசியமின்றி அவன் வீட்டினுள் செல்வதில்லை.

மழைக்காலம் துவங்கிவிட்ட பின்பு அவனால் வெளியே படுக்க இயலவில்லை. உரிமையுடன் வீட்டிற்குள் செல்லவும் ஏதோ ஒரு தயக்கம். தயக்கம் என்பதைவிடப் பயம். எங்கே தனது கட்டுப்பாடு தளர்ந்துவிடுமோ என்று!

'என்னைக் கேட்டாத் தொட்ட..?' என்ற மனையாளின் வினாவில் மனதிற்குள் நொறுங்கி இருந்தவனுக்கு, அதற்கான துணிவு இன்னுமே வரவில்லை!

மீனாவை உறங்க வைத்த கண்மணி, சாளரத்தின் வழியே மழைப் பொழிவதைக் கண்டுவிட்டு வெளியே வந்தாள்.

திண்ணையின் ஓரத்தில் அமர்ந்து கொட்டும் நன்னீரை வானை நோக்கி பார்த்துக் கொண்டிருந்த மருதன், தோளில் போட்டிருந்த துவாலையைத் தலையில் கட்டிக்கொண்டு கீழே இறங்கி நடந்தான்.

"எங்க போறீங்க?" என்ற வினாவில் ஆடவனின் நடை தடைபட்டு திரும்ப, "மழைப் பெய்யிறதைப் பார்க்கிறீங்க தான.? அதுல நினஞ்சுக்கிட்டு, அப்படி எங்க போறீங்க..?" என்றாள் கண்மணி.

கணவனது நடவடிக்கைகளில் சமீப காலமாய்ப் பல மாற்றங்களைக் கண்டிருந்தவள், வேண்டுமென்றே தான் அப்படி ஒரு வினாவை எழுப்பினாள்.

அவளது வினாவிற்காக உள்ளர்த்தம் புரிந்தவனுக்கு ஒருபுறம் சினமும், மறுபுறம் வலியும் உண்டானது. இருந்தும்

மனைவியிடம் வாதாடவோ, சண்டையிடவோ மனமில்லாது.. பதிலளித்தான்

"வயல்ல தண்ணி நின்னுப்போவும், அதேன் போயி வரப்ப வெட்டி விட்டுட்டு வாரேன்"

அவனது முகத்தின் வழியே அகத்தை உணர்ந்தாளோ என்னவோ, நிதானமாய் இயல்பாகவே மறுமொழி அளித்தாள்.

"ஐயா இந்நேரம் வரைக்குமா அதைக் கவனிக்காம விட்டுருப்பாரு? அதெல்லாம் ஆளை அனுப்பி வேலையை முடிச்சிருப்பாரு. நீங்க உள்ள வாங்க!" என்றவாறே வீட்டினுள் நுழைந்தாள் அவள்.

மருதனுக்கும் அது தெரியும்தான், இருந்தாலும் 'எவ்வளவு நேரம் மழையிலேயே இருப்பது? வயலை சென்று பார்த்துவிட்டுப் பெரியவீட்டில் தங்கிக் கொள்ளலாம்!' என எண்ணிதான் அவன் கிளம்பியது.

கண்மணி இவ்வாறு கூறியப்பின் எப்படிச் செல்வது என மூளை சிந்திக்க.. சினமானது மழையில் கரைந்து, ஆசை கொண்ட மனம் 'இங்கேயே இருந்துவிடேன்!' என்றது.

குழப்பத்துடன் நின்றிருந்தவனைப் பார்த்தவள், "ஏன் இன்னும் மழையிலயே நிக்கிறீங்க? உள்ள வாங்க" என மீண்டும் அழைக்க, இல்லத்திற்குள் சென்றான் மருதன்.

மாற்றுடை கொடுத்துவிட்டு அவள் மகளுடன் இணைந்து உறங்கிவிட, அவன்தான் உறக்கம் தொலைத்தான்.

வெகுநாட்களுக்குப் பின்பான மனைவியின் அருகாமை.. அவனைத் தன்னிலை இழக்க வைக்க, விடியும்வரை உணர்வுகளைக் கட்டுக்குள்ளேயே வைத்து போராடிவிட்டு, முதல் பணியாகப் பெரியவீட்டிற்குக் கிளம்பிச் சென்றான்.

காலை கண்விழித்த கண்மணி கணவனைக் காணாது தேடிவிட்டு, பின் தயாராகி மீனாவுடன் பெரியவீட்டை அடைந்தாள்.

ஊஞ்சலில் அமர்ந்திருந்த நாச்சியைக் கண்டதும், "தாத்தா" என்றவாறே குழந்தை அவரிடம் ஓட, பெரியவர்க-

ளிடம் சிறிதுநேரம் பேசிவிட்டு மருத்துவமனைக்குக் கிளம்பி-னாள்.

கிடைத்த இடைவெளியில் மருதனை தேடியவளுக்குக் கிடைத்ததென்னவோ ஏமாற்றம் தான்.

இதே கண்ணாம்மூச்சி ஆட்டம் அடுத்தடுத்த நாட்களி-லும் தொடர.. பத்து நாட்கள் கடந்த நிலையில் அந்த ஆட்-டமும் முடிந்தது.

அவ்வப்போது மழையில் நனைந்ததால் மருதனுக்குக் காய்ச்சல் வந்துவிட, அன்று எழ முடியாமல் தூக்கத்திலேயே முணங்கிக் கொண்டிருந்தான்.

சப்தம் கேட்டு விழித்த கண்மணி அவனது நிலையை உணர்ந்து கொண்டாள். வழக்கமாய் அவள் எப்போதும் வைத்திருக்கும் மருந்தும் மாத்திரையும் தீர்ந்து போயிருக்க, மருத்துவமனையிலிருந்து வாங்கி வைக்கவும் இம்முறை மறந்துவிட்டாள்.

காலநிலை மாற்றத்தினால் குழந்தைக்கும் காய்ச்சல் தொற்றிவிடும் என எண்ணியவள், மீனாவை ராமுத்தாயிடம் ஒப்படைத்துவிட்டு மருத்துவமனைக்குச் சென்றாள். யூசப்பி-டம் கூறி தேவையான மருந்துகளை வாங்கிக் கொண்டு, இரண்டு நாட்களுக்கு விடுமுறையும் சொல்லிவிட்டு வந்தாள் கண்மணி.

மருந்துகளைக் கொடுத்து மருதனை கவனித்துக்-கொள்ள, இரண்டாம் நாள் கண்விழித்தான் அவன். ஆடவனுக்கு வேண்டிய பணிவிடைகள் செய்து, கஞ்சி வைத்து ஊட்டி எனச் செவிலியராகவும் மனைவியாகவும் கவனித்துக் கொள்ள, மொத்தமாய் அவளின் அருகாமையில் தோற்றான் மருதன்.

சுடுநீரில் கணவனது உடலை துடைத்து, "காய்ச்சல் எல்-லாம் குறஞ்சிடுச்சு, உடம்புவலி மட்டும் ரெண்டு நாளைக்கு இருக்கும். வயலுக்குப் போக வேணாம், முழுசா சரியானதும் போயிக்கலாம்" என எழுந்தவளைக் கைப்பற்றித் தன்னருகே அமர வைத்தான்.

"என்ன..?" என்றவளுக்கு அவன் எந்தப் பதிலும் அளிக்காமல் இருக்க.. ஆறுமாதங்கள் கணவனுடன் தாம்பத்தியம் நடத்தியவளுக்குச் சில நிமிடங்களிலேயே புரிந்து போயிற்று, அருகிலிருப்பவனின் தேவை எதுவென்று!

"இப்டிக் கையைப் பிடிச்சுக்கிட்டே இருந்தா, எப்டி..? நான் போயி வேலையப் பாக்க வேணாமா..?"

மௌனமாய் இருந்தவனது பிடி மேலும் இறுகியது. இரண்டு நொடிகளில் பாவையின் கையை விடுத்து, இடையில் கரம் கோர்த்து முகம் நோக்கினான்.

மருதனுக்குத் தனது தேவையை வாய்விட்டு கேட்கத் தோன்றவில்லை. என்றும் உரிமையாய் எடுத்தே பழக்கப்பட்டவன்.. தன் உணர்வுகளைக் கட்டுப்படுத்தும் வழியறியாது, கண்மணியை முழுமையாய் உணரத்துவங்க.. என்றும் போல் இன்றைக்கும் மௌனத்தையே கடைபிடித்தாள் பாவை.

இத்தனை நாட்களின் பிரிவில் மருதன் அன்று உணர்ந்தான்... வெறும் காமத்திற்கும், காதலுடனான காமத்திற்கும் இடையேயான வேறுபாட்டை!

ஒருவனுக்குள் காதல் உணர்வு எந்நிலையில் தோன்றும் என்று எவராலும் கூறிவிட இயலாது. மருதனுக்குக் கண்மணியிடம் காதல் வந்தது.. குழந்தை பெற்று அதன் பின்பான பெயரளவு திருமணத்திற்குப் பின், கிட்டத்தட்ட பத்து மாதங்கள் கழித்துத் தற்போதுதான்!

முதன்முதலாய் அவளின் மௌனம் அவனுக்கு வலித்தது. தன் தொடுகைக்கு எவ்வித பிரதிபலிப்பையும் காட்டாத பெண்மையின் முகமும் தேகமும், மருதனை கொல்லாமல் கொன்றது.

கூடலின் முடிவில் உடலில் தகித்த உணர்வுகள் வடிந்துவிட, வெற்றிடமாய் மாறியிருந்த அவ்விடத்தை ஏக்கம் நிரப்பியது.

மனையாளாய் இருந்தவளின் ஓர் அணைப்பிற்காகவும், அவள் உரிமையுடன் மொழியும், 'மாமா' என்ற அழைப்பிற்காகவும் ஆடவனின் உடலும் மனமும் ஏங்கியது.

தேவை ஈடேறிய பின்பும், அவனுக்கு நிறைவு கிட்டவில்லை. எதிலோ பெரிதாய்த் தோற்றதைப் போல் உணர்ந்தான்.

எந்த ஒரு வினைக்கும் எதிர்வினை உண்டு. அதுதான் இயற்கை நியதி!

பிறப்பிற்கு இறப்பு!

தோல்விக்கு வெற்றி!

உறக்கத்திற்கு விழிப்பு!

இறப்பின்றிப் பிறத்தல் மட்டுமே நடந்தேறினால் பூமியின் நிலை யாதோ.?

வெற்றி இல்லாது தோல்வி மட்டுமே என்றால் முயற்சியினது பொருள்தான் என்ன..?

விழிப்பேதும் இன்றி உறக்கம் மட்டுமே உண்டெனில், உயிர் வாழ்வதின் தேவை எதுவோ..?

உணர்வுகளின் பிறப்பு, அவளின் மீதான தேடலில் தோல்வி, ஆசைகளின் விழிப்பு என மருதனிடம் ஒருவழி வினையாகவே அனைத்தும் இருந்தது. அதற்குச் சமமான எதிர்வினை கண்மணியிடம் இருந்து துளியும் வரவில்லை.

பரஸ்பர அன்பிற்கான, மனம் பகிர்தலுக்கான அணைப்பு என்பது இருவர் சார்ந்ததல்லவோ..?

அவன் மட்டுமே அணைக்க.. அவள் கைகளால் இல்லாது போனாலும் சுவாசத்தாலும் கூடத் தீண்ட நினையாது இருந்ததால்.. தகிப்புகள் தவிப்புகளாய் மாறின ஆடவனிடத்தில்.

வாழ்க்கைக்கான தராசு தட்டு அவன்புறம் பயம் கலந்த கனம் கூடியும், அவள்புறம் உணர்வற்று கனமே இல்லாமலும் ஏற்றத்தாழ்வுடன் இருந்தது.

காமம் கரைந்த பின்னரும்கூட அவளை விடாது இறுக்கமாய் அணைத்துக் கொண்டிருந்தான் அவன்.

கண்மணிக்குக் கண்கள் கலங்கியது. கணவனாய் இருப்பவனை, முழுமையாய்த் தன்னுள் ஏற்கவும் இயலாது, விடாது நெருங்குபவனை விலக்கும் வழியை அறிந்தும் அதைச் செயல்படுத்த மனமில்லாது அமைதிக் காத்தாள்.

ஒரு சொல், அவளின் ஒரே சொல் போதும்!

'தள்ளிப் போ!' என்று உரைத்தால் போதும். மருதன் விலகிவிடுவான். அதை அவளும் அறிவாள். ஆனால் அதை உதிர்க்காது, தன்னையே மெழுகாய் உருக்கிக் கொண்டிருந்தாள்.

"கண்ணம்மா ஏன்டி எதுவுமே சொல்ல மாட்டேற? கோவப்பட்டு எனைய தொடாதனு ஒத்த வார்த்தையாது சொல்லேன். மாமானு ஒத்ததடம் கூப்புடேன்!" என்று அவன் கெஞ்சிட, எந்தப் பிரதிபலிப்பும் காட்டாது கல்லாய் இருந்தாள்.

சற்றும் மனமிறங்காது இருந்தவளின் செயலில் மனம் கலங்கியவனின், குரலும் தளுதளுத்தது.

"யேன்டி கிணத்துல குதிச்ச? நானு ஒனைய ஏமாத்திப்புடுவேனு நெனச்சிட்டியா? அன்னிக்கி அந்த மணி பேசுனதக் கேட்டுட்டு, அந்தக் கோவத்துலதேன் வூட்டவுட்டு போனியா? கண்ணம்மா தயவுசெஞ்சு ஏதாவது பேசுடி, யெனக்கு பதிலாவது சொல்லுடி! நீயி இப்டி நடந்துக்கிடுறது மனசெல்லாம் வலிக்கிதுடி!" என்ற ஆடவனின் கதறல்கூட அவளைத் துளியும் அசைக்கவில்லை.

'அத்தனை அழுத்தமாய் ஒரு பெண்ணால் இருக்க முடியுமா.?' என வியந்தும், நொந்தும் கொண்டிருந்தான் மருதன்.

ஆடவனின் கொதிக்கும் உவர்நீர் பாவையின் தோளில் விழுந்து பின்பக்கமாய் வழிய, சட்டென்று அவனிடமிருந்து விலகினாள் கண்மணி.

மருதனிடமிருந்து தன் பார்வையைத் திருப்பிக் கொண்டவள், "நான் கிணத்துல விழுந்ததை உங்களுக்கு யார் சொன்னா?"

"டாக்டருக்கிட்ட நானுதேன், நீயி எப்டி அங்கன வந்தனு விசாரிச்சேன்"

"வேற என்ன சொன்னாங்க?"

"ஓங்கிட்டக்கப் பேச சொன்னாக" என்றவனின் பதிலில் நிம்மதி மூச்சுவிட்டவள், "ஹோ, நான் ஹாஸ்பிடல் போக-

ணும்!" என்றவாறே எழுந்து சென்றாள்.

விலகிச் செல்லும் பெண்மகளை நிறுத்திவைக்கும் வழியறியாது அவன் ஏக்கத்துடன் பார்த்திருக்க, கண்மணி கனத்த மனத்துடன் கலங்கிய கண்களை அவனுக்குக் காட்ட விரும்பாது வீட்டிலிருந்து வெளியேறினாள்.

அதன்பின்பான நாட்களில் எவ்வித மாற்றமும் ஏற்படவில்லை எனினும், கண்மணி ஏதோ அவனிடம் நான்கைந்து சொற்கள் பேசினாள். ஒரு சிலமுறை மனையாளின் கையால் உண்ணும் வாய்ப்பும் கிடைத்தது மருதனுக்கு.

◆ அத்தியாயம் 11

இரண்டு மாதங்கள் கடந்த நிலையில்...

வழக்கம்போல் பெரியவர் கொடுத்த பணத்தை அலமாரியில் வைப்பதற்காக, அங்கிருந்த மஞ்சள் பையை எடுத்த மருதன், அது வெறுமையாய் இருப்பதைக் கண்டதும் திகைத்தான்.

கண்மணியைத் தேட அவள் சமையலறையில் வேலையில் இருந்தாள். மீனாவோ சுண்ணாம்புக் கட்டியை வைத்து சுவற்றில் எதையோ எழுதிக் கொண்டிருந்தாள்.

பொதுவாகவே ஊரில் திருட்டுபயம் என்று ஏதுமில்லை. அதுவும் மருதனின் வீட்டிற்குள் நுழைந்து திருடிச்செல்லும் அளவிற்கு எவருக்கும் தைரியம் கிடையாது.

‘என்னவாக இருக்கும்?’ என்று குழம்பியவன், ‘கண்மணியிடம் கேட்கலாமா வேண்டாமா?’ எனப் பத்து நிமிடங்கள் மனதிற்குள் பட்டிமன்றம் நடத்திவிட்டு, இறுதியில் அவளெதிரே போய் நின்றான்.

"கண்ணம்மா"

அவள் கேள்வியாய்ப் பார்க்க, "பையில வச்சிருந்த பணத்தக் காணோம், நீயி எதுவும் பாத்தியா?"

"நான்தான் எடுத்தேன்!" என்றவள் தன்வேலையில் கவனத்தைச் செலுத்தினாள்.

'எப்படியும் எழுபதாயிரம் ரூபாய்க்கு மேல் இருக்கும். அந்தளவிற்கு அவளுக்கு என்ன பணத்தேவை? ஏதும் பிரச்சனையோ?' என மனம் அடித்துக்கொள்ள, 'என்னத்துக்கு அம்புட்டு காசு?' என்று கேட்கத் துடித்த நாவை அடக்கிக் கொண்டு அங்கிருந்து நகர்ந்தான்.

'நீ தருவது எதுவும் வேண்டாம்!' என உறுதியாய் சொற்களால் அல்லாது செயல்களால் அவனுக்கு உணர்த்தியிருந்தவள், தற்போது தானே முன்வந்து அவன் வைத்திருந்த பணத்தை எடுத்ததை அறிந்ததும்.. ஒருபுறம் காரணமின்றி மகிழ்ச்சியாய் இருந்தாலும், 'ஏன், எதற்கு?' என்ற வினாவும் அவனது மனதைக் குடைந்து கொண்டே இருந்தது.

'அதைப் பற்றிக் கேட்டால், பிரச்சனை வருமோ..? ஏதேனும் ஒரு சில நேரங்களில் இருவருக்கு இடையே நிகழும் இயல்பான பேச்சு வார்த்தைகள் பாதிக்கப்பட்டு விடுமோ..?' என்ற எண்ணம் தோன்ற, மனையாளிடம் விசாரிக்காமலேயே நாட்களை நகர்த்தத் துவங்கினான்.

* * *

அன்றைய தினம் கண்மணி பணிக்குச் செல்லாமல் வீட்டிலேயே இருக்க, விடிந்ததில் இருந்தே அவளை யோசனையுடன் பார்த்திருந்தான் மருதன்.

மகளை அழைத்துக் கொண்டு பெரியவீட்டிற்குக் கிளம்பியவனிடம், "இன்னிக்கு மீனா இங்கேயே இருக்கட்டும்!"

"யேன், நீயி இன்னைக்கு ஆஸ்பத்திரிக்குப் போலயா..?"

"இல்ல, போகல!"

"ஒடம்பு எதுவும் சரியில்லயா என்ன..?" என்றவனை அவள் கூர்ந்து பார்க்க, "இல்ல.. கருவைக் கலைச்சப்பக்கூட வீட்டுல இருக்காம வேலைக்குப் போனியே..? ஆனா இப்ப லீவு போட்டிருக்கியேன்னு.?"

"வேலைக்குப் போறேன்.. போகல! அதை நீங்க ஏன் கேட்கிறீங்க..?" என வினவியவளைச் சற்றே சலிப்புடன் பார்த்தவன், "வேலைக்குப் போ, இல்ல போகாம இரு.! எனக்கென்ன வந்துச்சு..!" என்று வாய்வார்த்தையாய்ச் சொல்லிவிட்டு, 'இன்னும் எத்தனை நாளுக்குத்தான் இப்-

டியே ஒரு வாழ்க்க வாழுறது..? ஓட்டவும் மாட்டிக்கிறா, வெட்டவும் முடியல!' என இயலாமை கலந்த வருத்தத்துடன் தன்னைத்தானே நொந்தபடிச் சென்றான்.

வயலில் வேலைகளைக் கவனித்துவிட்டு, வழக்கம் போல்.. மகளைக் காண்பதற்காக மதிய நேரத்தில் வீட்டிற்கு வந்தான்.

"இல்லங்கய்யா நீங்க விதைச்சதை மட்டும் எடுத்துக்-கோங்க, இனி நிலத்தைக் குத்தகைக்கு விடுறதா இல்ல!" என்ற கண்மணியின் குரல் கேட்க, வாயிலிலேயே நின்று கொண்டான் மருதன்.

"சரிம்மா, நெலத்துக்குச் சொந்தக்காரி நீயி. ஒனைய மீறி என்னா செய்ய முடியும் என்னால? ஆனா இப்பத்-தேன்மா மனசுக்கு நிம்மதியா இருக்கு!" என்ற சின்னப்பாண்-டியை அவள் கேள்வியாய்ப் பாக்க, "அன்னிக்கு.. டாக்டரு, சாமி நெல்ல ஓங்கிட்டக்கக் குடுக்கச் சொன்னப்ப, யார்கிட்-டயோ குடுக்குறோமேனு கொஞ்சம் சங்கடமாத்தேன் இருந்-துச்சு. ஆனா இப்பத்தான தெரியிது, சரியான எடத்துலதேன் சேத்திருக்காருனு. தங்கம்மாளுக்கு அடுத்து எல்லாம் நீயி-தான! இந்தா தாயி காசு.." என நீட்டினார்.

"பணத்த எப்பவும் போல அண்ணே கிட்டயே கொடுத்-திடுங்க அய்யா"

"சேரி தாயி, இந்தா நெல்லு" என்றிட.. அவள் தனது புடவை முந்தானையை விரித்து நீட்ட, நெல்லை மடியில் கொட்டினார்.

"இந்தத் தடம் காயிதேன் தாயி போட்டுருக்கேன். எல்-லாமும் இப்பவே காய்க்க ஆரம்பிச்சிடுச்சு, ரெண்டு மாசத்-துல நெலத்த ஓங்கையில குடுத்திடுறேன். வாரேன் தாயி" என அவர் விடைபெற, புன்னகையுடன் தலையசைத்தாள்.

வாயிலில் மருதனைக் கண்டவர், "யெல்லா வெவரத்-தையும் ஓங்க வூட்டு அம்மாக்கிட்டச் சொல்லீட்டேன் தம்பி. அம்மா யாருக்கிட்டயும் சொல்ல வேணாம்னு சொல்லியிருந்-தாங்க. அதேன் நானு பேசாமலேயே இருந்திட்டேன்! என்-னடா இவன் இப்டிச் செஞ்சுட்டானேனு மனசுல எதுவும்

நினைச்சுக்காதீங்க! போயிட்டு வரேன் தம்பி.." எனச் சம்பிரதாயமாகக் கூற.. அவர் பேசியது ஒன்றும் புரியவில்லை எனினும், மையமாகத் தலையசைத்து அனுப்பினான்.

சில நிமிடங்கள் அங்கேயே நின்று.. அவர் செல்வதைப் பார்த்துவிட்டு உள்ளே நுழைந்த மருதன், "அவரு எந்த நெலத்தப்பத்தி பேசிட்டு போறாரு கண்ணம்மா?"

"எப்ப வந்தீங்க..?"

"இப்பதான் கொஞ்ச நேரம் ஆச்சு!"

"ஹோ.. ஏன் அவரு பேசுனது புரியலயா என்ன..?"

"புரிஞ்சிருந்தா ஓங்கிட்டக்க என்னத்துக்குக் கேட்குறேன்?" என்றவன் அவளின் பதிலை எதிர்பாராது நகர, "அத்தைக்குச் சீதனமா கொடுத்த நிலம், இப்ப அது என்பேருல இருக்கு!"

கண்மணியின் பதிலில் சட்டென்று நின்றவன், திகைப்புடன் நோக்கினான்.

"என்னா சொல்ற..? அதயும் எனைய பெத்தவரு அழிச்சிட்டாருனு இல்ல நெனச்சிட்டு இருந்தேன்! அம்மா எங்கிட்டக்க இதப்பத்தி ஒத்த வார்த்தை கூடச் சொல்லலியே..?"

"நீங்களும் அவர மாதிதான இருந்தீங்க.? அதுனால சொல்ல வேணாம்னு நினச்சிட்டாங்க போல..!"

அவன் அடிபட்டப் பார்வையுடன், "நானு என்னா அந்தளவுக்கா.." அடுத்துப் பேசுவதற்கான காலம் வாய்க்காது, "தம்பி.. தம்பி" என வெளியில் இருந்து அவசர கதியில் அழைப்பு வந்தது முனியனிடமிருந்து!

கணவன் மனைவி இருவரும் இல்லத்தின் வாயிலுக்குச் செல்ல, "பக்கத்தூரு காரனுங்க வாய்க்கால மறைச்சிக்கிட்டு தகராறு செய்யிறாங்கே. பெரியவரு ஓங்கள கையோட கூட்டியாற சொன்னாரு" என்றிட, அவளை ஒருபார்வைப் பார்த்துவிட்டு அவசரமாய்க் கிளம்பிச் சென்றான் மருதன்.

* * *

கண்மணியின் மனம் ஒருநிலையில் இல்லை. இரவே கணவனிடம் பேச நினைத்திருந்தாள். ஆனால் முன்தினம் மதியம் ஊர் பிரச்சனைக்காக நாச்சியுடன் சென்றவன், இல்-

லம் திரும்பவில்லை.

இரு ஊராருக்கும் இடையே கைகலப்பு ஏற்பட்டுவிட, அதைப் பேசி சமாதானம் செய்ய மாவட்ட ஆட்சியர் வந்திருப்பதாக முனியன் வந்து சொல்லிச் சென்றான்.

நெடுநேரம் பேச்சு வார்த்தை தொடரும் என்பதால், ராமுத்தாயி.. இரவுநேரத் துணையாக ராக்காயியை மகனின் வீட்டிற்கு அனுப்பி இருந்தார். பொழுது விடியும் முன்பே, பணியின் காரணமாக அவளும் கிளம்பிச் சென்றிருந்தாள்.

காலை எட்டு மணியைக் கடந்த பின்பும் மருதன் வராததால்.. சிந்தனையுடனே தானும் தயாராகி, மீனாவுடன் பெரிய வீட்டிற்குச் சென்றாள் கண்மணி.

"ஆத்தா" என்றவளின் குரலுக்கு வெளியே வந்த ராமு, அவளை வியப்புடன் பார்த்தார்.

"ஐயாவும் அவரும் வந்துட்டாங்களா ஆத்தா?"

"இப்பத்தேன் வந்தாக, ஓ வூட்டுக்காரன் குளிக்கப் போயிருக்கான்!" என்றவர் மருதனைக் கண்டு, "இந்தா வந்துட்டானுல!" என அவன் இருந்த திசையின்புறம் கைக்காட்டினார்.

ராமுத்தாயி நகரவும் கண்மணியின் பிம்பம் அவனது கண்களில் விழ, புதிதாகப் பார்த்தான்.

சந்தன வண்ணத்தில் பட்டுடுத்தி, தலைநிறைந்த குண்டுமல்லிகைச் சரத்துடன், இதழ் மலர்ந்த புன்னகையுடன் நின்றிருந்தாள்.

"விசேஷத்துக்குப் போகணும். சீக்கிரம் ரெடியாகி வாங்க, இதுல துணியிருக்கு" என மீனாவின் கையில் கணவனுக்கான உடையைக் கொடுத்தனுப்பினாள்.

பட்டுவேட்டி சட்டை இருந்தது. குழப்பத்துடனே அவன் அணிந்துவர.. ராமுத்தாயி இருவரையும் பார்த்துவிட்டு, "உள்ளார வா" என்றழைக்க, "இப்ப அவசரமா போகணும், சாய்ந்தரம் வரேன் ஆத்தா" என்றவள் சாலையை நோக்கி நடந்தாள்.

பட்டுப்பாவாடையில் மின்மினிப் பூச்சியாய் பளிச்சிட்ட மகளைக் கைகளில் ஏந்திக்கொண்டு மருதனும் வெளியே

வந்தான்.

திரும்பி கணவனைப் பார்த்து, "பைக் எங்க, எடுத்துட்டு வாங்க" என்றவளின் சொல்லுக்குச் செவிசாய்த்து, எடுத்து வந்தான் அவன்.

"எங்க போறோம்?" என்றவனுக்கு விடையாய், "போங்க சொல்றேன்!" என்ற கண்மணி.. மகளை முன்புறம் அமர வைத்துவிட்டு, பின்னே அமர்ந்தாள்.

இருவரும் ஒன்றாய் இருசக்கர வாகனத்தில் செல்வது இதுவே முதல்முறை. அவன் பெரும் குழப்பத்திலிருக்க, அவள் தீவிர சிந்தனையிலிருந்தாள்.

"வந்தாச்சு, நிப்பாட்டுங்க!" என்றவளின் குரலில் நிகழ்வுக்கு வந்தவன், எதிரேயிருந்த வீட்டைக் கண்டு திடுக்கிட்டான்.

அசையாது சிலையென நின்றிருந்தவனின் கைப்பிடித்து அவள் உள்ளே அழைத்துச் செல்ல, "பாப்பா ஒருநிமுசம்" என்றவாறே ஆரத்தி தட்டுடன் வெளியே வந்தார் பஞ்சவர்ணம்.

"எதுக்குமா இதெல்லாம்?" என வினவ, "கண்ணாலம் முடிஞ்சு இப்பத்தான ஓ மாமியா வூட்டுக்கு வார, அதேன்!" என்றவர் மூவருக்கும் ஆலம் சுற்றினார்.

தங்கம்மாள் வாழ்ந்த பண்ணை வீட்டிற்கு மராமத்து வேலைகள் செய்து, வெள்ளைபூச்சு செய்திருந்தனர். கடந்த சிலமாதங்களாக மனதிலிருந்த குழப்பத்தின் காரணமாக மருதன் இங்கு வராமலிருக்க, கண்மணிக்கு அது சாதகமாகிவிட்டது.

முனியனிடம் கூறி.. ராக்காயி மற்றும் பஞ்சவர்ணத்தின் உதவியோடு அனைத்து வேலைகளையும் முடித்திருந்தாள். மருதனுக்குத் தனது பணம் என்னானது என்று புரிந்து போயிற்று.

அறியாக்குழந்தை போல் விழித்துக் கொண்டிருந்தவனை அப்படியே விட்டுவிட்டு சமையலறைக்குச் சென்றவள்.. பால் காய்ச்சி கடவுளை வழிபட, அவன் வெறும் பார்வையாளனாய் நின்றிருந்தான்.

காலை உணவையும் தயார் செய்து அனைவருக்கும் பரிமாறியவள்.. பஞ்சவர்ணத்திற்குச் சிறிது பணமும் கொடுத்து அவரை அனுப்பிவிட்டு, குழந்தையுடன் மற்றொரு குழந்தையாய் அமர்ந்திருந்த கணவனின் அருகே சென்றாள் கண்மணி.

"மாமா"

நிமிர்ந்து அவளது முகத்தைப் பார்த்தவன், எதுவும் பேசாது எழுந்து செல்ல.. கைப்பற்றித் தடுத்தவள், "எங்க போறீங்க..?"

"வயலுக்கு!"

"இன்னிக்கு ஒருநாள் போகலேனா, எந்த நட்டமும் வந்துடாது..!"

"வரவுல நட்டம் வராதுதான், ஆனா வாழ்க்கையில நட்டம் வந்துப்புடும்! என்னால இங்க இருக்க முடியல, அம்மாவோட நெனப்பு மனச குடையிது!"

"நட்டத்தயே அனுபவிச்சா கரைச்சேர முடியாது மாமா. லாபம் பாக்கக் கத்துக்கணும், அப்பத்தான் முன்னேற முடியும்! இல்லேனா பத்தோட பதினொன்னா நாமளும் அடையாளமே இல்லாம போயிடுவோம்! அத்தூயோட நெனப்பு வந்தாதான், நீங்க நல்லமகனா இருக்க முடியும். மத்த விசயத்துல எப்படியோ, அத்தையோட சொல்லத் தட்டாத மகன் நீங்க!"

"நீயி என்னதான்டி சொல்லுற..? ஒரு மண்ணும் புரிய மாட்டிக்கிது!" என்றவன் பார்வையைச் சுழற்றி இல்லத்தை நோக்க.. அவனையே பார்த்திருந்தாள் கண்மணி.

சில நொடிகள் அமைதியில் கழிய, "மாமா.."

அன்னையினது நினைவில் கனத்த மனதோடு இருந்தவன், அவளது அழைப்பில் மொத்தமாய் உடைந்தான்.

மனைவியின் தோளில் முகத்தைச் சாய்த்து, "ஓ மனசுல என்னதான்டி இருக்கு? ஏன்டி என்னை இப்டிச் சித்திரவதைச் செய்யிற?" எனக் கதறியவனை அணைத்துக் கொண்ட கண்மணி, "நீங்கதான் மாமா!" என்றிட.. அதிர்வுடன் ஏறிட்டான் மருதன்.

"பாப்பா இருக்கா பாருங்க, நாம அப்புறம் பேசலாம்!" என அவனிடமிருந்து விலகியவள், மீனாவை தூங்க வைக்கச் செல்ல.. நடப்பது எதையும் புரிந்து கொள்ள முடியாமலும், அவள் உரைத்துச் சென்ற சொற்களின் பொருளை உள்வாங்க இயலாமலும் தவிப்புடன் அமர்ந்திருந்தான் மருதன்.

◆ அத்தியாயம் 12

தன்தாய் வாழ்ந்த வீட்டை பார்வையால் வருடிக் கொண்டிருந்தான் மருதன்.

குழந்தையைத் தூங்க வைத்துவிட்டு வெளியே வந்த கண்மணி, கூடத்திலிருந்த தங்கம்மாளின் படத்திற்கு முன்னே மருதனை அழைத்து வந்து நிறுத்தினாள்.

"என்ன கண்ணம்மா..?"

பார்வையாலேயே அவனைச் சிறிது அமைதி காக்கும்படி உரைத்தவள்.. தன் கழுத்தில் மஞ்சள் கயிற்றைக் கட்டிக்கொண்டு, அவன் கட்டிய தாலிக் கயிற்றைக் கழட்ட.. மருதன் பதற்றத்துடன், "ஏய் என்னா செய்யிற?"

"பயப்படாதீங்க மாமா! தாலியைக் கழட்டிக் கொடுத்திட்டு எல்லாம் போக மாட்டேன் நான்!" எனச் சிரித்தபடி, வேலையில் கவனமானாள்.

மருதன் ஒன்றும் புரியாமல் நின்றிருக்க.. தங்கச்சங்கிலி ஒன்றில் தாலியைக் கோர்த்து அவனிடம் கொடுத்த கண்மணி, "போட்டுவிடுங்க மாமா!"

அவன் திகைப்போடு பார்த்து, "இது..?"

"அத்த என்னோட பிறந்தநாளுக்கு வாங்கித்தந்த செயின் மாமா, ஆஸ்பத்திரிக்கு வந்தப்ப இதத்தான என்கழுத்துல தேடுனீங்க?" எனப் புன்னகைத்தவளை, அவன் வியப்புடன் பார்த்தான்.

அவள் சொன்னது போலவே செய்தவன், "இப்பவாது என்ன நடந்துச்சு, இப்ப என்ன நடக்குதுனு சொல்லேன்!

நீயி மனசு மாறிட்டன்னு மட்டும் புரியிது. ஆனா ஏன், எதுனால, எப்ப, எப்டி.. இது எதுவுமே தெரியல எனக்கு.!" எனக்கூற.. கூடத்தில் அவனை அமர்த்திவிட்டு, தானும் அருகே அமர்ந்தாள் கண்மணி.

"யேன் கெணத்.." என வாய்திறந்தவனின் இதழில் விரல்வைத்துப் பேச்சை நிறுத்தியவள், "மணியன் பேசுனதுனால இல்ல! நீங்க மறுப்பா எதுவும் பேசாதனால தான், அப்டி செஞ்சேன்!"

அவளை வலியோடு பார்த்தவன், "நீயி அவசரப்பட்டுட்ட கண்ணம்மா, இன்னுங் கொஞ்ச நேரம் நின்னு நடந்தத பாத்துருக்கலாம். மணி ஒனைய தப்பா பேசுனதால, அவன கை ஓங்கிட்டேன். அன்னேல இருந்து அவிங்க மூணுபேத்துக் கூடவும் நான் பேசுறதில்ல!"

"ம்ம்.." எனப் பெருமூச்சு விட்டவள், "எனக்குத் தெரியாதே மாமா இது. உங்களை மாத்தவே முடியலயேனு வலி. பைத்தியக்காரி மாதிரி யோசிச்சு, வயித்துல பிள்ளையோட நிக்கிறோமேனு என்மேலயே வெறுப்பு. என்னை.. மகளபோலப் பாத்துக்கிட்ட அத்தைக்குத் துரோகம் பண்ணிட்டோமேனு குற்ற உணர்ச்சி, அதேன் டவுனுக்குப் போற குறுக்குவழியில இருக்கக் காஞ்சுப்போன கிணத்துல குதிச்சிட்டேன்!"

அவன் என்றோ நடந்ததை எண்ணி அவளின் கைகளை அழுத்தமாய்ப் பற்றிக் கொள்ள.. கணவனின் முகம் பார்த்து புன்னகைத்தவள், "நானே எதிர்பாக்காம, யாரோ என்னைக் காப்பாத்தி ஹாஸ்பிடல்ல சேத்திருந்தாங்க. தலை உடம்பெல்லாம் காயம், சரியாக ரெண்டு மாசம் ஆச்சு. டாக்டர் அண்ணா என்கிட்ட விசாரிச்சாரு. என்ன சொல்லுறதுனு தெரியாம.. நான் அமைதியா இருந்ததால, அவங்க வீட்டுக்கு கூட்டிட்டுப் போயிட்டாங்க.

யூசப் அண்ணா.. 'உனக்குச் சின்ன வயசுமா, இப்ப இந்தக் குழந்தை வேணாம்! உன்னோட எதிர்காலத்தைப் பாதிக்கும், அதுனால கலைச்சிடலாம்'னு சொன்னாங்க. ஆனா எனக்குத்தான் மனசு கேட்கல, அதுனால மாட்டேனு சொல்-

லிட்டேன். அப்புறம் கொஞ்சநாள் கழிச்சு, அத்தை என்னைப் பாக்க வந்திருந்தாங்க"

அவன் அதிர்ந்து, "அம்மாவா?"

"ம்ம், வீட்டுல நாம ரெண்டுபேரும் பழகுறதைப் பாத்து அத்தைக்குச் சந்தேகம் வந்திருக்கு. அதுனாலதான் உங்களையும் என்னையும் ஒருத்தரையொருத்தர் பாக்க விடாமலயே செஞ்சிருக்காங்க.

நீங்க பகல்ல வீட்டுக்கு வர்ற நேரத்துல எல்லாம்.. ஏதாவது வேல சொல்லி என்னை அனுப்பிடுவாங்க. நானும் தப்பு செஞ்சுட்டோமேனு மனசு உறுத்தலோடயே இருந்ததால.. உங்கக்கிட்டப் பேசுறதுக்கும், அத்தையோட முகத்தைப் பார்க்குறதுக்கும் தைரியம் இல்லாம அப்படியே இருந்துட்டேன்!"

"எல்லாம் தெரிஞ்சிருந்தும், அம்மா ஏன் அமைதியாவே இருந்தாங்க..? எனைய கொஞ்சம்கூட நம்பலேல ரெண்டு பேரும்..? நான் அந்தளவுக்கா கொடுமக்காரனா இருந்தேன்.!"

மறுப்பாய்த் தலையசைத்தவள், "கொடுமக்காரனா இல்ல, ஆனா அதேநேரத்துல இயல்பான மனுசனாவும் அப்ப நீங்க இருக்கல!"

அவன் கேள்வியாய்ப் பார்க்க, "எல்லாமே கலந்தவன் தான் மனுசன் மாமா. உணர்வுகளைக் கட்டுப்படுத்தும் போதுதான் அவன் நல்லது, கெட்டது புரிஞ்சு நிதானமாகுறான். இப்ப உங்களுக்குள்ள வந்திருக்கிற மாற்றமும் யோசனையும், அப்ப இல்லதான..?"

அவள் உரைப்பது சரிதான் என்பது போல் தலையசைத்த மருதன் நீண்ட பெருமூச்சு ஒன்றை விட, "அந்த நேரத்துல.. எனக்கு நாள் தள்ளிப் போகவும் சந்தேகம் வந்திடுச்சு மாமா. ஒருவேளை பிள்ள உருவாகிடுச்சோன்னு பயம் வேற. ஏதாவது செஞ்சு சீக்கிரம் அதுக்கு ஒரு முடிவெடுக்கணும்னு அத்தைக்கிட்டச் சொல்லாமலேயே உங்களைத் தேடி வந்தேன். அப்பதான் மணியன் பேசுனதைக் கேட்டேன்!" என்றவளின் கண்களில் நீர்நிறைந்திருந்தது.

"ஏமேல நம்பிக்க இல்லாம, பொறவு எதுக்குடி ஏங்கூடப் பழகுன? நானுதேன் ஒனைய கட்டிக்கிறேனு சொல்லியிருந்தேன்ல?"

"இது நம்பிக்கப் பத்தின விஷயமில்ல. நீங்க ஏமாத்திட்டதா நெனைக்கல, நான்தான் முட்டாளா இருந்திருக்கேனு தோணுச்சு!"

"எங்கிட்டக்க நேராவே வந்து விசாரிச்சிருக்கலாமே கண்ணம்மா, ஒருவேள ஒனக்கு எதுனா ஆகியிருந்தா நானு செத்திருப்பேன்டி" என வலியுடன் கூறியவனைப் பார்த்துப் புன்னகைத்தவள், "அது இப்ப மாமா. நீங்க அப்ப அப்டி-யில்லயே?"

அவன் பேசமுடியாது தலையைக் குனிந்து கொள்ள, ஆடவனின் தோளில் சாய்ந்தாள் கண்மணி.

"நீயி யேன் இப்டியெல்லாம் செஞ்ச? நானு நல்லவனில்லனு தெரிஞ்சும், யேன் எங்கூடப் பழகுன? அதுனாலதான ஒனக்கு இம்புட்டு கஷ்டம்?"

"அத்தைக்காகத்தான் மாமா, உங்களை நினைச்சு ரொம்பக் கவலைப்பட்டாங்க. உங்களைக் கொஞ்சம் மாத்துனா, சந்தோஷப்படுவாங்க இல்ல? அப்டி நினைச்சுதான் பழகுனேன்! நானும் அப்டித்தான் நினைச்சிட்டிருந்தேன்! ஆனா அத்தை என்னைப் பாக்க வந்தப்ப, என்கிட்ட ஒரு வார்த்தை கேட்டாங்க"

"உனைய எதுவும் திட்டீட்டாங்களா..?"

"அத்த என்னைத் திட்டுவாங்களா என்ன.? 'ஏ மவன்மேல ஒனக்கு அம்புட்டுப் பிரியமா? யெங்கவூட்டு வாரிச சுமக்குற அளவுக்குப் போயிருக்க'னு கேட்டாங்க! அப்பதான் எனக்குப் புரிஞ்சிச்சு, நான் உங்கமேல ஆசைப்பட்டது அத்தைக்காக மட்டும் இல்லனு!" என்றவளின் முகம்பற்றி அவன் கேள்வியாய் பார்க்க, மெலிதாய் புன்னகைத்தாள்.

"நான் வீட்டுலயிருந்து கிளம்புனதுமே முனியன அனுப்பிக் கவனிக்கச் சொல்லியிருக்காங்க. அவருதான் ஆளுங்களைக் கூப்பிட்டு வந்து என்னை ஹாஸ்பிடல்ல சேத்தது.

யூசப் அண்ணா வீட்டுல இருந்ததையும் கவனிச்சு அத்தைக்குத் தகவல் சொல்லிட்டாரு முனியன். என்னைப் பாக்குறதுக்காக வந்த அன்னைக்கு, அத்தைதான் நடந்த எல்லாத்தையும் சொன்னாங்க" என்றவளை வலியுடன் பார்த்தவன், "அப்ப அம்மாக்கு எல்லாமே தெரியுமா?"

'ஆம்' என்பதுபோல் தலையசைத்தவள், அவனது கையைப் பற்றிக் கொண்டு, "ஏ மவன் உன்னைத் தேடி வருவான். யென்னைக்கா இருந்தாலும் நீதேன், ஏ வூட்டுக்கு மருமவ. அதுவரிக்கும் ஏ பேரப்புள்ளைய பத்திரமா பாத்துக்கோனு சொல்லிட்டுப் போனாங்க. நானும் இனி அத்தைப் பாத்துப்பாங்கனு தைரியமா இருந்தேன். அண்ணனும் அத்தையும் சேந்துதான் நான் படிக்கிறதுக்கும் ஏற்பாடு பண்ணாங்க"

"ஒனக்காக இம்புட்டுதூரம் செஞ்சிருக்காங்க. பொறவு ஏன்டி அம்மா இறந்ததுக்கு நீயி வரல. நல்லதுக்குப் போவாட்டியும் கெட்டதுக்குப் போவணும்னு சொல்லுவாங்க. நீயி கண்டிப்பா வருவ, ஒனைய விடக்கூடாது, எங்கூடவே வச்சிக்கணும்னு நெனச்சேன். ஆனா நீயி..?"

"நான் வரலைனு உங்களுக்குத் தெரியுமா மாமா?"

அவன் அதிர்ந்து, "அப்ப நீயி வந்தியா?"

"யூசப் அண்ணாக்கூட வந்திருந்தேன். யாராவது என்னைப் பாத்தா பிரச்சனை ஆயிடும்னு கொஞ்ச நேரத்துலயே கூட்டிட்டுப் போயிட்டாங்க. அத்தை இறந்த தகவல் கிடைச்சதும் நான் எவ்வளவு தூரம் துடிச்சேனு தெரியுமா மாமா? என்னோட வாழ்க்கை, நம்பிக்கை.. எல்லாமே போயிடுச்சுனு நினைச்சேன்.

அப்பதான் யூசப் அண்ணா, அத்தையோட நிலத்தை என்பேருக்கு ரெஜிஸ்டர் பண்ண டாக்குமெண்ட்ஸைக் கொடுத்தாரு. அத்தைக்கு முன்னாடியே தெரிஞ்சிடுச்சோ என்னமோ, எனக்காக எல்லா முன்னேற்பாடையும் செஞ்சிருந்தாங்க.

குத்தகை பணத்தை அண்ணாக்கிட்ட கொடுக்கச் சொல்லியிருந்தாங்க. எனக்கு என்னமோ அத்தை, 'நீதான்

இனிமே எல்லாத்தையும் பாத்துக்கணும்'னு சொன்னமாதிரி இருந்துச்சு.

அண்ணாவும் உங்க நடவடிக்கைய கவனிச்சுக்கிட்டே தான் இருந்தாங்க. அவருக்கு உங்கமேல முழுசா நம்பிக்க வரல, அதான் என்னைப் போக வேண்டாம்னு சொன்னாரு. ஆனா அத்தை சொன்னமாதிரி நீங்க வந்து கூப்பிடவும், என்னால மறுக்கமுடியல. அதான் வந்திட்டேன்!"

அவளைக் கண்கள் கலங்க பார்த்தவன், "ஏ மேல இம்-புட்டுப் பாசம் வச்சிருக்க, பொறவு யேன் அப்டி நடந்துக்-கிட்ட கண்ணம்மா?"

"மாமா.. உங்களோட தேவைக்குத்தான் என்னைத் தேடு-னீங்களே தவிர, உங்க மனசுக்குத் துணையா இல்ல. அதான் நீங்க முழுசா மாறுற வரைக்கும் காத்திருந்தேன். நீங்க அன்னைக்குச் சொன்னீங்களே, என்னைத் தொடா-தனாவது சொல்லேன்னு. அப்பதான் உங்க மனசு முழுசா மாறிடுச்சுனு புரிஞ்சிக்கிட்டேன். நான் எப்டி மாமா உங்-களைத் தொடாதீங்கனு சொல்லுவேன்? உங்களுக்குத்தான் நைட்ல துணையில்லாம தூக்கம் வராதே!" எனச் சிரித்தவ-ளைக் காண்பதற்கே அவனுக்குத் தயக்கமாய் இருந்தது.

"எனைய மன்னிச்சிரு கண்ணம்மா, ஓனைய நெம்பக் கஷ்டப்படுத்திட்டேன் நானு!"

"அதெல்லாம் இல்ல மாமா, நடந்த எல்லாத்துக்கும் நானும்தான் பொறுப்பு. என்னோட விருப்பமில்லாம நீங்க என்னை நெருங்கியிருக்கவும் முடியாது, மீனா பொறக்கவும் வாய்ப்பில்ல!" எனச் சிரித்தவளின் மடியில் சேயாய் மாறித் தலைவைத்து படுத்துக் கொண்டான் மருதன்.

"அம்மா" என்ற மீனாவின் அழைப்பில் இருவரும் விலக, ஓடிவந்து தந்தையின் மடியில் அமர்ந்து கொண்டாள் தங்கம்மாளின் பெயர்த்தி.

அத்தையின் புகைப்படத்தையே பார்த்துக் கொண்டிருந்த மனையாளைக் கவனித்தவன், "என்ன கண்ணம்மா, அப்டிப் பாக்குற..?"

"நீங்க கல்யாணம் பண்ணிக்கிட்டு.. இந்தவீடு நிறையப் பிள்ளக்குட்டியோடவும், பொண்டாட்டியோடவும் சந்தோஷமா இருக்கணும்னு அத்தை ஆசைப்பட்டாங்க மாமா!"

"அதான் நீயி அம்மாவோட ஆசைய நிறைவேத்திட்டியே!" என அவளது தோளில் கையிட, புன்னகைத்து கணவனது மார்பில் சாய்ந்தாள் கண்மணி.

* * *

சமைத்த உணவுகளைப் பாத்திரத்தில் எடுத்து வைத்துக் கொண்டிருந்தவளைக் கேள்வியாய் பார்த்த மருதன், "என்னடி செய்யிற.?"

"பெரியவங்களுக்கு மாமா. அவங்கதான் இந்த வீட்டுக்கு வரமாட்டாங்களே! அதான் காலைல அவங்களைக் கூப்பிடல. நேர்ல போய்ச் சொல்லிட்டு வருவோம்" என்றவளின் சொல்லை ஏற்று மூவரும் கிளம்பினர்.

வாயிலில் சப்தம் கேட்டு வெளியே வந்த ராமுத்தாயி, "என்னாத்தா விசேஷமெல்லாம் முடிஞ்சிதா?" எனக் கேலியாய் வினவ, "ஏன் உங்களுக்குத் தெரியாதா? இன்னுமா அய்யா சொல்லாம இருக்காங்க..? நான் எங்க போறேன் வரேன்ற அளவுக்குக் கண்காணிச்சு தெரிஞ்சு வச்சிருப்பாங்களே!" என்றவளைப் பார்த்துத் தாடையில் கைவைத்தார் பெரியவர்.

"ஆத்தி இப்பயில்ல தெரியிது, ஓ மவளுக்கு வாயி எங்கிட்டிருந்து வந்துச்சுனு..? வாயத் தொறந்தா கத்தி ஊரக் கூட்டிப்புடுறது!" என அவர் பொய்யாய் வம்பு பேச.. மீனா ராமுவை முறைக்க, மருதனும் கண்மணியும் சிரித்தனர்.

"சேரியாத்தா இப்பயாவது உள்ளார வருவியா? இல்ல ஏதாவது காரணஞ் சொல்லி ஓடிருவியா? மருதா ஓம்பொஞ்சாதிய உள்ளார கூட்டிட்டு வாயா!" என்றதும் அவன் கண்மணியைப் பார்த்தான்.

"நீங்க என்னை மாமனோட சேத்து கூப்பிட்டிருந்தா அன்னைக்கே வந்திருப்பேன். புருஷன விட்டுட்டு புகுந்தவீட்டுக்குள்ள எப்டி தனியா வர்றது?"

அவளை வியப்புடன் பார்த்தவர், "சேரித்தாயி, நீயி ஓம் புருஷனோடயே உள்ளார வா!" என்றுவிட்டு மீனாவை தூக்-கிக் கொண்டு உள்ளே செல்ல, முதன்முதலாய் கணவன் மனைவியாய் பெரிய வீட்டிற்குள் அடியெடுத்து வைத்தனர் இருவரும்.

திருமணத்திற்குப் பின்பான சடங்குகள் எதுவும் செய்-யாததால்.. கண்மணியை விளக்கேற்ற அழைத்துச் சென்று, இருவருக்கும் பாலும் பழமும் கொடுத்தார் ராமுத்தாயி. நாச்-சிமுத்துவும் வீட்டிற்கு வந்துவிட, அன்றைய பொழுது அங்-கேயே கழிந்தது.

மாலை நான்கு மணியளவில், "ஆத்தா பிள்ளைய பாத்-துக்கோங்க, நான் ஹாஸ்பிடல் போயிட்டு வரேன்" என்ற கண்மணியிடம் பெரியவர்கள் தலையசைக்க, மருதனோ அவளைக் கேள்வியாய் நோக்கினான்.

கணவனைப் பார்த்தவள், "என்ன மாமா உட்காந்திருக்-கீங்க? நான் மட்டுமில்ல நீங்களும் தான்" என்றிட, இருவ-ரும் கிளம்பினர்.

மருத்துவமனையில்..

மருதன் யூசப்பிடம் பேசிக்கொண்டிருக்க, இரு பெண்க-ளும் தனியே சென்றனர்.

இருபது நிமிடங்களில் திரும்பி வந்த ஜென்சி, "எப்டியி-ருக்கீங்க மருதன், முன்னமாதிரி இப்பவும் கோபம் வருதா?" என்று வினவ, கேள்வியாய் பார்த்தான் அவன்.

"கோபம் வந்தாலும் சரி, அதை மினிக்கிட்ட காட்டக் கூடாது. இனிமேல் மறந்துகூட அவளைக் கை நீட்டாதிங்க. ஏற்கனவே ரொம்ப வீக்கா இருக்கா, உங்க அடியெல்லாம் தாங்க முடியாது அவளால. அதுவும் இந்தமாதிரி நேரத்துல, அவளை ரொம்பக் கவனமா பாத்துக்கணும்!" எனச் சொல்-லிக் கொண்டே வந்தவளைப் புரியாமல் பார்த்தவன், "டாக்-டரம்மா என்னா சொல்றீங்க, இந்தமாதிரி நேரமுனா?"

மெலிதாய்ப் புன்னகைத்த ஜென்சி, "மினி கர்ப்பமா இருக்கா மருதன். ஏன் உங்கக்கிட்ட சொல்லலியா?"

அவன் திருதிருவென விழித்து, "இல்ல சொல்லலியே!" எனவும், புன்னகையுடன் உள் அறையிலிருந்து வெளியே வந்தாள் கண்மணி.

மருதன் தன்னவளைப் பார்க்க.. அவளோ, "அண்ணி குழந்தை நல்லாருக்கா, ஸ்கேன்ல நல்லா பாத்தீங்க தான? போனதடவை மாதிரி எதுவும் பிரச்சனை இல்லயே..? எனக்குக் கன்ஃபார்ம் ஆனதுல இருந்து, மனசுக்குள்ள ஒருமாதிரி பயமாவே இருக்கு.!"

அவளது பேச்சைக் கேட்டு, "இப்டவரைக்கும் குழந்தை கரெக்டான வளர்ச்சில நார்மலா இருக்கு மினி, நீ பயப்பட வேண்டியதில்ல" என்றவாறே மருத்துவ அறிக்கைகளோடு வந்தான் யூசப்.

மருத்துவத் தம்பதிகள் இருவரும் இணைந்து, சிலபல அறிவுரைகளைக் கூறி கண்மணியையும் மருதனையும் அனுப்பி வைத்தனர்.

வெளியே வரும் வரையிலுமே, அவன் எதுவுமே பேசவில்லை.

கணவனது மௌனத்தைக் கவனித்தவள், "என்னாச்சு மாமா?"

"ஒனக்கு எப்ப தெரியும் கண்ணம்மா?"

"ஒரு மாசத்துக்கு முன்னாடி!"

"யேன் எங்கிட்டக்கச் சொல்லல?"

"அது.." எனத் தயங்கியவள், "கொஞ்சம் வெட்கமா இருந்திச்சு!" என்றபடியே தலையைக் குனிந்து கொள்ள.. கலங்கிய கண்களுடன் அவளது உச்சியில் இதழ் பதித்தான் மருதன்.

"கண்ணம்மா நானு ஒண்ணு சொல்லட்டா, கேக்குறியா?" என்றவனை அவள் கேள்வியாய் பார்க்க, "நீயி வேலைக்குப் போவ வேணாமே? குழந்த பொறந்து ஒடம்பு நல்லானதுக்குப் பொறவு வேலைக்குப் போயேன்?" எனக் கெஞ்சலாய் கேட்க.. கணவனது அக்கறையில் மனம் குளிர்ந்தவளின் தலை அனிச்சையாய் சரியென அசைந்தது.

வெளிப்புறம் வந்ததும், "ஒனக்கு பைக்ல உக்கார செரமமா இருக்குமுல? இங்கனயே இருக்கியா, நானு ஊருக்குப்போயி ஜீப் எடுத்துட்டு வந்துடுறேன்!" என்றவனுக்குப் பதில் சொல்ல அவள் வாயெடுக்க, "அரசு" என்ற குரல், இருவரது கவனத்தையும் தன்புறம் திருப்பியது.

மணியன் அவர்களின் எதிரே நின்றிருந்தான். மருதன் கேள்வியாய் நோக்க, பணத்தை நீட்டினான்.

வாய்திறந்து கேட்கும் முன்பே, "தேவிக்கு நீயி கடனா கொடுத்தது. ஒரு ஸ்கூல்ல ஆயாவா வேல பாக்குறாளாம். ஓங்கிட்டக்க ரூபாயக் குடுக்கதுக்காக ஊருக்கு வந்திருக்கா. கண்மணியோட ஒனைய பாத்ததும், எப்டி வந்து குடுக்கதுனு எங்கிட்டக்கக் குடுத்துவிட்டா" என்றான் மணியன்.

அவன் பதிலிற்கு, "தேவி எங்கன?" என்றிட, சாலையின் மறுபுறம் இருந்த உணவகத்தைக் காட்டி, "உள்ளார சாப்டுட்டு இருக்கா"

சரியெனத் தலையசைத்துப் பணத்தை வாங்கிக் கொண்டவன், "எங்கிட்டக்கக் கண்ணம்மாவப் பத்தி கேட்டிருந்தா. நானு ஏ பொஞ்சாதியோட சந்தோஷமா இருக்கேனு மட்டும் சொல்லிடு!" என்றவனிடம் புன்னகையுடன் தலையசைத்துவிட்டு நகர்ந்தான் மணியன்.

அதுவரை நடந்ததைப் பார்த்திருந்த தேவி, "சேரி மணி நானு கிளம்புறேன்!" என விடைபெற.. பாவையின் கைப்பற்றித் தடுத்தவன், "நானும் வரேன்!"

"நானே பஸ்ஸூ ஏறி போயிக்குவேன், நீயி என்னத்துக்கு வீணாவுல அலையுற?"

"நானு ஒண்ணும் ஒனைய பஸ்ஸூ ஏத்திவுட வரல!"

"பொறவு..?"

"ஒன்னோட நானும் வரேன்!"

"எங்கன.?"

"நீயி எங்கனயோ, இனிமேலுக்கு நானும் அங்கனதான்!"

அவள் திகைத்து, "மணியா..?"

"ஒனக்கு இஷ்டம்னா எனைய கட்டிக்க, இல்லையினா இப்டியே இருப்போம். ஆனா ஓங்கூடத் தான் நான் இருப்-

பேன்!" எனத் தீர்மானமாய் உரைத்தவன், தேவியின் கைப்பற்றி இணைந்து நடந்தான்.

தள்ளிநின்று அதைப் பார்த்துக் கொண்டிருந்த கண்மணி.. லேசான மனதுடன் திரும்ப, "இந்தா கண்ணம்மா, இந்த ஜூஸைக் குடிச்சிக்கிட்டு இரு! அதுக்குள்ள நான் ஊருக்குப் போயி, ஜீப்ப எடுத்திட்டு வந்திடுறேன்!" என்றபடி அருகே வந்தான் மருதன்.

"இல்ல மாமா.. வேண்டாம்! நாம உங்க வண்டிலயே போவோம்!"

"நீ எப்டி டி, ஒக்காருவ அதுல..?"

"வர்றப்ப எப்டி உக்காந்து வந்தேனோ, அதேமாதி தான். நான் உங்களைப் பிடிச்சிக்கிறேன். நீங்க கொஞ்சம் மெதுவா ஓட்டிட்டுப் போங்க!"

"ஆனா கண்ணம்மா..?"

"ஆசையா இருக்கு மாமா. ப்ளீஸ்.." என்றவளிடம் மறுப்புத் தெரிவிக்க இயலாது, அழைத்துச் சென்றான் மருதன்.

பயணத்தின் இடையில், "மாமா.. உங்க ஃப்ரண்ட் மணியனும் அந்தத் தேவியோட போயிட்டாரு!"

"ம்ம்.. அவனுக்கு அவமேல ஏற்கனவே பிரியம் இருந்துச்சு கண்ணம்மா. எப்படியோ நல்லா இருந்தா சரிதான்!"

"ஹோ.. ஆனா தேவி உங்களைத்தான ஆசைப்பட்டா..?"

அவன் வண்டியை நிறுத்தி அவள்புறம் திருப்பிப் பார்க்க, "உங்களுக்கும் தெரியும் தான..?"

ஒரு பெருமூச்சை வெளியிட்டவன், "தெரியும்தான். ஆனா அவளக் கட்டிக்கணும்னு நெனப்பு வரல. மணியும் ஆசப்பட்டதால, மொத்தமா விலகணும்னு முடிவெடுத்துட்டேன்!"

அந்தச் செய்தி அவளுக்குப் புதியதாய் இருக்க.. வண்டியில் இருந்து கீழே இறங்கியவள், "அப்ப அத்தைக்காக நீங்க மாறலயா..?"

அவன் புன்னகைக்க, "சொல்லுங்க மாமா..?"

"நீயி எனைய கட்டிக்கிறேனு சொன்னதுமே, ஓமேல ஆச வந்திடுச்சு! அப்பவே யென்னோட நெனப்பும் மாறிப் போச்சு! ஆனா என்ன.. அத நான்தான் புருஞ்சிக்காம இருந்திருக்கேன்!"

"நிஜமாவா மாமா.?"

அவன் சிரிக்க, "ஏன் இப்ப சிரிக்கிறீங்க..?"

"நீயி நெசமாவே மாசமா இருக்கியா.? ஒரு வித்தியாசமும் தெரியலயேடி..?"

இம்முறை அவள் சிரித்து, "ஏன் மாமா.. பார்க்குறீங்களா..?"

அவன் புரியாது பார்த்து, "எப்படி..?"

கணவனது கைப்பிடித்துத் தனது உடைக்குள் நுழைத்து அடிவயிற்றில் வைத்தவள், "வித்தியாசம் தெரியிதா மாமா.? கொஞ்சமே கொஞ்சம் வயிறு பெருசா இருக்கும்! நல்லா கவனிச்சா, உங்களால தெரிஞ்சிக்க முடியும். இப்பதான நாலாவது மாசம் ஆரம்பம். இன்னும் ஒருமாசம் போச்சுனா, உள்ள அசையிறதை எல்லாம் தொட்டுப் பார்க்கலாம்!"

அவளது வயிற்றின் அளவீடை.. விரல்களை அசைத்துப் பார்த்து உணர முயன்றவனுக்கு, ஏனோ அவளுடனான தனிமையின் பொழுதுகள் நினைவுவர, "அந்தப் பிள்ளைக்கும் இப்படிதான் இருந்திச்சா கண்ணம்மா.? நானு தெனமும் ஓங்கூடத் தான இருந்தேன், யேன் யென்னால தெரிஞ்சிக்க முடியல.?"

மருதனின் வினாவில் அவளுள்ளும் இழந்த உயிரை நினைத்து வருத்தம் பரவ, "நடந்து முடிஞ்சதைப் பத்திப் பேசி என்னாகப் போகுது மாமா..? அது வந்தப்ப, எனக்கு மனசு முழுக்க ரணமாதான் இருந்துச்சு, நீங்க இன்னும் மாறலயேன்னு! அதுனாலயே போயிடுச்சு போல..? ஆனா இந்தப் பிள்ள வந்ததுல இருந்து நான் சந்தோஷமா இருக்கேன் மாமா..!" என அவனோடு சேர்த்து தனக்குமே சமாதானம் உரைத்தாள் கண்மணி.

"யெல்லாம் ஏந்தப்பு தான..?"

"இல்ல மாமா, நடக்கணும்னு இருந்திருக்கு!"

"ம்ம்.." எனப் பெருமூச்சு விட்டவன், "சரி வா, வீட்டுக்குப் போவலாம்!" என வாகனத்தை இயக்க, இருவரும் அமைதியாகவே இல்லம் வந்து சேர்ந்தனர்.

பெரியவர்களிடம் விபரத்தைப் பகிர.. ராமுத்தாயும், நாச்சிமுத்துவும் இளையவர்களைத் தங்களுடன் பெரிய வீட்டிலேயே இருக்கும்படி கேட்டனர்.

மருதனுக்கும் அதுவே சரியெனத் தோன்றிட.. கண்மணியோ, "இல்ல ஆத்தா. அத்த ரொம்ப ஆசப்பட்டாக, மாமா குடும்பத்தோட அந்த வீட்டுல சந்தோஷமா இருக்கணும்னு. அதுனால அங்கேயே இருக்கோம். எட்டுமாசத்துக்கு மேல இங்க வர்றேன். அதுக்கு அப்புறம் நீங்க பாத்துக்கோங்க என்னையும் பிள்ளைகளையும்!" என்றுவிட்டு, இரவு உணவை முடித்ததும் அன்றிரவே பிடிவாதமாய்க் கணவன் மற்றும் குழந்தையுடன் கிளம்பினாள்.

மீனா வழக்கமான நேரத்தில் உறங்கிவிட.. கண்மணியின் பழைய அறையில், மருதனும் அவளும் இருந்தனர்.

பிரசவ கால மாற்றங்களைப் பற்றி அவன் ஒவ்வொன்றாய் மனையாளிடம் கேட்டுத் தெரிந்து கொள்ள.. அவளோ நேசம் நிறைந்த தாம்பத்ய பாடத்தையும் சேர்த்தே கணவனுக்குக் கற்றுக் கொடுத்தாள்.

◆ ***முற்றும்*** ◆

www.ingramcontent.com/pod-product-compliance
Lightning Source LLC
LaVergne TN
LVHW040445051026
849517LV00002B/760
* 9 7 9 8 8 8 5 5 5 1 6 2 5 *